சொப்பனசுந்தரி

யத்தனபூடி சுலோசனாராணி

தமிழில்: கௌரி கிருபானந்தன்

வானவில் புத்தகாலயம்
உங்கள் வண்ணக் கனவுகள் நனவாக...

வானவில் புத்தகாலயம்
10/2 (8/2) போலீஸ் குவார்ட்டர்ஸ் சாலை
(தியாகராயநகர் பேருந்து நிலையத்திற்கும்
காவல் நிலையத்திற்கும் இடைப்பட்ட சாலை)
தியாகராயநகர், சென்னை – 600 017
தொலைபேசி : 24342771, 65279654
கைபேசி: 7200073082
மின்னஞ்சல்: vanavilputhakalayam@gmail.com

Title:
Swapnasundari
Author:
Ethnapudi Sulochanarani
Translator:
Gowri Kirubanantham
Address:
VANAVIL PUTHAKALAYAM
10/2(8/2) Police Quarters Road,
(Between Thiyagaraya Nagar Bus Stop & Police Station)
Thiyagaraya Nagar, Chennai - 17
Phone: 24342771, 65279654
Cell: **7200073 082**
6 th sense_karthi
e-mail : vanavilputhakalayam@gmail.com
Edition:
First : September 2015
Price : 299

Publisher
P. Karthikeyan
Editor
R. Muthukumar
Layout
P.S Sukumar

Printed at :
Ganapathi Enterprises
Chennai - 600 005.

No part of this book may be reproduced or transmitted in any form without permission in writing from the author or publisher

நீங்கள் Smart Phone உபயோகிப்பவராக இருந்தால் QR Code Reader Application மூலம் இதை Scan செய்தால் நேரடியாக எமது இணையதளத்திற்கு சென்று மேலும் எங்கள் வெளியீடுகள் பற்றிய விவரங்களைப் பெறலாம்.

ISBN :978-93-82578-71-0

தலைப்பு
சொப்பனசுந்தரி
ஆசிரியர்
யத்தனபூடி சுலோசனாராணி
தமிழில்: **கௌரி கிருபானந்தன்**
பக்கங்கள் : 384
விலை : ரூ.299

முதற்பதிப்பு
செப்டம்பர் 2015

வானவில் புத்தகாலயம்
10/2 (8/2) போலீஸ் குவார்ட்டர்ஸ் சாலை
(தியாகராயநகர், பேருந்து நிலையத்திற்கும் காவல் நிலையத்திற்கும் இடைப்பட்ட சாலை)
தியாகராய நகர், சென்னை – 600 017
தொலைபேசி : 24342771, 65279654.
கைபேசி: **7200073 082**
மின்னஞ்சல்
vanavilputhakalayam@gmail.com

இந்தப் புத்தகத்திலுள்ள எந்த ஒரு பகுதியையும் பதிப்பாளர் மற்றும் எழுத்தாளர் அனுமதியை எழுத்து மூலம் பெறாமல் பதிப்பிக்கக் கூடாது.

பதிப்புரை

ஏழ்மையை மனிதகுலத்திற்கு அளிக்கப்பட்ட சாபம் என்கிறோம். அப்படியென்றால் செல்வம் மனிதனுக்கான வரமா?

இந்த இரண்டு கூற்றிலுமே உண்மையில்லை. பணமில்லாப் பராரிகளாயிருந்தாலும் வானத்தையே வில்லாக வளைக்கக் கூடிய அளவிற்குப் பணக்காரர்களாயிருந்தாலும் அவர்களுடைய சுற்றமும் சூழலும் அவர்களை எப்படிப் பார்க்கிறது. அவர்கள் மனநிலை அப்போது எப்படி இருக்கிறது என்பதைப் பொருத்துதான் அவர்களுடைய வாழ்க்கை மலர்ச்சியானதா? மகிழ்ச்சி நிறைந்ததா? என்பது தீர்மானிக்கப்படுகிறது.

சலவைச் சட்டைக்குள் சல்லடையாக ஆங்காங்கே ஓட்டைகள் இருக்கிற பனியனை அணிந்துகொண்டு வலம் வருபவர்கள் நிறைந்த உலகம் இது. இவர்களின் வெளிப் பகட்டைப் பார்த்து ஏமாந்து போகிறவர்கள் நிறையப் பேர்.

இந்தக் கதையின் நாயகி சேற்றில் பிறந்தாலும் களங்கமில்லா செந்தாமரையாகக் கதை முழுவதும் வலம் வருகிறாள். பணத்திற்குச் சொந்தங்களைப் பிரிக்கும் தன்மை எவ்வளவு உள்ளதோ அதேபோல் தேவையில்லாதவர்களைக் கஷ்டகாலத்தில் விலகிப் போன, ஓடிஒளிந்து கொண்ட, சொந்தங்களைத் தன்னிடத்தே ஈர்க்கிற தன்மையும் உண்டு. இந்த அத்தனை விநோதங்களும் அவள் வாழ்க்கையில் அரங்கேறின. ஏழ்மையில் பிறந்ததால் திருமணம் அவளுக்கு எட்டாக்கனியாக இருந்தது. அப்போது அவளது எளிமையான அழகு யார் கண்ணுக்கும் தெரியவில்லை. அதேசமயத்தில் சந்தர்ப்பவசத்தால் அவள் திரைவானில் மின்னும் நட்சத்திரமாக உயர்ந்தபோது அவளை நோக்கி அவர்களது பார்வையை அந்த அழகு திரும்பவைக்கிறது. அப்போது அவள் பிறப்பு குறித்த விமரிசனங்கள் புறந்தள்ளப்பட்டு அவள் கால்பட்ட இடமெல்லாம் புனிதப்பட்டதாகக் கொண்டாடுகிறது; பெருமை கொள்கிறது இந்தப் பைத்தியகார உலகம்.

ஆனால் அவள் இதற்கெல்லாம் மயங்கவில்லை. ஏறிய ஏணியை எட்டி உதைக்கிற இந்த உலகத்தில் அவள் தன் உயர்வுக்குக் காரணமானவர்களை மறக்கவில்லை. அவர்களுக்குத் துன்பம் வரும்போது துடித்துப் போகிறாள். அவர்களது இலட்சியம்

நிறைவேற உதவிகளைச் செய்கிறாள். உலகம் என்ன நினைக்கும் என்று அவள் கவலைப்படவில்லை. தன் மனதில் தோன்றியதைத் தைரியமாகச் செயல் வடிவமாக்குகிறாள்.

சாதாரண நிலையில் இருந்து சரித்திரம் படைத்தவளாய்…மக்களால் ஸ்வப்னசுந்தரியாகக் கொண்டாடப்பட்ட மேனகாவின் கதையைப் படித்தால் உங்கள் நெஞ்சம் நெகிழும்.

எனக்குப் பிடித்த எழுத்தாளர்களிள் மிக முக்கியமான இடத்தைப் பிடித்தவர் எண்டமூரி வீரேந்திரநாத் அவர்கள். அவரே ஒரு இடத்தில் சொல்லியிருக்கிறார், யத்தனபூடி சுலோசனா ராணியின் எழுத்துக் களால் ஈர்க்கப்பட்டுத்தான் தான் எழுதவந்தேன் என்று. தெலுங்கு நாவலுலகின் முடிசூடா ராணியாக விளங்கும் அவருடைய நாவலின் தமிழாக்கம் இது.

மூல நூலின் சுவை சிறிதும் குன்றாமல் அதை ஒரு தமிழ் நாவலை வாசிக்கிற உணர்வு ஏற்படுகிற வகையில் மொழி பெயர்த்து எங்களை வெளியிட அனுமதித்த கௌரிகிருபானந்தன் அவர்களுக்கு எங்கள் இதயநன்றி.

கார்த்திகேயன் புகழேந்தி
வானவில் புத்தகாலயம்

1

அமைதியான இரவு நேரம். அந்த நீண்ட வெள்ளை நிறக் கார் பயணித்த களைப்பால் மூச்சு வாங்க அந்த விசாலமான நவீன பங்களா முன்னால் வந்து நின்றது. பெரிய கேட்டுகள் திறந்து அதை வரவேற்றன. கார் உள்ளே வந்து போர்டிகோவில் நின்றதுமே வேலைக்காரன் ஓடி வந்து கார்க் கதவைத் திறந்துவிட்டுப் பணிவுடன் நின்றான். அவன் முகத்தில் தூக்கத்தின் தொடக்கம் தெரிந்தது.

பங்களா முன் வளாகத்தில் பல வகைப் பூக்கள் மலர்ந்து நறுமணம் பரப்பிக்கொண்டிருந்தன. காரிலிருந்து மின்னும் கருப்பு ஷிபான் புடவை, கையில்லாத ரவிக்கை சகிதம், காதில், கையில் கழுத்தில் வைர நகைகள் பளிச்சிட ஓர் இளம் பெண் இறங்கினாள். அவள் வீட்டுப் படியேறி வந்தபோது ஃபாரின் பெர்ஃப்யூம்மின் மணம் குப்பென்று வீசியது. பூங்கொடியாய்க் காட்சி தந்த அவள் நடையினால் ஏற்பட்ட அங்க அசைவுகள் இளமைத் தளதளப்புடன் எவரையும் வசப்படுத்தும்வகையில் இருந்தன. அவள் பார்வையில் மகாராணியின் மிடுக்கு இருந்தது. அகண்ட கண்களிலோ நட்சத்திரங்களின் ஜொலிப்பு. அவளது கால் அழகும், ஐஸ்வரியமும் போட்டி போட்டுக்கொண்டு அவளிடம் சேவகம் புரிவதைச் சொல்லாமலே சொல்லிக் கொண்டிருந்தன.

அந்தக் காரின் முன் இருக்கையிலிருந்து இறங்கிய தடித்த சஃபாரி ஆசாமி பெரிய ரோஜாப் பூமாலையை ஒரு கையிலும், ''கலைச் செல்வி மேனகா'' என்று பொன் எழுத்துகள் ஜொலிக்கும் பெரிய மெமொண்டோவை இன்னொரு கையிலுமாக எடுத்துக் கொண்டு அவள் பின்னாலேயே வந்தான்.

உள்ளே வந்த அவள் அந்த விசாலமான ஹாலில் நின்று கொண்டு ''அம்மீ'' என்று அழைத்தாள். பதில் இல்லை. ''அம்மீ'' என்று இன்னொரு முறை பெரிய குரலில் கூப்பிட்டாள். அவளுடைய இரண்டாவது முறை கூவலுக்கும் பதில் இல்லை. அவளது அகண்ட விழிப்பார்வை அந்த அகன்ற ஹாலை ஒருமுறை கவனமாக ஆராய்ந்தது.

''அம்மா இல்லையம்மா.'' எதிரே வந்த சமையல்காரி கோமதி பதிலளித்தாள்.

''என்ன அம்மா இல்லையா? எங்கே போனாங்க?'' ஆச்சரியமாகக் கேட்டாள் மேனகா. தாய் வீட்டை விட்டு வெளியே அடியெடுத்து வைப்பது என்பது எட்டாவது உலக அதிசயம். இன்றைக்கு மேனகா சொன்னதைக் கேட்டு வியப்பாகத்தான் இருந்தது அவளுக்கு.

''பாட்டி எங்கே?''

''அவங்களும் இல்லைம்மா''

''த்சொ!'' பாட்டி இல்லாததில் ஆச்சரியம் எதுவும் இல்லை. காரணம் பாட்டி எப்போ, எங்கே இருப்பாள் என்று யாருக்குமே தெரியாது. அவளுக்கு மகன்கள், கோவில், பஜனை, உறவினர்கள் என்று எத்தனையோ வியாபகங்கள்.

''மாதவி?''

''அவங்களும் இல்லைம்மா, பாபுவை அழைச்சுக்கிட்டு எங்கயோ போனாங்க.''

''என்ன இது! எல்லோரும் வெளியே போய் விட்டாங்களா?'' மேனகாவின் கண்களில் வியப்பு. கோபமாக அவளைப் பார்த்துக் கொண்டே ''சரி. அவங்க போனால் போகட்டும். அந்தச் சின்னக் குழந்தையை வேற ஏன் கூடக் கூட்டிக்கிட்டுப் போறாங்க?'' என்ற மேனகா சுவர்க் கடியாரத்தைப் பார்த்தாள். மணி பத்தே கால்.

''அவன் பால் குடிச்சுட்டுத் தூங்கும் நேரம். போன வாரம் வந்த ஜுரத்தின் வேகம் இன்னும் தணியலே. ரொம் பலவீனமாக இருக்கிறான். அப்படியிருக்கும்போது இவ்வளவு பேரும் கச்சை கட்டிக்கொண்டு எங்கேதான் போனாங்க? எதுக்குப் போனாங்க?''

கோமதி எதற்கும் பதில் பேசவில்லை.

''ஏன் பேச மாட்டேங்கிறே? உன்னைத்தான் கேட்டேன்!''

''தெரியாதுங்கம்மா.'' கோமதி பணிவுடன் தான் சொன்னாள். ஆனால் கோபம் பொங்கிக்கொண்டு வந்தது மேனகாவுக்கு.

''தெரியாதா? இல்லே... நீ அப்போது வீட்டில் இல்லையா? நீயும் சேர்ந்து அவங்ககூடப் போறதுதானே!''

பதற்றத்தோடு கீழ்க் கண்களால் பார்த்தாள் மேனகா.

''பின்னே என்னடி! வீட்டில் இருப்பவள், வீட்டைப் பார்த்துக்கச் சொல்லி உன்னிடம் ஒப்படைத்தால், யார் எங்கே போறாங்கன்னு கூடத் தெரியாமல் சமையலறையிலேயே உட்கார்ந்திருந்தியா? இன்னும் ஏன் என் எதிரில் மரம் போல் நின்னுகிட்டு அப்படிப் பார்க்கிறே? போ, போ!'' கத்தினாள் மேனகா.

எஜமானியின் இந்தக் கத்தல்கள் அந்த வீட்டில் உள்ள வேலைக்காரர்கள் எல்லோருக்கும் பழக்கப்பட்ட ஒன்றுதான். எப்பொழுது கத்தினாலும் ஒரு மணி நேரம் கழித்து அவளே அமைதியாகி விடுவாள். அவர்களைக் கூப்பிட்டு மென்மையாகப் பேசுவாள். அனாவசியமாகக் கோபித்துக் கொண்டு விட்டோம் என்று தானே தன் தவற்றை உணர்ந்தவளாக அவர்களுக்கு ஏதாவது கொடுப்பாள்.

கோபம் தணிந்து, படியேறி மாடியில் இருந்த தன் அறைக்கு வந்தாள் மேனகா. தயாராக இருந்த வேலைக்காரப் பெண் கலா எஜமானி வந்ததுமே கையில் இருந்த ஹேண்ட்பேக்கைப் பணிவோடு வாங்கி மேஜைமீது பக்குவமாக வைத்தாள்.

மேனகா, நகைகளைக் கழற்றி டிரெஸ்ஸிங் மேஜைமீது வைக்கலானாள். கலா, அவசரமாகச் சாய்வு நாற்காலி ஒன்றை எடுத்து வந்து அவள் உட்காருவதற்காகப் போட்டாள்.

மேனகா உட்கார்ந்த பிறகு, அவளுக்குப் பின் பக்கமாகப் போய் நின்றுகொண்டு அவளது கொண்டையைச் சுற்றிலுமிருந்த பின்களைக் கவனமாக எடுத்துக் கொண்டிருந்தாள்.

''அம்மாவும் மற்றவர்களும் எங்கே போனாங்கன்னு உனக்காவது தெரியுமா கலா?'' என்றாள் மேனகா.

''தெரியாதுங்கம்மா. நீங்க அந்தப் பக்கமாகப் போனதுமே மாதவி அம்மாவும், சுரேஷ் ஐயாவும் ஏதோ உரத்த குரலில் பேசிக்கிட்டாங்க. அப்புறம் அவர் போய் டாக்சி கொண்டு வந்தார். முதலில் அம்மா போவதாக இல்லை. பிறகு மாதவி அம்மா அறைக்குள்ளே

போனாங்க. அவங்க என்ன சொன்னாங்களோ, ஏது சொன்னாங்களோ அம்மாவும் அவங்களுடன் போய்ட்டாங்க.'' கலா, பணிவுடன் எஜமானியின் மேக்கப்பிடப்பட்ட நெற்றியைத் துடைத்துக் கொண்டே சொல்லி முடித்தாள்.

மேனகாவுக்குக் கோபம் வந்து விட்டது. ''போவட்டுமே? அவங்க ஒண்ணும் சின்னக் குழந்தைங்க இல்லியே, தொலைஞ்சி போய்டுவாங்களோன்னு நான் கவலைப்படுவதற்கு? சொல்லிட்டுப் போகணும்கிற புத்திகூட அவங்களுக்கு இல்லாதபோது அதற்காக கவலைப்பட வேண்டிய அவசியம் நமக்குக் கொஞ்சம் கூட இல்லே!''

மேனகா முகத்தில் சோர்வு தெரிந்தது. காலையிலிருந்தே அவள் மனநிலை சரியாக இல்லை. விழாவுக்குப் போகும்போது வழக்கமாகத் துணைக்கு வரும் பாட்டியும், மாதவியும் அவளுடன் வருவதற்கு மறுத்துவிட்டார்கள். அவளும் கெஞ்சவில்லை. தனியாகவே போனாள்.

அங்கே அந்த விழா நன்றாகவே நடந்தேறியது. அடிக்கடி அங்குக் கேட்ட கைதட்டல் ஓசை இன்னும் அவள் காதுகளில் எதிரொலித்துக் கொண்டே இருந்தது. அந்தச் சமயத்தில் பாட்டியும், மாதவியும் இல்லாமல் போனது ரொம்பக் குறையாகத்தான் இருந்தது அவளுக்கு!

மேனகா யோசனையோடு மேஜைக்கருகில் வந்தாள். அங்கே கவர் ஒன்று குதிரை பொம்மையின் அடியில் வைக்கப்பட்டிருந்தது. திகைப்புடன் அதை எடுத்தவள் கிழித்து உள்ளே இருந்த காகிதத்தை விரித்தாள். அது மாதவி எழுதியிருந்த கடிதம்.

''அன்புள்ள அக்காவுக்கு,

மாதவி எழுதுவது. நேற்று நடந்த ரகளையில் எங்களது மனம் நிறையவே காயப்பட்டு விட்டது. இது என் வீடு. இங்கே எல்லாம் என் இஷ்டப்படிதான் நடக்கும். என்னுடன் ஒத்துப்போக விருப்பப்படாதவர்கள் தாராளமாக வெளியே போய்க் கொள்ளலாம் என்றாய். அதைவிட என் வாழ்க்கையை என் விருப்பம் போல் அமைத்துக் கொள்வேன். அதைக் கேட்பதற்கு நீங்கள் யார்? என்று சொல்லியிருந்தால் கூட நாங்கள் வாயை மூடிக் கொண்டு இருந்திருப்போம்.

இன்று உனக்குப் பெயரும் புகழும் இருக்கின்றன. அளவு கடந்த செல்வமும் இருக்கிறது. வேண்டியவர்கள் நிறையப் பேர் உன்னைச் சுற்றிலும் இருக்கிறார்கள். ஆனால் அவர்கள்

எல்லோரும் நீ நினைத்துக் கொண்டிருப்பது போல் நேர்மையானவர்கள் இல்லை என்பது எங்களுக்குத்தான் தெரியும். அதனால் நீ அவர்கள் கையில் சிக்கிக் கொண்டு விடாமல் இருக்கவேண்டும் என்பதற்காக உன்னைச் சுற்றிலும் ஒரு முள்வேலியைப் போல் உனக்குக் காவலாகத்தான் நாங்கள் இருந்தோம். ஆனால் இன்று எந்த வேலி பயிரைப் பாதுகாத்து வந்ததோ, அந்த வேலியையே பயிர் வெறுக்கிறது. உன் உதாசீனத்தைத் தாங்கிக் கொள்ளும் பொறுமை எங்களிடம் நசிந்து போய் விட்டது. எங்களுக்கும் கொஞ்சம் தன்மானம் இருக்கிறது. உன்னைப் போல் ஆடம்பரமாக வாழ முடியாவிட்டாலும் எங்களால் ஏதோ ஓரளவுக்கு கௌரவமாக எங்களாலும் வாழ முடியும்.

இந்தக் காலத்தில் இல்லாதவர்களைவிட பணக்கார வங்களுக்குத்தான் கஷ்டமே. அக்கா! நீ கல்யாணம் பண்ணிக் கொள்ள விரும்பினால் எங்களுக்கு எந்த ஆட்சேபணையும் இல்லை. ஆனா நீ தேர்ந்தெடுத்திருக்கும் இந்த ஹரிகிருஷ்ணா யாரு? மனைவியைக் கொன்ன கொலைகாரன்! போயும் போயும் உன் வாழ்க்கையை அவனோடு இணைத்துக் கொள்ளப் போகிறேன் என்று நீ சொல்வதை எங்களால் தாங்க முடியல. நாங்கள் உன் நலனைக் விரும்புபவர்களாதலால் ஆபத்திலிருந்து உன்னைத் தடுப்பது எங்க கடமை. அவன் தன் வார்த்தை ஜாலத்தால் உன்னை நன்றாக மயக்கியிருக்கிறான். அவனை மணந்து கொண்டால் நீ பெறப் போவதைவிட இழக்கப் போவதே அதிகமாக இருக்கும்.

பெயரும் புகழுமாகப் பெருமையோட இருக்கும் மேனகா யாரை மணக்கப்போகிறாள்? ஒரு கொலைக்காரனை! மனைவியை நிர்தாட்சிண்யமாகக் கொன்று விட்ட கிராதகனை! அக்கா! தயவு செய்து அந்த வழியை விட்டு விலகி நீ வெளியில் வரணும், இல்லேன்னா நாங்களே உன் வழியிலிருந்து விலகிப் போறது தான் நல்லதுன்னு நினைச்சோம். எல்லோரும் உன் தலையெழுத்து அதுன்னு விட்டுட்டாங்க. எனக்கு மட்டும் அப்படிக் கைகழுவ முடியலே.

சுரேஷை நேற்று நீ சொன்ன அந்த வார்த்தைகள் ரொம்பவும் புண்படுத்தி விட்டன. அவர் இனி ஒரு நிமிஷம்கூட இந்த வீட்டில் இருக்க மாட்டேன்னு சொல்லிட்டார். நான் அவர் மனைவி. அவரைப் பின் தொடர்ந்து நானும் போவதுதானே சரி. அந்தக் கடமையைத்தான் நான் செய்கிறேன்.

அம்மா எவ்வளவு குமுறிக் கொண்டிருக்கிறாங்கன்னு உனக்குத் தெரியுமா? சதா தேம்பித் தேம்பி அழுதுகிட்டே இருக்காங்க. அம்மாவிடம் உனக்கு எவ்வளவு பாசம்! என் மீது எவ்வளவு அன்பு? அது எல்லாம் இப்போ எங்கே போச்சு? பாபுவை என்னுடன் அழைத்துப் போகாமல் என்னால் இருக்க முடியாது. எனக்குத் தெரியும், அவன் ஏங்கிப் போய் விடுவான்னு. எவ்வளவு சந்தோஷமாக, நிம்மதியாக வாழ்ந்து வந்தோம் நாம்? உனக்குன்னு எங்கேருந்து வந்து சேர்ந்தான் இந்த ஹரிகிருஷ்ணா? நம் எல்லோருடைய வாழ்க்கையிலும் சனியைப் போல் நுழைஞ்சிருக்கான் அவன். என்றாவது நீ எங்களிடம் இப்படி நடந்துகொண்டது உண்டா?

அக்கா! கடைசியாய் உன்னைக் கை கூப்பி வேண்டிக்கிறேன். எங்க மனசில் உள்ள வருத்தத்தை உனக்குத் தெரியப்படுத்தவே இந்த வீட்டை விட்டுப் போறோம். நாங்கள் உண்மையாவே உனக்கு வேணும்னா நீ எங்களிடம் வா. நடந்ததை எல்லாம் மறந்துடுவோம். எல்லோரும் ஒரே கூட்டுப் பறவைகளா எப்போதும் சந்தோஷமா இருப்போம். ஹரிகிருஷ்ணா மாயையிலிருந்து விலகி வா. தயவு செய்து எங்களையும் உன்னோட சேர்த்துக் காப்பாற்று.

இந்த வயசுல அம்மாவுக்கு நீ தீராத துக்கத்தை உண்டாக்குறது அநியாயம். கடைசியா சொல்றேன். உனக்கு ஹரிகிருஷ்ணா வேண்டுமா, நாங்க வேண்டுமா என்பதை நீயே முடிவு செய்துக்க. அவரை விட்டு விலகக் கூடிய தைரியமும், துணிச்சலும் உன்னிடம் இருந்தால் மட்டுமே எங்ககிட்ட வா. இல்லாட்டா எங்கள் முகத்தைக் கூடப் பார்க்கவும் நினைக்காதே. இதுதான் நாங்கள் உனக்கு எழுதும் கடைசிக் கடிதம். செலுத்தும் இறுதி வணக்கம். நீ எங்களை விட்டு விட மாட்டாய் என்ற எதிர்பார்ப்புடன் பிரிந்து போகிறேன்.

அக்கா! ஒரு முறை நம் சிறுபிராயத்தை நினைவுப் படுத்திக்கொள். பாட்டி நமக்காகப் பட்ட கஷ்டங்களை நினைச்சுப்பார். அப்பொழுது நமக்கு யார் துணையிருந்தாங்க? இந்த ஹரிகிருஷ்ணால்லாம் அப்ப எங்கிருந்தான்? நாம் வறுமையுடன் போராடினோம். அப்ப யாரும் நமக்குத் துணைக்கு வரலியேக்கா. இப்பப் பெயரும் புகழும் வந்து சேர்ந்து விட்டதல்லவா? உன்னிடம் ஒரு ஹரிகிருஷ்ணா இல்லை, ஆயிரம் ஹரிகிருஷ்ணாக்கள் வந்து சேருவாங்க. உன்

கண்ணசைவின்படி நடந்துப்பாங்க. இதை நீ புரிஞ்சுக்கலேன்னா அது எங்கள் துரதிர்ஷ்டம் மட்டுமில்லை, உன்னுடையதும் கூட!

உன்னைப் போல அழகு, பணம், புகழ் உடைய ஒருத்தி ஹரிகிருஷ்ணாவைப் போன்ற கொலைக்காரனை மணக்க வேண்டிய அவசியம்தான் என்னன்னு கொஞ்சம் யோசிச்சுப் பார்! அது மட்டுமில்லை, உன் கஷ்டங்களில், வேதனையில் எல்லாம் துணை நின்ற எங்களை நீ இப்பொழுது இவ்வளவு வருத்தப்படுத்துவது நியாயம் இல்லை. நீ தனித்தன்மை படைத் தவள். முக்கியமா புத்திசாலி. நீயே யோசிச்சுப் பார். நாங்கள்லாம் இல்லாவிட்டால் உன் வாழ்க்கை எச்சில் இலையாயிடும். இது சாபம் இல்லை; நடக்கப்போற உண்மையை உனக்குத் தெரியப்படுத்துவது.

நான் போகிறேன். அம்மாவும் என்னுடன் வருகிறாள். போகும் போது கடவுளிடம் என்னவென்று வேண்டிக் கொண்டேன் தெரியுமா? ‘‘கடவுளே! எங்க அக்காவுக்கு சீக்கிரமா உடம்பில் சூடு சொரணை வரும்படி செய். ஹரிகிருஷ்ணா பின்னியிருக்கும் மாயவலையிலிருந்து அவளைக் காப்பாற்று’’ என்றுதான். இந்த நிமிஷத்திலிருந்து உன் ஞாபகம் வரும்போதெல்லாம் இதே போல் பிரார்த்தனை செய்து கொள்வேன். பார்த்தாயா? பாபு உன் கட்டில் மேல் ஏறி நின்று ‘‘வர மாட்டேன் போ’’ என்று சொல்கிறான். பெயருக்குத்தான் நான் அவனைப் பெற்ற தாயாரே தவிர, அவனது உண்மையான தாய் நீதானே.

போய்ட்டு வர்றோம்.

உன் தங்கை மாதவி

அந்த நீண்ட கடிதத்தைப் படித்து முடித்ததும் மேனகாவின் முகத்தில் வியர்வை அரும்பியது. அதைப் பிடித்துக் கொண்டிருந்த விரல் நுனிகள் நடுங்கின. நெற்றி மேட்டில் வியர்வைத் துளிகள். என்ன இது? அத்தனை பேரும் அவளை விட்டுப் போய்விட்டார் களா? ஹரிகிருஷ்ணா பேச்சை எடுக்காவிட்டால்தான் திரும்பி வருவார்களா? திகைத்துப் போன அவள் மனத்தின் நிலை சிவந்து கொண்டிருந்த அவள் கண்களின்மூலம் வெளிப்படலாயிற்று.

மேனகா அந்தக் கடிதத்தோடு சோபாவுக்குப் போய் சரிந்தாள். அந்தக் கடிதம் அவள் வாழ்க்கை குறித்து அவர்கள் அளித்த குற்றப் பத்திரிக்கை போலிருந்தது. அதை அவள் தலையால் மேற்கொண்டு அவர்களுக்கு வேண்டியவளாக வாழ்நாள் முழுவதும் இருப்பதா? அல்லது தொடர்ந்து துணிந்து அவர்களை எதிர்த்து நிற்பதா?

ஹரிகிருஷ்ணா கொலைக்காரன்! கொலைக்காரன்! எங்கு பார்த்தாலும் இது பற்றித்தான் ஒரே பேச்சு. அவன் ஜெயிலில் இருக்கிறான். கோர்ட் இன்னும் அவன் கொலைக்காரன் என்று தீர்ப்பு வழங்கவில்லை. தண்டனையும் விதிக்கவில்லை. ஆனாலும் அதற்கு முன்பு உலகமே தீர்ப்பு வழங்கிவிட்டது. அவன் கொலைக்காரன்தான் என்று முடிவும் செய்து விட்டது. கொலைக்காரன் என்று அவன் வாழ்க்கையின் மீது முத்திரையையும் குத்தியாகிவிட்டது. எவ்வளவு அநியாயம்? சில சமயம் மனிதன் சிலந்திக்கூட்டில் சிக்கிக் கொண்ட பூச்சியைப் போல் மாட்டிக் கொண்டு விடுகிறான். அவன் வெளியே வர முயன்றபடி தவித்துக் கொண்டிருக்கும்போது இந்த உலகம் அவனிடம் இரக்கம் காட்டு வதில்லை. மாறாக அந்தப் பூச்சி அதில் சிக்கிச் செத்தொழிந்தால்தான் அது சந்தோஷப்படும். அது மனிதர்களின் ஒரு பயங்கரமான மனநிலை.

கலா நைட்கவுனைக் கொண்டு வந்து அவளிடம் கொடுத்தாள்.

"அம்மா!" என்று அழைக்கப் போன கலாவைச் சுட்டெரிப்பது போல் பார்த்தாள் மேனகா. "என்கிட்ட கொஞ்ச நேரம் எதுவும் பேச்சுக் கொடுக்காதே. போய் விடு" என்று எரிந்து விழுந்தாள். வேலைக்காரச் சிறுமி மௌனமாக நைட்கவுனை வைத்துவிட்டுப் போய்விட்டாள். அதற்குள் கோமதி அந்த அறைக்குள் வந்தாள்.

"சாப்பாடு வச்சிருக்கேன்மா!" அவள் குரல் பணிவுடன் வெளிப்பட்டது. கோமதி மட்டுமல்ல. அந்த வீட்டில் வயதில் சிறியவளான கலா முதல் மூத்தவரான செகரெட்ரி நாகலிங்கம் வரை எல்லோரும் அவ்வாறு பணிவுடன்தான் அவளிடம் பேசுவார்கள். மேனகா கொடுத்திருந்த பயிற்சி அது.

"எனக்குப் பசிக்கலை" என்றாள் மேனகா.

"காலையில கூட நீங்க ஒண்ணுமே சாப்பிடலேம்மா."

"பரவாயில்லை நான் ஒண்ணும் செத்துப் போயிடமாட்டேன், நீ போடி!" கத்தினாள் மேனகா. "பசிச்சா நானே சாப்பிட்டுக்கிறேன். யாரும் என்கிட்ட பேச்சுக் கொடுக்காதீங்க. தலைவலி மண்டையப் பிளக்கிறது. தயவுசெய்து என்கிட்டே யாரும் வராதீங்க. போங்கள். எல்லோரும் போய்டுங்க."

நெற்றிப் பொட்டை அழுத்திக் கொண்ட மேனகாவின் கத்தலுக்கு மிரண்டு போன கோமதி அந்த அறையைவிட்டு நழுவினாள்.

"என்னாச்சு அம்மாவுக்கு."

யோசித்தபடி கோமதி சட்டென்று கதவை வெறுமே சாத்தி விட்டுப் போனாள்.

மேனகா அவள் பின்னாலேயே போய்க் கதவைத் தடாலென்று அடித்துச் சாத்தித் தாழிட்டுவிட்டு வந்தாள். பெருமூச்சு விட்டபடி தலையை மீண்டும் பிடித்துக் கொண்டு அதே சோபாவில் விழுந்தாள். எதிரே மேஜையின் மீது மாதவி எழுதிய கடிதம். கோபத்தைத் தாங்க முடியாத மேனகா அந்தக் கடிதத்தின் மீது ஓங்கிக் குத்தினாள். ஒருக்கால் மாதவி எதிரே இருந்தால் அந்தக் குத்து மாதவியின் முகத்திலேயே விழுந்திருக்குமோ என்னவோ.

மேனகாவின் பார்வை ஈரமாகியது. போய் விட்டார்களாமா?

அவளை விட்டு எல்லாரும் போய் விட்டார்களா? அவள் அப்படி என்ன மோசமான குற்றத்தைச் செய்துவிட்டாள்? காதலோடு ஹரிகிருஷ்ணாவுடன் அவள் பழகுவதில் அவர்கள் ஏன் குறை கண்டு பிடிக்க வேண்டும்? அவள் என்ன சின்னக் குழந்தையா? தன் எதிர்காலத்தைப் பற்றி அவளுக்குக் கணிக்கத் தெரியாதா?

மெள்ள எழுந்து அறையில் குறுக்கும் நெடுக்குமாக நடந்தாள். அவர்களுடன் சேர்ந்து அம்மாவும் போய் விட்டாள் என்றால், அது அம்மாவுக்குத் தானாகவே தோன்றிய எண்ணமாக இருக்காது. அவர்கள் உருவேற்றிய யோசனை. அவங்களுக்கு ஏற்கெனவே பயம். அவள் வாழ்க்கை என்னவாகி விடுமோ என்ற கவலை. பணம் இல்லாத காலத்திலும் பயம், இருக்கும் போதும் பயம். என்னை அவர்கள் எல்லோரும் கைவிட்டு விட்டார்களா? என்ன நினைத்துக் கொண்டிருக்கிறார்கள்? அவர்கள் இல்லை என்றால் செத்துப் போய் விடுவேனா என்ன! மேனகா தலையைச் சிலிர்த்துக் கொண்டாள்.

தான் என்ன தவறு செய்து விட்டோம் என்று அவர்கள் முன்னால் அவள் கை கட்டி நிற்க வேண்டும்? அவள் எந்தத் தவறும் செய்யவில்லையே. ஹரிகிருஷ்ணாவைப் பற்றிய பேச்சையே எடுக்க வேண்டாம் என்றும், அது தன் சொந்த விஷயம் என்றும் ஆயிரம் தடவை அவள் சொல்லியிருப்பாளே. ஆனாலும் அவர்கள் அதைக் கேட்டுக் கொள்ளவில்லை. பிடிவாதமாக அதையே சொல்லிக் கொண்டிருந்தார்கள்.

அவள் கோபம் மட்டுப்படலாயிற்று. அவசரமில்லாமல் நைட் கவுனுக்கு மாறினாள். தோளில் புரண்ட கூந்தலைப் பின்புறமாக வெளியே அள்ளி முடிந்தாள். அந்தக் கடிதத்தைப் படித்துவிட்டு நாம் ஏன் ஆவேசமடைய வேண்டும்? தனியே விட்டு விட்டுப் போனவர்களைப் பற்றி நமக்கென்ன அக்கறை?

மேனகா எழுந்து தாயின் அறைக்குள் வந்தாள். அங்கே தையல் மிஷின் இருந்தது. அருகே எம்பிராய்டரி நூல்கண்டுகள், அவள்

அந்தத் தையல் மிஷினைக் தடவிக் கொடுத்தாள். அம்மா ஒரு பூம் பூம் மாட்டைப் போல! அவளுக்கென்று சொந்த யோசனை எதுவும் இருக்காது. மாதவியும், சுரேஷும் ஏதாவது உருவேற்றியிருப்பார்கள்!

மேனகா பெருமூச்சு விட்டுக் கொண்டாள். இந்த உலகமே எதிர்த்து நின்னாலும் பரவாயில்லை. அம்மா மட்டும் என்னுடன் இருந்தால் போதும்.

அவள் கண்களிலிருந்து பொல பொலவென்று நீர் வழிந்தது.

இன்றைக்கு எவ்வளவு சந்தோஷமாக வீட்டிற்கு வந்தாள் அவள்! அவளுடைய அம்மா எந்த விழாவுக்குமே வர மாட்டாள். வாசற்படியை லேசில் தாண்ட மாட்டாள். என்றைக்காவது இரவு வேளையில் வலுக்கட்டாயமாகக் காரில் வெளியே அழைத்துப் போவாள் மேனகா.

அம்மாவின் உலகமெல்லாம் அந்தச் சின்ன அறைக்குள்தான். அந்தத் தையல் மிஷினும், கலர் நூல்களும், எம்பிராய்டரி துணிகளும்தான் அவள் சிநேகிதிகள். ஆனாலும் அவள் முகத்தில் ஒரு நாளும் எந்த அதிருப்தியையும் அவள் கண்டதில்லை; அப்பாவித்தனம் கலந்த முறுவலும், புனிதமும்தான் அதில் தென்படும்.

எத்தனையோ முறை தாயின் கழுத்தைச் சுற்றிலும் கை கோத்துக் கொண்டு, "அம்மா! உன்னைப் போன்ற அப்பாவிக்கு என்னைப் போன்ற ராட்சசி எப்படித்தான் பிறந்தாளோ? நான் உண்மையில் உன் மகள்தானா?" என்பாள். அம்மா அவள் தலையைப் பாசத்தோடு தடவிக் கொடுத்துக் கன்னத்தில் தட்டிவிட்டுச் சிரிப்பாள்.

"நீ புலிக்குப் பிறந்தவ" என்பாள், சிரிப்புடன்.

"புலிக்குப் பிறந்தவளா, பூனைக்குப் பிறந்தவளா?" திருப்பிக் கேட்பாள்.

"வாயை மூடுடி!" தாய் கடிந்து கொள்வாள்.

நினைவுகள் நிழலாகத் தொடர, மேனகா அங்கிருந்து மாதவியின் அறைக்கு வந்தாள். அதை சுற்றும் முற்றும் ஆராய்ந்தாள். ரோஜா நிறத்தில் டிஸ்டம்பர் சுவர்கள். வெள்ளை நிறப் படுக்கை விரிப்புடன் கட்டில். அழகான மேஜை விளக்கு. மாதவிக்குத் திருமணமான பொழுது தானே அந்த அறையை அலங்கரித்தது நினைவிற்கு வந்தது.

மேனகா கட்டில் விளிம்பில் உட்கார்ந்தாள். மாதவிதான் எவ்வளவு கடுமையாக அந்தக் கடிதத்தை எழுதியிருக்கிறாள்! அதை எழுதும் போது அக்காவுக்கு எழுதுகிறோம்கிற நினைப்பே அவளுக்கு வந்திருக்காதா? ''உன் வாழ்க்கை எச்சில் இலை ஆகப் போகிறது.'' கடிதத்தில் இருந்த சூடான அந்த வரிகள் நினைவிற்கு வந்தன.

''அம்மா!'' மேனகா கண்களை மூடிக் கொண்டாள். அந்த வார்த்தைகள் நினைக்க நினைக்க நெருப்பாய்ச் சுட்டன. மாதவி எழுதக்கூடிய வார்த்தைகளா அவை! அவள் கல்லூரிக்குப் போய்வந்தபொழுது தானே போனாற்போல் மகிழ்ந்து போவாள் இவள்.

மாதவி சுரேஷைக் காதலித்த பொழுது அதைத் திருமணமாக மாற்றுவதற்கு உதவினாள். அவன் பெற்றோர்கள் எத்தனையோ விதமாக டிமாண்ட் செய்தார்கள். எல்லாவற்றிற்கும் சரியென்றுதான் சொன்னாள்; எதையும் மறுக்கவில்லை.

அவர்கள் குடித்தனம் செய்துகொண்டு சந்தோஷமாக இருந்ததைப் பார்த்துத் தானே அந்தச் சந்தோஷத்தை அடைந்தாற்போல் மகிழ்ந்தாள். மாதவிக்குக் குழந்தை பிறந்த பொழுது அவனைத் தன் குழந்தையாகவே பாவித்துச் செல்லமாக வளர்ந்து வந்தாள். வீட்டில் வேலைக்காரர்கள் எல்லோருக்கும் அவளைக் கண்டால் நடுக்கம்தான். அதனாலேயே பாபுவை ரொம்பவும் கவனமாகப் பார்த்துக் கொண்டார்கள்.

அவள் வீட்டிற்குத் திரும்பியதுமே இரு கைகளையும் நீட்டிக் கொண்டே வந்து அவன் ''தூக்கிக் கொள்'' என்று சொல்லாமலே அடம் பிடிப்பான். அவனைத் தூக்கி மார்போடு அணைத்துக் கொண்டு, முத்த மழை பொழிவாள். அவன்மீது அவளுக்கு அப்படியொரு ஆசை!

அவள் இதயத்தில் பொங்கும் இந்தப் பாசம் பற்றி மாதவிக்குத் தெரியாதா? ஏற்கெனவே பாட்டி மாமாக்களின் பக்கம் சேர்ந்து விட்டாள் என்று தான் வருத்தப்பட்டுக்கொண்டு இருக்கும்போது மாதவியும், அம்மாவும் கூட அவளைத் தனிமரமாக்கி விட்டார்களே. ஹரிகிருஷ்ணாவை அவள் விரும்பியதற்காக, வாழ்க்கையில் அவன் தனக்கு வேண்டும் என்று நினைத்ததற்காக கருணையின்றி அவளைத் தண்டித்து விட்டார்களே தவிர, அவள் மனதைப் பற்றிக் கொஞ்சமும் அவர்கள் யோசித்துப் பார்க்கவில்லையே!

ஹரிகிருஷ்ணாவை அவர்களுக்குப் பிடிக்கவில்லை. காரணம், அவன் அவர்களுக்குச் சமமாக, அல்ல ... அதையும்விட அதிகமாக

அவள் மனதில் ஒரு இடத்தைப் பிடித்துக்கொண்டு விட்டான். அவளைத் தங்களிடமிருந்து அவன் பிரித்து விடுவானோ என்ற பயம் அவர்களுக்கு.

அந்த அறைக் கதவை யாரோ டொக் டொக் என்று தட்டிய சத்தம் கேட்டது. மேனகா மாதவியின் அறையைவிட்டு வந்து தன் அறைக் கதவிற்கருகில் போய் கதவைத் திறப்பதற்குள் கதவே உடைந்து விடும் போல் தடதடவென்று தட்டலானார்கள் யாரோ.

மேனகா சரேலென்று கதவைத் திறந்தாள். எதிரே டாக்டர் ஷண்முகம் நின்று கொண்டிருந்தார். அவர் பக்கத்தில் மேனகாவின் பி.ஏ. நாகலிங்கம். அவர்களுக்குப் பின்னால் கலா, கோமதி, தோட்டக்காரன், கூர்க்கா, டிரைவர் எல்லோரும் நின்றிருந்தார்கள். டாக்டர் ஷண்முகத்தின் முகத்தில் பதற்றம் தெரிந்தது.

அவர்களின் முகங்களை ஆராய்வதுபோல் பார்த்தாள் மேனகா. ''என்ன? என்ன நடந்தது? டாக்டர் எதுக்கு வந்திருக்கார்?'' என்றாள்.

''ஏன்னா...'' நாகலிங்கம் தடுமாறினான்.

டாக்டர் ஷண்முகமே சொன்னார். ''என்னம்மா நடந்தது? எனக்கு இப்பொழுதுதான் போன் செஞ்சாங்க. உங்க வீட்டார் எல்லோரும் உன்னை விட்டுட்டுப் போய்ட்டாங்க என்றும், நீ உன் அறைக் கதவைச் சாத்திக்கொண்டு, கதவைத் திறக்க மாட்டேங் கிறேன்னும்...''

''எங்க வீட்டார் எல்லோரும் வீட்டை விட்டுப் போய்ட்டாங்கன்னு யார் டாக்டர் சொன்னாங்க?''

மேனகா, புருவத்தை நெறித்துக்கொண்டு எல்லோருடைய முகத்தையும் பார்த்தாள். கோமதி தலை குனிந்தாள். கலா எங்கேயோ பார்த்துக் கொண்டிருந்தாள். மாலி மேற்கூரையைப் பார்த்தான். நாகலிங்கம் தடுமாற்றத்துடன் ஏதோ சொல்ல வந்தவன் நின்று விட்டான்.

''எங்க வீட்டார் என்னை விட்டுட்டுப் போய்ட்டது உண்மைதான் டாக்டர். ஆனா அந்த விஷயம் இவங்களுக்கு எப்படித் தெரிஞ்சிது? இவர்கள் இந்த வீட்டில் இருக்கறவங்க இல்லையா! மன்னாதி மன்னனா இருந்தாலும் தன் விஷயங்களை வேண்டுமானால் உலகத்திற்கெல்லாம் தெரியாமல் உள்ளுக்குள்ள புதைச்சுகிட்டு ஜாக்கிரதையா இருக்க முடியுமே தவிர, வேலைக்காரவங்களுக்குத் தெரியாமல் மறைக்க முடியாது இல்லையா'' மேனகாவின் ஏளனப் பார்வை அங்கிருந்து ஒவ்வொருவராக மெல்ல நழுவச் செய்தது.

"நான் நல்லாத்தான் இருக்கிறேன் டாக்டர். நீங்க போய்ட்டு வாங்க. குட் நைட்!" என்றாள், அவள் குரல் மிக அழுத்தமாக மட்டுமல்ல இயல்பாகவும் இருந்தது.

"குட்நைட் மின்னு! உங்க வேலைக்காரங்க என்னை எத்தனைக் கலங்கடிக்க வெச்சுட்டாங்க! வர்றேன்."

டாக்டரும் புறப்பட்டார். "தேங்க்யூ டாக்டர்" என்றார் நாகலிங்கம்.

மேனகா கோமதியை அழைத்தாள். "நீங்கள்லாம் சாப்பிட்டாச்சா?"

அவள் இல்லை என்பது போல் தலையை அசைத்தாள்.

"இவ்வளவு நேரமா ஏன் சாப்பிடலை? போய்ச் சாப்பிடுங்க" என்று எரிந்து விழுந்தாள்.

எல்லோரும் அவள் பார்வையிலிருந்து மறைந்துபோனார்கள்.

மேனகா தன் அறைக்குத் திரும்பி வந்தவள், இந்த முறை கதவைச் சாத்திக்கொள்ளவில்லை. அவர்கள் செய்த ரகளைக்கு அந்த நிமிடம் எரிச்சல் ஏற்பட்டாலும், இப்பொழுது சந்தோஷமாக இருந்தது. தன் மனக்காயத்தை அவர்கள் உணர்ந்திருக்கிறார்கள். எஜமானி விஷயம்... நமக்கென்ன என்று அவர்கள் சும்மா இருந்து விடவில்லை. அவள் தற்கொலை வரை போய்விடுவாளோ என்று பயந்து தான் டாக்டரை வரவழைத்து விட்டார்கள். அவள் பெருமூச்சு விட்டாள்.

அங்கேயே அவள் நடுநிசி வரை உட்கார்ந்திருந்தாள். மெதுவாக எழுந்து வெளியே வந்தாள். எல்லா விளக்குகளும் அணைக்கப் பட்டிருந்தன. ஹாலில் மட்டும் விளக்கு எரிந்து கொண்டிருந்தது. வீடு முழுவதும் நிசப்தமாக இருந்தது. மேனகாவிற்கு அந்த நிலையில் பயமாகவும் இருந்தது. அவள் ஒவ்வொரு படியாக இறங்கி வந்தாள். சிறுவயது முதல் அவளுக்கு இருட்டு என்றாலும், நிசப்தம் என்றாலும் பயம்தான். அந்த மாதிரியான நேரங்களில் தனியாக அவளால் இருக்கவே முடியாது! ஆனால் இனி?...

எல்லாரும் நம்மை விட்டுப் போய்ட்டாங்களே? அவள் மனதில் இப்பொழுது லேசான உறுத்தல் ஏற்பட்டது. அதில் கோபம் இல்லை. வெறுமை இருந்தது.

ஹால் நடுவில் வந்து நின்றாள். எங்கு பார்த்தாலும் விலையுயர்ந்த அலங்காரப் பொருட்கள் இருந்தன. மேஜையின் மீது பரிசுப்

பொருட்கள் இருந்தன. இந்த ரகளையில் எல்லோரும் அதை மறந்து விட்டார்கள் போலும். அதற்குப் பக்கத்தில் ரோஜா மாலை அப்படியே சுருட்டிக் கொண்டு இருந்தது. மேனகா மெமொண்டோவைக் கையால் தடவினாள். எவ்வளவு நன்றாக நடந்தது அந்த விழா! மேனகாவின் காதுகளில் மீண்டும் மழைச் சாரலைப் போன்ற கைத்தட்டல் ஓசை கேட்டது. மின்னல் வெளிச்சம் போல் பிளாஷ் பல்புகள் அவள் முகத்தில் பளிச்சிட்டன.

அங்கே இருந்த சோபாவில் அமர்ந்தாள். கால்களைத் தூக்கி சோபாவில் மடக்கி வைத்துக் கொண்டு பூனைக்குட்டியைப் போல் சுருண்டு உட்கார்ந்துகொண்டாள். இதில் எது உண்மை? வெளியில் இருக்கும் வெளிச்சம் நிறைந்த அந்த வாழ்க்கையா? அல்லது வீட்டில் இருக்கும் இருள் நிறைந்த இந்தத் தனிமை வாழ்க்கையா? மேடையில் தான் பரிசு பெற்றுக் கொண்டிருக்கையில் எத்தனையோ கண்கள் தன்னை ஆர்வத்துடன் கவனித்துக் கொண்டிருந்ததை அவள் அறிவாள். அவளுடைய அழகையும், அதிர்ஷ்டத்தையும், செல்வத்தையும் நினைத்துப் பார்த்து அவர்கள் ஆச்சரியமடைந்து கொண்டிருந்தார்கள். பலர் அதற்காகப் பொறாமையும் அடைந்தார்கள். ஆனால் யாருக்குத் தெரியும்? அவளது வெளி வாழ்க்கைதான் வெளிச்சம் நிறைந்தது, உள் வாழ்க்கை வெறும் இருட்டில்தான் இன்னும் இருக்கிறது என்பது.

மேனகா தலையைப் பின்னால் சாய்த்துக் கொண்டாள். திரும்பவும் அதே யோசனை! திரும்பவும் அந்தக் கடிதம் நினைவிற்கு வந்தது. கடிதத்தில் இருந்த சுடுசொற்கள் அவளை வறுத்தன, வதைத்தன. அவர்கள் எல்லோரும் நன்றாகத்தான் இருக்கிறார்கள். அவர்கள் சுகமாக இருப்பதற்காக அவள் தான் எத்தனையோ பாடுபட்டாள். அப்படியும் அவர்களுக்குத் தன்னிடம் மதிப்பு இல்லாமல் போய் விட்டதே!

மேனகாவின் மனது பிரச்சனைகளால் நிரம்பியிருந்தது. இந்தத் தனிமையை அவளால் தாங்க முடியவில்லை. அவளுக்குக் கை கொடுத்து ஆதரவாக இருக்க வேண்டிய ஹரிகிருஷ்ணா, செய்யாத குற்றத்திற்கு ஆளாகி, ஜெயில் கம்பிகளுக்குப் பின்னால் தண்டனையை அனுபவிப்பதற்குத் தயாராக இருக்கிறான். அவன் வாழ்க்கை ஒரு சுழலில் சிக்கிக் கொண்டிருக்கிறது என்றால் இவள் வாழ்க்கை இன்னொரு சூழலில் சிக்கிக் கொண்டு விட்டது.

உண்மையில் அவள் வயதுதான் என்ன? அவள் முப்பதை நெருங்கிக்கொண்டிருந்தாள். இதற்குள் தான் எத்தனைக் கசப்பான அனுபவங்கள்? சாதாரணமாக இந்த வயதில் பெண்கள் திருமணம் செய்துகொண்டு குடும்ப வாழ்க்கையில் நுழைந்து, குழந்தைகள்,

கணவன் என்று தனக்கான ஒரு உலகத்தை ஏற்படுத்திக் கொள்வார்கள். ஆனால் என்ன தலையெழுத்தோ! சிறுவயது முதல் அவள் வாழ்க்கை ஒரு பெண்ணுக்குள்ளதாக அமையாமல் ஆண்குழந்தை ஜாதகத்தைப் போலவே அமைந்து அதையொட்டியே எல்லாம் நடந்து கொண்டு வருகின்றது!

விவரம் தெரிந்த நாள் முதல் வீட்டுக்காக, அம்மாவுக்காக, மாதவிக்காக, பாட்டிக்காக வெளி உலகத்தோடு போராடிக் கொண்டிருந்தாள். அன்றைக்குப் பணம் இல்லாததால் வாழ்க்கையுடன் போராட்டம். இன்று அது அதிகமாகிவிட்டதால் போராட்டம்.

இன்று மட்டுமே என்பதில்லை. பத்து வயது சிறுமியாக இருந்த போதே அவள் ஒரு பெரியமனுஷியைப் போல்தான் நடந்து கொள்வாள். அந்த வீட்டின் நிலவரம் அவளை அவ்வாறு உருவாக்கியிருந்தது.

ஏழ்மையில் பிறந்ததும், புத்திசாலியாக இருப்பதும் அவள் வாழ்க்கைக்கு வரமாகவும், சாபமாகவும் மாறிவிட்டன எனலாம். சிறுவயதில் தான் அவள் எப்படி இருப்பாள்? அவள் மனம் கடந்த கால நினைவுகளுக்குள் பின்னோக்கிச் செல்லலாயிற்று.

2

மேனகாவின் முன்னோர்களுக்குச் சொந்த ஊர் எதுவோ, எங்கிருந்து, எப்பொழுது அவர்கள் சென்னையில் வந்து நிரந்தரமாக வசிக்கத் தொடங்கினார்களோ தெரியாது. மேனகாவின் பாட்டி மங்களம் மட்டும் அவ்வப்பொழுது மேனகாவை அருகில் உட்கார வைத்துக் கொண்டு ''நம் சொந்த ஊர் நீடாமங்கலம். அங்கே ஜமீந்தாரிடம் உங்க தாத்தா பெரிய வேலையில் இருந்தார்'' என்று சொல்லிக் கொண்டிருப்பாள். தாத்தா இறந்து போன பிறகு மகள் ரஞ்சனியை அழைத்துக் கொண்டு சென்னைக்கு வந்து விட்டாளாம். இங்கே வரும் போது உடம்பில் ஏகப்பட்ட நகைகளும், கை நிறைய பணமும், வீடு முழுவதும் விலை உயர்ந்த சாமான்களும் இருந்தனவாம்.

மேனகாவிற்கு அவள் சொல்லும் விஷயங்களைக் கேட்கக் கேட்க ஆர்வமாயிருக்கும். அப்போதிருந்த அந்த வீட்டு வாசலுக்கெதிரே சுவரில் இளம்பெண் ஒருத்தியின் புகைப்படம் மாட்டப்பட்டிருந்தது. அவள் கழுத்தில் சங்கிலி, காசுமாலை, அட்டிகை, நெக்லெஸ், மூக்குத்தி, காதில் பெரிய தோடு, கை நிறைய வளையல்கள், கால்களில் மெட்டி, கொலுசு, விரல்களில் மோதிரங்கள் என அணிந்து ஒரு நகைக்கடை போலிருந்தாள். ஜரிகைக் கரையிட்ட பட்டுப்புடவை அணிந்திருப்பாள். கல்பதித்த வளையல்கள் தெரியும் விதமாக நாற்காலியில் கையை ஊன்றியிருப்பாள். காலில் அணிந்திருக்கும் கொலுசு தெரியும் விதமாக கொசுவங்களை லேசாக உயர்த்தியபடி மிடுக்காக உட்கார்ந்திருப்பாள். கூந்தல் நிறைய பூக்கள், முகத்தில் பெரிய பொட்டு, பூரிப்பாக இருக்கும் கன்னங்கள். அந்தப் புகைப்படத்தைப் பார்த்த யாருமே அவள் மங்களம் என்று சொன்னால் லேசில் நம்ப மாட்டார்கள். அந்த மூக்கையும், கண்களையும் பார்த்து அடையாளம் தெரிந்து கொண்டால் உண்டு!

இந்த மங்களத்திற்குக் கன்னங்கள் ஒட்டிப் போய், அடை மாங்காய் போல் தாடைகள் சரிந்து விட்டன. தலை முடி வெள்ளை வெளேரென்று நரைத்து விட்டிருந்தது. விரலால் முடிச்சுப் போடக் கூட அது காணாது. நூடுல்ஸ் உடல்வாகு என்பதால் வயிறும் முதுகும் ஒட்டிய நிலையில் இருந்தன. போட்டோவில் இருக்கும் பொம்மை வாயைத் திறக்காது. ஆனால் மங்களத்தின் வாய் ஒரு நிமிஷம் சும்மா இருக்காது. காலையில் எழுந்தது முதல் எதற்காவது முணுமுணுத்துக் கொண்டோ, யாரையாவது திட்டிக் கொண்டோதான் இருப்பாள். உடம்பில் வலு இல்லாவிட்டாலும் வாய் கொஞ்சம் நீளம்!

மேனகாவிற்கு எட்டு வயது முதல் நடந்த சில கடந்த கால நிகழ்ச்சிகள் நன்றாகவே நினைவில் இருந்தன.

மங்களம் எவ்வளவு கத்திக் கொண்டிருப்பாளோ, அத்தனைக் கத்தனை அவள் மகள் ரஞ்சனி அடக்கமாக இருப்பாள். எப்போதும் சமையல் மணம் அல்லது வீணை இசை அவளால் அந்த வீட்டில் பரவியபடி இருக்கும். பாட்டியைப் போல் சிடுசிடு என்று இல்லாமல் எப்போதும் சிரித்த முகம் அவளுக்கு.

மங்களம் மேனகாவிடம் மகளைச் சுட்டிக் காட்டி ''உங்க அம்மா ஒரு பைத்தியம். அவளுடைய உலகம்தான் அவளுக்கு. வெளியில் இடி விழுந்தாலும் பூகம்பம் வந்தாலும் பொருட்படுத்த மாட்டாள்'' என்பாள். மேனகாவுக்குத் தாய் மீது ரொம்ப ஆசை. பாட்டி இப்படிச் சொல்லும் போது அவளுக்குக் கோபம் கோபமாக வரும்.

பெரியவளான பிறகுதான் புரிந்தது, பாட்டியின் அந்த வார்த்தைகள் பிரியத்தினால் வந்ததுதானே தவிர கோபத்தால் வந்தது அல்ல என்று.

மேனகாவின் பார்வையில் அவளுக்குத் தன் தாய் ஒரு தேவதை! இது வரையில் எத்தனையோ பெண்களைப் பார்த்திருக்கிறாள். ஆனால் தன் தாயைப் போல் அழகானவர்களை அவள் கண்டதே இல்லை.

மாலை வேளையில் தாய் வீணை வாசிக்கும் போது அருகில் உட்கார்ந்து கேட்க வேண்டும் போல் இருக்கும் மேனகாவுக்கு. ஆனால் பாட்டி அவளை உட்கார விடமாட்டாள். வீட்டில் குழாய் இல்லை. அதனால் தெருக் குழாயிலிருந்து தண்ணீர் பிடித்துக் கொண்டு வருவதற்கு அவளையும் ஒத்தாசைக்காகக் கூட்டிக் கொண்டு போய் விடுவாள். அங்கே வரும் சில பெண்கள் சும்மாவே சண்டை போட்டுக் கொள்வார்கள். அந்தக் குழாயடிச் சண்டையில் மங்களத்தின் கைதான் ஓங்கியிருக்கும். அவள் வாயைத் திறந்தாள் என்றால் மற்றவர்களின் பேச்சு காதில் விழாது. கையை ஓங்கிவிட்டால் எதிராளிபாடு அம்பேல் தான்.

மங்களம் குடத்தை எடுத்துக் கொண்டு போகும் போது மேனகாவையும் உதவிக்கு அழைத்துக் கொள்வாள். இருவரும் சேர்ந்து வீட்டில் தொட்டியை நிரப்புவார்கள். மேனகா குழாயடியில் பெண்கள் போடும் சண்டையை, வசவுகளை ஒரு காதில் கேட்டுக் கொண்டாலும், வீட்டிற்கு வந்ததும் தாயின் வீணை வாசிப்பைக் கேட்டுத் தன்னை மறந்து அதில் ஆழ்ந்தபடி குடத்தைச் சுமந்து வருவாள்.

மாதவி மேனகாவைவிட ஒரு வயதுதான் இளையவள். ஆனாலும் எந்த வேலையும் செய்ய மாட்டாள். தாய்க்குப் பக்கத்திலேயே உட்கார்ந்திருப்பாள். அவளுடையதெல்லாமே மென்மையான பழக்கவழக்கங்கள். தாயாரோ அவளை எந்த வேலையும் செய்ய விட மாட்டாள். அதோடு அவளுக்கு வீணை கற்றுக் கொடுப்பாள். கொஞ்சம் நேரம் கிடைத்தாலும் மாதவி வீணையை எடுத்து வைத்துக் கொண்டு 'டிங்க் டிங்க்' என்று ஏதாவது வாசித்துக் கொண்டிருப்பாள்.

மேனகாவுக்கு அதைப் பார்த்துத் தாங்க முடியாத பொறாமை ஏற்படும். தாய் அவளுக்கும் சங்கீதம் கற்றுக் கொடுக்க முயற்சி செய்தாள். ஆனால் அவள் குரல் வளம் நன்றாக இருக்கவில்லை.

அபசுருதி வந்து சேர்ந்து விடும். அவள் தப்பும் தவறுமாகப் பாடுவதாகத் தாய் அடிக்கடி சொல்லி வந்தாள். தாய் சொன்ன ஸ்தாயியில் அவள் குரல் எடுபடாததால் மேனகாவுக்குச் சங்கீதத்தில் நாட்டம் போய் விட்டது. மாதவியின் குரல் நன்றாக இருக்கும். அதனால் ரஞ்சனிக்கு எப்போதும் சின்ன மகளிடம் கொஞ்சம் பிரியம் அதிகம்தான்.

மங்களம் மாதவிக்கு ஏதாவது வேலை கொடுத்தால் ரஞ்சனி உடனே ''அம்மா! மாதவியை வீணை வாசிக்க விடு. அந்த வேலையை நான் செய்கிறேன்'' என்பாள்.

''அழகுதான் போ. வீணை வாசித்துக் கொண்டே உட்கார்ந்துவிட்டால் போதுமா? உனக்காவது நான் ஒருத்தி அரக்கியாகக் காவல் இருக்கிறேன். அவளுக்கு? குழந்தைகளை சிறு வயது முதல் வேலைவெட்டி என்று பழக்காமல் போனால் பெரியவர்கள் ஆன பிறகும் கூட நாமேதான் உழைக்க வேண்டியிருக்கும். தேவையான சமயத்தில் நம் வேலைகளை நாம் செய்து கொள்ளாவிட்டால் வேலைகள் எப்படி நடக்கும்? நான் மட்டும் இப்படி ஓயாமல் வேலை செய்து கொண்டிருந்தேனா என்ன? இன்று என் தலையெழுத்து இப்படி ஆகிவிட்டதே தவிர...'' என்று மங்களம் அலுத்துக் கொள்வாள்.

எந்த வேலையும் செய்யாமல் தாயுடன் பொழுதைக் கழித்துக் கொண்டிருக்கும் மாதவியை விட, எப்போதும் தன்னுடன் சுற்றிக் கொண்டு எல்லா வேலைகளிலும் கைகொடுத்து உதவிக் கொண்டிருக்கும் மேனகாவைத்தான் மங்களத்திற்கு அதிகமாகப் பிடிக்கும்.

மேனகா எத்தனைக் குடம் தண்ணீர் வேண்டுமானாலும் சுமந்து கொண்டு வருவாள். கடைத்தெருவுக்குப் போய் மளிகைச் சாமான் வாங்கி வருவாள். தேவைப்பட்டால் அடுப்பிற்குத் தேவையான விறகைக்கூடக் கோடாலியால் பிளந்து தருவாள்.

''என் தங்கமே! நாளைக்கு உனக்குக் கல்யாணம் ஆனால் உன் கூடவே இருப்பேன் நான். மாதவியின் முகத்தைக் கூடப் பார்க்க மாட்டேன். என் காசுமாலையை உனக்குத்தான் தரப்போகிறேன்'' என்பாள். அவளிடமிருந்த எல்லா நகைகளும் போய் விட்டாலும் காசுமாலை மட்டும் எஞ்சியிருந்தது. அவ்வளவு வறுமையில் இருந்த போதிலும் அதைப் பல்லைக் கடித்துக்கொண்டு தாங்கிக் கொண்டாளே தவிர, அந்தக் காசுமாலையை மட்டும் அவள் இழக்க

சம்மதிக்கவில்லை. அவள் அந்த நகையை அணிந்து கொள்ளவும் மாட்டாள். தன்னிடம் அந்த நகை எஞ்சியிருப்பது தெரிந்தால் கடன்காரர்கள் அதைப் பிடுங்கிக் கொண்டு விடுவார்கள் என்ற பயம் அவளுக்கு. மேனகாவுக்கு அதை அணிந்து கொள்ள வேண்டும் என்று ஆசையாக இருக்கும். ஆனால் மங்களம் அதற்கு இடம் தர மாட்டாள். காசுமாலையை மேனகாவிடம் எடுத்து எடுத்துக் காட்டிவிட்டுப் பெட்டியில் வைத்துப் பூட்டி விடுவாள்.

''இது இருக்கும் விஷயம் தெரிஞ்சுட்டா வெற வினையே வேண்டாம். கடன்காரர்கள் நம் உயிரை எடுத்து விடுவார்கள்'' என்று மேனகாவின் காதில் ரகசியமாகச் சொல்லுவாள். மாதவியின்மீது என்றைக்காவது கோபம் வந்தால் மங்களம் அந்தக் காசுமாலையை இரவு நேரத்தில் எடுத்து மேனகாவின் கழுத்தில் போட்டுவிட்டு என்னோடு நல்லதனமாக நடந்து கொண்டால் எவ்வளவு லாபம் என்று பார் என்பது போல் அவளைப் பார்ப்பாள். திரும்பவும் காலையில் அதைக் கழற்றிப் பெட்டியில் வைத்துப் பூட்டி விடுவாள்.

மேனகாவிற்கு அந்தக் காசுமாலையைப் போட்டுக் கொண்டால் சரியாகத் தூக்கம் வராது. அடிக்கடி கழுத்தைத் தடவிப் பார்த்துக் கொள்வாள். நள்ளிரவில் எழுந்து கொண்டு, விடிவிளக்கின் திரியை ஏற்றி, தன் கழுத்தில் கிடக்கும் காசுமாலையைக் கண்ணாடியில் பார்த்துக் கொள்வாள். அதனாலேயே தன் அழகு பத்து மடங்கு கூடிவிட்டது போல் உணருவாள். தன்னை ஒரு இளவரசியாய்க் கூடக் கற்பனை செய்து கொள்வாள்.

மேனகாவின் கழுத்தில் காசுமாலையைப் பார்த்துவிட்டு, மாதவி தனக்கும் அது வேண்டும் என்று அழுது ரகளை செய்வதுண்டு. ஆனால் மங்களம் தரமாட்டாள்.

''போடி! நீ வேலை சொன்னால் பண்ண மாட்டே. உனக்குக் காசுமாலை மட்டும் வேண்டுமோ? நான் தர மாட்டேன். அது மேனகாவுக்குத்தான். கல்யாணம் ஆன பிறகு நான் போய் அவள் வீட்டில்தான் இருப்பேன். உன்னிடம் வர மாட்டேன்'' என்பாள்.

பாட்டியின் வார்த்தைகளைக் கேட்கும் போது மேனகாவின் மனம் பூரித்துப் போய்விடும். இவ்வளவு விலையுயர்ந்த பொருளைத் தனக்குக் கொடுப்பதாகச் சொன்னதற்காகப் பாட்டிக்கு நன்றியுடன் எந்த வேலையாக இருந்தாலும் செய்து கொடுக்க வேண்டும் என்று தோன்றும். அந்த உற்சாகத்தில் மங்களத்திற்குச் சமையலில் உதவி செய்வாள். ''உனக்கெதுக்குக் கஷ்டம்? உட்காரு பாட்டி. நான் கொண்டு வருகிறேன்'' என்று வெளியேயிருந்து தானே தண்ணியைச் சுமந்து கொண்டு வருவாள்.

வீட்டைப் பெருக்கும் போதும், துணிகளை மடித்து வைக்கும் போதும் நாம் எவ்வளவு சீக்கிரம் பெரியவளாகி கல்யாணம் பண்ணிக்குவோமோ, அந்தக் காசுமாலையை எப்பொழுது அணிந்து கொள்வோமோ என்று தோன்றும்.

மேனகா சிறுவயது முதல் அம்மாவை ''அம்மி!'' என்றுதான் அழைத்து வந்தாள். பெரியவள் ஆன பிறகும், பாட்டி திட்டிய போதும் அந்தப் பழக்கம் போகவே இல்லை. ரஞ்சனி மகளை அருகில் இழுத்து அணைத்துக் கொண்டு கன்னங்களைத் தடவிக் கொடுத்தபடி ''நீ அப்படியே கூப்பிடு. எனக்கு அதுதான் பிடிச்சிருக்கு'' என்பாள்.

''ஏன் அம்மி?''

''ஏன்னா நீ அப்படிக் கூப்பிட்டால்தான் சின்னக் குழந்தையைப் போலிருக்கே! அம்மான்னு நீ என்னை அழைச்சா என் செல்லக் குட்டி மின்னுவாக உன்னை எனக்கு எண்ணத் தோன்றாது. யாரோ அடுத்த வீட்டுப் பெண் போல் எண்ணத் தோன்றும். அதான்!''

அந்த நிமிடம் முதல் ''அம்மி!'' என்ற வார்த்தையை ''அம்மா!'' என்று திருத்திக் கொள்வதற்காக மேனகா ஒருநாளும் முயற்சி செய்யவில்லை. மேனகாவை அவள் தாயாரும் பாட்டியும் மின்னு என்றே அழைத்து வந்தார்கள். போகப் போக அப்படி அழைப்பது சுற்று வட்டாரத்தில் இருப்பவர்களுக்கும் பழக்கமாகி விட்டது.

தெருக்குழாயில் தண்ணியைக் கொண்டு வருவதற்காக மேனகா போனால் ஒத்த வயதுப் பிள்ளைகள் மேனகாவை ''மின்னு! மண்ணு! களிமண்ணு'' என்று சீண்டிவிட்டு அழவைக்கப் பார்ப்பார்கள். யாருக்கும் மேனகா கொஞ்சமும் பயப்படமாட்டாள். பதிலுக்கு அவர்களைக் கேலி செய்து முகத்தில் கரி பூசுவாள். சண்டை வந்து விட்டால் அவ்வளவுதான். சிறுவயது முதல் பாட்டியின் செல்லப் பேத்தியான மேனகா சண்டை போடுவதில் கூட பாட்டி கையாளும் முறைகளை எல்லாம் தானும் கற்றுத் தேர்ந்துவிட்டாள். எதிராளியின் முடியைப் பிடித்து குனியச்செய்து அவர்களைக் கிள்ளுவதும் கீழே பிடித்துத் தள்ளுவதும் அவளுக்குக் கை வந்த கலை.

சில நேரங்களில். தெருவில் போகிற போது யாராவது சண்டைக்கு வந்தால் அவ்வளவுதான். மேனகா பெண்புலியாகவே மாறி விடுவாள். அவர்கள் தம் பெற்றோர்களை அழைத்துக்கொண்டு வந்து புகார் செய்தால் மங்களம் அவர்களுடன் சமாதானமாகப் பேசுவதை விட்டுவிட்டு ''உங்களுடைய குழந்தைகளை முதலில்

அடக்கி வையுங்கள். என் பேத்தியின் ஜோலிக்கு வந்தால் அப்படித்தான் நடக்கும்'' என்று பதிலுக்கு அவர்கள் மேல் பாய்வாள்.

ரஞ்சனிக்குத் தாய் அவர்களுடன் சண்டை போடுவதைப் பார்த்தால் நாக்கைப் பிடுங்கிக் கொள்ளலாம் போலிருக்கும். இந்தப் பக்கமாக மேனகாவை அழைத்துக் காதைப் பிடித்துத் திருகி ''தெருவில் போய் மற்றவர்களுடன் தெருச் சண்டைக்கு நிப்பியா? உனக்கு அசிங்கமாயில்லே'' என்று தண்டிக்கப் போனால் மங்களம் வந்து மேனகாவை விடுவித்துத் தன் பக்கம் இழுத்துக் கொள்வாள். ''சண்டை போட்டால் என்னவாம்? என் தங்கக் கட்டியுடன் அவர்கள் மட்டும் வம்புக்கு வரலாமா? மின்னு மண்ணு என்று கிண்டல் செய்தால் ஆத்திரம் பற்றிக் கொண்டு வராதா? அதனால்தான் கை நீட்டியிருக்கிறாள். அப்படிச் செய்தால்தான் அவர்களுக்குப் பயம் இருக்கும். இன்னொரு தடவை நம்ம ஜோலிக்கு வர மாட்டாங்க.'' மங்களம் மேனகாவின் கன்னத்தை வழித்து முத்தம் கொடுப்பாள். ''மங்களத்தின் பேத்தின்னா சும்மாவா?'' என்றெல்லாம் புகழ்வாள்.

''அம்மா! இப்படித்தான் அவளுக்குப் பரிந்து பேசுவதா? இனிமே அவளுக்குப் பயம்தான் இருக்குமா? நீ அவளைக் கெடுத்து வருகிறாய்'' என்பாள் ரஞ்சனி.

''கெடுக்கிறேனா? உலக ஞானத்தைக் கற்றுத் தரேன்டி. எனக்குத் தெரியும், இந்த உலகம் நாம் தலையைக் குனிந்து கொண்டு ஒதுங்கிக் கொள்ள முயன்றால் பின்னாலிருந்து வாய்க்கு வந்தபடி பேசும். நம் நல்லத்தனத்தைக் கையாலாகாத்தனமாக, கோழைத்தனமாப் பார்க்கும். எதிர்த்து நின்னோம்னா வாலை சுருட்டிக் கொண்டு விடும். உனக்கு என்னடி தெரியும்? வீட்டை விட்டு வெளியில் வரமாட்டே. வாசற்படியைத் தாண்டி வெளியில் போய் அந்தக் குழாயடியிலிருந்து ஒரு குடம் தண்ணியைக் கொண்டு வா. அப்போ தெரியும் சேதி. அங்கே உபதேசமெல்லாம் செஞ்சா வேலை நடக்காது. வாய் இருக்கணும்டி வாய்.''

''என்னவோப்பா. எனக்குத் தெரியாது'' என்பாள் ரஞ்சனி. மூத்தமகள் மேனகா, பாட்டியின் வளர்ப்பில் வாயாடியாகிக் கொண்டிருக்கிறாளே என்ற கவலை உள்ளுக்குள் அவளுக்கு. தன்னுடைய அதிர்ஷ்டம்தான் இப்படியாகிவிட்டது. அவளுக்காவது நல்ல வரனாகப் பார்த்துக் கல்யாணம் செஞ்சு வைக்கணும். இப்படி வாயாடியா இருந்தா யார் அவளைக் கல்யாணம் பண்ணிக்குவாங்க. அம்மா இதையெல்லாம் யோசித்துப் பார்த்தால்தானே? மாதவியை

அக்காவைப் போல் நடந்து கொள்ள வேண்டாம் என்று அவள் அறிவுரை வழங்கி வந்தாள். மாதவியும் ரஞ்சனியைப் போலவே தான் எதையும் அளந்து பேசுபவள். மேனகாவைத் தன் பக்கம் சேர்த்துக்கொண்டு காசுமாலையை அவளுக்குத்தான் தரப் போகிறேன் என்று சொல்லும் பாட்டியைக் கண்டால் மாதவிக்குப் பிடிக்காது. தாயின் பின்னாலேயே சுற்றிக் கொண்டிருப்பாள். அக்கா பார்த்துக் கொண்டிருக்கும் போது மிடுக்காக வீணையை வாசித்துக் கொண்டே உரத்த குரலில் பாடுவாள். தெருவில் பாட்டியும், மேனகாவும் யார் யாருடன் எப்படியெல்லாம் சண்டை போட்டார்கள் என்று துப்பறிந்துவந்து அம்மாவிடம் சொல்லுவாள்.

அந்தத் தெருவில் உடனொத்த குழந்தைகள் எல்லோரும் பள்ளிக்குச் சென்று கொண்டு, ஆடிக் கொண்டும் பாடிக் கொண்டும், காலத்தைக் கழித்துக் கொண்டிருக்கும் பொழுது மேனகா மட்டும் குடம் குடமாகத் தண்ணீரைச் சுமந்து கொண்டும், வாசலைப் பெருக்கிக் கொண்டும், வீட்டைத் துடைத்துக் கொண்டும் இருப்பாள்.

குழாயடியில் நின்று கொண்டிருக்கும் மேனகா சிலசமயம் பள்ளியிலிருந்து திரும்பி வரும் குழந்தைகளைப் பார்த்தபடி அப்படியே நின்று விடுவாள். அவர்களுடைய சீருடையும், புத்தகப் பையும் எவ்வளவு அழகு! தங்களிடம் பணம் இல்லை என்றும், அதனால்தான் பள்ளிக்குப் போக முடியாமல் போய் விட்டதென்றும் பாட்டி சொல்வாள். மேனகாவின் பிஞ்சு மனம் எப்போதும் அதைப் பற்றித்தான் யோசித்துக் கொண்டிருக்கும். ஆனால் பணம் வேண்டுமென்றால் அதற்கு என்ன செய்ய வேண்டும் என்று மட்டும் அவளுக்குத் தெரியவில்லை.

நன்றாகப் படித்தால் பெரியவளான பிறகு நிறைய சம்பாதிக்க முடியும் என்று தாய் சொல்லுவாள். இரவு நேரத்தில் தாய் பாடம் சொல்லித் தருவாள். மேனகாவுக்குக் கணக்கு நன்றாகப் போட வரும். கொடுத்த கணக்கை உடனுக்குடன் போட்டுக் காட்டியதும் ரஞ்சனி மேனகாவை இழுத்து மார்போடு அணைத்துக் கொண்டு நெற்றியில் முத்தம் பதிப்பாள். அந்த அன்பில் மேனகாவின் மனம் புளகாங்கிதமடைந்துவிடும். மேனகா சுபாவத்தில் நல்லவள்தான். அம்மா அவளைக் கெடுத்துக் கொண்டிருக்கிறாள் என்று ரஞ்சனி பெருமூச்சு விட்டுக் கொள்வாள். மேனகா நன்றாகச் சாப்பிடக் கூடியவள். சரியான போஷாக்கு இல்லாமல் போனதோடு, வீட்டு வேலைகளும் சேர்ந்து கொண்டதால் அவளுடைய கால்களும், கைகளும் குச்சி குச்சியாய் இருந்தன. ரஞ்சனியின் விழிகளில் நீர் சுழன்றது. இந்த உலகத்தில் தன்னைப் போன்ற உதவாக்கரை தாய்

யாருமே இருக்க மாட்டார்கள் என்று தோன்றியது அவளுக்கு. தாயின் திருப்திக்காக மாதவியைவிட நன்றாகப் படிக்க வேண்டும் என்று மேனகா தவிப்பாள்.

மேனகாவுக்கு அடிக்கடி ஒரு வினோதமான கனவு வரும். குழாயடியில் குடத்துடன் நின்று கொண்டிருக்கும் பொழுது குழாயில் தண்ணீருக்குப் பதில் கனவில் பணம் கொட்டுவது கண்டு அவள் ஆச்சரியமடைந்து விடுவாள்! அவள் குடம் பணத்தால் நிரம்பியதும் குழாய் பணம் கொட்டுவதை நிறுத்திவிடும். தண்ணீர் பிடிப்பதற்காக இன்னும் நிறையப் பேர் வந்து கொண்டிருப்பார்கள். இந்தப் பணத்தில் தமக்கும் பங்கு உண்டு என்று அவர்கள் கேட்பார்களோ என்ற பயத்தால் குடத்தை எடுத்துக் கொண்டு ஓட்டமும் நடையுமாக வீட்டுக்கு வந்து சேருவாள்.

பணத்தால் நிரம்பியிருக்கும் குடத்தை எடுத்து வந்து நேராக சுவாமி படத்திற்கு முன்னால் வைத்துக் கும்பிடுவாள். கனவில் அவ்வளவு பணத்தைப் பார்த்த மேனகாவுக்கு காலையில் எழுந்ததுமே சந்தோஷமாக இருக்கும். பாட்டியிடம் இந்தக் கனவைப் பற்றிச் சொன்னால் ''என் தங்கக்கட்டிக்கு ஜமீன்தார் மாப்பிள்ளை வருவான்'' என்று சொல்லி நெட்டி முறிப்பாள்.

3

மேனகா அக்கம் பக்கத்துக் குழந்தைகளுடன் கலந்து பழக மாட்டாள். அந்தத் தெருவில் இருக்கும் மற்ற குடும்பங்கள் எல்லாம் சேர்ந்து பழகும். பண்டிகைகள், பிறந்தநாள், சாவு போன்றவற்றுக்கு ஒருத்தர் வீட்டிற்கு மற்றவர்கள் வந்து போய்க் கொண்டிருப்பார்கள். இவர்களின் வீடு மட்டும் ஒதுக்கி வைத்தாற்போல் தனியாக இருக்கும். ஏனோ தெரியாது, தெருவில் போவோர் வருவோர் எல்லாம் இந்த வீட்டை ஒரு மாதிரியாகப் பார்த்துக் கொண்டே போவார்கள்.

Saai

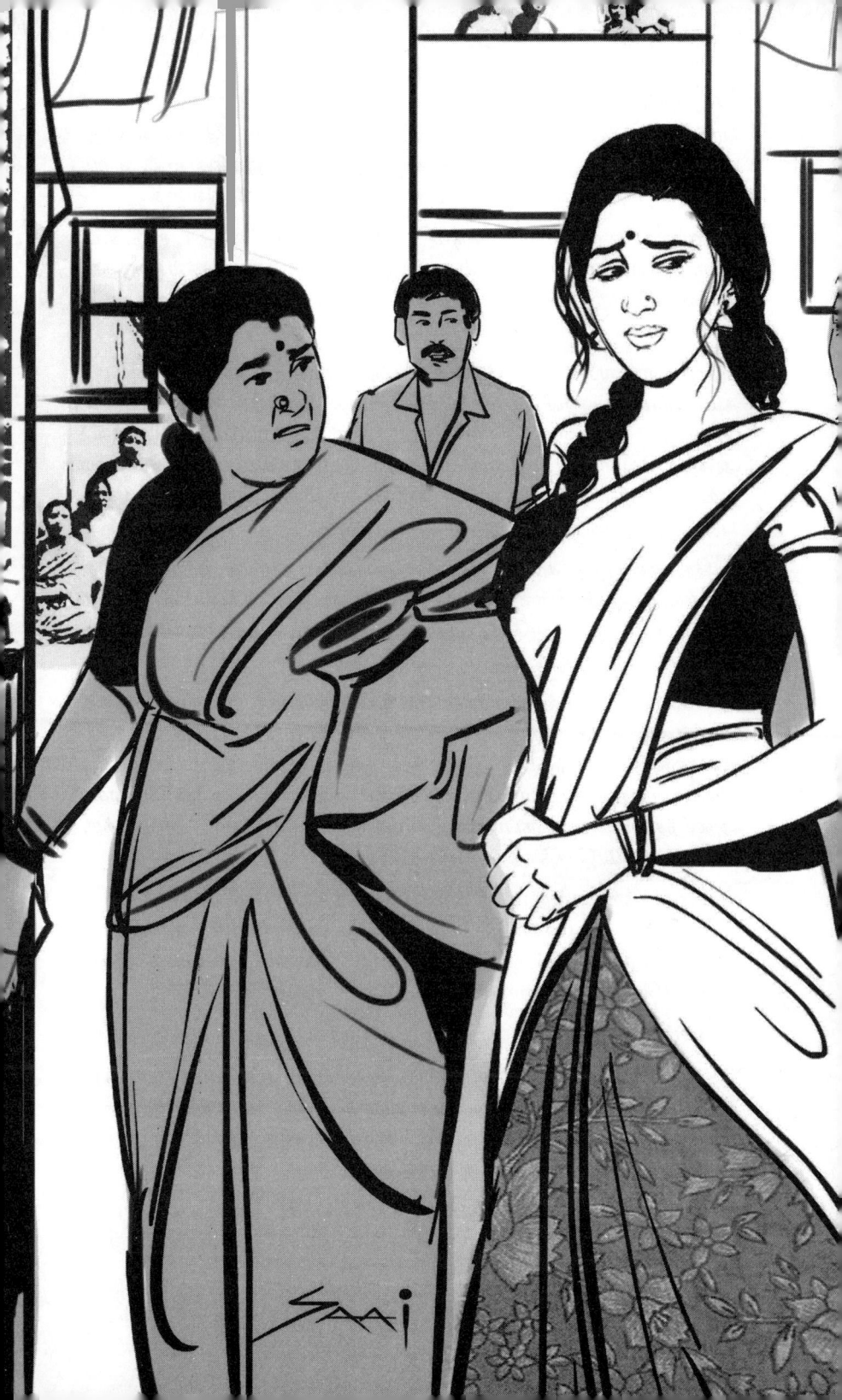

பாட்டிக்குத் தெருவில் இருப்பவர்களுடன் சண்டை போடுவதைத் தவிர அவர்களுடன் வேறு பேச்சு எதுவும் இருந்ததில்லை. தாய் வீட்டு வாசற்படியைத் தாண்டி எப்போதுமே வருவதில்லை.

ஆனாலும் சரி, எல்லோரும் அந்த வீட்டை ஏதோ காட்சிப் பொருளை பார்ப்பது போல் பார்த்துவிட்டுப் போவார்கள். அந்தப் பார்வையின் அர்த்தம் மேனகாவுக்குப் பெரியவளான பிறகுதான் புரிந்தது

மங்களம் எப்போதும் மேனகாவுக்கு ரொம்ப லூசாக இருக்கும்படி, தடிமனான துணியில்தான் கவுன்களைத் தைத்துக் கொடுப்பாள். "வளரும் குழந்தை! போகப் போகச் சின்னதாய்டும்" என்பாள். அவை வெளுத்துப் போகுமே தவிர லேசில் கிழியாது. மேனகா உயரமாகத்தான் வளர்ந்தாளே ஒழிய, கவுன்கள் சிறியதாக ஆகும்படி பருமனாக எப்போதுமே ஆனதில்லை.

தோளிலிருந்து சரியும் கவுனை அடிக்கடி மேலே ஏத்திவிட்டுக் கொண்டு ஆண்பிள்ளையைப் போல் நடந்து போவாள். அவள் பருமனாகி விடுவாளோ என்று மங்களம் எடுத்துக் கொண்ட முன்ஜாக்கிரதை ஒருநாளும் பலிக்கவில்லை.

மேனகா பருமன் ஆகாதது மட்டுமல்ல உயரமாக வளர்வதால் கவுன்கள் தான் குட்டையாகிவிடும். முழங்காலைத் தாண்டி தரையைத் தொடும்படி இருக்கும் கவுனையோ, முழங்காலுக்கு மேலே ஏறிக் குட்டையாக இருக்கும் கவுனையோதான் மேனகா அணிந்து கொண்டிருப்பாள். பொருத்தமான உடை அவளுக்கு எப்போதுமே இருந்ததில்லை.

அவளுக்கு நன்றாக நினைவு இருந்தது. ஒரு நாள் மாலை இருட்டும் வேளையில் பாட்டி மேனகாவைக் கூப்பிட்டு "செட்டியார் கடைக்குப் போய் அரை கிலோ கடலைமாவு, அரை கிலோ வெங்காயம் வாங்கிக்கிட்டு வா" என்றாள்.

செட்டியார் கடை என்றதுமே மேனகாவின் முகம் சுருங்கியது.

"அந்த நாராயணன் கடைக்கா? நான் போக மாட்டேன் பாட்டி! முந்தாநாள் நீ எண்ணெய் வாங்கி வரச் சொல்லி அனுப்பினப்பவே அவன் கண்டபடி திட்டினான். கையில காசு இல்லாம கடை வாசற்படி ஏறக்கூடாதுன்னு சொல்லிட்டான்.

எற்கனவே இருநூத்தைம்பது பாக்கியாம். வெட்கம் மானம் இல்லையானெல்லாம் வாய்க்கு வந்தபடி..." "திட்டுவான், திட் டுவான். அவன் காட்டில் மழை.

பணம் யார் கையில் இருந்தாலும் அவன் தான் ராஜா இந்தக் காலத்தில். நமக்கும் ஒரு நாள் நல்ல காலம் வரும். நாம் பணம் தராமல், ஓடிப் போயிடுவோமா? தராமல்தான் இருந்து விடுவோமா? கொஞ்சம் முன்னே பின்னே ஆகும். அவ்வளவுதான்.

நாராயணன் முதல்ல திட்டினாலும் பிறகு சாமான்களைத் தராமல் இருக்க மாட்டான். நமக்கு நல்லதுதானே. அந்த வசவுகள் எல்லாம் நமக்கு இல்லை, அந்த சுவத்துக்குன்னு நினைச்சுக்கடி. நீ பேசாமல் தெய்வமேன்னு நகராம நின்னுட்டிருந்தால் பொருளைக் கொடுத்து விடுவான்மா. என் கண்ணு இல்லையா! என் தங்கக் குடம்! என் செல்லக்குட்டி போனால் காரியத்தை முடிக்காமல் திரும்ப மாட்டியே!''

பாட்டி அவ்வளவு தூரம் முகவாயைப் பிடித்துக் கொண்டு கெஞ்சியதும் மேனகாவால் மறுக்க முடியவில்லை. புறப்பட்டாள்.

தெருவில் கால் வைத்ததுமே மேனகாவின் முதுகுத்தண்டு நிமிர்ந்துவிட்டது. இராணுவச் சிப்பாயைப் போல் நடக்கத் தொடங்கினாள். நாராயணன் எவ்வளவு திட்டினாலும் வருத்தப் படக்கூடாது என்று தனக்குள் சபதம் வைத்துக் கொண்டாள்.

கடையை நெருங்கிய போது கூட்டம் அதிகமாக இல்லை. மேனகாவைப் பார்த்ததும் ''என்ன குட்டி? காசு பணம் கொண்டு வந்தியா?'' என்றான் நாராயணன்.

அவள் இல்லை என்பது போல் தலையை அசைத்தாள்.

''இல்லையா? பின்னே எதுக்கு வந்தே? வேடிக்கைப் பார்க்கவா?''

''இல்லை. அரை கிலோ கடலை மாவும், அரை கிலோ வெங்காய மும் வேண்டும்.''

''என்னது? அரை கிலோ கடலை மாவும், அரை கிலோ வெங்காய முமா?'' நாராயணன் அவள் மயில் சிம்மாசனமும், வைர கிரீடமும் கேட்டுவிட்டாற்போல் கோபமாகப் பார்த்தான். ''காசு கொண்டு வரவும் மாட்டே. சரக்கும் வேணும். உங்க வீட்டுக்கு நூற்றுக் கணக்கில் கடனில் சரக்கைக் கொடுக்க எங்க முப்பாட்டன் சொத்து வச்சிட்டுப்போகலை.

என் காலடியில கிடக்கிற மண்ணைக் கூடத் தரமாட்டேன். உன்னாட்டம் ஓழிசல்கள் வந்தால் நான் கடையை மூடிட்டுப் போக வேண்டியதுதான்.

போ போ'' என்று திட்டிவிட்டு வந்த மற்ற வாடிக்கையாளர்களைக் கவனிக்கத் தொடங்கினான்.

''இந்தப் பெண் யாரு?'' முகத்தை அந்தப் பக்கமாகத் திருப்பிக் கொண்டு நின்றிருந்த மேனகாவைப் பார்த்துக் கேட்டார் வாடிக்கையாளர் ஒருவர்.

''வேற யாரு? மங்களத்தின் பேத்திதான். பாட்டியும் பேத்தியும் சேர்ந்தா போதும், நாட்டையே ஜெயிச்சிடுவாங்க. அவ்வளவு வாய் நீளம்.''

''ஆமா. நல்லாச் சொன்னே நாராயணா! நேற்று குழாயடியில் இவங்க இரண்டு பேரும் சேர்ந்து என்னை எவ்வளவு பேசிட்டாங்க தெரியுமா? பாய்ஞ்சு குதறித் தள்ளிவிட்டாங்க. இதபாரு'' ஒருத்தி வளையல்களைத் தள்ளிவிட்டுத் தன் கையைக் காட்டினாள்.

''இவர்கள் மனுஷாள் இல்லே. அரக்கிகள்'' என்றாள் இன்னொருத்தி.

''வீட்டில் தட்டிக் கேட்க ஆம்பிள்ளை இல்லைன்னா அப்படித்தான்'' ராசாத்தி என்பவள் மேனகாவைச் சுட்டெரிப்பது போல் பார்த்துக் கொண்டே சொன்னாள்.

இரண்டு நாட்களுக்கு முன்னால் மேனகா அவளுடைய பேரனைப் பிடித்துத் தள்ளி விட்டதில் அவனுக்கு முழங்காலில் அடிபட்டிருந்தது. ராசாத்தி மேனகாவின் பக்கத்து வீட்டில்தான் இருக்கிறாள். மங்களத்திற்கும் ராசாத்திக்கும் ஒரு நிமிடம் கூட ஒத்துப் போகாது.

''இதென்னது? அப்பா இல்லையா?'' என்று கேட்டான் ஒருத்தன்; அவன் கண்கள் மேனகாவை ஆர்வத்துடன் பார்த்தன. இவ்வளவு வார்த்தைகளையும் கேட்டுக் கொண்டு இந்தப் பெண் இப்படி ஊமையாய் நிற்கிறாளே? சண்டைக்காரியாக இருந்தால் இவர்களிடமிருந்து இவ்வளவு வார்த்தைகளைக் கேட்டுக் கொண்டிருப்பாளா என்று அவனுக்குத் தோன்றியது.

''அப்பாவா?'' ராசாத்தி மேனகாவைப் பார்த்துக் களுக்கென்று சிரித்தாள். ''அட ராமா!'' கன்னத்தில் இடித்துக் கொண்டே சொன்னாள். ''கல்யாணமாகாத தாய்க்குப் பிறந்த குட்டிப் பிசாசிது. போதாக் குறைக்கு மங்களம் சொல்லுவா, பூஷணம் தன் மகளைக் கோவிலில் வைத்துக் கல்யாணம் செய்து கொண்டான் என்று.

கல்யாணம் காட்சி எதுவும் இல்லை. கல்யாணம் கட்டிக் கொண்டவனா இருந்தா பகல்ல ஏன் வீட்டுக்கு வர மாட்டேங்கிறான்?

பசங்களை ஏன் பார்த்துக்க மாட்டேன்கிறான்? மங்களம் லேசுப் பட்டவள் இல்லை.

மகள் வயிற்றில் குழந்தை உண்டானதுமே மருந்துகளை விழுங்கச் செய்தாள். ஆனால் அது கரையாமல் தங்கிட்டுது. வேற என்ன செய்வா? மகளுக்குக் கோவிலில் கல்யாணமாகி விட்டது என்று பிரசாரம் செய்யத் தொடங்கிவிட்டாள். இவங்க கதை யாருக்குத் தெரியாது? என்னைக் கேட்டால் இது போன்ற கீழ்த்தரமான ஜனங்களை இந்தத் தெருவில் குடியிருக்கவே அனுமதிச்சிருக்கக் கூடாது.

அப்பவே சொன்னேன். யாராவது என் பேச்சைக் காதில் வாங்கினா தானே?''

ராசாத்தி சொன்னதை எல்லாம் கேட்டுக்கொண்டிருந்த மேனகாவின் முகம் வெளீரென சிவந்து விட்டது. அவளுக்குக் கோபம் பொத்துக் கொண்டு வந்தது. கண்கள் தீட்சண்யமாயின. ராசாத்தி தன்னையும், பாட்டியையும் கீழ்த்தரமாகப் பேசிக்கிட்டிருக்காளே. ராசாத்தியின் மீது பாயத் துடித்தாள்.

ஆனால் அவள் ராசாத்தியுடன் சண்டையில் இறங்கினால் நாராயணன் கடனுக்கு மளிகைச் சாமான் தரவே மாட்டான். அவளை இன்னொரு சமயம் பார்த்துக்கலாம். மேனகா உள்ளங்கையை இறுக்கி, ஆத்திரத்தைக் கட்டுப்படுத்திக் கொண்டு நின்றாளே தவிர மறுபேச்சுப் பேசவில்லை.

ராசாத்தி சரக்குப் பொட்டலங்களைப் பையில் வைத்துக் கொண்டே ''இவளுடைய பாட்டி கூட லேசுப்பட்டவள் இல்லை.

நீடாமங்கலத்து ஜமீன்தாரின் ஆஸ்தானத்தில் வேலைக்காரியா இருந்தவ. சின்ன ராணியிடமிருந்த நகைகளை எல்லாம் எடுத்து கிட்டு எவனோடவோ ஓடியாந்துட்டா. இந்த வம்சமே ஓடுகாலி வம்சம். இதோ பாரு! இந்தப் பெண் மட்டும் பெரியவளாகிட்டா இந்தத் தெருவுல ஆண்கள் யாருமே ஒழுங்கா முறையா குடித்தனம் செய்ய மாட்டாங்க'' என்றாள்.

பிறகு பையை எடுத்துக் கொண்டு மேனகாவை ஒரு புழுவைப் பார்ப்பது போல் கேவலமாகப் பார்த்துவிட்டு படியிறங்கிப் போனாள்.

கடையில் சாமான்கள் வாங்க வந்தவர்கள் எல்லோரும் ராசாத்தியின் பேச்சைக் கவனமாகக் கேட்டதால், மேனகாவை ஒரு மாதிரியாகப் பார்த்துக் கொண்டிருந்தார்கள்.

ஒருத்தன் ஒரு படி மேலே போய் ''இந்தப் பெண்ணின் பாட்டியும், அம்மாவும் கல்யாணம் ஆகாமலே குழந்தையைப் பெத்துக்கிறாங்கன்னா இந்தப் பெண்ணு நாளைக்கு என்னவாகப் போறாளோ?'' என்றான்.

''பச்சின்னிரிக்கா! அப்படியே கடிச்சு சாப்பிட்டுடலாம் போலிருக்கு. ஏய் குட்டி! என்னை ஞாபகத்தில வெச்சிக்க. நீ பெரியவ ஆனா நான்தான் உனக்கு முதல் புருஷனாக்கும்'' அவள் கன்னத்தில் நிமிண்டிவிட்டு போய்க் கொண்டே இருந்தான் இன்னொருத்தன்.

அவன் ஒரு ரவுடி. மங்களத்திற்குக் கூட அவனைக் கண்டால் பயம்தான். அவன் என்ன சொன்னாலும் எதிர்த்து பதில் பேச வேண் டாம் என்று மங்களமே மேனகாவிடம் சொல்லியுமிருக்கிறாள்.

மேனகாவுக்கு அவன் தொட்ட இடம் கம்பளிப்பூச்சி ஊர்ந்தாற் போல் அருவருப்பாக இருந்தது. கன்னத்தை கவுனால் அழுத்தித் துடைத்துக் கொண்டாள்.

''எதற்கு இப்படி இடிச்ச புளியாட்டம் நின்னுக்கிட்டிருக்கே? அதான் சாமான் இல்லைன்னு சொல்லிட்டேனே. போய்ச் சேரு.'' நாராயணன் எரிந்து விழுந்தான்.

மேனகா நகரவில்லை. இதயத்திலிருந்து அழுகை பொங்கிக் கொண்டு வரும் போல் இருந்தது. வலுக்கட்டாயமாகக் கண்ணீரை அடக்கிக் கொண்டாள். ஆவேசத்தை விழுங்கிக் கொண்டதால் உதடுகள் துடித்தன.

மேனகாவிற்கு இப்படிப்பட்ட அவமானங்கள் புதிதல்ல. என்றாலும் இப்படி நடக்கும் ஒவ்வொரு தடவையும் அவளுக்கு வருத்தமாக இருக்கும். ஆனாலும் கால்கள் கடுக்க ஒரு மணி நேரமாக நின்று கொண்டிருந்தாள்.

நாராயணன் கடைப் பையனைக் கூப்பிட்டான் ''டேய்! அரைகிலோ கடலைமாவும், வெங்காயமும் இது கிட்ட கொணாந்து கொடு. இவ ஒரு அட்டைப் பூச்சி. பிடிச்சிட்டா விட மாட்டாள். சனியன்! கடை வாசலை விட்டு நகரவேமாட்டாள்'' என்று திட்டிக் கொண்டே சொன்னான்.

கடைப் பையன் எடை போடாமலேயே பொட்டலங்கள் கட்டிக் கொண்டு வந்தான். நாராயணன் அவற்றை வாங்கி மேனகாவின் கையில் வீசி எறிந்தாற்போல் போட்டான்.

அவள் அவற்றை எடுத்துக் கொண்டு வீட்டுக்கு வந்தாள்.

''வாங்கிட்டு வந்துட்டியா?'' என்றாள் மங்களம். மேனகா பொட்டலங்களை வெறுப்போடு அங்கிருந்த பெஞ்சின் மேல் போட்டுவிட்டுக் கதவை ஓங்கி உதைத்தாள்.

பிறகு தரையில் குப்புற விழுந்து அழத் தொடங்கினாள்.

''என்ன ஆச்சு? நாராயணன் ரொம்பத் திட்டிட்டானா?'' என்று கேட்டாள் மங்களம்.

மேனகா அழுதுகொண்டே கடையில் எல்லோரும் சொன்ன வார்த்தைகளை எல்லாம் ஒன்று விடாமல் சொன்னாள். ''எல்லோரும் நம்மை ஏன் இப்படிச் சொல்றாங்க பாட்டி? நான் இனிமே வெளியே போகவே போறதில்லை.

நாளையிலிருந்து நீயே தண்ணி கொண்டு வந்துக்க போ.''

மங்களம் வந்து மேனகாவை அருகில் இழுத்துக் கொண்டாள். ''மின்னு! இப்படி வாய்க்கு வந்தபடி உளர்றது அந்த ராசாத்திக்குப் பழக்கம்தான். நான் திருடியா? எப்பொழுதாவது யார் வீட்டுக்காவது போய் திருடியிருக்கேனா? நீதான் பார்த்துட்டிருக்கியே? சாப்பாடு இல்லாமல் நாம் எத்தனை தடவை பட்டினி கெடந்திருக்கோம்? நம்மைக் கண்டா அவங்களுக்குப் பிடிக்காது. அதான் அப்படிச் சொல்றாங்க. இதுக்கெல்லாம் பயந்துடக் கூடாது நாம.

நீ ஏன் சும்மாயிருந்தே? அவளுக்கு நாலு கொடுத்திருக்க வேண்டியதுதானே'' என்று சமாதானப்படுத்தினாள். ''எழுந்திரு. குடத்தை எடுத்துக்க. நான் உனக்காக சூடா பக்கோடா பண்ணி வைக்கிறேன். வந்ததும் சாப்பிடலாம்'' என்றாள்.

பக்கோடா என்றதுமே மேனகாவின் முகம் மலர்ந்தது.

நாக்கில் நீர் சுரந்தது. ''அம்மா எங்கே?'' என்றாள் கவலையுடன்.

''குளிச்சிட்டிருக்கா'' என்றாள் மங்களம்.

எப்பொழுதாவது வெளியே இவ்வாறு சொன்னார்கள் என்று தான் வீட்டிற்கு வந்து சொன்னால் அம்மா அன்று சாப்பிடவே மாட்டாள். கதவைச் சாத்திக் கொண்டு அழுது கொண்டே உட்கார்ந்திருப்பாள்.

அந்த விஷயம் மேனகாவுக்கு நினைவு வந்ததால் கலங்கிய உள்ளத்துடன் தாயின் அறைப் பக்கம் பார்த்தாள். அவள் அங்கு இல்லை.

அவள் குளித்துக் கொண்டிருப்பதாகப் பாட்டி சொன்னதுமே மேனகாவின் மனம் நிம்மதியடைந்தது. ஏன் என்றால் தாய் இப்படிப் பட்ட சம்பவம் நடந்ததைக் கேட்டால் ரொம்பவே வருந்துவாள் என்று தெரியும் அவளுக்கு.

மேனகாவும் சுபாவத்திலேயே எதையும் தாங்கிக் கொள்கிறவள் தான். அன்று அவர்களை எதிர்த்து நின்று அவள் சண்டை போட்டு விட்டு வந்திருந்தால் அவளுக்கு எந்த வருத்தமும் இருந்திருக்காது. அப்படி எதுவும் நடக்கவில்லையே. அதனால் தான் இப்படி அழுகை.

மங்களம் மேனகாவை அழாதே என்று சொல்லுவாள். நம்மை யாராவது ஏதாவது சொன்னால் இழுத்துக் கன்னத்தில் அறையணும். இல்லாவிட்டால் சுட்டெரிப்பது போல் பார்க்கணும்.

அதுவும் முடியாவிட்டால் அந்த வார்த்தைகளை மறந்துவிடணும். அவ்வளவுதானே தவிர அதற்காக வருத்தப்படக் கூடாது. அழக்கூடாது.

அவ்வாறு அழுது கொண்டு உட்கார்ந்திருந்தால் நம்ம வாழ்நாள் முழுவதுமே கூட அப்படி அழுவதற்குப் போதாது. பாட்டி கற்றுக் கொடுத்த இந்தப் பாடம் மேனகாவுக்குப் போகப் போக வாழ்க்கையில் பெரிய படிப்பினையாக இருந்தது.

4

அதேநாள் மாலையில் இருட்டிய பிறகு, மேனகா தண்ணியைச் சுமந்து வந்து தொட்டியை நிரப்பிய பிறகு நனைந்து போயிருந்த கவுனை மாற்றிக் கொண்டாள். பின்னால் ஊக்கு இல்லாததால் பின் போடச் சொல்லப் பாட்டியைத் தேடிச் சமையலறைக்கு வந்தாள்.

அங்கே சூடான பக்கோடாவின் மணம் எங்கும் பரவியிருந்தது. மங்களம் சமையலறையை ஒழித்துக் கொண்டிருந்தாள். ''சேப்டி பின் தாயிடம் இருக்கும், போட்டுக் கொள்'' என்றாள். மேனகா தாயின் அறைக்கு வந்தாள். அங்கே தாய் கண்ணாடியில் பார்த்து நெற்றியில் பொட்டு வைத்துக் கொண்டிருந்தாள்.

மேனகா தாயைப் பின் போடுவது பற்றிக் கேட்கவும் மறந்தவளாய் நின்றுவிட்டாள்.

எப்போதும் கோடாலி முடிச்சுடன் இருக்கும் தாய், என்றும் இல்லாத விதமாக இன்று தலைக்குக் குளித்துவிட்டு தழைய தழைய லூசாகப் பின்னிக் கொண்டிருக்கிறாள். தலை நிறைய பூ வைத்துக் கொண்டிருக்கிறாள். முகத்திற்கு பவுடர் பூசிக்கொண்டு வட்டமான பொட்டு வைத்திருக்கிறாள்.

அந்த நேரத்தில் மேனகாவுக்குத் தாயைப் பார்க்கும் பொழுது அவள் ரொம்பச் சின்னவளாகவும், அழகாகவும் தெரிந்தாள். அறை முழுவதும் துப்புரவாக ஒழித்து வைக்கப்பட்டிருந்தது. படுக்கையின் மீது கசங்கிய புடவைக்குப் பதில் வெள்ளை விரிப்பு விரிக்கப்பட்டிருந்தது. தலையணைக்குப் புதிய உறை போடப்பட்டிருந்தது.

மேனகா பின்னாலிருந்து போய் தாயை அழுத்தமாகப் பற்றிக் கொண்டு ''அம்மீ!'' என்று கட்டிக் கொண்டாள்.

ரஞ்சனி திடுக்கிட்டவளாகக் திரும்பிப் பார்த்தாள். ''நீயா?'' என்றாள் சிரித்துக் கொண்டே.

மேனகா தாயின் இடுப்பைச் சுற்றிலும் கைகளைக் கோத்துக் கொண்டு ''அம்மி! நீ இப்ப எவ்வளவு அழகா இருக்கத் தெரியுமா? ஏன் எப்பொழுதும் இப்படிப் பின்னிக் கொண்டு பூவைத்துக் கொள்ள மாட்டேங்கிறே?'' என்று கேட்டாள்.

ரஞ்சனியின் விழிகளில் ஈரம். ''பைத்தியம்! போய் சீக்கிரமாக சாப்பிட்டுவிட்டுப் படுத்துக் கொள்'' என்றாள்.

மேனகா தாயின் கையால் கவுனுக்குப் பின் போடச் செய்தாள். வெள்ளை வெளேரென்ற படுக்கை விரிப்பைப் பார்த்ததும் மேனகாவுக்கு ரொம்ப சந்தோஷமாக இருந்தது. சாப்பிட்டு விட்டு வந்த பிறகு அங்கேயே படுத்துக் கொள்வதாகக் கெஞ்சினாள்.

''அங்கே வேண்டாம். இப்படி வா. என்னிடம் வந்து படுத்துக் கொள்ளலாம்'' என்றாள் மங்களம்.

''சீ..... அந்த சனியன் பிடித்த பாய். பிசுக்கு நாற்றம். எனக்கு வேண்டாம். நான் அம்மாவிடமே படுத்துக்கறேன்.''

''சொன்னதைக் கேட்கப் போறாயா இல்லையா?''

''நான் இங்கே ஏன் படுத்துக்கொள்ளக் கூடாது? மாதவி மட்டும் படுத்துக் கொள்ளலாமா?''

''மாதவியும் அங்கே படுத்துக்கமாட்டா. போதுமா? மாதவி! எழுந்து வாடி.''

மாதவியின் முகம் வாடிவிட்டது. அக்காவைக் கோபமாகப் பார்த்தாள்.

மங்களம் இரண்டு பேரையும் அதட்டிவிட்டு, வலுக்கட்டாயமாக இழுத்து வந்து தன் பாயில் படுக்க வைத்தாள். அக்கா மீது கோபமாக இருந்த மாதவி மேனகா வந்து படுத்துக் கொண்டதுமே கிள்ளினாள். மேனகா எழுந்திருந்து பளீர் பளீர் என்று அவளுக்கு இரண்டு கொடுத்தாள்.

''கடவுளே! நீங்க குழந்தைகளே இல்லை. பிடாரிகள்.'' மங்களம் வந்து இரண்டு பேருக்கும் நடுவில் படுத்துக் கொண்டாள் அலுத்தவாறே. ரஞ்சனி வந்து அழுது கொண்டிருந்த மாதவியைச் சமாதானப்படுத்திவிட்டு ''மேனகா! தங்கையை அடிக்கக் கூடாதுன்னு எவ்வளவு தடவை சொல்லியிருக்கிறேன்?'' என்று கடிந்து கொண்டாள்.

''பின்னே? அவள் மட்டும் என்னைக் கிள்ளலாமா?''

''அவள் சின்னவ, நீ பெரியவ. நீ அன்பா இருந்தால் அவளும் உன்கிட்ட அன்பாக இருப்பா.''

மேனகா பதில் பேசவில்லை. அவளை மாதவியும்தான் கிள்ளினாள். ஆனால் தாய் மாதவியைத்தான் தேற்றுகிறாள். அதற்குக் காரணம் என்னவென்று மேனகாவுக்குப் புரிந்துவிட்டது. மாதவி கிள்ளியதுமே அவள் எதிர்த்து நின்று அடிக்காமல் பெரிய குரலெடுத்து அழுதிருக்க வேண்டும். மேனகா தனது தவறு புரிந்து விட்டது போல் அசையாமல் படுத்துக் கொண்டாள்.

கொஞ்ச நேரத்தில் இருவரும் தூங்கி விட்டார்கள்.

மாலையில் ராசாத்தியின் வசவுகளால் கலங்கியிருந்த மேனகாவுக்குக் கனவில் கூட அதே சண்டைதான் வந்தது. நள்ளிரவில் திடீரென்று விழிப்பு வந்தது. தாகம் எடுத்தது. பக்கத்தில் மங்களம் குறட்டை விட்டுக் கொண்டிருந்தாள். மாதவி பாயை விட்டு விலகித் தொலைவில் தரையில் உருண்டு போய்க் கவிழ்ந்து படுத்திருந்தாள்.

அம்மி எப்போதும் ''மாதவியை நீ நன்றாகப் பார்த்துக் கொள்ளணும் மின்னு. மாதவிக்கு உன்னை விட்டால் யார் இருக்கிறார்கள் சொல்லு?'' என்பாள்.

அந்த வார்த்தைகள் நினைவுக்கு வந்தால் மேனகாவுக்கு மாதவியின் மீது பிரியம் வந்துவிடும். தான் மாதவியை நன்றாகப்

பார்த்துக் கொண்டால் அம்மா தன்னை நன்றாகப் பார்த்துக் கொள்வாள் என்று புரிந்தது. தான் பெரியவள் என்ற பெருமையும் அவளுக்கு இருந்தது. மேனகா போர்வையை எடுத்துப் போய் மாதவிக்குப் போர்த்தினாள்.

பிறகு தண்ணீர் குடிப்பதற்காகச் சமையலறைக்குப் போகத் திரும்பினாள். சமயலறைக் கதவுத் தாழ்ப்பாளை நீக்கப் போனபோது மேனகாவுக்குச் சிரிப்புச் சத்தம் கேட்டது. திரும்பிப் பார்த்தாள்.

தாயின் அறையில் விளக்கு எரிந்து கொண்டிருந்தது. அங்கே யாரோ பேசிக் கொண்டிருந்த சத்தம் கேட்டது. அறையிலிருந்து விளக்கு வெளிச்சம் ஜன்னல் வழியாகத் கொல்லையில் வந்து விழுந்து கொண்டிருந்தது.

அறைக் கதவு சாத்தியிருந்தது. திரும்பவும் சிரிப்புச் சத்தம் கேட்டது. தாயின் சிரிப்புதான் அது. தாய் அவ்வளவு உரத்த குரலில் சிரித்து மேனகா என்றுமே பார்த்தது இல்லை.

அவள் சமையலறைக் கதவைத் திறப்பதை மறந்து விட்டாள். தண்ணீர் விஷயத்தையும் மறந்து விட்டாள். மெல்லக் கொல்லைப் பக்கமாக இருந்த ஜன்னலுக்கு அருகில் வந்தாள்.

ஜன்னல் கதவிற்குப் பாதியளவில் திரை போடப்பட்டிருந்தது. மேனகா உயரமாக இருந்ததால் அவளால் தன் குதி கால்களை உயர்த்தி சிரமப்படத் தேவையில்லாமலேயே திரைச்சீலைக்குள்ளே பார்க்க முடிந்தது. மேனகா அறைக்குள் பார்த்தாள்.

கட்டிலில் யாரோ ஒரு நபர் படுத்திருந்தார். தாய் அவர் மார்பின் மேல் தலை வைத்துப் படுத்துக் கொண்டிருந்தாள். அவர் ஏதேதோ சொல்லிக் கொண்டிருந்தார். தாய் சிரித்துக் கொண்டிருந்தாள். அவர் தாயின் இடுப்பில் கிச்சுக் கிச்சு மூட்டினார். அவள் விழுந்து விழுந்து சிரித்துக் கொண்டிருந்தாள்.

மேனகா தொண்டை வறள அப்படியே சிலையாய் நின்று விட்டாள். தாய் அவ்வளவு சந்தோஷமாக இருந்து என்றுமே அவள் பார்த்தது இல்லை. அவர் எழுந்து கொண்டார். அவளையும் எழுப்பி உட்கார வைத்தார். ரஞ்சனியின் தலையைப் பிடித்து தன் தலையோடு சாய்த்துக் கொண்டு ஏதோ சொன்னார்.

அவள் சிரிப்பதை விட்டுவிட்டு முகத்தைத் தூக்கி வைத்துக் கொண்டாள். அவர் அவளுடைய முகவாயைப் பற்றிக் கொண்டு காதில் ஏதோ ரகசியமாகச் சொன்னார். முறைத்தபடி அவரைப் பார்க்க நிமிர்ந்தவள் சிரித்துவிட்டாள்.

அவர் மேஜைமீது இருந்த பர்சை எடுத்து ரஞ்சனியின் கையில் கத்தையாகப் பணத்தை வைத்தார். ரஞ்சனி வாங்கிக் கொள்ள மாட்டேன் என்பது போல் தலையைத் திருப்பிக் கொண்டாள். அவர் கட்டாயப்படுத்தவில்லை. பர்சில் வைத்துக் கொள்ளவும் இல்லை. தலையணையை உயர்த்தி அதனடியில் வைத்து விட்டார். பிறகு மணியைப் பார்த்தார். ''கிளம்புகிறேன்'' என்றார்.

''திரும்பவும் எப்பொழுது வருகையாம்?'' என்றாள் ரஞ்சனி.

அவர் இந்தப் பக்கமாக இருந்த ஜன்னலுக்கு அருகில் வந்து சிகரெட் எடுத்துப் பற்றவைத்துக் கொண்டார். ''சொல்ல முடியாது. இது போல் நேரம் கிடைக்கிறபோது வர்றேன்.''

மேனகா சட்டென்று ஜன்னலிலிருந்து விலகி சுவருடன் ஒட்டியபடி நின்று கொண்டாள். பிறகு அவர்கள் பேச்சைக் கூர்ந்து கேட்டாள்.

ரஞ்சனி தீனமான குரலில் சொல்லிக் கொண்டிருந்தாள். ''எனக்கு இந்தப் பணம் வேண்டாம். குழந்தைகள் பெரியவர்களாகிக் கொண்டு வருகிறார்கள். நாம் தனிக் குடித்தனம் போக வழி பாருங்க.'' கெஞ்சுவது போல் இருந்தது அவள் குரல்.

''யோசித்துப் பார்க்கிறேன்னு தான் சொன்னேனே. என் செருப்பு எங்கே?''

''இதோ, கட்டிலுக்கு அடியில.''

மேனகா வேகமாக வந்து சட்டென்று பாட்டிக்குப் பக்கத்தில் பாயில் படுத்தாள். குப்புறத் திரும்பிப் படுத்து இரு கைகளுக்கு நடுவில் தலையை வைத்துக்கொண்டு பக்கவாட்டில் அரை விழியால் திரும்பிப் பார்த்தாள். அறைக் கதவுகள் திறந்துகொண்டன. அவர் வெளியில் வந்தார். தாய் பின்னாலேயே வந்தாள்.

அவர் போக முற்பட்ட போது அவள் அவர் கையைப் பிடித்துக் கொண்டாள். அவர் திரும்பிப் பார்த்துவிட்டு அவள் தலையைத் தன் தலையுடன் சிறிது நேரம் லேசாகச் சேர்த்துக் கொண்டிருந்து விட்டு, விட்டு விட்டார். பிறகு பை என்று சொல்லிவிட்டுப் போய் விட்டார்.

தாய் சந்தடி செய்யாமல் மெதுவாக வாசற் கதவைச் சாத்தியது கேட்டது.

பிறகு அறைக்குள் போவதற்காகத் திரும்பிய அவள் திரும்பி வந்து போர்வையை எடுத்து மேனகாவுக்குப் போர்த்தி விட்டாள்.

பின்னர் உள்ளே போய்ப் படுத்துக் கொண்டு விட்டாள்.

மேனகாவின் மனதில் இப்போதிலிருந்து திக் திக்கென்றதோர் தவிப்புத் தொடங்கிவிட்டது. யாரந்த நபர்? அவளுடைய தந்தையாக இருக்குமோ? தந்தையாக இருந்தால் அவர் ஏன் தங்களுடன் இல்லை? ஒரு தடவை கூட அவரை இதற்கு முன்னால் தான் பார்த்தது இல்லையே?

மேனகா யோசனையில் ஆழ்ந்தபடியே உறங்கிவிட்டாள். அவள் எழுந்த போது நன்றாக விடிந்து விட்டிருந்தது. மங்களம் சமையல் செய்து கொண்டிருந்தாள். மேனகா கண்களைக் கசக்கிக் கொண்டே எழுந்து உட்கார்ந்தாள்.

முகம் கழுவிக் கொண்டு காபியைக் குடித்த அவள் தாயைப் பார்த்தும் பார்க்காதது போல் கவனிக்கத் தொடங்கினாள். தாய் எப்போதும் போல் கோடாலி முடிச்சுடன், பழைய புடவையில் காட்சியளித்தாள், அவளைப் பார்த்தால் நேற்றிரவு தான் பார்த்த அம்மா இவள்தானா என்று தோன்றியது.

மேனகா துடைப்பத்தை எடுத்துக் கொண்டு வீட்டை எல்லாம் பெருக்கிவிட்டுத் தாயின் அறையைப் பெருக்க வந்தாள். அந்த அறை எப்பொழுதும் போலவேதான் இருந்தது. படுக்கையின் மீது பழைய புடவைதான் விரித்திருந்தது. தலையணைக்கு இப்போது உறை இல்லை.

மேனகாவுக்கு திடீரென்று தான் முதல்நாள் இரவு பார்த்தது கனவோ என்று தோன்றியது.

கனவாகத்தான் இருக்க வேண்டும். ஏன் என்றால் இப்பொழுதெல்லாம் அவளுக்கு ஏதேதோ கனவுகள் வந்து கொண்டிருந்தன. மேனகா பெருக்கிக் கொண்டே வந்தபோது சிகரெட் துண்டுகள் சில கீழே கிடந்தன. அவற்றைப் பார்த்ததும் அவள் அசைவற்று நின்று விட்டாள்.

பெருக்குவதை விட்டு விட்டு அந்த சிகரெட் துண்டுகளையே இமைக்காமல் பார்க்கத் தொடங்கினாள். அப்படியென்றால் நேற்றிரவு வீட்டிற்கு யாரோ வந்த விஷயம் உண்மைதான், அது கனவு இல்லை! அந்த சிகரெட் துண்டுகளே அதற்கு சாட்சி. தாய் அங்கே, முன் அறையில் மாதவிக்குத் தலைவாரிக் கொண்டிருந்தாள்.

''சீக்கிரமா பெருக்கிவிட்டு வாயேன். பொழுது விடிஞ்சி எழுந்திருக்கிறே. ஒவ்வொரு அறையா மணிக்கணக்கா பெருக்கறே'' மங்களம் உள்ளேயிருந்து கத்தினாள்.

ரஞ்சனி சீப்பை வைப்பதற்காக அந்த அறைக்குள் வந்தாள். தாயைப் பார்த்ததுமே சட்டென்று குனிந்து கட்டிலுக்கு அடியில் பெருக்குவதற்கு மேனகா குனிந்தபோது கட்டிலுக்கு அடியிலிருந்து குப்பையுடன் ஒரு வெள்ளை நிற கைக் குட்டையும் வந்தது.

அவள் அதைக் கண்கள் அகல விரியப் பார்த்தாள். பிறகு துடைப்பதால் அதை எடுத்துக் காட்டி ''அம்மி!'' என்று அழைத் தாள்.

ரஞ்சனி திரும்பினாள். ''என்ன?''

மேனகா மவுனமாக துடைப்பத்தின் நுனியில் இருந்த கைக்குட்டையைத் தாயிடம் காட்டினாள்.

அதைப் பார்த்ததுமே ரஞ்சனிக்கு திக்கென்றது. அவள் தடுமாறியது போல் பார்த்தாள். சட்டென்று பாய்ந்து வந்து அந்தக் கைக்குட் டையை வாங்கி, உதறி மடித்து எடுத்துக் கொண்டு போய் பீரோவில் வைத்துப் பூட்டினாள்.

''அம்மி! யாரோடது அது?''

''நீ வாயை மூடிக் கொண்டு பெருக்கிட்டுப் போ.'' எரிந்து விழுந்தாள்.

மேனகா மவுனமாக வீட்டைப் பெருக்கி முடித்தாள்.

பத்து மணியானதும் மங்களம் மேனகாவைக் கூப்பிட்டு கையில் நூறு ரூபாய் கொடுத்து ''நாராயணனிடம் கொடுத்துவிட்டு வா'' என்றாள்.

மேனகா அந்தப் பணத்தையே வெறித்துப் பார்த்தாள். நேற்றிரவு இல்லாத பணம் இன்றைக்கு எப்படி வந்தது? ''ராத்திரி வந்த ஆள் கொடுத்த பணம்தானே இது பாட்டி?'' என்றாள்.

மங்களம் திடுக்கிட்டுப் போய் விட்டாள். ''ஆளா? யாரையடி சொல்றே!''

''ராத்திரி அம்மாவின் கட்டில்ல படுத்திருந்தாரே, அந்த ஆள்! அம்மா சிரிச்சி சிரிச்சி அவர்கிட்ட பேசலே?''

மேனகா வார்த்தைகளை முடிக்கக்கூட இல்லை.

மங்களம் சட்டென்று அவள் வாயைப் பொத்தி, தரதரவென்று சமையலறைக்குள் இழுத்துச் சென்றாள்.

''உனக்கு யார் சொன்னாங்க இதை எல்லாம்?'' காதோடு ரகசியமாகக் கேட்டாள். ''நானே பார்த்தேன் பாட்டி.'' மேனகா முதல்நாள் இரவு தாகம் எடுத்து எழுந்தபோது தான் பார்த்ததையெல்லாம் சொல்லிவிட்டாள்.

"அடி கள்ளி!" என்று மங்களம் புருவங்கள் நெற்றிக்கு ஏற மூக்கின் மேல் விரலை வைத்துக் கொண்டாள்.

"அவர் யாரு பாட்டி?"

"யாரா இருந்தா உனக்கு என்ன? போய்ப் பணத்தை நாராயணனிடம் கொடுத்துவிட்டு வா." தோளைப் பிடித்து வேகமாகத் தள்ளிவிட்டவள், திரும்பவும் அவளை வேகமாக இழுத்து "இதோ பார். இந்த விஷயத்தை யாரிடமாவது சொன்னேன்னா உன் நாக்கை அறுத்திடுவேன் ஜாக்கிரதை" என்று மிரட்டினாள்.

"எதற்காக அறுப்பே? நான் என்ன தப்பாவா கேட்டேன்?"

"நான் நாராயணன் கடைக்குப் போக மாட்டேன் போ"

மேனகா பணத்தைத் தூக்கி எறிந்தாள்.

"போகப் போறயா? இல்லையா?"

மங்களம் கையை ஓங்கினாள்.

"என்னம்மா?" ரஞ்சனி அங்கே வந்தாள்.

"என்னவா? வீட்ல தலைக்கொசந்த குழந்தைங்க இருக்காங்க. நீ கொஞ்சம் ஜாக்கிரதையாக இருக்கக் கத்துக்க. இவர்கள் கேட்கிற கேள்விகளுக்கு என்னால் பதில் சொல்லிக் கொண்டிருக்க முடியாது."

மங்களம் கோபமாகச் சொல்லிவிட்டுக் குடத்தைத் தூக்கிக் கொண்டு போய் விட்டாள்.

ரஞ்சனி மேனகாவைப் பார்த்தாள்.

"என்ன மின்னு?" என்றாள்.

நயமாக ஒலித்த அந்தக் குரலுக்கு உருகிப் போய் விட்டாள் மேனகா. "நான் தவறாக எதுவும் சொல்லலை அம்மா.

நேத்து ராத்திரி வந்தவர் கொடுத்த பணம்தானே இதுன்னு கேட்டேன். பாட்டி நாக்கை அறுத்துடுவேன்னு திட்டுகிறாள்."

அதைக் கேட்டதும் ரஞ்சனியின் முகம் வெளிறிப் போய் விட்டது. "ராத்திரி வந்தவரை நீ எப்போ பார்த்தே?"

அவள் குரல் கிணற்றுக்குள்ளே இருந்து வந்தாற்போல் மெலிதாக இருந்தது.

மேனகா சொன்னாள். ரஞ்சனி சட்டென்று மேனகாவை இழுத்து மார்போடணைத்துக் கொண்டு கண் கலங்கினாள்.

"சொல்லும்மா, அவர் யாரு?"

"உங்க அப்பா மேனகா."

மேனகா அடுத்த வினாடியே அவளை மகிழ்ச்சியுடன் பார்த்தாள். ''அப்பா! எங்க அப்பாவா?'' அவள் முகம் பிரகாசமாக இருந்தது.

''ஆமாம். உங்க அப்பாவேதான்டி.''

''பின்னே, அப்பான்னா அவர் நம்பளோட இருக்க மாட்டாரா?''

''இருப்பார். அதற்காவத்தான் முயற்சி செய்துட்டிருக்கேன். மின்னு! நீ சின்னப் பொண்ணா இருந்தாலும் சில விஷயங்களைப் புரிஞ்சிக்கணும். உங்க அப்பாவுக்கு இன்னொரு மனைவியும், குழந்தைகளும் இருக்காங்க. அவளுக்கு நம்மையெல்லாம் கண்டாலே பிடிக்காது. அதனால்தான் அவரால் லேசுல நம்மகிட்ட வர முடியலை.''

''அப்பா அவர்களை விட்டுட்டு நம்முடனேயே வந்து இருக்கலாம் இல்லையா?'' அப்பாவித்தனமாகக் கேட்டாள்.

ரஞ்சனி ஒரு வினாடி பதில் ஏதும் பேச முடியாதவளாய்ப் பார்த்தாள். பிறகு மேனகாவின் தலையைத் திரும்பவும் தன் மார்போடு அணைத்துக் கொண்டாள்.

''அதான் சொன்னேனே. அதுக்காகத்தான் அவர் முயற்சி செய்துட்டிருக்கார். அவர் நம்முடன் வந்து இருந்துட்டா... நாம் இந்த வீட்டை விட்டுட்டு வேற வீட்டுக்குப் போய்டலாம். நீயும், மாதவியும் எல்லோரையும் போல் ஸ்கூலுக்குப் போகலாம்.''

''அப்பா சொன்னாரா அம்மி இந்த மாதிரி?'' சந்தோஷமாகக் கேட்டாள் அவள்.

''ஆமாம்மா. நம் கஷ்டங்கள் கரையேறும் நாளுக்காகக் காத்திருக்கேன் நான்.''

அதற்குள் மங்களம் உள்ளே வந்தாள். ''என் கண்ணில்லே. போய் நாராயணனிடம் பணத்தைக் கொடுத்துட்டு வாம்மா.''

மேனகா அதற்கு மேல் எதுவும் கேட்கவில்லை. பணத்தை எடுத்துக் கொண்டாள். அதை ஜாக்கிரதையாய் பிடித்துக் கொண்டு நாராயணன் கடையை நோக்கி ஓடினாள்.

நாராயணன் கூட்டம் இல்லாமல் தனியாய் உட்கார்ந்திருந்தான். ''என்ன குட்டி! திரும்பவும் வந்துட்டே'' என்றான் வேண்டா வெறுப்பாக.

''இந்தாங்க பணம்!'' மேனகா மடித்து வைத்திருந்த நூறு ரூபாயைக் கொடுத்த போது நாராயணன் வியப்படைந்து விட்டான்.

''என்ன அதிசயம்? ராத்திரி இல்லாத பணம் பொழுது விடிஞ்சதும் எப்படி வந்தது? காலங்காத்தால உங்க வீட்டுக் கொல்லையில காக்கா கொணாந்து போட்டதாமா?'' கேலியாகக் கேட்டான்.

''காக்கா இல்லை. எங்க அப்பா வந்தார். கொடுத்தார்.'' மேனகா பெருமையுடன் வெள்ளந்தியாகச் சொன்னாள்.

''என்ன! உங்க அப்பாவா?'' அவன் அவளை வினோதமாகப் பார்த்தான்.

''ஆமாம்.''

''உங்க அப்பாவா!'' அவன் தேவையில்லாமல் உரத்த குரலில் சிரித்தான். ''பலே அப்பா! உங்க அப்பா ஏதாவது பேயா பிசாசா! ராத்திரில வந்துட்டு காலையிலே மாயமாகிவிட! அப்பாவாம் அப்பா.'' மேலும் மேலும் சிரித்தான்.

மேனகா எதுவும் பேசாமல் திரும்பி வந்து விட்டாள். நாராயணன் வார்த்தைகள் அவளுக்கு வருத்தத்தைத் தரவில்லை. திரும்பி வரும் போது என்றும் போலப் பள்ளிக்கூடத்திற்குப் போய்க்கொண்டிருந்த குழந்தைகளை அப்படியே பார்த்தபடி நின்றுவிட்டாள்.

அவர்களைப் பார்க்கும் போது அவள் இதழ்கள் மகிழ்ச்சியால் விரிந்தன. ''அப்பா வந்து விடுவார். நானும், மாதவியும் கூட இதேபோல் ஸ்கூலுக்குப் போவோம்.

இதே போல் அழகாக டிரெஸ் பண்ணிக் கொண்டு பையைத் தோளில் மாட்டிக் கொண்டு வேக வேகமாகப் போவோம்.''

அன்று மாலையில் தலைவாரிக் கொண்டிருந்த போது ''அம்மி! அப்பா இன்றைக்கு வருவாரா?'' என்று கேட்டாள்.

''ஊஹூம் வரமாட்டார் மின்னு.''

''என்னது வர மாட்டாரா? ஏன்மா?''

''அவருக்கு ஏகப்பட்ட வேலைகள். ஓய்வு கிடைக்கும் போது தானே வருவார்.''

''நாம எல்லாம் அவரோடு இருந்தால், அவர் வேலைகளையும் பார்த்துக் கொண்டு அவருக்கு நாம் உதவலாம்...அவரும் நம்மகிட்ட வந்துடலாம் இல்லியா?''

''ஆமாம்மா. நீ சொல்றது சரிதான். என் தவிப்பு கூட அதுதான்.'' என்றாள் ரஞ்சனி.

அன்று காப்பிரைட்டிங் நோட்டில் நேர்த்தியாக எழுதியிருந்தாள் மேனகா. தாய் அது ரொம்ப நன்றாக இருப்பதாகப் பாராட்டினாள்.

"அம்மி! இதை நான் பத்திரமா வெச்சிருக்கப் போறேன்.''

"எதுக்கு?" என்றாள் ரஞ்சனி.

"அப்பா வருவாரில்லையா? அப்போ இதை நான் அவரிடம் காண்பிக்கிறேன்.''

ரஞ்சனி பதில் பேசவில்லை. மேனகாவை இழுத்து அணைத்துக் கொண்டாள்.

அதற்குப் பிறகு மேனகா சிலநாட்கள் வரை இரவு நேரத்தில் சரியாகத் தூங்கவில்லை. காரணம் அப்பா வந்தால் அம்மா எழுப்பமாட்டாளோ என்ற பயம்.

ஆனால் அப்பா அதற்குப் பிறகு வரவேயில்லை.

அப்பாவுக்கு ஏகப்பட்ட வேலைகள் என்று அம்மி சொன்னாள் இல்லையா. அத்துடன் அவள் யாருமில்லாத நேரத்தில் பெட்டியைத் திறந்து அப்பாவின் போட்டோவை எடுத்துக் காண்பித்தாள்.

மேனகா ஆர்வத்துடன் அதைப் பார்த்தாள்.

போட்டோவில் அப்பா ரொம்ப அழகாக இருப்பது போல் தெரிந்தது.

அன்று மாலையில் ரஞ்சனி மேனகாவையும், மாதவியையும் தலைவாரி, புது டிரெஸ் போட்டுக்கொள்ளும்படிச் சொன்னாள். அப்பா வரப் போவதாகச் சொன்னாள்.

இரண்டு பேரும் தாய் சொன்னது போலவே தயாரானார்கள். ஏற்கனவே வீட்டைப் பெருக்கி அறையை ஒழுங்குபடுத்தினார்கள். மங்களம் தடபுடலாகச் சமைத்தாள்.

இரவு ஒன்பது மணிக்கு அவர் வந்தார். டாக்ஸியிலிருந்து இறங்கிப் பணத்தைக் கொடுத்துக் கொண்டிருந்தபோது மேனகா ஜன்னல் வழியாகப் பார்த்தாள். தந்தை சில்க் ஷர்ட் அணிந்திருந்தார்.

வாயில் சிகரெட் இருந்தது. அவர் உள்ளே வந்தார். மாதவியும், மேனகாவும் சமையலறையில் பொம்மையைப் போல் சந்தடி செய்யாமல் உட்கார்ந்திருந்தார்கள்.

அவர் நேராக அறைக்குள்ளே போனார். கொஞ்ச நேரம் கழித்து ரஞ்சனி கூப்பிட்டாள். ''மின்னு! குடிக்க தண்ணி கொண்டுவா. தங்கையையும் கூப்பிடு.''

மேனகா தண்ணீர் டம்ளரை எடுத்துக் கொண்டாள். புதிய பாவாடை. நீளமாக இருந்த அது கால்களைத் தடுக்கிக் கொண்டே இருந்தது. அந்த உடையில் மேனகா தங்கப்பதுமையைப் போல் இருந்தாள்.

மாதவியை உடன் வரச்சொல்லி சைகைக் காட்டினாள். இயற்கையில் வெட்கப்படும் சுபாவம் கொண்ட மாதவி வரமாட்டேன் என்பது போல் பொய்க் கோபத்தோடு தலையை அசைத்தாள்.

மேனகா கோபமாகப் பார்த்ததும் தான் மாதவியும் பின்னால் வந்தாள்.

மேனகா அறைக்குள் தண்ணீரைக் கொண்டு வந்த போது அவர் கட்டில் மீது அமர்ந்திருந்தார். தாய் மேஜைமீது சாய்ந்தபடி நின்றிருந்தாள்.

"தண்ணீர் கொடு" என்றாள் ரஞ்சனி.

மேனகா தந்தையிடம் தண்ணீர் டம்ளரை நீட்டினாள்.

அவர் அதை வாங்கிக் கொண்டு "உன் பெயர் என்ன?" என்றார்.

"மேனகா!" மேனகாவால் நிமிர்ந்து அவரை முழுவதுமாகப் பார்க்கமுடியவில்லை. சந்தோஷத்தால் பைத்தியம் பிடித்து விடும் போல் இருந்தது அவளுக்கு.

"உன் பெயர்?" அவர் அடுத்தாற்போல் பின்னால் நின்ற மாதவியிடம் கேட்டார்.

"மாதவி." குரலே எழும்பாதபடி மெதுவாகச் சொன்னாள் அவள்.

அவர் ஒன்றும் சொல்லவில்லை. ரஞ்சனி சொன்னாள். "மாதவி நன்றாக வீணை வாசிப்பாள். கேட்கிறீங்களா?"

"இப்போ ஒண்ணும் வேணாம்" என்றார் அவர்.

"மேனகா நன்றாகக் கணக்குப் போடுவாள். கையெழுத்தும் நன்றாக இருக்கும். பார்க்கிறீங்களா?"

அவர் பதில் சொல்லும் முன்பே மேனகா விர்ரென்று ஓடிப் போய் புத்தகங்களைக் கொண்டு வந்து காண்பித்தாள்.

அவர் ஓரிரு பக்கங்களைப் புரட்டிவிட்டுப் பக்கத்தில் வைத்துவிட்டார். இவர்கள் பக்கம் நிமிர்ந்து பார்க்கவும் இல்லை.

"சரி. நீங்கள் போய் பாட்டியுடன் சேர்ந்து சாப்பிடுங்கள்" என்றாள் ரஞ்சனி.

குழந்தைகள் இருவரும் வெளியே வந்து விட்டார்கள். மாதவி அறையை விட்டுப் போகச் சொன்னதே போதும் என்றாற்போல் ஓட்டம் பிடித்தாள். மேனகாவோ அந்த அறையை விட்டுப் போகக் கொஞ்சமும் விருப்பம் இல்லாதவள் போல் மெதுவாக நகர்ந்தாள்.

மேனகாவுக்குச் சாப்பிடப் பிடிக்கவில்லை. அடிக்கடி அந்த அறையையே திரும்பிப் பார்த்துக் கொண்டிருந்தாள். தாய் அவருக்குச் சாப்பாடு பரிமாறிக் கொண்டிருந்தாள். அவர் வேண்டாம் என்று மறுக்க மறுக்க, விழுந்து விழுந்து உபசரித்துக் கொண்டிருந்தாள்.

மேனகாவுக்குத் தானும் அங்கே தந்தைக்குப் பக்கத்தில் உட்கார்ந்து கொண்டு சாப்பிட வேண்டும் போல் ஆசையாய் இருந்தது.

ஆனால் அந்த விருப்பத்தை எப்படி வெளியில் சொல்லுவது என்று தெரியவில்லை.

தந்தை தன்னைத் திரும்பவும் கூப்பிடுவார் என்று எதிர்பார்த்தாள். அவர் கூப்பிடவே இல்லை. சாப்பிட்ட பிறகு தூக்கம் வந்து விட்டது அவளுக்கு. தூங்கிப் போய் விட்டாள்.

விடிந்ததும் தாயின் அறைக்கு உற்சாகத்தோடு ஓடி வந்தாள். ''அம்மி!'' என்று கூப்பிடப் போன மேனகா தாயைப் பார்த்து அதிர்ச்சியடைந்தவளாக அப்படியே நின்று விட்டாள்.

தாய் கட்டிலில் படுத்தபடி அழுதுகொண்டிருந்தாள்.

முகமெல்லாம் வீங்கினாற்போல் இருந்தது. கண்கள் சிவந்திருந்தன.

மேனகா கூப்பிட்டதைக் கேட்டதும், இந்தப் பக்கம் திரும்பி, புடவைத்தலைப்பால் கண்களைத் துடைத்துக் கொண்டே ''என்ன?'' என்றாள்.

அந்தக் குரல் துக்கத்தால் எழும்பாததுபோல் நடுக்கத்தோடு இருந்தது.

''அப்பா போய் விட்டாரா அம்மி?''

''ஊம்.'' தாய் அந்தப் பக்கமாகத் திரும்பிப் படுத்துக் கொண்டாள். அவள் ஏன் அழுது கொண்டிருந்தாள் என்று மேனகாவுக்குப் புரியவில்லை.

கேட்கும் துணிச்சலும் இல்லை. தந்தை போய் விட்டார் என்றதுமே அவளது உற்சாகம் வடிந்து விட்டது.

சோர்வோடு திரும்பியவள் வீட்டைப் பெருக்கத் தொடங்கினாள். திரும்பவும் சிகரெட் துண்டுகள்.

மேனகா இன்று அவற்றைப் பார்த்து அருவருப்பு அடையவில்லை. பொறுக்கிக் காகிதத்தில் பொட்டலம் கட்டித் தன் புத்தகங்களுக்கு இடையே அந்தப் பொட்டலத்தை ஒளித்து வைத்துவிட்டு வந்தாள்.

பிறகு கைகளை ஒரு முறை வாசனை பார்த்துக் கொண்டாள். சிகரெட் வாசனை லேசாக வந்தது. அந்த வாசனையை உணர்ந்த பொழுது தந்தையே தன் அருகில் இருப்பது போலவே அவளுக்குத் தோன்றியது.

நேற்றிரவு கூட அப்படித்தான். தந்தை அருகில் போனபோது சிகரெட் வாசனை வந்தது. அது எவ்வளவு நன்றாக இருந்தது! சிகரெட் வாசனை என்றதுமே தந்தையின் நினைவு வரும் அளவுக்கு அந்த வாசனை அவளுக்குப் பிடித்திருந்தது. அவள் அம்மா அன்று பிற்பகலில்கூட ஏனோ சாப்பிடவில்லை.

''ஏன் அழறே? உன் தலையெழுத்தை நல்லா அனுபவி! நீ நினைச்சாப்ல எதுவுமே நடக்காது. அவன் உன் பேச்சைக் கேட்கும் ஆசாமி இல்லைன்னு முன்னாடியே சொன்னேனா இல்லியா? அவனிடம் கொஞ்சம் பணம் கேளுன்னு சொன்னாலும் கேட்க மாட்டே நீ. நம்மைத் தனியா வீடு பார்த்துக் குடித்தனம் வைக்கச் சொல்லி அவன் கழுத்தை அறுப்பாயே தவிர, பணம் மட்டும் கேட்க மாட்டாய்.

கடைசியில் இந்தக் குழந்தைகளுக்கும், உனக்கும் எந்தக் குளமோ குட்டையோதான் கதியாகப் போகிறது. பார்த்துக் கொண்டே இரு'' என்று கடுமையாக அதட்டிச் சொன்னாள் மங்களம்.

''எனக்கு வேண்டியது பணம் இல்லைம்மா.

எனக்குன்னு ஒரு வீடும், அவரும்தான்'' என்றாள் ரஞ்சனி அழுது கொண்டே.

''அப்படின்னா ஜென்மம் முழுக்க அழுகைதான் பரிசாக் கிடைக்கும் உனக்கு.

எழுந்து வா! வீட்டில அரிசி இல்லாம பட்டினியால மாசம் பதினைஞ்சு நாள் எப்படியும் செத்துட்டிருக்கோம். உப்பு உரப்போட சாப்பிட நமக்குக் குடுத்து வைக்கல.

இதென்ன தலையெழுத்து? வா.. உனக்கும், எனக்கும், இந்தக் குழந்தைகளுக்கும் தெய்வம்தான் துணைன்னு எல்லாக் கவலையையும் நான் எப்பவோ விட்டுட்டேன்.

நீயும் அதையே நம்பு. இதெல்லாம் என்னோட தலையெழுத்து இல்லாம வேற என்ன?'' மங்களம் தலையில் அடித்துக் கொண்டாள்.

மேனகா கவனமாக அந்த இருவரின் உரையாடலையும் கேட்டாள். ஆனால் அவளால் அதன் சாரத்தைச் சரியாகப் புரிந்துகொள்ள முடியவில்லை. ரஞ்சனி பழையபடி சகஜமானவள் ஆவதற்கு நான்கு நாள் ஆயிற்று.

மேனகாவுக்குக் கொஞ்சம் நேரம் கிடைத்துவிட்டால் போதும், தாயிடம் போய் தந்தையைப் பற்றிய விவரங்களைக் கேட்கத் தொடங்கினாள். தாய் அவளை மடியில் உட்கார வைத்துக் கொண்டு, தலையைக் கோதிக்கொண்டே திணறி திணறி அவரைப்பற்றிச் சொல்லுவாள்.

''அப்பா வருவார்மா. அவர் வந்ததும் நமக்குன்னு ஒரு வீடு இருக்கும். நான் தான் சமையல் செய்வேன். பிறகு நாம எல்லாரும் ஒண்ணா உட்கார்ந்து சேர்ந்து சாப்பிடலாம். நீங்க ஸ்கூலுக்கும், அப்பா ஆபீசுக்கும் போய்ட்டு திரும்புவதற்குள்ள நான் வேலையை எல்லாம் செய்து முடிப்பேன்.''

''அப்போ எனக்கு வேலையே இருக்காதா அம்மி?'' மேனகா அவளை நிமிர்ந்து பார்த்துவிட்டுக் கேட்டாள்.

''ஊஹூம். அவ்வளவா இருக்காதும்மா, அதான் வேலைக் காரன்தான் இருப்பானே? அவனே எல்லா வேலைகளையும் செய்திடுவான்.''

''தண்ணி கூட அவனே கொண்டாருவானா?''

''மின்னு! அப்பா நமக்காகப் பார்க்கும் வீட்டிலேயே குழாய் இருக்கும். அதிலிருந்து நாள்பூரா எப்பொழுதும் தண்ணீர் வந்துட்டே இருக்கும். நமக்குத் தண்ணி தேவைப்படும் போது குழாயைத் திருப்பினால் போதும்.''

''அம்மாடி அப்ப ரொம்ப ஜோராக இருக்கும் இல்லே.'' உற்சாகத்தோடு சொன்னாள் மேனகா.

''ஊம்!ஆமா '' ரஞ்சனி மேலும் தொடர்ந்தாள். ''உங்களுக்கு ட்யூஷன் சொல்லித் தர டீச்சர் வருவாங்க. லீவு நாள் வந்தா நாமெல்லாம் சேர்ந்து ஜூ, பீச், லைட்ஹவுசுன்னு போவோம். சாப்பாட்டை எல்லாம் கட்டிக் கொண்டு போய் அங்கேயே சாப்பிடுவோம்.''

மேனகா நிமிர்ந்தாள். ''அம்மி! நான் அப்பா பக்கத்திலேயே தான் உட்கார்ந்து சாப்பிடுவேன். வேறு எங்கேயும் உட்கார மாட்டேன். நடக்கும் போது கூட அப்பா விரலைத்தான் பிடிச்சிப்பேன்'' என்றாள்.

ரஞ்சனி சரி என்பது போல் மெல்லத் தலையசைத்தாள்.

''அப்போ பாட்டி?''

''பாட்டியும் நம்முடனேயேதான் இருப்பாங்க.''

''பாட்டி அப்போ யாரோடயும் சண்டையெல்லாம் போடக் கூடாது. வம்பு சண்டைன்னு போட்டால் அப்பாவுக்குப் பிடிக்காது இல்லே?''

ரஞ்சனி ஆம் என்று தலையாட்டினாள். அதுவரை வீணை வாசித்துக் கொண்டிருந்த மாதவி ஓடி வந்தாள். ரஞ்சனி அவளையும் இன்னொரு பக்கம் உட்கார வைத்துக் கொண்டாள்.

''மாதவி நல்லா வீணைக்கச்சேரி பண்ணுவா. அப்போ எனக்கும் நல்ல பெயரும் புகழும் கிடைக்கும். மாதவியை எல்லோரும் புகழ்ந்து மாலை பொன்னாடையெல்லாம் போடுவாங்க. மாதவி அதையெல்லாம் என்கிட்ட கொடுத்து வணங்கிட்டு, தோளைப் பிடிச்சிகிட்டு ''எங்க அம்மா''ன்னு எல்லோருக்கும் காட்டுவா. அப்பாவுக்கு ரொம்ப ரொம்பப் பெருமையா இருக்கும்.''

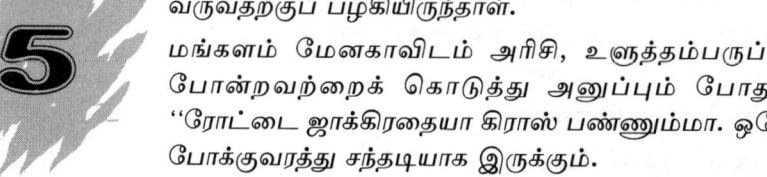

5

மேனகா மாவுமில்லுக்குப் போக வேண்டுமென்றால் மெயின் ரோட்டைக் கடந்து, அங்கே இருக்கும் பழக்கடைகளைத் தாண்டி பக்கத்தில் இருக்கும் சின்ன சந்து வழியேதான் செல்ல வேண்டும். பாட்டியுடன்தான் மேனகா பல முறை அங்கே போயிருக்கிறாள். கொஞ்ச நாட்களாகத்தான் மேனகா தனியாகப் போய் வருவதற்குப் பழகியிருந்தாள்.

மங்களம் மேனகாவிடம் அரிசி, உளுத்தம்பருப்பு போன்றவற்றைக் கொடுத்து அனுப்பும் போது, ''ரோட்டை ஜாக்கிரதையா கிராஸ் பண்ணும்மா. ஒரே போக்குவரத்து சந்தடியாக இருக்கும்.

கார்களையும், ரிக்ஷாக்களையும் பார்த்துப் போ. நீ திரும்பி வரும் வரை எனக்கு பயமாவே இருக்கும். அங்கும் இங்கும் பராக்குப் பார்த்திட்டிருக்காம மளமளன்னு நடந்து போய்ட்டு வா'' என்பாள்.

இன்றைக்கும் மங்களம் கோதுமை டப்பாவை மேனகாவின் தலையில் தூக்கி வைத்து, பையில் அரிசியைப் போட்டு தோளில் தொங்க விட்டுவிட்டு, இன்னொரு கையில் உளுத்தம்பருப்பு இருந்த தூக்கைத் தந்தாள்.

மேனகா எல்லா சாமான்களையும் தூக்கிக் கொண்டு அனாயாசமாகப் போய்விட்டு வருவது வழக்கம்தான். இருந்தாலும் மங்களம் அன்று திரும்பவும் தன் பாடத்தை ஒப்பித்தாள்.

மேனகா சலித்துக் கொள்வது போல் அவளைப் பார்த்தாள்.

''பாட்டி! எவ்வளவு தடவை நான் போய் விட்டு வந்தாலும் இந்தப் பாடத்தை ஒப்பிக்கிறதை மட்டும் நீ நிறுத்த மாட்டே. நான் போய் விட்டு வருகிறேன் பாட்டி. நீ எதுவும் சொல்லத் தேவையில்லை'' என்று அலுத்துக் கொண்டே போனாள்.

மேனகா ஜாக்கிரதையாகத் தெருவைக் கடந்து போய் பாட்டி கொடுத்தனுப்பிய சாமான்களை எல்லாம் அரைத்துக் கொண்டு திரும்பி வந்து கொண்டிருந்தாள். அந்த இடத்தில் எல்லாம் பழக்கடைகளாக இருந்ததால் நிறையக் கார்கள் நின்றிருந்தன.

மேனகா தலையில் டப்பாவைத் தூக்கி வைத்துக் கொண்டு, தோளில் பையை மாட்டிக் கொண்டு, இன்னொரு கையில் தூக்கை எடுத்துக் கொண்டு பழக்கடைகளைத் தாண்டி வந்து கொண்டிருந்தாள்.

பாட்டி எவ்வளவு சீக்கிரமா வரச் சொல்லியிருந்தாலும், மேனகா சாவகாசமாக எப்போதும் போல அப்படி இப்படி வேடிக்கை பார்த்துக் கொண்டேதான் வருவாள். இன்றும் அதே போல் நிதானமாக வந்து கொண்டிருந்தவள்,

காரை விட்டிறங்கிப் பழக்கடைக்குள் நுழைந்து கொண்டிருந்த நபரைப் பார்த்ததும் திடீரென்று நின்றுவிட்டாள். சிகரெட்டைப் புகைத்துக் கொண்டே கடைக்குள் நுழைந்து கொண்டிருந்த அவரைப் பார்த்ததுமே அவள் கண்கள் மேலும் அகல விரிந்தன. அப்பாவாட்டம் இருக்கு!

சந்தேகமே இல்லை.

அவள் தந்தையேதான்.

அவள் முகத்தில் மகிழ்ச்சி ஏற்பட்டது. உடனே விடுவிடென்று அந்தக் கடைப் பக்கமாக வந்தாள்.

அங்கே அவர் இடது கையால் சிகரெட்டை சாவகாசமாகப் புகைத்துக் கொண்டே, வலது கையால் கயிற்றில் கட்டித் தொங்க விட்டிருந்த ஆப்பிள் பழத்தின் தரத்தைச் சோதித்துக்கொண்டிருந்தார்.

அவருக்குப் பின்னால் பகட்டாக சிவப்பு நிறத்தில் சில்க் புடவை கட்டிக் கொண்டிருந்த ஒரு பெண்மணி நின்றிருந்தாள்.

மேனகா அவர் அருகில் சென்றாள். கையிலிருந்த தூக்கைக் கீழே வைத்துவிட்டு சட்டென்று அவர் கையைப் பிடித்துக் கொண்டு வாஞ்சையோடு ''அப்பா!'' என்றாள்.

அவர் திரும்பிப் பார்த்தார். வெளுத்துப் போன கவுனில், தோளில் பையும், கலைந்த கேசமுமாய் நின்று கொண்டிருந்த மேனகாவைப் பார்த்ததுமே அவர் முகம் வெலவெலத்துப் போய் விட்டது மட்டுமல்ல; உடனே கறுத்தும் விட்டது.

அவரது புருவங்கள் நெளிந்தன. கண்களில் எரிச்சல், அருவருப்பு, வெறுப்பு!

அவர் முகத்திற்கு நேர்மாறாக இருந்தது மேனகாவின் முகம். அந்த முகம் சந்தோஷத்தால் மலர்ந்திருந்தது. கண்கள் ஜொலித்துக் கொண்டிருந்தன. உதடுகள் பிரிந்து, பற்கள் பளீரென்று ஒளி வீசின. ஒரே உதறலில் அவள் கையை உதறிக் கொண்டார் அவர்.

''அப்பாவா? யாருடி உனக்கு அப்பா? உனக்குக் கண்தான் குருடா இல்லே? பைத்தியம் பிடிச்சிட்டதா?'' என்று சொல்லிக்கொண்டே சரேலென்று இழுத்து அவள் கன்னத்தில் ஒரு அறைவிட்டார்.

கிர்ரென்று தலைச் சுற்றியது மேனகாவுக்கு.

அந்த அறையில் தள்ளாடிப்போய் பின்னால் விழுந்ததால், அங்கே அழகாக அடுக்கி வைக்கப் பட்டிருந்த கமலா பழங்கள் சரிந்து விழுந்தன.

மேனகாவின் தலை மீது இருந்த டப்பா கீழே விழுந்து மாவெல்லாம் சிதறியது. பழங்கள் மீது பவுடர் தெளித்தாற்போல் ஆயிற்று.

ஒரு வினாடி அங்கிருந்த எல்லோருமே வாயடைத்துப் போய் நின்று விட்டார்கள்.

கடை முழுவதும் பாழாகி விட்டதாலும், பழங்கள் சிதறியதாலும் கடைக்காரனுக்குக் கோபம் வந்து விட்டது. ''யாருங்க இது?'' என்றான்.

''யாரோப்பா! எனக்குத் தெரியாது.''

''தெரியாமல்தான் குறிப்பா உங்ககிட்ட வந்து அப்பா என்று கூப்பிடுகிறாளோ?''

சிவப்புப் புடவைக்காரி கோபமாகக் கேட்டாள்.

''தெரியாது என்று சொன்னேனே?

எவளாவது திருடியோ, அல்லது பைத்தியமோ? இப்படி வந்து கலாட்டா செய்து ஏமாந்தா பணத்தைப் பிடுங்கிட்டுப் போறது இப்பல்லாம் ஒரு தொழிலாகிவிட்டது. என்னை அப்பாங்கிறா.

நான் இல்லைங்கிறேன். இரண்டு பேரும் சண்டை போட்டுக் கொண்டிருக்கும் போது அந்த சமயம் பார்த்து எதையாவது தூக்கிட்டு ஓடிடுவாங்க.''

அவர் அந்தப் பெண் தன் மகள் இல்லை என்று சொன்னதுமே அந்தக் கடைக்காரனுக்குத் தைரியம் வந்து விட்டது.

மேனகாவின் கூந்தலைப் பிடித்துக் கொண்டு ''திருட்டுக் கழுதை! எவன் உங்கப்பன்?''

சிறுமி என்றும் பார்க்காமல் அவளை உலுக்கி எடுத்தான்.

மேனகா ஏற்கனவே பீதியடைந்து, திகைப்பில் ஆழ்ந்திருந்தவள், ''இவர்தான் எங்க அப்பா'' என்றாள்.

''இன்னொரு தடவை அப்படிச் சொன்னா பல்லைத் தட்டிக் கையில கொடுத்துடுவேன், ஆமா! என் முகத்தை நீ என்னைக்காவது பார்த்திருக்கியா?'' என்று மீண்டும் பாய்ந்து வந்து கையை ஓங்கினார் அந்த ஆள்.

''இவளை நான் ஒரு கை பார்த்துக்கிறேன். நீங்க சும்மா இருங்க.

சிறுக்கி! இவர் உனக்கு அப்பாவா? உங்கப்பன் யாருன்னு நான் சொல்றேன், இரு'' என்று சொல்லிக் கொண்டே கடைக்காரன் அவள் கன்னத்தில் மாறி மாறி அடித்தான்.

மேனகா அவன் தள்ளிய தள்ளலுக்கு மீண்டும் கீழே போய் விழுந்தாள்.

அங்கிருந்த மேஜையின் ஆணியில் மாட்டி கவுன் சர்ரென்று கிழிந்து விட்டது. அவன் கீழே விழுந்த மேனகாவின் முடியைப் பற்றித் திரும்பவும் தூக்கி நிறுத்தினான். மேனகாவுக்குத் தன் கூந்தலே அடியோடு போய்விடுமோ என்ற அளவுக்கு வலியெடுத்தது. ஆ என்றபடி பிடரியில் கை வைத்தாள்.

''கடை முழுவதையும் நாசமாக்கிட்டே. எவன்டி வந்து கொடுப்பான் இந்த நஷ்டத்தையெல்லாம்?''

திரும்பவும் அவன் அடிக்கப் போன பொழுது அங்கே கூட்டத்திலிருந்த பெரியவர் ஒருவர் வந்து அவனைத் தடுத்து மேனகாவை விடுவித்தார்.

''அட விடுப்பா. பெண்பிள்ளை.

இப்போ எந்தப் போலீஸ்காரனாவது வந்துட்டா நம்மகிட்டயிருந்து பணம் கறந்துடுவான்''

என்று சிதறிக் கிடந்த டப்பா எல்லாவற்றையும் எடுத்து மேனகாவின் தலையிலும், கையிலும் வைத்து ''போம்மா.

சீக்கிரமாக இங்கிருந்து போலீஸ் வர்றதுக்குள்ள போய்டு. இனிமே இப்படியெல்லாம் திருட்டு வேஷம் போடாதே. வாங்கிய அறைகளை எப்போதும் நினைப்பிலே வெச்சுக்க'' என்று சொல்லிக் கொண்டே தோளைப் பற்றிக் கடைக்கு வெளியே லேசாக அவளை அவர் தள்ளினார்.

மேனகா தூக்கத்தில் நடப்பவள் போல் திரும்பித் திரும்பிப் பார்த்தபடியே வீட்டிற்கு வந்தாள். அந்த வழியில் நடந்து பழக்கப்பட்டுப் போயிருந்த அவள் கால்கள்தான் அவளை வீட்டிற்கு இழுத்து வந்தன எனலாம். அப்படி ஏதோ சூனியத்தைப் பார்த்தது போல வீட்டிற்குள் வந்த பேத்தியைப் பார்த்ததுமே மங்களம் வீலென்று கத்தியேவிட்டாள்.

அந்த அலறல் கேட்டு மாதவிக்குப் பாட்டுக் கற்றுக் கொடுத்துக் கொண்டிருந்த ரஞ்சனி அங்கே ஓடி வந்தாள். அவளும் மேனகாவைப் பார்த்து விக்கித்துப் போய் விட்டாள். அடக் கடவுளே! என்னம்மா இது!

மேனகாவின் கவுன் கிழிந்து தொங்கிக் கொண்டிருந்தது. தலையிலும், உடல் முழுவதும், மூக்கிலும் டப்பாவிலிருந்து சிதறிய மாவுபட்டு வெள்ளையாய் இருந்தது. கன்னங்களில் விரல் அடையாளம் படிந்து யாரோ நன்றாக அடித்திருப்பது தெரிந்தது. மங்களம் ஓடி வந்து மேனகாவின் கையிலிருந்த டப்பாக்களைப் பிடுங்கித் தூர வீசியெறிந்து விட்டு பேத்தியைக் கட்டிக் கொண்டாள். ஐயோ, அம்மா!

''எவன்டிம்மா இவ்வளவு அக்கிரமம் பண்ணினது? யார் அந்த அயோக்கியன்? அவனைப் போயி கூறு கூறா குதறிடுறேன். அந்தப் பாழாப்போனவன் ரத்தத்தைக் குடிக்கிறேன்.'' கத்திக் கொண்டு ஓ!வென அழுதாள் உடல் குலுங்க.

மேனகா அழவில்லை. எங்கோ பார்த்துக் கொண்டிருந்தாள். அந்தப் பார்வையில் சலனமே இருக்கவில்லை. மேனகா பிறந்தது முதல் இதுவரை அவளை அடித்தவர்கள் யாருமில்லை. அம்மா எப்பொழுதும் அவளை ஒன்றுமே சொல்ல மாட்டாள். பாட்டி வாயால் திட்டுவாள். 'அடிப்பேன்' என்று மிரட்டுவாளே தவிர ஒருநாளும் கையை ஓங்கியதில்லை. அந்த வீட்டில் எவ்வளவு வறுமை தாண்டவமாடிக் கொண்டிருந்ததோ, அவ்வளவுக்கவ்வளவு குழந்தைகளுக்குச் செல்லம் இருந்து வந்தது.

மங்களம் மேனகாவின் கவுனை மாற்றுவதற்காக அவிழ்க்கப் போனவள் அவள் முதுகைப் பார்த்துவிட்டு, வாயிலும் வயிற்றிலும் அடித்துக் கொண்டாள்.

''ஐயோ ஐயோ! எவ்வளவு காயம்? எப்படி நீ பிழைச்சு வந்தே? என்னதான்டி வழியில நடந்தது? சொல்லித் தொலையேன்.''

''அம்மா! இப்போ அவளை எதுவும் கேட்காதே.'' ரஞ்சனி அவள் அருகில் வந்தாள். ''மின்னு! இப்பிடி வாம்மா '' அழைத்தாள்.

அந்த அழைப்பைக் கேட்டு வேற்று உலகத்திலிருந்து இந்த உலகத்திற்குப் புதிதாகத் திரும்பி வந்தவள் போல மேனகா தாயைப் பார்த்தாள். ''யாரு... யாரும்மா உன்னை இப்பிடி அடிச்சது? யாரோட சண்டை போட்டே?'' நயமாக குரல் தழுதழுக்கக் கேட்டாள்.

மேனகாவின் காய்ந்து போன உதடுகள் துடித்து அதிர்ந்தன. ''நான்... நான் யாரோடயும் சண்டை போடலேம்மா! நம்ம அப்பா கண்ணுல பட்டார். கண்ணில் பட்டதால்..''

''கண்ணில் பட்டதால்?''

மேனகா நடுங்கும் குரலில் அங்கே தான்பட்ட அவஸ்தையைச் சொல்லி முடித்தாள். மங்களத்திற்குக் கோபம் பொத்துக் கொண்டு வந்தது.

''என்னது? அவன் செஞ்ச காரியமா இது? நான் இப்பவே போய் அவன் மென்னியைத் திருகிட்டு வர்றேன். அவன் மனுஷனா?

''அவன் குழந்தைகளை இழுத்தாந்து நல்லா ஓதச்சி மொட்டை போடுறேனா இல்லையான்னு பாரு.

''உன்னைத் தன் மகள் இல்லைன்னானா? கேட்டியா ரஞ்சனி? நீ கடவுள் கடவுளும்பியே? அந்தப் பிசாசு செஞ்ச காரியத்தைப் பார்த்தியா. என் மகளுக்கு வேற கதியில்லைன்னு தானே இப்படிச் செய்திருக்க? சீக்கிரமே அவன் செத்து ஒழிஞ்சி போவான்.

என் சாபம் பலிக்கிறதா இல்லையான்னு பாரு. பெண்டாட்டி, குழந்தையோடு சேர்ந்து பூண்டோடு ஒழிஞ்சி போவான். அவன் வம்சமே நாசமாய்ப் போகும்.''

மங்களம் கத்திக் கத்தி இருமல் வந்த பிறகுதான் ஓய்ந்தாள்.

ரஞ்சனி சிலையாய் உட்கார்ந்திருந்தாள். அவள் விழிகள் கண்ணீரைப் பெருக்கின. மங்களம் மேனகாவின் உடம்பில் எண்ணெய் தடவினாள்.

அன்று இரவெல்லாம் ரொம்ப நேரம் வரையில் திட்டிக் கொண்டே இருந்தாள். விடிந்ததும் மேனகாவுக்கு நன்றாக ஜுரம் வந்து விட்டது. மங்களம் ஒரு டாக்டரைக் கெஞ்சிக் கூத்தாடி அழைத்து வந்தாள். அவர் மருந்து கொடுத்தார். மேனகாவுக்கு மூன்று நாட்கள் வரையில் ஜுரம் குறையவில்லை. தூக்கத்தில் ''அப்பா! அடிக்காதீங்கப்பா... அடிக்காதீங்கப்பா...'' என்று புலம்பிக் கொண்டிருந்தாள். மங்களம் தன் பேத்தியை வாஞ்சையோடு அரவணைத்தபடி உட்கார்ந்திருந்தாள்.

ரஞ்சனி மட்டும் கட்டிலில் தலையைச் சாய்த்தபடி அழுது கொண்டேயிருந்தாள்.

''கடவுளே! எனக்கு ஏன் இந்தத் தண்டனை? அவரை தெய்வம் என்று நம்பினேனே! கல்யாணம் ஆகலேன்னாகூடப் பரவாயில்லைன்னு கவலைப்படாம இருந்தேனே நான்! இஷ்டப்பட்டபோது அவர் வந்தாலும் சந்தோஷமடைந்தேனே ஒழிய, ஏன் இவ்வளவு நாளா வரலைன்னு கூடக் கேட்கலையே? அம்மா எங்கே இருந்தெல்லாமோ பணம் பண்ணி கடனை ஒடனை வாங்கி குடும்பத்தை நடத்திக் கொண்டிருக்கையில், இந்தக் குடும்பம் அவளுடையதுதானே தவிர என்னோடது இல்லை என்பது போல் பார்த்தும் பார்க்காமல் சும்மா இருந்தேனே? எனக்கு என்ன வழி காட்டப் போறீங்கன்னு ஒரு நாளும் நான் கேட்டதில்லையே? சின்னப் பெண் தெரியாமல் நாலு பேருக்கு முன்னால் ''அப்பா!''ன்னு சொன்னா என்ன? அதற்காக இப்படிப் போட்டு கொஞ்சமும் மனுஷத்தனம் இல்லாம அடிக்கணுமா?'' ரஞ்சனி அரற்றினாள்.

மேனகாவுக்கு ஜுரம் கொஞ்சம் குறைந்தது.

மாதவி இந்த ஜுரத்தின் மூலமாக மேனகாவுக்கு ரொம்பவும் நெருக்கமாகி விட்டாள். ஒரு முறை மேனகாவுக்கு வியர்த்த போது பக்கத்தில் உட்கார்ந்து கொண்டு விசிறிவிட்டாள்.

தனக்கு அவ்வாறு மாதவி பணிவிடை செய்வதைப் பார்க்கும் போது மேனகாவுக்கே மிகவும் மகிழ்ச்சியாக இருந்தது.

''மதூ!'' என்றாள் உணர்ச்சி வசப்பட்டவளாக அவள் கையைப் பிடித்துக் கொண்டே.

''அக்கா! அப்பா அவ்வளவு நல்லவர் இல்லை இல்லையா?'' என்றாள் மாதவி.

மேனகாவின் கண்கள் அப்பா என்ற அந்த வார்த்தையைக் கேட்டதுமே புஸ்ஸென்று சிவந்து சீறின. ''அந்த அப்பாவைப் பற்றி பேச்சையே இனிமே ஒரு போதும் எடுக்க வேண்டாம்டி மாதவி'' என்றாள். அதற்குப் பிறகு அதேபோல் மாதவி அந்தப் பேச்சையே எடுக்கவில்லை. ஆனால் அடியோடு மறந்தும் போகவில்லை. அவள் உள்ளத்தில் அந்தக் காயம் சிறிதளவும் ஆறவே இல்லை. அது யாருக்குமே தெரியாது.

6

நான்கு நாட்கள் கழித்து மங்களம் எதற்காகவோ பெட்டியைத் திறந்தவள் வழக்கப்படி காசுமாலை வைத்திருந்த இடத்தைப் பார்த்தாள். அதைக் காணோம். மங்களத்திற்குப் பகீரென்றது. அதிலிருந்த சாமான் களையெல்லாம் கன்னாபின்னாவென்று எடுத்துப் போட்டு விட்டு நன்றாகத் தேடிப் பார்த்தாள். எங்குமே அது இல்லை.

''ஐயோ! ஐயோ!'' என்று மங்களம் கத்தினாள். அவள் கத்தலைக் கேட்டுவிட்டு மேனகாவும், மாதவியும் ஓடி வந்தார்கள்.

''என்ன பாட்டி ?'' என்றாள் மேனகா.

''அந்தக் காசுமாலையைக் காணம்டி''

''ஆ!'' என்றலறினாள் மேனகா. ''சரியாகப் பார்த்தியா?'' பாட்டி என்றாள். ''பார்த்தேன். நீயும்னா பாரேன்'' என்றாள் மங்களம். அதற்குள் மேனகா பெட்டியைக் குப்புறக் கவிழ்த்து நன்றாகத் தேடிப் பார்த்தாள். காணவில்லை!

''இங்கே யாரும் வரவும் இல்லையே? அது என்னவாகியிருக்கும்? எங்கே எப்படிப் போயிருக்கும்! மாதவிக்குத் தருவதற்காக அம்மி எடுத்திருப்பாளோ என்னவோ?'' என்றாள்.

''என்ன ரஞ்சனி? நீ எடுத்தாயா?''

ரஞ்சனி ஆம் என்பது போல் தலையை அசைத்தாள்.

''எங்கேடி வெச்சே? இப்படிக் கொண்டு வாடி அதை. கண்ட இடத்தில் வைக்கிற பொருளா அது? என் உயிரே போய்டும் போல் இருக்கு'' என்றாள் மங்களம் துணிகளைப் பெட்டியில் மறுபடியும் எடுத்து வைத்துக்கொண்டே.

ரஞ்சனி கொஞ்சமும் ஆடாமல் அசையாமல் அப்படியே நின்றிருந்தாள். காசுமாலையைக் கொண்டு வருவதற்காக அப்படி இப்படி நகரவே இல்லை.

''ஏன்டி போகலே? போய் எடுத்துக் கொண்டு வாடிங்கி றேன்ல.''

ரஞ்சனி அப்பொழுதும் அந்த இடத்தை விட்டு நகரவில்லை. அவள் முகத்தில் தடுமாற்றம் தெரிந்தது. மூச்சு பெரிது பெரிதாக வெளிப்பட்டது.

''என் ஜென்மத்திற்கு அது ஒன்னுதான் மிஞ்சியிருக்குது. அதுவும் எப்பொழுதோ போயிருக்க வேண்டியது. என்னுடையது இல்லை என்று நினைத்துக் கொண்டு, பிறத்தியாரின் சொத்தாகப் பாவித்து அப்படியே தொடாமல் பத்திரப்படுத்தி பத்திரமா வெச்சிருந்தேன். போய் எடுத்துக்கிட்டு வாடி.''

''அம்மா! இப்ப அந்தக் காசுமாலை என்கிட்ட இல்லை'' என்றாள் ரஞ்சனி தெளிவற்ற குரலில் திக்கித் திணறியவளாய்.

மங்களம் குனிந்து உடைகளை அடுக்கி வைத்துக்கொண்டிருந்தவள் சரேலென்று எழுந்தாள். ''என்னது?'' என்னடி சொல்றே? உன்கிட்ட இல்லியா? இப்பதானேடி எடுத்தேன்னே!

''ஆமா. சொன்னேன். ஆனா அந்தக் காசுமாலை இப்ப வீட்டில் இல்லை.''

''இல்லையா? இல்லாம எங்கேடி எங்கே போச்சு?'' காட்டுக் கத்தலாகக் கத்தினாள் மங்களம்.

''உன்... உன்னோட மாப்பிள்ளைகிட்ட அதைக் கொடுத்துட்டேன்.'' ரஞ்சனியின் முகம் கண்ணீருடன் கவிழ்ந்தது. விழிகள் தரையை நோக்கித் தாழ்ந்தன. ''அவருக்கு எதற்கோ அவசரமாப் பணம் தேவையாம். அவசரம் தீர்ந்ததும் மெதுவா அடமானத்திலிருந்து மீட்டுத் தந்துடுவேன்னு சொன்னாரும்மா.''

மங்களம் உயிரே போய் விட்டாற்போல் அவளைப் பார்த்தாள். ஒரு நிமிடம் மகள் என்ன சொல்கிறாள் என்று புரியாதவள் போல் வெறித்துப் பார்த்தாள். தொடர்ந்து ஆவேசம் வந்தவளைப்போல் ரஞ்சனியின் மீது பாய்ந்து அவள் கூந்தலைப் பிடித்தாள்.

''என்னது? காசுமாலையை அவன்கிட்ட கொடுத்தாயா? எப்ப? எப்படி? யாரைக் கேட்டுக் கொடுத்தே?''

''அது ஒரு மாதத்திற்கு மேலே ஆச்சும்மா.''

''ஒரு மாதமா? போச்சு. என் உயிரையே எடுத்துட்டியேடி நீ. என்ன தைரியத்துல யாரோட சொத்துன்னு அதைத் தூக்கி அவனிடம் நீ கொடுத்தே?'' மங்களம் ரஞ்சனியின் கன்னத்தில் மாறி மாறி விளாசினாள். அடி தாளாமல் அவள் துடித்தாள்.

''என்னிடம் ஒரே ஒரு வார்த்தை அது பற்றிச் சொன்னாயா? எல்லாம் உன் இஷ்டம்தானா? அந்த அயோக்கியன் திருப்பிக் கொடுப்பான்னு நினைச்சுட்டாயா? உனக்கு இந்த அம்மாவைப் பற்றிய நினைப்பே வரலியாடி? அம்மாவுக்கு அந்தக் காசுமாலைன்னா எத்தனைப் பிரியம்னு கூட உனக்கு நினைப்பு வரலியா? உன்னை... என்ன செய்யனும் தெரியுமா? குழி தோண்டிப் புதைக்கனும்'' என்றபடி மங்களம் ரஞ்சனியின் கழுத்தை இறுக்கினாள்.

மாதவி பெரிதாக வீறிட்டு அழத் தொடங்கினாள். ''பாட்டி! அம்மாவைக் கொன்னுடாதே பாட்டி.'' மேனகா எங்களை அனாதையாக்கிடாதே பாட்டி என்று கத்திக் கொண்டே மங்களத்தின் இடுப்பைச் சுற்றிக் கைகளைப் போட்டுப் பலமாக இழுத்தாள். அதற்குள் ரஞ்சனியும் மூச்சுத் திணறலோடு திமிறி ஒருவழியாகத் தன்னை விடுவித்துக் கொண்டு தன் அறைக்குள் ஓடிப் போய்க் கதவைச் சாத்திக் கொண்டு விட்டாள். மங்களம் பின்னாலேயே போய் கால்களாலும், கைகளாலும் அந்தக் கதவை அடித்தும், உதைத்தும் தள்ளினாள்.

''தரித்திரம் பிடிச்சவளே! என் உயிரைக் கொண்டு போகவேத்தான் நீ வந்து முளைச்சிருக்கே. உன்னைக் கொன்னா தான் என் மனம் நிம்மதியடையும். ஐயோ! காசுமாலையை அவன்கிட்ட தந்துட்டியே? இது என்னடி கிரகச்சாரம்? வடிகட்டின முட்டாளா இருக்கியே?'' மங்களம் மார்பிலும் தலையிலும் அடித்துக் கொண்டாள். ''ஐயோ கடவுளே'' என்று அழத் தொடங்கினாள்.

அவள் கத்தலுக்கும் அழுகைக்கும் தெருவில் போவோர் வருவோர் எல்லோரும் ஒவ்வொருவராக வாசலில் வந்து எட்டிப் பார்க்கத் தொடங்கினார்கள்.

மங்களம் பைத்தியம் பிடித்தவளைப் போலானாள். சிறிது நேரம் தான் அவள் அப்படி இருந்தாள். பிறகு சரேலென்று எழுந்தாள். அழுதுகொண்டே ''இனிமே என்னால இந்த வீட்ல இருக்க முடியாது. ஒரு நிமிஷம் கூட இருக்க முடியாது. என் வழியில நான் போய்க்கறேன். நீ எப்படியோ செத்தொழி'' என்று போக முற்பட்டாள். புது வலிமையுடன் மேனகா வந்து பாட்டியின் கால்களைக் கட்டிக் கொண்டாள்.

''பாட்டி! வெளியேயிருந்து எல்லோரும் பார்க்கிறாங்க பாட்டி. அழாதே.. கத்தாதே. எங்கேயும் நீ போக வேணாம்.''

''ஊஹுஂம். என்னால் இங்கே இருக்க முடியாதுடி. ஒரு நிமிஷம் கூட இருக்க முடியாது இனிமே இந்த சண்டாளியோட'' மங்களம் போயே போய் விட்டாள்.

மாதவி அழுதுகொண்டே நின்றிருந்தாளே தவிர அதிர்ந்து போயிருந்த அவளால் எதுவும் செய்ய முடியவில்லை. மேனகா அவளிடம்''மாதவி! நானும் பாட்டியோட போறேன். கதவைச் சாத்திக்க ஜாக்கிரதை!'' என்று சொல்லிவிட்டு கண்களையும் முகத்தையும் புறங்கைகளால் துடைத்தபடி ஓடினாள்.

மங்களம் தன்னைப் பின் தொடர்ந்து ஓடி வந்து கையைப் பிடிக்கப் போன மேனகாவின் கையை ஒரே உதறலில் விடுவித்துக் கொண்டு ''நீ வேற என் ஜோலிக்கு வராதே, போடி'' என்று கத்தினாள்.

''நான் போக மாட்டேன் பாட்டி. நீ எங்கே இருப்பியோ, அங்கேதான் நானும் இருப்பேன்'' பிடிவாதம் பிடித்தாள் மேனகா.

மங்களம் ஓட்டமும் நடையுமாகப் போய் கோவில் மண்டபத்தில் உட்கார்ந்தாள். ''ஐயோ, என் காசுமாலை! மனசார ஒரு நாள்கூட நான் அதைப் போட்டுக்கலை. வீட்டில் பெண் குழந்தைங்க இருக்கிறாங்க. எப்ப என்ன அவசியம் வருமோன்னு பத்திரப்படுத்தி வைத்திருந்தேனே'' முழங்காலில் தலையைப் புதைத்துக் கொண்டு அழத் தொடங்கினாள்.

அழுது கொண்டிருந்த பாட்டியை என்ன சொல்லி எப்படித் தேற்றுவது என்று புரியவில்லை மேனகாவுக்கு. அவளுக்கும் அழுகை பொத்துக் கொண்டு வந்தது. அந்தக் காசுமாலை மேல் மேனகாவுக்கும் உயிர்தான். தனக்குமாக அம்மா சொல்ல முடியாத அநியாயம் பண்ணி விட்டதாகத் தோன்றியது. பாட்டி அழுது கொண்டிருப்பதைப் பார்த்து விட்டு ''அழாதே பாட்டி, அழாதே'' என்று கெஞ்சத் தொடங்கினாள்.

மங்களம் அன்று முழுவதும் வீட்டிற்கு வரவே இல்லை. மேனகா வீட்டிற்கு வந்து சாதத்தைக் கிண்ணத்தில் பிசைந்து எடுத்துப் போய் வலுக்கட்டாயமாக அவளைச் சாப்பிடச் செய்தாள். ''பாட்டி! நீ சாப்பிடலன்னா நானும் சாப்பிட மாட்டேன்'' என்று பிடிவாதமாக உட்கார்ந்து கொண்டாள். மங்களம் இரண்டு வாய் விழுங்கினாள். பிறகு கவலையோடு அவளைப் பார்த்தாள்.

இரவு வந்தது. சிறிது நேரம் கழித்து, மேனகா கெஞ்சிக் கூத்தாடிய பிறகே மங்களம் வேண்டா வெறுப்போடு வீட்டிற்கு வந்தாள். அதற்குள் அவளுடைய துக்கம் கொஞ்சம் தணிந்திருந்தது. வீட்டிற்கு வந்த பிறகும் அழுது கொண்டே பாயில் படுத்திருந்த மங்களத்திடம் பூனைபோல் மெதுவாக ரஞ்சனி வந்தாள்.

''அம்மா... நான்... நான் செய்தது ரொம்ப ரொம்ப தப்புதான். எனக்குத் தெரியாது. அவர் சொன்னதை அப்படியே நம்பிட்டேன். என்னை மன்னிச்சிடும்மா'' என்றாள்.

ரஞ்சனியின் முகம் காலையிலிருந்து அழுது கொண்டே இருந்ததால் கன்றி வெளிறிப் போயிருந்தது. அந்த முகத்தில் தவறு செய்து விட்டோம் என்ற பச்சாத்தாபமும், வருத்தமும் தெளிவாகத் தெரிந்தன.

''இனி மேல் யாரால்தான் என்ன செய்ய முடியும்? எல்லோரும் படுகுழியில விழுந்துட்டோம். இவ்வளவு நாளும் நீ மட்டும்தான் விழுந்தாய்ன்னு நினைச்சிருந்தேன். இப்போ என்னையும் இதுங்களையும் சேர்த்தே தள்ளிட்டே. எப்ப என்ன தேவை வருமோன்னு என் உயிரைப் போலேல்ல பாதுகாத்து வச்சிருந்தேன். அதையே பறிச்சிட்டியேடி'' என்றாள் மங்களம்.

கொஞ்ச நேரம் கழித்து மங்களம் உறங்கிவிட்டாள். ரஞ்சனியும் அவளருகே படுத்துக் கொண்டாள். மேனகா மட்டும் சுவரில் சாய்ந்தபடி யோசனையில் ஆழ்ந்தாள். காசுமாலை நினைவுக்கு வந்ததும் மேனகாவின் மனதில் தாங்க முடியாத வேதனை ஏற்பட்டது. விம்மி விம்மித் தணிந்தது நெஞ்சு. தந்தை எவ்வளவு கெட்டவர்? அந்த நிமிஷத்தில் அவர் இருக்கும் விலாசம் மட்டும் எனக்குத் தெரிந்திருந்தால் நேரே போய் தலையைப் பிளந்துட்டு வந்திருப்பேன்.

அவளுக்கு மிகவும் பிரியமான கனவை அவர் குலைத்துவிட்டார். அதனால் அவர் மேல் அப்படியொரு ஆத்திரம் பொங்கியது மேனகாவுக்கு.

7

அந்தச் சம்பவத்திற்குப் பிறகு மேனகாவின் அப்பா அந்த வீட்டுப் பக்கமே தலைகாட்டவில்லை. அவர் வருவது நின்று விட்டதால் வீட்டின் நிலைமை மேலும் மோசமாகிவிட்டது. அந்த வீட்டில் எங்கு பார்த்தாலும் வறுமை கோரத் தாண்டவமாடியது. குடும்பத்தை நடத்திச் செல்வது என்பது பெரும்பாடாகிவிட்டது. மங்களம் வீட்டில் தினசரி உபயோகப்படுத்தும் பாத்திரங்களைக் கூட அடமானம் வைக்கத் தொடங்கினாள். அடமானமாக வைக்கப்பட்ட சாமான்கள் எதுவும் திரும்பவும் வீட்டிற்கு வந்து சேர்ந்தபாடில்லை.

மங்களம் தேங்காய்நார் போல் இருந்த தன் தலைமுடியை வாரி முடித்துக்கொண்டு, மேனகாவுக்குத் தலை வாரிப் பின்னிவிட்டுத் தோய்த்த கவுன் ஒன்றைப் போட்டுக் கொண்டு தன்னுடன் புறப்படச் சொல்லி யிருந்தாள்.

''எங்கே பாட்டி போறோம்'' என்றாள் மேனகா.

''மாமா வீட்டிற்குப் போய் வரலாம்.''

''அவங்க வீட்டுக்கா? ஊஹூம் என்னால வர முடியாது பாட்டி.''

''இப்படிச் சொன்னால் எப்படியம்மா? முன்னைப் போல் என்னால் அவ்வளவு தூரம் தனியாகப் போக முடியல. நீ கூட இருந்தால் ரோட்டை ஜாக்கிரதையாய் கையைப் பிடிச்சி அழைச்சிட்டுப் போவேன்னு தான்.''

''பெரிய மாமா பசங்கல்லாம் என்னைக் கேலி செய்வாங்க பாட்டி.''

''கேலி செய்வாங்கம்மா செய்வாங்க. அதிர்ஷ்டமே நம்மைப் பார்த்துக் கேலியாய் சிரிக்குது. அப்படி

யிருக்கும்போது மனுஷங்களைப் போய்ப் பெரிசாக் கணக்கில எடுத்துக்கலாமா? கேலி செய்தால் அவங்க மூஞ்சிதான் கோணலாப் போகும். நமக்கென்ன வந்தது? போயிட்டு வரலாம் வா. வீட்டில் ஆழாக்கு அரிசி கூட இல்லை. நேத்து ராத்திரியிலிருந்து யாருமே ஒரு பருக்கை கூட கண்ணால பார்க்கல. மாதவியைப் பாரு. எப்படி சோர்ந்து போயி படுத்திருக்கிறான்னு? மாமாவிடம் கேட்டு ஐம்பதோ நூறோ வாங்கிட்டு வர்றேன்.''

மேனகா தலை பின்னிக் கொண்டு பாட்டியுடன் கிளம்பினாள். மங்களத்திற்கு அந்த ஊரிலேயே பலராமன், சிவராமன் என்று மூத்தாளுக்குப் பிறந்த இரண்டு மகன்கள் இருந்தார்கள். பலராமன் ஏதோ வங்கியில் வேலை பார்த்துக் கொண்டிருந்தான். பணக்கார வீட்டுப் பெண்ணைத் திருமணம் செய்திருந்தான். நான்கு பிள்ளை கள். சொந்தமாக வீடு இருந்தது. வசதியாகவே இருந்தான்.

சிவராமனுக்குக் குழந்தைகள் இல்லை. எப்பொழுதும் நாடகம், மீட்டிங் என்று சுற்றிக் கொண்டிருப்பான். சென்ட்ரல் லைப்ரரியில் குமாஸ்தா வேலை. வருடத்தில் ஆறு மாதங்கள் விடுமுறையில்தான் இருப்பான்.

இந்த இரண்டு மகன்களுடனும் மங்களத்திற்கு சண்டை சச்சரவு எதுவும் இல்லைதான். ஆனாலும் அவ்விருவரும் என்றுமே இவர்கள் வீட்டிற்கு வரமாட்டார்கள். மங்களம் மட்டும் நினைத்த பொழுதெல்லாம் அவர்கள் வீட்டிற்குப் போய் வருவாள்.

அண்ணன் தம்பி இருவருமே ஒன்றாகத்தான் இருந்து வந்தார்கள். சிவராமனுக்குக் குழந்தைகள் இல்லாததால் எந்தச் சச்சரவும் இருக்கவில்லை. பெண்களுக்குள் ஒற்றுமை போறாது என்றாலும், ஆண்கள் இருவரும் மட்டும் ஒற்றுமையாகவே இருந்து வந்தார்கள்.

மங்களம் போனபொழுதெல்லாம் இருவரில் யாரையாவது ஒருவரைக் கேட்டு ஐம்பதோ நூறோ வாங்கிக் கொண்டு வருவாள். பண்டிகை ஏதாவது வந்தால் அவர்கள் அழைக்காமலேயே போய்விட்டு, நாள் முழுவதும் உழைத்துவிட்டு மாலையில் வரும் போது சாதம், குழம்பு, கறி, பட்சணங்கள் எல்லாவற்றையும் மூட்டை கட்டிக்கொண்டு வருவாள்.

இப்பொழுதெல்லாம் தெம்பு குறைந்து விட்டதால் அவ்வளவு தூரம் அவளால் தனியாகப் போக முடியவில்லை. வழியில் உடம்பு தள்ளாடி விழுந்துவிட்டால் என்ன செய்வது என்ற பயம்! முன்பெல்லாம் இப்படி இல்லை. இப்பொழுது கொஞ்ச தூரம்

நடந்தாலும் பஞ்சம் பட்டினியால் ஏற்பட்ட இயலாமையால் மூச்சிரைப்பு வந்து விடுகிறது. மேனகா உடன் இருந்தால் தோளில் கையைப் போட்டுக் கொண்டு அந்த பலத்தில் எவ்வளவு தூரம் வேண்டுமானாலும் நடந்து போகலாம் என்றெண்ணினாள்.

மேனகா பாட்டியின் கையை ஜாக்கிரதையாகப் பிடித்து நடத்தி அழைத்துச் சென்றாள். போகும் போது வழியில் ''மாமால்லாம் நம் வீட்டுக்கு ஏன் வருவதில்லை பாட்டி?'' என்று கேட்டாள்.

''வரமாட்டாங்கம்மா. வர மாட்டாங்க. ஏன் வரப்போறாங்க? எல்லாம் என் தலையெழுத்து! உங்க அம்மாவுக்கு வயதாயிட்ட பிறகும்கூட என்னால கல்யாணம் பண்ணி வைக்க முடியலை. உங்க அப்பாவைக் கண்டால் அறவே அவங்களுக்குப் பிடிக்காது. உங்க அப்பா நல்லவர் இல்லைன்னு உங்க அம்மாகிட்ட சொன்னாங்க. அவள் காதில் வாங்கிக்கலை. அவங்களுக்குக் கோபம் வந்து விட்டது. அவங்க பேரும் கெட்டுவிட்டதேன்னு கோபம். அதான்மா அவங்களுடைய ஆதரவு கூட இல்லாமல் போய்ட்ட பிறகு நாம் எல்லாம் ரொம்பவும் நாதியற்றவர்களாக ஆயிட்டோம்.''

சாலையைப் பார்த்தே நடந்து கொண்டிருந்த மேனகா மவுனமாக இதையெல்லாம் கேட்டுக் கொண்டாள். அப்பா நல்லவர் இல்லைன்னு மாமாவுக்கெல்லாம் முன்னாலயே தெரியும் போல. அம்மா அவங்களோட பேச்சைக் கேட்கலையாமா. மேனகாவுக்கு அந்த நிமிடம் மாமாக்களின் மீதுதான் இஷ்டம் ஏற்பட்டது. மாமால்லாம் நல்லவங்க போலிருக்கு. அப்பாவின் கெட்ட குணத்தைக் கண்டு பிடித்து அம்மாவிடம் சொல்லியிருக்காங்க.

மங்களம் பெருமூச்செறிந்தாள். ''அதெல்லாம் ஒரு கதைடி. நீ சின்னப் பெண்ணு. சொன்னாலும் உனக்கு அவ்வளவாப் புரியாது'' என்றாள்.

மேனகா மங்களத்துடன் போனபொழுது பெரிய மாமா பலராமன் வீட்டில்தான் இருந்தான். உள் திண்ணையில் உட்கார்ந்து கொண்டு எவர்சில்வர் தட்டில் உப்புமா சாப்பிட்டுக் கொண்டிருந்தான். பலராமனின் மனைவி கிருஷ்ணவேணி பேஸினில் டம்ளர்களை அலம்பிக் கொண்டிருந்தாள். மங்களம் வந்ததைப் பார்த்துவிட்டு நெற்றியைச் சுளித்துக் கொண்டே பார்க்காதது போல் அவள் உள்ளே போய் விட்டாள். மங்களத்தைப் பார்த்துவிட்டு பலராமன் முகத்தைத் தூக்கி வைத்துக் கொண்டானே தவிர வா என்று கூட அழைக்கவில்லை. வந்தவர்கள் தனக்குச் சம்பந்தம் இல்லாதவர்கள் என்பது போல் தலையைக் குனிந்தபடி உப்புமாவைச் சாப்பிடத்

தொடங்கினான். மங்களம் முன்புறம் இருந்த குழாயடிக்குப் போய் கால்களை அலம்பிக் கொண்டு, மேனகாவின் கால்களிலும் தண்ணியை ஊற்றிவிட்டு, "என்னப்பா? சௌக்கியமா?" என்று விசாரித்தபடி உள்ளே போனாள்.

பலராமன் உப்புமாவிலிருந்த முந்திரிப்பருப்பைப் பொறுக்கி எடுத்து சாப்பிட்டுக் கொண்டே "ஊம். ஊம் சௌக்கியம்தான். என்ன இப்படி வந்திருக்கே?" என்றான். அந்த விசாரிப்பில் குத்தலும், ஏளனமும் கலந்திருந்தன.

"உன்னையும், மருமகளையும், குழந்தைகளையும் பார்த்து ரொம்ப நாளாயிட்டே. பார்த்துட்டுப் போகலாம்னுதாம்யா வந்தேன். எனக்கும் உங்களையெல்லாம் விட்டால் வேறு யார் இருக்காங்க சொல்லு."

"யாரும் இல்லாமல் என்ன? உன் மருமகன்தான் இருக்கானே?" என்றான் கேலியாக.

"இருக்கான் இருக்கான். அவன் சரியா இருந்தால் எனக்கு ஏன் இந்தக் கஷ்டமெல்லாம்? மருமகள் எங்கய்யா?" கொஞ்ச நேரத்திற்கு முன்னால் அவள் உள்ளே போனதைப் பார்க்காதது போலவே கேட்டாள்.

"உள்ளே இருக்கிறாள். அடியேய்! உன் மாமியார் வந்திருக்காங்க, பார்" என்று கத்திவிட்டு, காலியான தட்டைக் கீழே வைத்துவிட்டு "தண்ணீர் எங்கே?" என்று கேட்டபடி உள்ளே போனான்.

உள்ளேயிருந்து கிருஷ்ணவேணி வரவில்லை. பலராமனும் வெளியே வரவில்லை.

மங்களம் நின்று கொண்டே இருந்த மேனகாவை உட்காரச் சொல்லி சைகை காட்டினாள். அங்கே குழந்தைகள் விளையாடிக் கொண்டிருந்தார்கள். சிறுவன் ஒருவன் மூன்று சக்கர சைக்கிளை ஓட்டிக் கொண்டிருந்தான். இன்னொரு பையன் சைனீஸ் சக்கர் விளையாடிக் கொண்டிருந்தான். ஏறக்குறைய மேனகா வயதுடைய சிறுமி ஒருத்தி உட்கார்ந்தபடி பூக்களைத் தொடுத்துக் கொண்டிருந்தாள்.

"காமாட்சி! இப்படி வா" உள்ளே இருந்து கிருஷ்ணவேணி குரல் கொடுத்தாள்.

"நான் வரமாட்டேன். பூத் தொடுத்துக் கொண்டிருக்கேன்" காமாட்சி பதில் சொன்னாள்.

உள்ளேயிருந்து கிருஷ்ணவேணி வந்தாள். அவளைப் பார்த்ததும் மங்களம் "நன்றாக இருக்கிறாயா மருமகளே?" என்று குசலம் விசாரித்தாள். அவள் அதைக் காதில் வாங்காதது போலவே போய்,

மகளின் தோளைப் பற்றி இழுத்து ''ஓவல் குடிக்க வான்னு கூப்பிட்டா ஏன் வரமாட்டேங்கிறே? ஆறிப் போயிடாதா?'' என்று உள்ளே இழுத்துக் கொண்டு போனாள். மற்ற பசங்களும் உள்ளே போய் விட்டார்கள்.

அதற்குள் ஒரு நடுத்தர வயது ஆசாமி உள்ளே வந்தார். அவருடன் பருமனான பெண்மணி ஒருத்தி வந்தாள். அவள் கனகாம்பரம் மலர்களை சூடிக்கொண்டு, பட்டுப்புடவை அணிந்து கொண்டிருந்தாள்.

''பலராமா!'' என்று கூப்பிட்டார். உள்ளே இருந்து பலராமன் ''யாரு?'' என்று வெளியே வந்தான். அவரைப் பார்த்ததும் அவன் முகம் சந்தோஷத்தால் மலர்ந்தது.

''நீங்களா... வாங்க வாங்க. இன்னைக்கு நாங்க எழுந்த வேளை ரொம்ப நல்ல வேளை. உங்களை தரிசிக்கும் பாக்கியம் கிடைத்தது'' என்று சொல்லிவிட்டு, ''அடியேய்! யார் வந்திருக்காங்க பார்'' என்று கத்தினான்.

கிருஷ்ணவேணி உள்ளே இருந்து வந்தாள். பட்டுப்புடவை உடுத்தியிருந்த அந்த அம்மாளைப் பார்த்ததுமே வேணியின் முகம் மலர்ந்து விட்டது.

''வா சித்தி! ஊரிலிருந்து எப்போ வந்தே?'' என்று எதிர்கொண்டு அழைத்து கையைப் பிடித்துக் கொண்டு உள்ளே அழைத்துப் போனாள். எல்லோரும் உள்ளே போனார்கள்.

வாசல் திண்ணையில் மங்களம் உட்கார்ந்திருந்தாள். அவர்கள் வந்து ரொம்ப நேரமாகிவிட்டது. மேனகாவுக்குக் கோபமும், எரிச்சலும் ஏற்பட்டன. ''போய்டலாம் பாட்டி'' என்றாள்.

''போகலாம்மா செத்த இரு.''

''அவங்க யாருமே நம்மகிட்ட பேசவே இல்லையே?''

''அப்படி எல்லாம் மரியாதையை எதிர்பார்க்கும் நிலையிலா நாம இருக்கோம்? உட்கார்ந்துக்க. எரிச்சல் படாதே.'' கையைப் பிடித்து இழுத்து உட்கார வைத்தாள். வேறு வழியின்றி உட்கார்ந்தாள் மேனகா.

எதிரே கம்பி போட்ட வராண்டா வழியாய் உள்ளே வேணி வந்தவர்களுக்கும், குழந்தைகளுக்குமாகக் காபி பலகாரம் கொடுத்துக் கொண்டிருப்பது தெரிந்தது. அவர்கள் வேண்டாம் போதும், என்ற போதிலும் வற்புறுத்தி உபசரித்துக் கொண்டிருந்தாள். அவர்கள் எல்லோரும் கலகலவென்று சிரித்தபடி பேசிக் கொண்டிருந்தார்கள்.

உட்கார்ந்து உட்கார்ந்து முதுகு வலித்ததால் மங்களம் திண்ணையில் முந்தியை விரித்து, கையைத் தலைக்குக் கீழே வைத்துக் கொண்டு படுத்தேவிட்டாள்.

''போகலாம் பாட்டி.'' மேனகா திரும்பவும் சொன்னாள்.

''போகலாம் இரு. மாமாவைத் தேடிக் கொண்டு யாரோ வந்துட்டாங்க இல்லையா. அவங்க போன பிறகு பேசிவிட்டுப் போயிறலாம்.''

''இருட்டிக் கொண்டு வருதே?''

''இருட்டட்டும். நமக்கென்ன? பாதி ராத்திரியானாலும் சரி. நமக்கு என்ன பயம்? திருடங்க எடுத்துக்கிட்டு போவதற்கு நம்மகிட்ட என்னடி இருக்கு?''

வீட்டிற்குள்ளே இருந்து பிள்ளைகள் வெளியே வந்தார்கள். வாழைப் பழம் சாப்பிட்டுக் கொண்டிருந்தார்கள். பழத்தை உரித்துத் தோலை மேனகாவின் மீது விட்டெறிந்தார்கள்.

''தப்பு கண்ணா. அப்படில்லாம் பண்ணக் கூடாது'' என்றாள் மங்களம்.

''போ போ கிழட்டுக் குரங்கு'' என்றான் ஒரு சிறுவன். மேனகா கையை ஓங்கிக் கொண்டு முன்னோக்கிப் போன பொழுது மங்களம் எழுந்து சட்டென்று அவளுடைய கவுனைப் பிடித்து இழுத்தாள். ''தப்பும்மா! தப்பு. ஒன்றும் செய்யாதே. அவங்க வீட்டுக்கு நாம் வந்திருக்கிறோம்.''

''வந்தா? மரியாதையா பேசத் தேவையில்லியா? என்ன பாட்டி நீ?'' மேனகாவின் கண்கள் சிவந்துவிட்டன. அந்தச் சிறுவன் பின்னால் வந்து மேனகாவின் பின்னலைப் பிடித்து இழுத்துவிட்டு ஓடிப் போனான்.

பசங்களுக்கு உற்சாகம் வந்து விட்டது. மேனகாவின் கவுனைப் பார்த்துக் கேலி செய்தார்கள். மங்களம் அவர்களைக் கெஞ்சிக் கூத்தாடி மேனகாவை அழைத்து வந்து இறுக்கமாகத் தன்னிடம் பிடித்து வைத்துக் கொண்டாள். இல்லாவிட்டால் மேனகா அவர்களை நைய்யப் புடைத்து விட்டிருப்பாள்.

ஒரு மணி நேரம் கழித்து அவர்கள் எல்லாம் வெளியே வந்தார்கள். பலராமன் அவர்களை வழியனுப்பிவிட்டு வந்தான். அவனைப் பார்த்ததும் மங்களம் எழுந்துகொண்டே ''நான் போய்ட்டு வறேம்பா'' என்றாள்.

''நல்லதும்மா போய் வா'' என்றான்.

''ஒரு இருபத்தஞ்சி ரூபாய் இருந்தால் கொடுப்பா. வீட்டில் குண்டுமணி அரிசி இல்லை.'' மங்களத்தின் குரல்வளம் எங்கோ போய் ஒளிந்து கொண்டது. மெல்லிய குரலில் கேட்டாள்.

''ரூபாயா?'' அதைக் கேட்டதும் பலராமன் எரிச்சலடைந்தான். ''எங்ககிட்ட என்ன பணப் புதையலா இருக்கு? என்னிடம் கேட்காதேன்னும், இந்த வீட்டு வாசற்படி ஏறாதேன்னும் எத்தனை தடவை சொல்லியிருக்கேன்?''

''அதில்லையப்பா. குழந்தைகள் இருவரும் இரண்டு நாளாப் பட்டினி கிடக்கிறாங்க''

''அந்தப் பாடெல்லாம் உனக்கு எதுக்கு? யாரைக் கேட்டுக் குழந்தைகளைப் பெத்துகிட்டா? அதான் புருஷன்காரன் இருக்கானே? போய் சிண்டைப் பிடித்துக் கேட்கச் சொல்லு.''

''அவளுக்கு அவ்வளவு சாமர்த்தியம் இருந்தால் குடும்பத்திற்கு இந்தக் கதியே வந்திருக்காது.''

''சாமர்த்தியம் இல்லாம இல்லை. திமிர்! அப்பொழுது கண்மண் தெரியலை. இப்பதான் கண்ணு தொறந்திருக்கு. பட்டாதானே தெரியும்!''

அதற்குள் அங்கே பலராமனின் தம்பி சிவராமன் வந்தான். அவன் தலைமுடி பின்னால் நீளமாகத் தொங்கிக் கொண்டிருந்தது. வெற்றிலையால் வாய் சிவந்திருந்தது. கிராப்பை மேல் நோக்கித் தூக்கி வாரியிருந்தான். வேட்டியும், சில்க் சட்டையும் அணிந் திருந்தான். ஆளைப் பார்த்ததுமே உல்லாசப் பேர்வழி என்று தெரிந்தது.

''அண்ணா!'' என்று அழைத்தபடி அங்கே வந்தவன் மங்களத்தைப் பார்த்ததும் ''இந்தக் கிழவி இங்கே எப்படி வந்து சேர்ந்தாள்?'' என்றான்.

''பணம் வேணுமாம். வந்திருக்கா. உன்கிட்ட இருந்தால் கொடு'' என்றான் பலராமன்.

''நானா?'' காலியான ஜேபியைக் காட்டிவிட்டுச் சிரித்தான். ''அண்ணி! கொஞ்சம் சூடா காபி கொடு'' என்று குரல் கொடுத்து விட்டு மங்களத்தின் பக்கத்தில் உட்கார்ந்திருந்த மேனகாவின் கன்னத்தில் சிட்டிகையிட்டான். ''இதுக்கு என்ன வயசு சித்தி?'' என்றான்.

''ஒன்பது முடிஞ்சிட்டுது'' என்றாள் மங்களம்.

''சீக்கிரம் பெரியவளாகச் சொல்லு. நானே கல்யாணம் செய்துக்கிறேன். உன் மருமகள் தான் கோவேறு கழுதையாய்ச்

சுற்றிக் கொண்டிருக்கிறாளே தவிர, குழந்தையைப் பெறத்தான் அவ லாயக்கா இல்லையே.''

''மருமகள் எங்கே?''

''இல்லை. பிறந்த வீட்டுக்குப் போயிருக்குது. வருஷத்துல பத்து மாசம் பிறந்த வீட்டில்தானே இருப்பா'' என்றான் அவன்.

சிவராமனுக்குக் குழந்தைகள் இல்லை. ''யாராவது டாக்டரிடம் காட்டக் கூடாதாய்யா?'' என்றாள் மங்களம்.

''காட்டினேன். அவளுக்குக் குழந்தை பிறக்காதாம். வேறொருத்தியைக் கட்டிக்கன்னு சொல்லிட்டார்'' என்று சொல்லிக் கொண்டே மேனகாவை இழுத்துக் கட்டிக் கொண்டு கன்னத்தில் முத்தமிட்டான். ''என்ன குட்டி? நீ எனக்குக் குழந்தையைப் பெற்றுத் தருவியா? உன்னைப் போல ஒல்லியாக இருப்பவங்களைத்தான் எனக்குப் பிடிக்கும்.''

மேனகா அவன் கைகளில் பயத்தோடு துவண்டாளே தவிர விடுவித்துக் கொள்ள அவளால் முடியவில்லை.

''அவளுடன் உனக்கு என்னப்பா கொஞ்சல்? சின்னப் பெண்ணு அவள்.'' மங்களம் வலுக்கட்டாயமாக மேனகாவை விடுவித்தாள்.

''அம்மாடி! இது சின்னப் பொண்ணே இல்லே. பிடாரி! பார் எப்படி எல்லாம் என்னைக் கீறியிருக்கிறாள்?'' என்று கையிலிருந்த கீறலைக் காட்டினான். ரோஷத்துடன் பார்த்தபடி தொலைவில் நின்று கொண்டிருந்த மேனகாவைப் பார்த்துவிட்டு ''இதை நினைவில் வச்சுக்கறேன்டி. இரு, வட்டியோட சேர்த்து இதற்கெல்லாம் வசூல் செய்து கொள்ளாவிட்டால் பார்'' என்றான் கறுவியபடி.

கிருஷ்ணவேணி காபியைக் கொண்டு வந்து மைத்துனனிடம் கொடுத்தாள். மங்களத்திற்கும், மேனகாவுக்கும் தரவில்லை.

கொஞ்ச நேரம் கழித்து ''நாடகம் ஒண்ணு இருக்கு'' என்று கூறிவிட்டு சிவராமன் போய்விட்டான். குழந்தைகள் உள்ளே சாப்பிட்டுக் கொண்டிருந்தார்கள். சமையலறையிலிருந்து பேச்சுக் குரல் கேட்டது. ''பத்தோ இருபதோ கொடுத்தனுப்புங்கள். இல்லாவிட்டால் நகரமாட்டாள். சனியனைப் போல் இங்கேயே உட்கார்ந்திருப்பா.''

''கொடுத்தா அப்புறமா நீ கோவிச்சுக்க மாட்டியே?''

"என்னோட கோவம் இருக்கட்டும். உங்களுக்கு மட்டும் விருப்பமா? ஒருதடவை கொடுத்தா மறுபடி பத்து தடவை வந்து நிற்பாங்க."

பலராமன் ஜேபியிருந்த ரூபாய் நோட்டை எடுத்து மனைவியிடம் கொடுத்தான். "நீயே கொண்டு போய்க் கொடு."

கிருஷ்ணவேணி விடுவிடென்று வாசலுக்கு வந்தாள். "எங்கள் வீட்டிற்கு இது போல் பிச்சை கேட்டு வரவேணாம்னு உங்க பிள்ளை கடுமையா சொல்லச் சொன்னார். இனிமே வந்தா மரியாதையாய் இருக்காது. இந்தா" கையிலிருந்த நோட்டை மங்களத்தின் மீது வீசியெறிந்து விட்டு வேகமாக உள்ளே போய்விட்டாள். தன் மேலே பட்டுக் கீழே விழுந்த ரூபாய் நோட்டை மங்களம் குனிந்து எடுத்து, கண்களில் ஒற்றிக் கொண்டு புடவைத் தலைப்பில் முடிந்து கொண்டாள்.

"எழுந்துக்கம்மா மேனகா. போகலாம்" என்றாள். அவள் எழுந்து கொண்டாள். "போய்ட்டு வர்றம்" என்றாள் உள் பக்கம் பார்த்தபடி.

"சரி. சரி. போயிட்டு வாங்க." பலராமன் உள்ளேயிருந்தே குரல் கொடுத்தான்.

இருவரும் வெளியே வந்தார்கள். இரவு எட்டு மணிக்கு மேலேயே ஆகிவிட்டது. நடந்து போகும் போது மங்களத்தின் கண்களிலிருந்து பொலபொலவென்று கண்ணீர் உதிர்ந்தது. துடைத்துக் கொண்டாள்.

"எதுக்குப் பாட்டி அழுதுகிட்டிருக்கே?"

"மனுஷன் எப்படி எப்படியெல்லாம் வாழ்ந்து கொண்டிருக்கிறான் என்று நினைச்சுதான். ஒரு வாய் காபி தண்ணியை நமக்குக் கொடுத்தால் அவங்களுக்கு என்ன குறைஞ்சி போய்டும் சொல்லு? நான் அந்த வயதில் இருக்கும் போது மாட்டுக் கொட்டகையில ஆறு மாடுகளைக் கட்டி வைத்து பால் கறந்துட்டிருந்தேன். வீட்டுக்கு வந்தவர்களுக்குக் கட்டி தயிர் இல்லாமல் சாதம் போடறதுனாலே எனக்கு அவமானமா இருக்கும். அப்படி எல்லாம் வாழ்ந்த நான் இன்னைக்கு இப்படி வேண்டா வெறுப்போட கொடுப்பதை வாங்கிகிட்டு அவமானத்தை விழுங்கிட்டு வறேன். சில சமயம் யோசிச்சுப் பார்த்தா இதையெல்லாம் அனுபவித்துக் கொண்டிருப்பது நான்தானா இல்லே என்னோட கட்டையான்னு சந்தேகமாயிருக்கும்மா."

மேனகா மவுனமாக இருந்துவிட்டாள். ஒட்டி உலர்ந்து போன மேனகாவின் கன்னங்களைப் பார்க்கும் போது மங்களத்திற்கு

வயிற்றில் புளியைக் கரைத்தது. மிகவும் சங்கடமாக இருந்தது. எப்படி எல்லாம் வளர வேண்டிய குழந்தைங்க! மேனகா எவ்வளவு பசியா இருந்தாலும் பிடிவாதமா தாங்கிக் கொள்வாள் சிறு வயசிலயே.

இந்தப் பெண்ணுகிட்ட எவ்வளவு பொறுமை இருக்கு என்றெண்ணிக் கொண்டாள் மங்களம்.

''பசிக்கிறதா மின்னு!''

மேனகா மெதுவாக ஆம் என்பது போல தலையை அசைத்தாள்.

மங்களம் வழியில் கண்ணில் பட்ட கடையில் கொஞ்சம் பொரி வாங்கினாள். பொரி என்றால் விலை மலிவு. ரொம்ப நேரம் சாப்பிடலாம். அதுவே பிஸ்கெட்டாக இருந்தால் விலை அதிகம். சட்டென்று தீர்ந்துவிடும்.

பொரியைச் சாப்பிட்டவாறே இருவரும் சோர்வுடன் நடக்கத் தொடங்கினார்கள். மங்களம் ஓரளவுக்குத் தெம்புடன் நடையை எட்டிப் போட்டாள். ஏன் என்றால் புடவைத் தலைப்பில் இப்பொழுதுதான் கடையில் வாங்கி மூட்டை கட்டிக் கொண்ட அரிசி, பருப்பு, காய்கறிகள் இருந்தன. அன்றிரவு சாப்பிட்டுக் கொண்டிருக்கிற போது மேனகாவுக்குச் சாப்பாடு இதற்கு முன்னால் என்றுமே இல்லாதவாறு ரொம்ப ருசியாக இருப்பது போல் தோன்றியது.

8

அந்த விதமாக மங்களம் ஒரு துடுப்புபோல் செயல்பட, ஏறக்குறைய எட்டு வருடங்கள் குடும்பம் என்ற அந்தப் படகு கஷ்டங்கள் என்ற கடலில் தத்தளித்தபடி முன்னேறிக் கொண்டிருந்தது. இந்த எட்டு வருடங்களில் மங்களம் பண்ணாத வேலை இல்லை. பணக்கார குடும்பங்களில் சமையல்காரியாய் கொஞ்ச நாள், பீடி சுற்றும் கூலிக்காரியாய் சில காலம், ஊறுகாய் தயாரிக்கும் கம்பெனியில்கூடகச் சில காலம் வேலை

பார்த்து வந்தாள். ஆனால் பெரும்பாலும் தன் வாய்த் துடுக்குத்தனத்தினால் எங்கேயும் நிலைத்து நிற்க முடியாமல் அங்கங்கே வேலையை இழந்து கொண்டிருந்தாள்.

இந்த எட்டு வருடங்களில் மங்களம் செய்த நல்ல காரியம் ஒன்றே ஒன்றுதான். யாரோ நொடித்துப் போய் தையல் மிஷினை மலிவாக விற்ற போது வாங்கி மகளுக்குத் தந்தாள். அதன் மூலமாக ரஞ்சனிக்கு ஒரு விடிவுகாலம் ஏற்பட்டதோடு, கொஞ்சமோ நஞ்சமோ வருமானம் வரத் தொடங்கியது. அந்தத் தையல் மிஷினுக்கு ஆன கடன் தீரும் வரையில் வீட்டில் யாருமே கண்ணயரவில்லை. பத்து பைசா மீதம் இருந்தாலும் உண்டியலில் போட்டு சேர்த்து வைத்து மாதத் தவணையைக் கட்டி வந்தார்கள்.

ரஞ்சனிக்கு இயற்கையிலேயே தையலில் ஆர்வம் இருந்ததால் சீக்கிரமாகக் கற்றுக் கொண்டு விட்டாள். ஜாக்கெட், பாவாடை, கவுன் போன்றவற்றைக் கத்தரித்துத் தைக்கக் கற்றுக் கொண்டாள். தாய்க்கு மேனகாவும், மாதவியும் தன்னாலான உதவிகளைச் செய்து வந்தார்கள்.

ரஞ்சனியின் வருமானம் ஓகோ என்று இல்லாவிட்டாலும் அதைக் கொண்டு சில்லரைச் செலவுகளை, நித்தியப்படித் தேவைகளைச் சமாளிக்க முடிந்தது.

இந்த எட்டு வருஷங்களில் மேனகாவும், மாதவியும் நன்றாக வளர்ந்துவிட்டார்கள். அப்போது அவர்கள் வயதுக்கு வந்த பெண்கள்! கூடவே வீட்டுச் செலவுகளும் அதிகரித்து விட்டன. எட்டு வருஷங்களில் மங்களம் சந்தனக்கட்டையாய் உழைத்ததால் இளைத்துத் தேய்ந்து போய்விட்டாள். அடிக்கடி அவளுக்கு மூச்சிரைப்பு வந்தது. எந்த வேலையும் செய்ய முடியவில்லை. மேனகா வேலை செய்யாவிட்டால் வீட்டில் எதுவுமே நடக்காது போல் இருந்தது. மேனகா பாட்டியிடமிருந்து நிறைய உலக அனுபவத்தைக் கற்றுக் கொண்டு விட்டாள். பாட்டியிடம் நல்ல பயிற்சியைப் பெற்றிருந்த மேனகாவுக்கு இப்பொழுது உலகத்தைக் கண்டால் கொஞ்சமும் பயம் இல்லை. உலகத்தின் வாயை அடைக்க அவளால் முடியும்.

மேனகா வந்தால் குழாய் அடியில் இருக்கும் பெண்கள் விலகிக் கொண்டு அவளைத் தண்ணீர் பிடிக்க விட்டுவிடுவார்கள். சண்டை வந்து விட்டால் எதிராளி வாயை மூடிக்கொண்டு போய் விடும்படி செய்வாள் அவள். ரஞ்சனி தைத்துக் கொடுக்கும் உடைகளைக் கொண்டு போய்க் கொடுத்துவிட்டுப் பணத்தை வசூல் செய்து

கொண்டும் வருவாள் மேனகா. தேவைப்பட்டால் எதிராளியிடம் மிகவும் பண்பாக நடந்து கொள்ளவும் முடியும் அவளால். அல்லது எதிர்த்து நின்று எதிராளிக்குப் பதில் சொல்லி பைத்தியம் பிடிக்க வைக்கவும் முடியும்.

மாதவிக்கு மட்டும் எப்போதும் ஒரே வழிதான். தான் உண்டு தன் வேலை உண்டு என்று இருக்கும் சுபாவம். மாதவியைப் பார்த்துப் புகழ்பவர்கள் எல்லோரும், மேனகாவை ராட்சசி என்றே விமரிசிப்பார்கள்.

மங்களத்தின் குடும்பம் ஆண் துணையற்ற குடும்பம். அதிலும் வீட்டில் வயதுக்கு வந்த இரண்டு பெண்கள் இருந்ததால் அந்தத் தெருவில் வயதில் பாகுபாடு இல்லாமல் எல்லா ஆண்களின் பார்வையும் இந்த வீட்டின் மீதே இருந்தன. மங்களம் தெருவில் நடந்து போனால் விடலைப் பசங்கள் மேனகா, மாதவியின் பெயர்களைக் கூப்பிட்டு கிண்டல் செய்வார்கள். மங்களம் அவர்களை ஏசுவாள். ''உங்களுக்கு அக்கா தங்கச்சி இல்லையா? ஏன் இப்படியெல்லாம் பேசுறீங்க?'' என்றால் ''அவங்கள்லாம் இருக்கிறாங்க. மாமன் மகள்தான் இல்லை. ஊரில் இருக்கும் பெண்கள் எல்லோரும் அக்கா தங்கச்சியாயிட்டா அப்புறம் பொண்டாட்டியா யார் வருவா?'' என்று ஏளனம் செய்து சிரிப்பார்கள்.

மங்களத்திற்கு உடம்பில் தெம்பு குறைந்து விட்டதால் வீட்டு வேலை முழுவதும் மேனகாவின் மீது விழுந்தது. ஆண்பிள்ளையைப் போல் வீட்டு விவகாரங்களைப் பார்த்து வந்தாள் அவள். ரஞ்சனி மேனகாவைப் பார்த்து ''இவ எனக்கு மகனாகப் பிறக்க வேண்டியது'' என்று நினைத்துக் கொள்வாள். தாம் வாடிக்கையாகத் தைக்கும் வீடுகளில் மேனகா நல்ல விதமாகப் பேசி அவர்களிடமிருந்து நல்ல பெயர் வாங்கிக் கொண்டாள்.

மங்களத்திற்கு இப்பொழுதெல்லாம் பேத்திகளுக்கு எப்படிக் கல்யாணம் செய்வது என்ற நினைப்புதான். யாராவது கண்ணில் பட்டால் போதும் ''இதோ பாருங்க. எனக்கு இரண்டு பேத்திகள். பெரியவ ரொம்ப கெட்டிக்காரி. வீட்டு வேலைகளை எல்லாம் நல்லா செய்வா. சின்னவ சாட்சாத் சரஸ்வதி தேவிதான். அவ வீணை வாசிச்சா நாள் பூரா அப்படியே கேட்டுக்கிட்டிருக்கலாம். ஆனா, என்னால் வரதட்சிணை எதுவும் கொடுக்க முடியாது. எப்படியாவது கல்யாணத்தை மட்டும் பண்ணி வைக்கிறேன். எங்கேயாவது நல்ல வரன் இருந்தால் சொல்லுங்கள்'' என்று தொடங்கி விடுவாள்.

பேத்திகள் பெரியவர்கள் ஆன பிறகு பெரிய மாமன் வரா விட்டாலும், சின்ன மாமன் மட்டும் அடிக்கடி வீட்டிற்கு வந்து கொண்டிருந்தான். மங்களம் அவன் வந்தால் சந்தோஷப்படுவாள்.

''டேய்! நீதான் கொஞ்சம் எங்களைக் கவனிச்சிக்கணும்'' என்பாள்.

''அதற்கென்ன சித்தி! என்கிட்ட பணம் இல்லாததால இப்படி நீங்கள்லாம் இருப்பதைப் பார்த்துக்கிட்டு சும்மாயிருக்கிறேனே தவிர, பணம் இருந்தால் அண்ணாவைப் போல் கஞ்சத்தனமாக இருப்பேனா? என்கிட்ட அழைச்சுப் போய் வச்சிக்குவேன்'' என்பான். அதற்கே மங்களம் பொங்கிப் பூரித்துப் போய் விடுவாள்.

மேனகாவுக்கு மட்டும் சிவராமனைப் பார்த்தால் மேலே கரப்பான்பூச்சி ஊர்ந்தாற்போல் அருவருப்பாக இருக்கும். அவன் பேச்சும், சிரிப்பும் எரிச்சலை மூட்டும்.

அவன் வந்தான் என்றால் லேசில் போக மாட்டான். மங்களம் போட்ட சாப்பாட்டைச் சாப்பிட்டு விட்டு, கட்டில் மீது உட்கார்ந்து கொண்டு ''அடியேய் மேனகா! அந்தத் தலையணையை இப்படிக் கொண்டாந்து கொடேன்'' என்பான்.

மேனகா பதில் சொல்ல மாட்டாள். அவன் கேட்டது காதில் விழாதது போலவே இருந்து விடுவாள்.

''உன்னைத்தான்டி இவளே. காதில் விழலையா? எடுத்துக்கிட்டு வா.'' உத்தரவு போட்டான் ஒரு நாள்.

''வேணும்னா நீயே போய் எடுத்துக்க.'' டம்ளர்களை அலம்பிக் கொண்டிருந்த மேனகா திரும்பிப் பார்க்காமலே பதில் சொன்னாள்.

''என்ன திமிர்? நான் யாருன்னு தெரியுமா?'' எழுந்து வந்து கேட்டான்.

''தெரியாமல் என்ன? நாடகம் போடுறதா சொல்லித் திரியும் பேர்வழி. மேடையில் தவளையைப் போல் கத்தும் கிருஷ்ண பரமாத்மா.''

''என்னடி சொன்னே?''

''பாட்டி உயிரை எடுத்ததால் அன்னைக்கு நாடகம் பார்க்க வந்தேன். நீ போட்ட அந்தக் கிருஷ்ணர் வேஷத்தைப் பார்த்த பிறகு அந்தப் பெயரைக் கேட்டாலே வாந்தி வருது.''

"சித்தி! பார்த்தியா இவள் வாயாடித்தனத்தை?"

"அவள் ஜோலிக்குப் போகாதேடா. தலையணையை நான் எடுத்தாந்து தரேன் இரு."

"ஏய், நான் யாருன்னு தெரியுமா?" திரும்பவும் கேட்டான்.

"நீயே சொல்லு?"

"உனக்கும் உன் தங்கைக்கும் வருங்கால புருஷன்."

"சீ.. போ அந்தப் பக்கம்." மேனகா அவனை அருவருப்புடன் பார்த்தாள்.

"எங்கே போய்டுவேன்? இங்கேயே இருப்பேன். வீட்டோட மாப்பிள்ளையா இங்கேயே வந்து தங்கிடுவேன். அக்கா தங்கை இரண்டு பேரையும் நானே கட்டிக்கிறேன்.

உங்க அம்மா என்னைவிட உசத்தியான புருஷனை உங்களுக்குக் கொண்டு வந்துருவாளோ? பணம் செலவழிச்சி உங்களுக்குக் கல்யாணம் பண்ணி வைக்க யாருடி இருக்காங்க இங்கே? உங்க அப்பாவா, தாத்தாவா? உங்களை யார் பண்ணிக்குவாங்க? எப்படியும் நான்தான் கதி உங்களுக்கு.

ஒருத்தி என் கால்களைப் பிடித்து விட்டுக் கொண்டும், இன்னொருத்தி படுக்கை விரித்துக் கொண்டும் என்கிட்டயே விழுந்து கிடப்பீங்க."

அவன் வார்த்தை முடியக்கூட இல்லை. மேனகாவின் கையிலிருந்த வெறும் டம்ளர் பறந்து வந்து டங் என்று அவன் நெற்றியில் பட்டுக் கீழே விழுந்தது.

"ஐயோ!" உயிரே போனாற் போலிருந்ததால் அவன் நெற்றியைப் பிடித்துக் கொண்டான். ரத்தம் வருகிறதா என்று தொட்டுப் பார்த்துக் கொள்வதற்குள், மேனகா புலியாய் அவன் மேல் பாய்ந்தாள். அவள் கைகள் அவன் கழுத்தைப் பிடித்துத் திருகத் தொடங்கின.

"இன்னொரு தடவை சொல்லுவியா? உனக்காக படுக்கை விரிக்கமாட்டோம்யா. கொன்று போட்டுட்டு பாடை கட்டுவோம்."

தலையணையை எடுத்துக் கொண்டு வந்த மங்களம் "ஐயோ.. ஐயோ! அவனைக் கொன்று விடுவாய் போலிருக்கே. விடுடி" என்று குறுக்கிட்டு அரும்பாடுபட்டு மேனகாவின் பிடியிலிருந்து சிவராமனின் கழுத்தை விலக்கினாள். அந்த முயற்சியில் அவள் மேனகாவுக்குச் செல்லமாக இரண்டு அடிகளையும் கொடுத்தாள்.

இதற்கு மேலும் மேனகாவின் கண்கள் நெருப்பை உமிழ்ந்தன. உள்ளங்கைகள் முறுக்கேறிக் கொண்டன. ''பாட்டி! இந்தப் பெரிய மனுஷனை மரியாதையா வெளியே போகச் சொல்லு. இன்னொரு தடவை வந்தாருன்னா கொன்னே போட்டுடுவேன். எங்க கல்யாணத்தைப் பற்றிப் பேச்செடுத்தால் நாக்கையே அறுத்துடுவேன்.'' மேனகா திரும்பவும் சிவராமன் மீது பாயப் போனாள்.

மங்களமும், ரஞ்சனியும் சட்டென்று மேனகாவைப் பிடித்து அறைக்குள் தள்ளிக் கதவைச் சாத்திவிட்டார்கள். மங்களம் சிவராமனைக் கட்டிலில் உட்கார வைத்து, நெற்றிப் புடைப்பின் மேல் மஞ்சள் தூளை அப்பினாள்.

''உனக்கு எவ்வளவு தடவைடா சொல்லியிருப்பேன், அவள் ஜோலிக்குப் போகாதேன்னு. நீ சொன்னதைக் கேட்காததோடு சரசமாடப் போனா இப்படித்தான்.''

சிவராமன் பற்களை நறநறத்துக் கொண்டே மூடிய கதவைப் பார்த்தபடி சொன்னான். ''இதுக்கு இவ்வளவு திமிரா? நான் விடமாட்டேன் தூ. இப்படிப்பட்ட திமிர் பிடிச்ச கழுதைங்களை நான் நிறையப் பார்த்திருக்கேன். இதுக்குப் பாடம் கற்பிக்காம போனா என் பேரு சிவராமனே இல்லை.''

''அட விடுடா. சின்னப் பொண்ணு அவ. அவகிட்ட உனக்கு என்ன?'' மங்களம் சாதாரணமாகச் சொன்னாள்.

''சின்னப் பொண்ணா? சின்னப் பெண் போல இருக்கிறாளா அவ? நீங்க ரொம்ப செல்லம் கொடுத்தே அவளை அவிழ்த்துவிட்ட கடா மாதிரி ஆக்கிட்டீங்க. அதன் கொம்பைப் பிடித்து என்னால் வளைக்க முடியும்.'' கோபத்தோடு சொன்னான் அவன்.

பிறகு நெற்றியைத் தடவியபடி சிவராமன் போய் விட்டான். மங்களம் வந்து கதவைத் திறந்தாள். மேனகா கட்டில் மீது உட்கார்ந்திருந்தாள். அந்தக் கண்களில் கடுகளவு கூட பயமோ, பச்சாத்தாபமோ தெரியவில்லை.

''வயசுல பெரியவன் ஏதோ சொன்னான்னா, நீ அப்படி அவன் மேல பாயலாமாம்மா?'' மங்களம் உணவு வேளையின் போது கடிந்து கொண்டாள்.

''வயசுல பெரியவனா இருந்தா பெரிய மனுஷ தோரணையில் நடந்துக்கச் சொல்லு. அவன் இப்படி வாய்க்கு வந்தபடி ஏன் பேசணும்? வாங்கிக் கட்டிக்கணும்'' என்றாள் மேனகா.

''யார் வேணும்னாலும் வாய்க்கு வந்தபடி எது வேண்டுமானாலும் சொல்வாங்க. உனக்கு எத்தனை முறை சொல்லியிருப்பேன், எதையும் காதில் கேட்காதது போல் போயிடணும்னு? இப்படி எத்தனை பேருடன்தான் சண்டை போடுவே? வயசுக்கு வந்த பொண்ணுடி நீ.''

''அக்கா செஞ்சதில் எந்தத் தவறும் இல்லை பாட்டி. எனக்கே ரொம்பக் கோபம் வந்தது'' என்றாள் மாதவி. அக்காவைப் போல் அவளுக்குத் தைரியம் இல்லை. அந்தச் சமயத்தில் அவனை இன்னும் நன்றாக உதைக்க வேண்டும்போல்தான் இருந்தது.

''நம் வீட்டுக்கு வந்து கொண்டிருப்பவன் அவன் ஒருத்தன்தான். அவனையும் வரவிடாமல் செய்துட்டே நீ'' என்றாள் மங்களம் குறை சொல்லுவது போல்.

''போகட்டும். இப்படிப்பட்டவங்க வந்து நரகத்தை உருவாக்குறதைவிட வராமல் இருப்பதே மேல்'' என்றாள் மேனகா.

9

மேனகா கொல்லையில் துணிகளை உலர்த்திக் கொண்டிருந்தாள். பிற்பகல் வேளை. வெயில் சுளீரென்று தாக்கியது. மேனகாவின் நெற்றியில் வியர்வை அரும்பியது. அவள் புடவையை உலர்த்திக் கொண்டிருந்த போது, பின்னாலிருந்து முதுகில் பட்டது ஒரு கல். திடுக்கிட்டவளாகப் பின்னால் திரும்பிப் பார்த்தாள். கீழே விழுந்த கல் காகிதத்தால் சுற்றப்பட்டிருந்தது.

மேனகா ஒரு வினாடி முகத்தைச் சுளித்துக்கொண்டே சுற்றும்முற்றும் பார்த்தபின் அதனைப் பார்த்தாள். பிறகு மெதுவாகக் குனிந்து கையில் எடுத்தாள். அதில் இவ்வாறு இருந்தது.

''அன்பே! ஒரு முத்தம் தரமாட்டாயா?''

மேனகாவின் கண்களில் அவமானமும், கோபமும் முதல் வரியைப் படித்ததுமே புஸ்ஸென்று பொங்கின.

துணிகளை உலர்த்துவதை விட்டுவிட்டு சுவற்றுக்கு அருகில் வந்து கால்களை உயர்த்தி பக்கத்தில் இருக்கும் ராசாத்தியின் வீட்டைப் பார்த்தாள். ஏன் என்றால் கல் அந்தத் திசையிலிருந்துதான் வந்தது.

கொல்லையில் பாத்திரங்களைத் தேய்த்துக் கொண்டிருந்த ராசாத்தி மேனகாவைக் கண்டதும் எரிச்சலடைந்தவளாக "என்னம்மா? என்ன வேணும்?" என்றாள் ஏளனமாக. மேனகா பதில் பேசவில்லை. அங்கேயே கயிற்றுக் கட்டிலில் உட்கார்ந்து பேப்பரைப் படித்துக் கொண்டிருந்த ரமணாவைப் பார்த்தாள். ரமணா சிரத்தையாக பேப்பர் படித்துக் கொண்டிருப்பது வெறும் நடிப்புதான் என்று அலைபாய்ந்து கொண்டிருந்த அந்த விழிகளைப் பார்த்ததுமே புரிந்து கொண்டாள். ரமணா ராசாத்தியின் மகன். பத்தாவது பெயிலாகி வீட்டில் உட்கார்ந்திருந்தான்.

"என்ன? அவனை அப்படிப் பார்க்கிறே?" என்றாள் ராசாத்தி.

மேனகா கையில் இருந்த கல்லைக் குறிபார்த்து ரமணாவின் மீது விட்டெறிந்தாள்.

"ஐயோ.. ஐயோ! என்ன இது?" ராசாத்தி ஓடிவந்தாள். "என்ன காகிதம்டா அது?"

"என்னவோம்மா. எனக்குத் தெரியாது." கீழே விழுந்த காகிதத்தைப் பார்த்துக் கொண்டே சொன்னான்.

"ஒண்ணும் தெரியாதா உனக்கு? வெட்கமாக இல்லையா இப்படியெல்லாம் கடிதமெழுத?" என்றாள் மேனகா.

அதற்குள் ராசாத்தி அந்தக் கடிதத்தை எடுத்து அதைப் பார்த்ததுமே மேனகாதான் அதை எழுதியிருக்கிறாள் என்ற முடிவுக்கு வந்துவிட்டாள்.

"அடி நாசமாப் போறவளே! என்ன அக்கிரமம்டி இது? உனக்கென்ன பாழாய்ப் போற புத்தியோ?"

"அந்தப் பாழாப்போற காலம் உங்கப் பையனுக்குத்தான் வந்திருக்கு. அதான் இப்படிப்பட்ட கிறுக்கலை கிறுக்கி என் மேல விட்டெறிஞ்சான்" என்றாள் மேனகா.

"நீ போட்டுட்டு அவன் தான் செஞ்சான்கிறியே?"

"உன் அருமந்த புத்திரன்தான் அதை என்மேல வீசியெறிஞ்சான். வேண்டுமானால் இத பாரு நீ." தன் முதுகில் ஒட்டிக் கொண்டிருந்த மண்ணைக் காட்டினாள்.

அதற்குள் மங்களம் அங்கே வந்தவள். "என்ன நடந்தது?" என்று சுவருக்கு அருகே வந்தாள்.

"பாரு பாட்டி" என்று தொடங்கி மேனகா நடந்ததைச் சொன்னாள்.

"நீ பண்ணிட்டு பழியை என் மகன் மேல தள்ளிட்டேயே" என்றாள் ராசாத்தி.

"ஆமாம்டி. உன் மகன்தான் பாவம் அப்பாவி. உனக்குக் கண்ணே இல்லை. முந்தா நாள் என் கண்ணால நானே பார்த்தேன். மாதவியைப் பார்த்து கண்ணடிச்சான் நாசமாப் போறவன்" என்றாள் மங்களம்.

"உன் பேத்திகள் ரொம்பப் பதிவிரதைகள்! அதை நீதான் டமாரமடிக்கணும். என் மகனை எப்படியாவது உங்க பக்கம் திருப்பிக்கணும்னு நாடகம் போடறீங்க. யாருக்குமே நீங்கள்லாம் யாருன்னு தெரியாதுன்னு நினைச்சீங்களா" என்றாள் ராசாத்தி.

"ச்சீ...மரியாதையாய் பேசுடி" என்றாள் மேனகா.

"மரியாதையைப் பத்தி நீ எனக்குச் சொல்ல வந்துட்டியா? தெருவுக்கு வா. நாலு பெரிய மனுஷங்களைக் கூப்பிட்டு உன்னை உண்டு இல்லைன்னு பார்த்துடறேன்.. இந்தக் கடிதத்தைக் காட்டினா உன் வாயில தெரு ஜனங்களே மண்ணைப் போடுவாங்க மண்ணை."

"யார் வாயில யார் மண்ணைப் போடுவாங்கன்னு பார்த்துடலாம் போடி" என்றாள் மேனகா.

அதற்குள் மாதவி போய் இதைச் சொல்லவே ரஞ்சனியும் அங்கே வந்து விட்டாள். "மின்னு! இந்தப் பக்கம் வா. என்ன ரகளை அங்கே?"

"நீ சும்மா உள்ளே போம்மா."

"வாடி வா" என்றாள் ராசாத்தி.

"இதோ வர்றேன்" என்றாள் மேனகா.

மேனகா நகரவே. ராசாத்தி அந்த லெட்டரைக் கையில் எடுத்துக் கொண்டு போனாள். ரமணா சட்டென்று எழுந்து அந்தக் காகிதத்தைப் பிடுங்கப் போனான். "அம்மா! அவர்களுக்குத்தான் மானம் வெட்கமில்லைன்னா நமக்கும் இல்லையா? வேண்டாம் விடு" என்றான்.

"நீ சும்மாயிருடா. அவங்களை ஒரு கை பார்த்துடுறேன்'' என்றாள் ராசாத்தி.

ரமணா பதற்றமடைந்தவனாய் தன் அம்மா கையிலிருந்த காகிதத்தை வாங்கிக் கிழித்தெறிந்தான். "போகட்டும், விட்டுத் தொலை" என்றபடி உள்ளே போய் விட்டான்.

அதற்குள் ரஞ்சனியும், மாதவியும் மேனகாவை இழுத்துக் கொண்டு உள்ளே போனார்கள்.

"கல்யாணம் காட்சின்னு எதுவும் ஆகாம ஊர்ல இருக்கிற ஆம்பளைங்களைத் தேடி இவளுங்க திமிர்பிடிச்சி அலையிறாங்களே" என்றாள் ராசாத்தி.

மேனகா தாயின் கையை உதறிக் கொண்டு விர்ரென்று திரும்பி வந்தாள்.

"பாவம்! உன் மகன் பெரிய மன்மதன்னு அவன் பின்னால சுத்தறமா நாங்க. அந்தத் தேங்காய் துருவி பல்லும், சப்பை மூக்கும் வேறு எங்கேயும் கிடைக்காது பாரு. அடா... அடா.. அவன் தான் கோயில் மாடாட்டம் திரியறான் தடியன் கணக்கா என்ன அழகு!''

"என்னடி சொன்னே?" ராசாத்தி வரிந்து கட்டிக் கொண்டு முன்னால் வந்தாள்.

ஏற்கெனவே ரஞ்சனி மேனகாவின் வாயை அழுத்திப் பொத்தினாள். ரஞ்சனியும், மாதவியும் அவளை வலுக்கட்டாயமாக உள்ளே இழுத்துப் போனார்கள்.

மங்களம் ராசாத்தியுடன் சண்டையில் இறங்கினாள். ரஞ்சனி அவளையும் சேர்த்து இழுத்துக் கொண்டு வந்துவிட்டாள். வீட்டில் மட்டுமே இல்லை. தெருவில் சண்டைக்குப் போகும் மேனகாவையும், மங்களத்தையும் ரஞ்சனியும், மாதவியும் தான் வீட்டுக்குள் இழுத்து வருவார்கள்.

"அம்மா! மின்னுவைக் கண்டிச்சி புத்தி சொல்றதை விட்டுட்டு என்னம்மா இப்படி நடந்துக்கிறியே?" என்றாள் ரஞ்சனி அழும் குரலில். மேனகாவையும் சரி, தாயையும் சரி அவளால் தடுத்து நிறுத்தி விட லேசில் முடியாது. எப்பொழுதும் தெருவில் இருப்பவர்களுடன் சண்டைதான். சில சமயம் அது காலையிலேயே தொடங்கிவிடும்.

"நான் என்னடி செய்துட்டேன் இப்ப?" என்றாள் மங்களம்.

''அவள் கல்யாணம் ஆக வேண்டிய பொண்ணும்மா. இப்படி வாயாடினால் நல்லா இருக்குமா?''

''அவ நல்ல குணத்தைப் புரிஞ்சிக்கிறவன் தானா வருவான்'' என்றாள் மங்களம்.

''நீ அப்படித்தான் சொல்லுவே பாட்டி. தெருவில் அடியெடுத்து வைக்கவே எனக்குப் பயமா இருக்கு. அக்கா மேல இருக்குற ஆத்திரத்தை எல்லாம் என்கிட்ட அவங்க காட்டமாட்டாங்களா'' என்றாள் மாதவி.

மேனகாவுக்குக் கோபம் வந்து விட்டது. ரமணா அப்படி எழுதியது அவமானமாக இருந்தது அவளுக்கு. அது போறாது என்று தங்கையும் தாயும் சேர்ந்து அவளையே குற்றம் சாட்டிக் கொண்டிருக்கிறார்கள்.

''ஆமாம். தப்பு என்னுடையதுதான்டிம்மா. யார் என்ன சொன்னாலும் காதில போட்டுக்காம, பேசத் தெரியாத ஊமையைப் போல இருக்கணும். அதான் இப்பல்லாம் மரியாதை'' மேனகா கதவை ஓங்கிச் சாத்தினாள். ''அவங்க என்னை எதுக்கு அப்படியெல்லாம் சொல்லணும்? என் வேலை உண்டு நான் உண்டுன்னு இருக்கறப்ப என் ஜோலிக்கு ஏன் வரணுங்கறேன்?'' கத்தினாள்.

தாயும், மாதவியும் பதில் பேசவில்லை. மேனகா மேலும் கத்தினாள். ''யார் என்ன சொன்னாலும் கேட்டுக்கிட்டு சும்மாயிருக்கணும்னா நான் எருமையா என்ன? தன்மானத்தை கொன்னு புதைச்சுடணும்னா நான் சூடு சொரணையுள்ள மனுஷியே இல்லை. எனக்கு எவ்வளவு வருத்தமா இருக்குன்னு உங்களுக்கெல்லாம் தெரியாது.''

மேனகாவின் விழிகளிலிருந்து கண்ணீர் வழிந்தது. ''இவ்வளவு பெரியவ ஆன பிறகும் நான்தான் வெளியே போகணும். தண்ணியைக் கொண்டாறணும். கடைக்குப் போய் சாமான் சட்டெல்லாம் வாங்கியாரணும். தெருவுல காலெடுத்து வைத்து விட்டால் போதும் யாராவது ஏதாவது சொல்லிக்கிட்டே இருப்பாங்க. எனக்கு அப்பா இல்ல. எங்க அம்மா இருக்கா அவ நல்லவ இல்லை. பாட்டியும் சண்டைக்காரி. இதையெல்லாம் கேட்டுக்கிட்டு வாயை மூடிக்கிட்டு இருக்கச் சொல்றே நீ.'' மேனகா தாயை நோக்கித் திரும்பினாள்.

''நீ சின்ன வயசுலேயே என் நாக்கை ஏன்மா அறுக்காமல் விட்டே? நாக்கு இருக்கறச்ச பதில் சொல்லாம இருக்க என்னால

முடியாது.'' மேனகா கதவை வேகமாகத் தள்ளிவிட்டு அறைக்குள் போய்க் கட்டிலில் படுத்துக் கொண்டு அழத் தொடங்கினாள். ''எல்லாரும் எப்போதும் என்னையே ஏளனம் செய்யறாங்களே? நான் என்ன தப்பு செய்துட்டேன்? வார்த்தைங்களை முள்ளா எடுத்து வீசறாங்களே? அவங்களை யாரும் எதுவும் சொல்ல மாட்டாங்க. நானும் சொல்லக் கூடாதாம். ரொம்பத்தான் புத்தி சொல்ல வந்துட்டாங்க.'' தலையணையில் முகம் புதைத்து குலுங்கி குலுங்கி அழத் தொடங்கினாள்.

10

அன்று மாலை வேளை ....

மேனகா காய்கறி வாங்குவதற்காகக் கூடையை எடுத்துக் கொண்டு மார்க்கெட்டுக்குக் கிளம்பிக் கொண்டிருந்தாள். ரஞ்சனி ஒரு காகிதத்தில் இரண்டு ஜாக்கெட்டுகளை பொட்டலமாகக் கட்டிக் கொடுத்து, ''காய்கறி வாங்கிட்டுத் திரும்பும் போது பாக்கியம் மாமிகிட்ட இதைக் கொடுத்துட்டு வா'' என்றாள்.

''பாக்கியம் மாமி யாரு?'' என்று கேட்டாள் மேனகா.

''பாக்கியம் மாமியைத் தெரியாது? சுவாமிநாதன் வீட்டுக்குப் புதுசா வாடகைக்கு வந்திருக்காங்க'' என்றாள். சுவாமிநாதன் கல்லூரியில் பிரின்சிபாலாய் இருக்கிறார். அவர் மனைவியும் லெக்சரர் ஆக இருக்கிறாள். அவர்களுடைய சமையல்காரி இரண்டு மாதங்கள் ஊருக்குப் போயிருந்த போது மங்களத்தை வேலைக்கு வைத்துக் கொண்டார்கள். அவர்கள் வீட்டில் வாடகைக்கு போர்ஷன் இருந்தது. அது சின்ன வீடாக இருந்தாலும் பூந்தோட்டத்துடன் அழகாக, வசதியாக இருக்கும்.

''அவங்க யாருன்னு எனக்குத் தெரியாது. பாட்டியையே அனுப்பு'' என்றாள் மேனகா.

"பாட்டிக்கு முதுகுவலியாம். படுத்துக்கிட்டிருக்காங்க. எழுந்து நடமாட முடியாது. நீ போறியே அப்பிடியே கொடுத்துவிட்டு வாடி.''

"முன்னபின்ன தெரியாதவங்க வீட்டுக்கு எப்படிப் போறது?''

"இதில் தெரிய வேண்டிய அவசியம் என்னம்மா? போயி இந்த ஜாக்கெட்டுகளைக் கொடுத்துட்டு, மங்களத்தின் பேத்தின்னு சொன்னால் அவளுக்குப் புரியும். ஜாக்கெட்டுகளை வாங்கிக்கிட்டு பணத்தையும் கொடுத்துடுவாங்க.''

"எவ்வளவு?''

"இந்த இரண்டுக்கும் ஐம்பது ரூபாய். ஏற்கெனவே நமக்கு பத்து ரூபாய் அவங்க தர வேண்டியதிருக்கு.''

மேனகா அவற்றை வாங்கிக் கொண்டாள். அவள் வெளியே போய் என்ன வேலை செய்யச் சொன்னாலும் செய்வாள். ஆனால் புதியவர்களுடன் பேசுவதென்றால் சங்கடமாக இருக்கும் அவளுக்கு. போவதற்கு முன்னால் மாதவியிடம் வந்து "மாதவி! நீயும் என்னுடன் வரக் கூடாதா?'' என்றாள்.

வீணையைத் துடைத்துக் கொண்டிருந்த மாதவி "நானா? ஊஹூம்'' என்று சொல்லிவிட்டாள்.

"நீ இளவரசி, வீட்டை விட்டு நகரமாட்டே. எல்லா வேலையையும் நான்தான் செய்யணும்.'' மேனகா முணுமுணுத்துக் கொண்டே கிளம்பினாள். அவள் தெருவில் இறங்கிவிட்டால் வெட்கப்படுவது போலவோ உடம்பை நாணிக் கோணிக் கொண்டோ நடக்க மாட்டாள். யார் என்ன சொன்னாலும் காதில் போட்டுக்கொள்ளவோ, லட்சியம் பண்ணவோ மாட்டாள். காதில் விழுந்து கோபம் தாங்க முடியாமல் போனால் தவிர பதில் சொல்ல மாட்டாள்.

புடவைத் தலைப்பை இழுத்துச் சொருகிக் கொண்டு காய்கறிக் கூடையைப் பிடித்தபடி நடந்து கொண்டிருந்த மேனகா கையிலிருந்த பொட்டலத்தை ஒரு தடவை பார்த்துக் கொண்டாள். தாய் தையல் மூலமாக சம்பாதிக்கும் இப்படிப்பட்ட பணம்தான் வீட்டை நிர்வாகம் செய்ய ரொம்ப உபயோகமாக இருந்தது.

சுவாமிநாதன் வீடு, ரோட்டைத் தாண்டியதுமே, இரண்டாவது சந்தில் இருந்தது. மேனகாவுக்கு சந்தின் முனையிலேயே காய்கறி வண்டி ஒன்று எதிர்ப்பட்டதால், அவனிடமே தனக்கு வேண்டிய காய்கறிகளை வாங்கிக் கொண்டாள்.

அங்கே புதிதாக வீடு ஒன்றைக் கட்டிக் கொண்டிருந்தார்கள். மேனகாவுக்குப் புதிதாகக் கட்டிக் கொண்டிருக்கும் வீடுகளைப் பார்த்தால் ரொம்பவும் மகிழ்ச்சியாகவும் சந்தோஷமாகவும் இருக்கும். அவை வீடாகத் தோன்றாது. மனிதன் தன் எதிர்காலத்தை கட்டுத்திட்டத்துடன் உருவாக்கிக் கொள்வது போல் அது தோன்றும். அப்படிப்பட்ட வீடுகளைப் பார்க்கும் போது தாம் குடியிருக்கும் வீடு நினைவுக்கு வரும். வீட்டின் நினைப்பு வந்துவிட்டால் மேனகாவின் இதயத்திலிருந்து வேதனைப் பெருமூச்சு ஒன்று வெளிப்படும். அந்தச் சின்ன வீட்டில் காற்றும், வெளிச்சமும் குறைவுதான். பழங்காலத்து ஓட்டு வீடு. சமையலறை முழுவதும் ஒழுகும். வீட்டுக்காரனை ரிப்பேர் செய்யச் சொல்லிக் கேட்டபோது ''நீங்க கொடுக்கும் வாடகைக்கு ரிப்பேர் ஒரு கேடா?'' என்று சொல்லிவிட்டார்.

வீட்டுக்காரர் அவர்களை அந்த வீட்டைக் காலி செய்யும்படி நான்கு வருஷங்களாகத் தொந்தரவு செய்து கொண்டிருந்தார். மங்களத்திற்குச் சமையல் செய்யப் போன இடத்தில் ஒரு வக்கீலின் அறிமுகம் ஏற்பட்டது. அவர் வீட்டுக்காரரைக் கூப்பிட்டு ''வீட்டைக் காலி செய்யச் சொன்னால் கோர்ட்டுக்குப் போவாங்க. ஜாக்கிரதை'' என்று மிரட்டி வைத்தார். வீட்டுக்காரருக்கு அது வேறு கோபம்; வீட்டை ரிப்பேர் செய்யாமல் அப்படியே விட்டுவிட்டார். மேனகாவுக்கு இந்த விஷயம் நினைவிற்கு வந்தால் வருத்தமாக இருக்கும்.

வறுமைதான் மனிதனை எப்படியெல்லாம் மாற்றி விடுகிறது? இதுவே பணம் மட்டும் தங்களிடம் இருந்தால் வீட்டுக்காரரிடமிருந்து பேச்சுக் கேட்க நேர்ந்திருக்குமா? காற்றும் வெளிச்சமும் இல்லாத அந்த வீட்டை வௌவால்களைப் போல் அப்படிப் பிடித்துக் கொண்டு இவர்கள் தொங்குவார்களா?

மேனகாவிற்குத் தெருவில் நடந்து போவதென்றால் ரொம்பவும் பிடிக்கும். ஏன் என்றால் அங்கேதான் காற்றும் வெளிச்சமும் தாராளமாக இருக்கும். குடியிருக்கும் வீட்டை வீட்டுக்காரர் சொன்ன விலைக்கு வாங்கி விட வேண்டும் என்று ஆசைதான். ஆனால் அறுபதாயிரம் எழுபதாயிரம் என்று சொல்கிறார். அம்மாடி! அவ்வளவா? வீட்டில் இருக்கும் எல்லோரையும் சேர்த்து அடமானம் வைத்தாலும் கூட அவ்வளவு பணம் தேறாதே?

மேனகா நடந்து கொண்டே வீட்டைப் பற்றி யோசித்துக் கொண்டிருந்தாள். ஏதோ ஒன்றைச் செய்ய வேண்டும். கிழவர்

எவ்வளவு நாள்தான் சும்மா இருப்பார்? அவர் பெரும்பாலும் ஊரில் இருக்க மாட்டார் என்பதால் அவருடைய தாக்குதல் அதிகமாக இருக்கவில்லை. பெண்பிள்ளைகள் பாவம் என்று கொஞ்சம் விட்டுப் பிடிக்கிறார். யாராவது ரவுடிகளை ஏவி ரகளை செய்து வீட்டைக் காலி செய்யச் சொன்னால், அவர்களின் கதி என்ன? சீக்கிரத்தில் ஏதாவது ஒரு வழியைத் தேட வேண்டும்.

மேனகாவிற்கு எப்பொழுது பார்த்தாலும் வீட்டைப் பற்றிய கவலைதான். அவள் வயதுதான் என்ன? பதினெட்டு வயது இன்னும் நிரம்பாவிட்டாலும், அந்தக் கண்களில் இளமையின் கனவுகளை விட வாழ்க்கையைப் பற்றிய கவலையும், ஜாக்கிரதையும்தான் அதிகம் தென்பட்டன.

மங்களத்திற்கு வயதாகிவிட்டதால் அந்த வீட்டுப் பாரம் முழுவதும் மேனகாவின் தோளில் ஏறி உட்கார்ந்து விட்டது. எந்நேரமும் வீட்டைப் பற்றிய சிந்தனைதான். வீட்டில் அரிசி இல்லாவிட்டால் வாங்கும் வழியை மேனகாதான் பார்த்துக் கொள்ள வேண்டும். அவள் நடவடிக்கையிலும், யோசிக்கும் தோரணையிலும் ஆண்பிள்ளையின் பொறுப்பும், துணிச்சலும் தெரியலாயிற்று. வீட்டில் இருக்கும் மற்ற மூன்று பேரும் ஏதாவது இடைஞ்சல் வந்து விட்டால், பார்த்துக் கொள்ள மேனகாதான் இருக்கிறாளே என்று அலட்சியமாக இருப்பார்கள்.

மேனகாவுக்கு அந்த வீட்டுப் பிரச்சனை நம்மை மீறிப் போய்விட்டால் என்னவாகுமோ என்ற பயமும், கவலையும் இருந்தது. எங்கேயிருந்தாவது பணம் திரட்டி அந்த வீட்டை வாங்கி விட்டால்? அந்த நினைவே மேனகாவின் மனதைப் புல்லரிக்கச் செய்தது. அவளுக்கு அத்தனை அதிர்ஷ்டம் உண்டா? அறுபதாயிரம் என்றால் சாதாரணமா?

எட்டாத கனிக்குக் கொட்டாவி விடுகிறாளோ? இந்த உலகத்தில் ஒவ்வொருவருக்கும் எது இருந்தாலும் இல்லாவிட்டாலும் தம்முடையது என்று ஒரு சிறிய வீடாவது இருக்க வேண்டும். பறவைகள் கூட கூடு கட்டி வாழவில்லையா? வீடு என்பது எவ்வளவு அபூர்வமான விஷயம் என்பது மேனகாவுக்குத் தெரியும். ஆனால் அதை அடையும் வழிதான் தெரியவில்லை.

மேனகா யோசனையிலிருந்து மீண்டு வலப்பக்கத்திலிருந்த சந்திற்குள் நுழைந்தாள். அங்கே ரோடு போட்டுக் கொண்டிருந்தார்கள். அங்கிருந்து மூன்றாவது வீடுதான் சுவாமிநாதனுடையது. வீட்டு வாசலில் பெரிய மகிழம்பூ மரம் இருந்தது. மங்களம் சமையல்

செய்ய வரும் போது அவளுடன் வந்த மேனகா, அவற்றைப் பொறுக்கி தாவணியின் தலைப்பில் முடிந்து கொண்டு போவதுண்டு.

மேனகா கேட்டைத் திறந்து கொண்டு அந்த வீட்டிற்குள் நுழைந்தாள். சுவாமிநாதன் இருக்கும் பெரிய போர்ஷன் பூட்டியிருந்தது. பக்கத்து போர்ஷனுக்கு அருகில் வந்தாள். கதவு சாத்தியிருந்தது. அவள் காலிங்பெல்லை அழுத்தினாள்.

''வர்றேன்.'' உள்ளே எங்கிருந்தோ ஒரு பெண்ணின் குரல் கேட்டது.

வாசலுக்குப் பக்கத்தில் சுவரில் டாக்டர் ஹரிகிருஷ்ணா எம்.பி.பி.எஸ். என்று போர்டு இருந்தது. மேனகா அந்த டாக்டர் பட்டத்தைக் கையால் தடவினாள். மேனகாவுக்கு டாக்டர் என்றில்லை, வெறந்தப் பெரிய படிப்புப் படித்த யாராக இருந்தாலும் ரொம்பப் பிடிக்கும்.

அதற்குள் கதவுகள் திறந்துகொண்டன. உள்ளேயிருந்து குள்ளமாக, கொஞ்சம் பூசியவாகில் தலையில் கொண்டை போட்டுக் கொண்டு, வெள்ளை நிற ரவிக்கையும், ஜரிகைக் கரையிட்ட புடவையும் அணிந்திருந்த ஒருத்தி எட்டிப் பார்த்தாள். அவள் கண்களுக்குக் கீழே கருவளையங்கள் தென்பட்டன. வகிட்டிற்கருகில் தலைமுடி நரைத்திருந்தாலும், அந்த முகத்தில் முதுமை இன்னும் வரவில்லை.

''யாரும்மா?'' என்றாள் அவள். அந்தக் குரல் மென்மையாக இருந்தது.

''நான் மங்களத்தின் பேத்திங்க. அம்மா இந்த ஜாக்கெட்டுகளைக் கொடுத்தனுப்பினாங்க'' என்று பொட்டலத்தை அவிழ்த்து அவளிடம் கொடுத்தாள்.

அவள் ஜாக்கெட்டுகளைச் சரி பார்த்துக் கொண்டாள். கதவை இன்னும் கொஞ்சம் நன்றாகத் திறந்து ''உள்ளே வாயேன்மா. நான் இவற்றைப் போட்டுப் பார்த்துக்கிறேன். லூசாக இருந்தால் திரும்பவும் சரி செய்து தைத்து வாங்கி வரலாமே. உட்காரு'' என்றபடி போய் வாசல் கதவைச் சாத்தி விட்டு வந்தாள். ''ரோடு போடறாங்க இல்லையா? ஒரே தூசி! உட்காரும்மா. கொசு வலைகூட கிழிஞ்சிபோச்சி. தரேன். தைத்துக் கொண்டு வந்து கொடு'' என்று சொன்னபடி உள்ளே போனாள்.

அவள் நடையிலும், பேச்சிலும், பார்வையிலும் கருணையும், மென்மையும், கனிவும் இருப்பது பார்த்த மாத்திரத்திலேயே தெரிந்து விட்டது.

மேனகா அமர்ந்து கொண்டாள். உள்ளே எந்த அறையிலிருந்தோ குழாயில் தண்ணீர் கொட்டும் சத்தம் கேட்டது. அந்தச் சத்தம் கேட்டால் மேனகாவுக்கு ரொம்பவும் பிடிக்கும். வீட்டில் குழாய் இருந்து, அதிலிருந்து தண்ணீர் வந்து கொண்டிருந்தால் அது ஒரு இனிய சங்கீதமாகத்தான் இருக்கும். தண்ணீருக்காக வெளியே போக வேண்டிய தேவையில்லை. யாரோடயும் சண்டைபோடத் தேவையில்லை. 'சுவர்க்கம் எங்கே இருக்கிறது' என்று யாராவது கேட்டால் "குழாய் இருக்கும் வீட்டில்தான்" என்று மேனகா சட்டென்று சொல்லி விடுவாள். தண்ணீருக்காகத் தினசரி தூக்கத்தைக் கெடுத்துக் கொள்ள வேண்டிய அவசியம் இல்லை. தெருவில் போய் காவல் காக்க வேண்டியதுமில்லை.

மேனகா நாற்காலியில் உட்கார்ந்தபடி, அந்த அறையைச் சுற்று முற்றும் பார்த்தாள். சுவர் ஓரமாக ஒரு சைக்கிள் வைக்கப் பட்டிருந்தது. அவள் உட்கார்ந்திருந்த இடத்தில் நடுவே ஒரு டீபாயும், அதைச் சுற்றிலும் சோபாக்களும் இருந்தன. தொலைவில் ஒரு மேஜை இருந்தது. அதன் மீது ஸ்டெதாஸ்கோப், கருப்பு டைரி மற்றும் பேடுகள் இருந்தன. மேஜைமீது குடை வடிவத்தில் அழகிய மேஜைவிளக்கு இருந்தது. மேஜைக்குக் கீழே செருப்பும், கேன்வாஸ் ஷூவும் இருந்தன. சுவரின் வலதுபக்கம் டென்னிஸ் ராக்கெட் மாட்டியிருந்தது.

உள்ளே போகும் வாசலுக்கு மேலே சுமார் பதினாறு வயது மதிக்கத்தக்க ஒரு பெண்ணின் போட்டோ மாட்டியிருந்தது. அவள் இரட்டை ஜடை போட்டுக் கொண்டு ரிப்பனைத் தூக்கிக் கட்டியபடி, கழுத்தில் முத்துச்சரம் அணிந்திருந்தாள்.

மேனகாவின் பார்வை அங்கும் இங்கும் அலைந்துவிட்டுக் கடைசியாக மேஜைமீது இருந்த ஸ்டெதாஸ்கோப் மீது நிலைத்தது. அதைப் பார்த்ததில் ஏனோ அவளுக்குச் சந்தோஷமாக இருந்தது. அவள் வசிக்கும் தெருவில் ஒரு பெண் தினந்தோறும் கையில் வெள்ளைக் கோட்டை மாட்டிக் கொண்டு ஒரு ஸ்டெதாஸ்கோப்பை எடுத்துக் கொண்டு மருத்துவக் கல்லூரிக்குப் போவாள். மேனகா அவளையே பார்த்துக் கொண்டிருப்பாள். அந்த ஸ்டெதாஸ்கோப் அவளைக் காந்தமாய்க் கவர்ந்து கொண்டிருக்கும். அப்படி ஏன் தோன்றுகிறது என்று மேனகாவுக்கே தெரியாது.

மேனகா அந்த அறையைக் கூர்ந்து கவனித்துக் கொண்டிருந்தாள். அதற்குள் பக்கத்து அறையிலிருந்து யாரோ ஏதோ ஒரு பாட்டை முணுமுணுத்துக் கொண்டிருக்கும் சத்தம் கேட்டது. அவள் திரும்பிப் பார்த்தாள். அந்த அறையிலிருந்து சிவப்பாய், உயரமாக இருந்த இளைஞன் ஒருவன் அவள் இருந்த அறைக்குள் வந்தான். அவன் கையில் ஒரு பத்திரிகை இருந்தது. அதைப் பார்த்துக் கொண்டே வந்தான்.

அவன் அந்த அம்மாளின் மகனாக இருக்கலாம்!

அவன் குளியலறையிலிருந்து நேராக வருகிறான் போலிருந்தது. கட்டம் போட்டிருந்த டவலை இடுப்பில் கட்டியிருந்தான். குளித்த தால் நெற்றியருகில் கேசம் ஈரமாகி, சின்னப் பையனைப் போல் காட்சியளித்தான். விசிலில் ஏதோ பாடிக் கொண்டிருந்தான்.

கையில் இருந்த பத்திரிகை விளையாட்டு சம்பந்தப்பட்டது போல் தெரிந்தது. அதன் அட்டையில் டென்னிஸ் பேட்டைப் பிடித்துக் கொண்டிருந்த யாரோ ஒரு ஆளின் போட்டோ இருந்தது.

அவன் விசிலடிப்பதை நிறுத்திவிட்டு ''மம்மி! நான் குளிச்சிட்டு வந்தாச்சு. என் பேண்டு, ஷர்ட்டெல்லாம் எங்கே?'' என்று குரல் கொடுத்தான். திரும்பவும் விசிலடித்தபடி அந்த அறையில் வட்டமாகச் சுழன்றான்.

அவனைப் பார்த்ததும் மேனகா நாற்காலியிலிருந்து எழுந்து நின்றாள். புத்தகத்திலிருந்து கண்களை நகர்த்தாத அவன் மேனகா அங்கே இருப்பதைக் கவனிக்கவே இல்லை. புத்தகத்தைப் புரட்டிக் கொண்டே மேஜையின் விளிம்பில் உட்கார்ந்து கொண்டான்.

''எந்த பேண்டும் ஷர்ட்டும் தரட்டும்?'' தாய் உள்ளே பீரோவைத் திறக்கும் சத்தம் கேட்டது.

''ஏதோ ஒன்றைக் கொடு.''

''சிவசங்கரன் வீட்டில் பிறந்தநாள் பார்ட்டி இருக்காம். எட்டுமணிக்கெல்லாம் வந்துடு என்ன.''

''என்னால் முடியாது மம்மி. அவர் மகளின் டான்ஸைப் பார்க்கச் சொல்லி உயிரை எடுத்து விடுவார். ரொம்ப போர்.'' அவன் திரும்பவும் விசிலடித்தபடி புத்தகத்தைப் பார்த்துக் கொண்டிருந்தான். ஆரோக்கியமான அந்த உடலில் இடுப்பிலிருந்து முழங்கால் வரையில் பெரிய டவலைத் தவிர வேறு எதுவும் இல்லை. சிவந்த உடலில் அடர்த்தியான முடியுடன் அகன்ற மார்பு.

''சிவசங்கரன் உன்னை வரச்சொல்லி ரொம்பவும் சொன்னாருப்பா.'' தாய் குரலை உயர்த்தி சொன்னாள்.

''நான்தான் வரமாட்டேன்கிறேனே.'' அவன் வேகமாகப் புத்தகத்தை மேஜைமீது வீசிவிட்டுப் பின்னால் திரும்பினான். ''அம்மா!' என்று பெரிய குரலில் ஏதோ சொல்லப் போனவன் சட்டென்று நின்று விட்டான். இரண்டடி தூரத்தில் மேனகா நின்று கொண்டிருந்தாள். அவளைப் பார்த்ததுமே அவன் கண்கள் அகல விரிந்தன.

அந்த அறையில் முன்பின் அறிமுகம் இல்லாத ஒரு பெண் இருந்ததை அப்பொழுதுதான் உணர்ந்து கொண்ட அவன் திகைத்துப் போய்ச் சிலையாக நின்று விட்டான்.

''நான்... நீங்கள்'' என்று தெளிவற்ற குரலில் சொன்னவன், மேற்கொண்டு என்ன பேசுவதென்று தெரியாமல் தோள்களைக் குலுக்கியபடி நின்றுவிட்டான். அவனுக்குத் திடீரென்று அப்போது தான் டவலை மட்டும் இடுப்பில் கட்டிக் கொண்டு நின்று கொண்டிருப்பது நினைவுக்கு வந்தது. அவன் முகத்தில் தடுமாற்றமும், வெட்கமும் இடம் பெற்றன. ''மைகாட்!'' என்றபடி ஒரே பாய்ச்சலில் உள்ளே ஓடிவிட்டான்.

மேனகா அந்த இடத்திலேயே நின்று கொண்டிருந்தாள். அவள் இதழ்களில் முறுவல் மலர்ந்தது.

''யாரும்மா அந்தப் பொண்ணு?'' உள்ளே அவன் கேட்டது நன்றாகக் காதில் விழுந்தது.

''மங்களத்தின் பேத்திடா.'' தாய் சொல்லிக் கொண்டிருந்தாள்.

அவள் வெளியே வந்தாள். ''ஜாக்கெட் கொஞ்சம் லூசா இருக்கும்மா. கொஞ்சம் பிடிக்கணும். கொசுவலையை அவிழ்த்துத் தருகிறேன். ஒரு நிமிஷம் உட்காரு. இதோ என் மகனை அனுப்பிட்டு வந்துடறேன்'' என்று சொன்னாள் அவள்.

''பரவாயில்லைங்க இருக்கேன்'' என்றாள் மேனகா உட்கார்ந்தவாறே.

அந்த அம்மா உள்ளே போனாள்.

பத்து நிமிஷங்களுக்குப் பிறகு அவன் திரும்பவும் வெளியே வந்தான். இந்த முறை அவன் வெள்ளை பேண்டும், இன் பண்ணிய வெள்ளை ஷர்ட்டும் அணிந்திருந்தான். கிராப் பிசிரடிக்காமல் வாரப்பட்டிருந்தது. அவன் அந்த அறைக்குள் வந்ததுமே நேராக

மேஜை அருகே சென்று பேனாவை ஜேபியில் வைத்துக் கொண்டான். ஸ்டெதாஸ்கோப்பைக் கையில் எடுத்து அதை அரைவட்டமாக கழுத்தைச் சுற்றிலும் போட்டுக் கொண்டான். காலில் செருப்பை மாட்டியபின் சைக்கிளை வெளியே தள்ளிக் கொண்டு போனான்.

அவன் கேட்டைத் தாண்டும் போது மேனகா அந்தப் பக்கமாகத் திரும்பிப் பார்த்தாள். அதைச் சாத்திக் கொண்டிருந்த அவனும் இந்தப் பக்கம் பார்த்தான். அவன் பார்வையில் இருந்த கூச்சமும், தடுமாற்றமும் இன்னும் போகவில்லை.

மேனகாவிற்கு அந்தப் பார்வையை வாழ்நாள் முழுவதும் மறக்க முடியாதது போல் இருந்தது. அப்படியொரு ஈர்ப்பு! அவன் போன பிறகுதான் பாக்கியம் அங்கே வந்தாள். அவள் கையில் ஆவி பறக்கும் காபி டம்ளர் இருந்தது.

''எடுத்துக்கோம்மா'' என்றாள் அவள்.

''வேண்டாம் மாமி'' என்றாள் இவள்.

''பரவாயில்லை. எடுத்துக்க. இப்போ வெளியே போனவன் என் மகன். பெயர் ஹரிகிருஷ்ணா. டாக்டருக்குப் படித்துவிட்டு வேலையைத் தேடிக்கிட்டிருக்கான். அவனுக்கு மேற்கொண்டு படிக்கணும்னு ஆசை. அவர் போய்ட்டதால் எங்கள் ஆசைகள் எல்லாம் தலைகீழாகிவிட்டன. தற்சமயம் கோபாலசாமியிடம் தான் வேலை பார்த்து வர்றான். மங்களத்தின் பேத்தியா நீ? உன் பெயர் என்ன?''

''மேனகாங்கம்மா.''

''ரொம்ப அழகான பெயர்.'' அவள் கொசுவலையை அவிழ்ப்பதற்கு மேனகாவின் உதவியை நாடினாள். மேனகா உள்ளே போனாள். அது ஹரிகிருஷ்ணாவின் அறை போலும். மேஜைமீதும், கட்டில் மீதும் மருத்துவப் பத்திரிகைகள் கிடந்தன. எங்கு பார்த்தாலும் புத்தகங்கள்தான்.

பாக்கியம் அவற்றையெல்லாம் அடுக்கி வைத்துக் கொண்டே ''என் மகனின் நண்பர்கள் இவங்கதான்மா. புத்தகங்கள் இருந்துட்டா அவனுக்கு சாப்பாடு கூடத் தேவை இல்லை வாயேன்'' என்றாள்.

மகனைப் பற்றிச் சொல்லும் போது அவள் குரலில் பெருமை வெளிப்பட்டது. அவள் மேனகாவுக்குப் பணத்தைக் கொடுத்தாள்.

கொசுவலையை மடித்துப் பக்குவமாக ஒரு பிளாஸ்டிக் கவரில் போட்டுக் கொடுத்தாள்.

மேனகா அதை எடுத்துக் கொண்டு வீட்டிற்கு வந்தாள். திரும்பி வரும் போது அவள் விழிகளில் ஒருவித மலர்ச்சி. பாக்கியம் மாமி எவ்வளவு மரியாதையுடன் பழகறாங்க? வேண்டாம்னாலும் வலுக்கட்டாயமா காபி கொடுத்தாங்களே.

மேனகாவுக்கு இப்படிப்பட்ட மரியாதைகள் புதிது. அவள் மனம் சிறகடித்துப் பறக்கத் தொடங்கியது. வானவில்லின் மீது உட்கார்ந்து மிதப்பது போல் ஏனோ ஒருவித சுகமாக இருந்தது.

அவள் வீட்டிற்கு வந்ததும் தாயிடம் கொசுவலையையும் பணத்தையும் கொடுத்தாள்.

அன்று மாலையிலிருந்து என்னவோ மந்திரத்திற்குக் கட்டுப்பட்டவள் போல மவுனமாக இருந்துவிட்டாள். சாப்பிடும் போதும், சமையலறையை ஒழித்துக் கொண்டிருந்த போதும் கூட அந்த ஹரிகிருஷ்ணாதான் நினைவுக்கு வந்தான். அவனுடைய வெட்கமும், சங்கோஜமும் நினைவிற்கு வந்த போது அவள் இதழ்களில் முறுவல் மின்னி மறைந்தது.

கட்டிலில் போய் படுத்தாள். தூக்கம் வரவில்லை. புரண்டு புரண்டு படுத்தாள். அவனே கண்முன்னால் வந்து நின்றான். குப்புறக் கிடந்தவள், புள்ளி வைக்காமலே தரையில் கோடுகளை வரைந்தபடி ரொம்ப நேரம் விழித்துக் கொண்டிருந்தாள்.

11

நான்கு நாட்கள் கழித்து ஒரு நாள் மாலை வேளை, மேனகா தலை வாரி பின்னிக் கொண்டே ''அம்மி! கொசுவலையைத் தைச்சுட்டியா? பாக்கியம் மாமிகிட்ட கொடுத்துட்டு வர்றேன்'' என்றாள்.

''நேற்று பாட்டி எடுத்துக் கொண்டு போனாள். அவர்கள் ஊரில் இல்லையாம். அந்த மாமியோட தங்கை இறந்து போய்ட்டதால ஊருக்குப் போயிருக்காங்களாம்'' என்றாள் ரஞ்சனி.

''அடடா! அப்படியா?'' என்றாள் மேனகா.

அதற்குள் வெளியே போயிருந்த மங்களம் உள்ளே வந்து கொண்டே ''வாப்பா வா'' என்று கூப்பிட்டாள். யாராக இருக்கும் என்று மேனகா திரும்பிப் பார்ப்பதற்குள் வாசலில் அவளைத் தொடர்ந்து சுமார் இருபத்தைந்து வயது மதிக்கத்தக்க இளைஞன் ஒருவன் வருவது தென்பட்டது. அவன் நீல நிறத்தில் பேண்டும், பெரிய பெரிய கட்டங்கள் போட்ட ஷர்ட்டும் அணிந்திருந்தான். அவன் மேனகாவைப் பார்த்ததுமே தயக்கத்துடன் நின்றான்.

மங்களம் உள்ளே வந்து கட்டிலை சாய்த்துக் கொண்டே ''வாப்பா உள்ளாற வா. இங்கே வேத்து மனுஷங்க யாரும் இல்லை. இது என்னோட பெரிய பேத்தி மேனகா. அவ ரஞ்சனி! இங்கே வா'' என்று குரல் கொடுத்தாள்.

அறையில் தைத்துக் கொண்டிருந்த ரஞ்சனி மிஷினை நிறுத்திவிட்டு எழுந்து வந்தாள். மங்களம் அந்த இளைஞனைக் காண்பித்து ''ரஞ்சனி! இவன் பிரபாகர்!

நம்ம ஜாதிக்காரப் புள்ளயாண்டான். எதிர் வீட்டில் குடியிருக்கிறான். ஏதோ மருந்துங்களை விற்கிற கம்பெனியில வேலை செய்றானாம். எனக்கு முதுகு வலின்னு சொன்னதும் மருந்து கொணாந்து கொடுத்தான். பறந்தே போச்சு வலி. கலகலப்பான பையன்'' என்று அறிமுகம் செய்து வைத்தாள்.

''வணக்கம்'' என்றான் பிரபாகர்.

ரஞ்சனி கைகளைக் கூப்பினாள். மங்களம் மேனகாவைப் பார்த்து ''மின்னு! கொஞ்சம் காபி கலந்துகிட்டு வா. என் முதுகுவலிக்கு எவ்வளவு நல்ல மருந்து கொடுத்தான் தெரியுமா? ஒரே ஒரு தடவை தான் சாப்பிட்டேன். வலி போய்விட்டது'' என்று அவன் பக்கம் திரும்பினாள். ''இதோ பார் பிரபாகர்! எங்க மின்னுவின் கையால் காபி சாப்பிட்டாய்ன்னா பிறகு ஒருநாள் கூட விடாமல் இங்கே வந்துடுவே. காபி மட்டுமில்லை. எங்க மின்னு சமையல் கூட பிரமாதமா பண்ணுவா. அவள் கையால் சமைத்ததை ஒரு முறை சாப்பிட்டா போதும் பிறகு ராஜாவீட்டு விருந்துச் சாப்பாடு கூட பிடிக்காமல் போய்டும் உனக்கு. அவள் வடை பண்ணினால், அப்பப்பா! வாயில் போட்டால் கரைஞ்சி போய்டும். பார்த்துக்கயேன்!''

''நீங்க ரொம்பவும் வர்ணிச்சா அப்பறம்... வடை சாப்பிடும் வரை இங்கிருந்து நகரக்கூடாதுன்னு எனக்குத் தோணும்மா. ஏற்கெனவே எனக்கு வடைன்னா ரொம்பப் பிடிக்கும்'' என்றான் அவன்.

''உட்காரு... உட்காரு.'' மங்களம் வற்புறுத்தியதன் பெயரில் அவன் மறுபடி உட்கார்ந்து கொண்டான். ரஞ்சனி நிசப்தமாகத் திரும்பித் தன் அறைக்குப் போய்த் தைக்கத் தொடங்கினாள்.

''இந்தத் தெருவுல இருக்காங்களே! ஒரு பொறாமைப் பிடிச்ச கும்பல்! யாரைப் பார்த்தாலும் அவங்களுக்கு வயிற்றெரிச்சல்தான். ஏதாவது ஒரு கதையை இட்டுக்கட்டிச் சொன்னால் தவிர அவங்களுக்குத் தூக்கம் பிடிக்காது, சாப்பிட்ட ஆகாரம் செரிக்காது.''

''கிழிச்சாங்க போங்க! அப்படிப்பட்டவங்களை நான் ஒரே பார்வையிலயே நிறுத்தி வைச்சுடுவேன். நான் மெடிகல் ரெப்ரசென்டேடிவ் இல்லையா? ஒரு நிமிஷத்தில் யார் யார் எப்படிப்பட்டவங்கன்னு சுளுவா கண்டுபிடிச்சிடுவேன்.''

அவன் மங்களத்துடன் பேசிக் கொண்டிருந்தாலும் தொலைவில் சமையலறையில் காபியைக் கலந்து கொண்டிருந்த மேனகாவையே

பார்த்துக் கொண்டிருந்தான். மேனகாவின் கூந்தல் நீளமாக இருந்தது. நடையில் ஒருவித நளினம்! மிடுக்கு! தன் நடையில் அழகு இருப்பதாக அவளுக்கே தெரியாது போலும். ஏன் என்றால் அந்த நடையில் வலிந்து வரவழைத்துக் கொண்ட செயற்கைத்தனம் எதுவும் இல்லை.

அதற்குள் மாதவி வெளியேயிருந்து வந்தாள். அவளது ஒரு கையில் புத்தகங்களும், இன்னொரு கையில் மடித்த குடையும் இருந்தன. மழைநாள் வந்து விட்டால், வெளியே போகிறபோது மழை இருந்தாலும் இல்லாவிட்டாலும் குடையை எடுத்துக் கொண்டு போக வேண்டும் என்பது மங்களத்தின் உத்தரவு.

உள்ளே முன் பின் அறிமுகமில்லாத இளைஞனைக் கண்ட மாதவி தலை குனிந்தபடி உள்ளே போக முற்பட்ட போது, பாட்டி குரல் கொடுத்து அவளை அழைத்தாள்.

"மதூ! இங்கே வாயேன். அப்படி ஏன் ஒதுங்கிப்போற? இந்த தம்பி வேற யாரோ இல்ல. பிரபாகர்னு பேரு. நம்மைச் சேர்ந்தவன்தான். நமக்கு தூரத்துச் சொந்தம். நான் ஸ்டேட் பேங்க் ராவ் மாமா வீட்டில் வேலை செய்து கொண்டிருந்தப்ப அறிமுகம். ராவ் மாமாவின் மைத்துனனுக்கு சகலையின் மருமகன். மருந்துகளை விற்கிற வேலை செய்றான்.''

"நான் மெடிகல் ரெப்ரசென்டேடிவ் ஆக வேலை பார்க்கிறேன்.'' மாதவிக்கு வணக்கம் தெரிவித்துக் கொண்டே அவன் இப்படி சொன்னான். மேனகாவை விட இந்தப் பெண் இன்னும் அழகாக இருப்பது போல் அவனுக்குத் தோன்றியது.

"என் இரண்டாவது பேத்தி மாதவி இவ. மேனகாவும் இவளுமா சேர்ந்து மெட்ரிக் எழுதறதுக்காக டுடோரியல் காலேஜ்ல சேர்ந்தாங்க. இரண்டு பேருமே பெயிலாகிட்டாங்க. மேனகா இனி செத்தாலும் பரீட்சை எழுத மாட்டேன்னு சொல்லிட்டா. இவ மட்டும் திரும்பவும் எழுதப் போறா. படிப்பொண்ணும் கஷ்டமில்ல, படிக்க நேரமில்லை. ஆமா!''

மாதவி அந்த இடத்திலேயே நின்று கொண்டிருப்பதைப் பார்த்துவிட்டு மங்களம் பரிவுடன் "மாதவி! நீ போய் முகம் அலம்பிக் கொண்டு சாப்பிடு. காலையில் எப்பவோ சாப்பிட்டது'' என்றாள்.

மாதவி அங்கிருந்து போனாள். கிழவி அந்தப் பெண்ணை அதிக நேரம் அங்கே நிற்க விடாமல் அனுப்பி விட்டதில் அவன் உற்சாகம் வடிந்து விட்டதை அவன் முகமே காட்டியது.

மேனகா காபியைக் கொண்டு வந்து கொடுத்தாள். மங்களத்திடமே இரண்டு டம்ளர்களையும் அவள் கொடுத்த போது, அவள் ''அவனிடம் கொடு'' என்று உத்தரவிட்டாள். மேனகா அவனிடம் கொடுத்தாள். அவன் அதை வாங்கிக் கொண்டே ''எதிர் வீட்டுக்குக் குடி வந்திருக்கிறேன்ங்க. இந்தத் தெருவுல எனக்குத் தெரிஞ்சவங்க யாருமில்ல. உங்க பாட்டி பார்த்து விசாரித்ததும் தான் எனக்கு உயிரே வந்தாப்ல இருந்தது. இந்தப் பட்டிணத்தில் ஒவ்வொருத்தருக்கும் அவர்களைச் சேர்ந்த யாராவது இல்லைன்னா ரொம்பக் குழப்பமாத்தான் இருக்கும்'' என்றான்.

மேனகா தலை குனிந்தபடி கேட்டுக் கொண்டிருந்தாள். அவன் எல்லாம் சொல்லி முடித்த பிறகு அங்கிருந்து போய்விட்டாள். மங்களம் காபியைக் குடித்துக் கொண்டே திரும்பவும் பேச்சைத் தொடங்கிவிட்டாள்.

''நாங்களும் ஒரு காலத்தில் இங்கே நல்லா வாழ்ந்தவங்கதான் ஒரு ஜமீந்தார்கிட்ட என் புருஷன் கணக்குப் பிள்ளையா இருந்தாரு. அப்போ எங்களுக்கு வீடு, வாசல், நிலம் நீச்சு, வேலைக்காரங்கன்னு எந்தக் குறையும் இல்லாம இருந்தது. இதோ இப்ப பார்த்த இல்ல? சொன்னாலும் யாரும் நம்ப மாட்டாங்க. அந்த வாழ்க்கைக்கு சாட்சியா இதோ இந்தப் போட்டோ ஒன்றுதான் எங்களுக்கு மிஞ்சியிருக்கு.''

பிரபாகர் காபியைக் குடித்துக் கொண்டிருந்தவன் ஆச்சரியமடைந்தவனாய் ''அட! அந்தப் போட்டோ உங்களோடதா? நம்பவே முடியலையே'' என்றான்.

''நீ மட்டும் இல்லை. நானே இப்போ இருக்கிற இந்த நிலமை உண்மையா இல்லே அந்தப் போட்டோ உண்மையா? உண்மை எது கனவு எதுன்னு குழம்பிப் போய்டுவேன். சில சமயம் எனக்கே அப்படில்லாம் வாழ்ந்துட்டு இப்ப நரகத்துல இருக்கமோன்னு தோணும்.''

''பலே ஆள்தான். நீங்க'' அவன் சிரித்தான். ''நரகத்துக்கு உங்க பேத்திகளும் வந்திருக்காங்கன்னு சொல்லுவீங்களா?''

மங்களம் சிரித்தாள், அவனும் சிரித்தான். அவன் பேசியதைக் கேட்டு உள்ளே இருந்த ரஞ்சனி, மாதவிக்கும் கூட சிரிப்பு வந்தது.

''உண்மைதான் தம்பி. அப்படின்னா இது நரகம் இல்லையா? அதான் கனவா'' என்றாள் மங்களம் அந்த போட்டோவைப் பார்த்துக் கொண்டே.

திரும்பவும் வேதாந்தியைப் போல் சொன்னாள். ''அது கனவு இல்லை. நிஜவாழ்க்கைதான். ஏன்னா பெரிய பெரிய மகாராஜாக்களே போய்ட்டாங்க. நீடாமங்கலம் ஜமீந்தாரின் பேரனே இப்போ வேலை பார்த்துத்தான் சாப்பிடறான்னா அவங்க காலடியில் துரும்பாட்டம் வாழ்ந்து வந்த நாங்க ஒரு பொருட்டா என்ன? இந்தச் செல்வமே ஒரு மாயைதான். இல்லே.''

''ஆமாம் ஆமாம்'' என்றான் அவன். ''சரிங்க போய்ட்டு வர்றேன்'' என்று எழுந்து கொண்டான்.

''கொஞ்சம் இரேன்பா.''

''வேலை இருக்குங்க.''

மங்களம் இரைந்து கூப்பிட்டாள். ''மேனகா! மாதவி! வாங்கம்மா. புள்ளையாண்டான் பொறப்படறானாம். சொல்லிக்கத்தான்.''

மூவரும் கதவருகில் வந்தார்கள். ''போய் வர்றேன்.'' பணிவுடன் சொன்னான் அவன். ரஞ்சனி தலையை அசைத்தாள்.

''அப்பப்ப வந்து போய்ட்டிரு. சொல்ல மறந்துட்டேன் பார். நாளைக்கு ஞாயித்துக் கிழமைதானே. சாப்பிட எங்க வீட்டுக்கு வந்து விடு'' என்று உத்தரவிட்டாள் மங்களம்.

''நாளைக்கா? பார்க்கிறேன்'' என்றான்.

''பார்க்கிறேன்லாம் கிடையாது. நீ வந்துதான் ஆகணும். நாங்க ஒண்ணும் விருந்து சாப்பாடு போடப் போறதில்லை. எங்களுக்காக சமைச்சதையேதான் உனக்கும் போடுவோம்'' என்றாள்.

பிரபாகர் போகக் கிளம்பியவன் நின்று சொன்னான். ''அதையே என் பாக்கியமா நினைப்பேன். உண்மையைச் சொல்லணும்னா மற்ற வேலைகளை எல்லாம் அப்படியே விட்டுட்டு வந்து விடுவேன். பிரம்மச்சாரி வாழ்க்கை இல்லையா? ஹோட்டல் சாப்பாடு சாப்பிட்டுச் சாப்பிட்டு நாக்கே செத்துட்டதுன்னா நம்புங்க.''

''அய்யோ பாவம்!'' என்றாள் மங்களம் இரக்கத்துடன் அவனைப் பார்த்துக் கொண்டே.

''வர்றேன். உங்களையெல்லாம் சந்திச்சதில் ரொம்ப சந்தோஷம். இனி எனக்குத் தனிமையில இருக்கமேன்னு போரடிக்காது. நான் எங்க வீட்டாரை எல்லாம் விட்டுட்டு இங்கே இருக்கிறேனேன்னு அம்மாவுக்கு ரொம்பவே வருத்தம். நான் வேளைக்குச் சாப்பிட்

டேனோ இல்லையோ என்ற கவலை வேற அம்மாவுக்கு. இன்னைக்கே அம்மாவுக்கு ஒரு லெட்டர் எழுதிடுறேன்.''

''நல்லதுப்பா. எங்களை உன் சொந்த பந்தமாவே நினைச்சுக்க'' என்றாள் மங்களம் கீழே கையூன்றி எழுந்தவாறே.

பிரபாகர் புறப்பட்டுப் போய் விட்டான்; மங்களம் உள்ளே வந்தாள். அங்கே படுக்கையை உதறிப் போட்டுக் கொண்டிருந்த மேனகாவைப் பார்த்து கன்னத்தை வழித்து நெட்டி முறித்துவிட்டு ''என் தங்கக் கட்டி'' என்றாள்.

மேனகா எரிச்சலடைந்தவளாக ''எதுக்கு?'' என்றாள், வெறுப்போடு பாட்டியின் கைகளை விடுவித்துக் கொண்டே.

''எதுக்குன்னு இப்ப சொல்ல மாட்டேன். அப்புறமா சொல்றேன். உனக்கே தெரிஞ்சிடும்.''

மேனகா சலிப்புடன் தலையில் அடித்துக்கொண்டு உள்ளே போய்விட்டாள்.

12

மறுநாள் பிரபாகர் கூப்பிட்டபடியே சாப்பிட வந்தான். மங்களம் உணவில் நீண்ட நாட்களுக்குப் பிறகு இரண்டு கறிகள், குழம்பு, பச்சடி, வடை, பாயசம் என்று தடபுடலாகச் சமைத்திருந்தாள். பிரபாகர் தனக்கு மட்டும் முதலில் பரிமாறியதைப் பார்த்துவிட்டு வியப்படைந்தவனாய் ''நான் உங்க வீட்டுக்கு முறை சாப்பாட்டுக்கு வந்திருக்கேனா என்ன?'' என்றான் சிரிப்புடன். ''ஐயோ! அப்படி எல்லாம் எதுவும் இல்லையப்பா'' என்றாள் மங்களம் பதற்றமடைந் தவளாக.

''நான் உங்க வீட்டிற்குச் சாப்பிட வந்தேன். அதாவது உங்கள் எல்லோருடனும் ஒருத்தனாகச் சேர்ந்து

உட்கார்ந்து சாப்பிடலாம்னு வந்தேனே தவிர, நான் மட்டும் தனியாகச் சாப்பிடுவதற்கா வந்தேன்? ஊஹூம், என்னால் அப்படியெல்லாம் சாப்பிட முடியாது'' என்றான்.

மங்களத்திற்கு அந்த வார்த்தைகள் சந்தோஷத்தை அளித்தன. உடனே மணையைப் போட்டு, தட்டுக்களை வைத்து மேனகாவையும், மாதவியையும் கூப்பிட்டாள். ரஞ்சனி வர மறுத்தாள். ''அட அந்தப் பையன் மனம் நொந்துப்பான். நம்மைச் சேர்ந்தவன்தானே? நல்ல பையன்மா. எவ்வளவு நல்ல விதமா பழகறான்? இல்லாட்டா நம் வீட்டுக்குச் சாப்பிட வரச்சொல்லி அழைச்சிருப்பேனா? அவன்தான் வந்திருப்பானா '' என்று வலுக் கட்டாயமாக இழுத்து வந்தாள்.

கறிகாய் சமைத்த கிண்ணங்களையெல்லாம் கொண்டு வந்து வைத்துவிட்டுப்போன மங்களத்தையும் சாப்பிட உட்காரச் சொல்லி வற்புறுத்தினான் அவன்.

எல்லோரும் சேர்ந்து உட்கார்ந்து கொண்டார்கள். இப்படியொரு வேற்று ஆணுடன் சேர்ந்து சாப்பிடுவது மேனகாவுக்கும், மாதவிக்கும் இதுதான் முதல் தடவை. மேனகா மவுனமாக சாப்பிடத் தொடங்கினாள். மாதவியிடம் டுடோரியல் கல்லூரி விவரங்களைக் கேட்டான் அவன். ''இந்த தடவை நீ பரீட்சை எழுது. மற்றதை எல்லாம் நான் பார்த்துக்கறேன்.

உன் நம்பர் பாஸ் ஆனாற்போல் பேப்பரில் வராவிட்டால் பார்'' என்றான். மங்களம் முதலில் அவனுக்குப் பரிமாறினாலும் பிறகு அவன் தானே சுயமாக மங்களத்திற்கும், இந்தப் பக்கம் மேனகாவுக்குமாகப் பரிமாறிக் கொண்டிருந்தான்.

சாப்பாடு ரொம்ப நன்றாக இருப்பதாகப் பாராட்டினான். வடை, பாயசம் மேனகா செய்தாள் என்று மங்களம் சொன்னாள். ''இவ்வளவு ருசியா நான் எங்குமே சாப்பிட்டதில்லை. உங்களுக்குப் படிப்பு எதுக்கு? சின்ன ஹோட்டல் தொடங்கிட்டா ஏகப்பட்ட பணம் சம்பாதிச்சுடலாம்'' என்றான்.

சாப்பாடு முடிந்தது. அதற்குப் பிறகு அவன் ரொம்ப நேரம் உட்கார்ந்திருந்தான். போகும் முன் பேக்கைத் திறந்து விட்டமின் மாத்திரைகள், ஜலதோஷத்திற்கு மருந்துகள் என்றெல்லாம் எடுத்து வைத்தான். ''மேனகாவை போட்டுக்கொள்ளச் சொல்லுங்கள். ரொம்ப வீக்கா தெரியுது'' என்றான்.

ரஞ்சனிக்கும் தூக்கம் வருவதற்காக மாத்திரைகளைக் கொடுத்தான். மங்களத்தின் முதுகு வலியைப் பற்றி விசாரித்துவிட்டு மருந்து மாற்றினான்.

மதியம் காபி குடித்த பிறகு தான் போனான். அவன் போகும் போது மங்களம் ''இதோ பாருப்பா. ராத்திரி கூட ஹோட்டலில் சாப்பிடாதே. வீட்ல செய்தது நிறையவே மீதமிருக்கு'' என்றாள்.

''வேணாம் வேணாம். ராத்திரி நான் எப்போ வருவேனோ என்னமோ?''

''சரி விடு. உன் அறையிலேயே கொணாந்து வச்சிடறேன்.''

''ஏன் உங்களுக்குச் சிரமம்'' என்று சொல்லிக் கொண்டே அறையின் சாவியை எடுத்துக் கொடுத்தான் அவன்.

''இதுல சிரமம் என்ன இருக்கு? நீ எங்களுக்கு வேற்று மனிதனா என்ன? மின்னு! பத்திரமாக இதை வைம்மா'' என்றாள். சாவியைக் கொடுக்கும் போது அவன் மேனகாவைக் கூர்ந்து பார்த்துவிட்டுப் போய்விட்டான்.

பிரபாகர் போன பிறகு, மங்களம் பேத்திகள் இருவரையும், மகளையும் உட்கார வைத்து கூட்டம் நடத்தினாள்.

''இதோ பாருங்கள். அவன் நம் வீட்டிற்குள்ளே அடியெடுத்து வைச்சாலே நம் வீட்டை சூறையாடிவிடுவான் என்பது போலப் பார்க்கிறதை விடுங்க. பையன் லட்சணமா இருக்கான். கை நிறைய சம்பாதிக்கிறான். அவன் வீட்டில் பெண் பார்த்துக் கொண்டிருக்கிறார்களாம். தனக்குப் பிடிச்ச பெண்ணைத்தான் பண்ணிக்குவேன்னு சொல்லிட்டானாம். வீட்டாரின் தலையீடே இருக்காதாம். முறைப்பெண் ஒருத்தி இருக்காளாம். விதவை அத்தை ஒருத்தி இவர்களின் வீட்டில்தான் இருக்காளாம். அத்தைப் பெண்ணைப் பண்ணிக் கொண்டால் சொத்து வருமாம், ஆனால் இவனுக்குக் கொஞ்சங்கூட இஷ்டம் இல்லையாம். உங்களுக்குத் தெரிந்து நல்ல பெண் யாராவது இருந்தால் சொல்லுங்கள் பாட்டின்னான். பெண் கெட்டிக்காரியா, வீட்டு வேலைகள் தெரிஞ்சவளா இருந்தால் போதுமாம். வரதட்சிணையோ, சீர் வரிசையோ தேவையில்லையாம். பெற்றோருக்கு விருப்பம் இல்லைன்னா கோயில்ல கல்யாணம் செய்துப்பானாம். நம் மேனகாவுக்கும் அவனுக்கும் நல்ல பொருத்தம்னு அவனைப் பார்த்ததுமே எனக்குத் தோணுச்சி. என் மனசுல இந்த எண்ணம்

இருக்கறது அவனுக்குத் தெரியாது. இப்போதே சொல்ல வேண்டாம். மெதுவா அவனை நம் மேனகாவைப் பண்ணிக் கொள்ளும்படியாய் நாம செய்யணும். இதுக்குள்ளேய ராசாத்தியின் பார்வை அவன்மீது விழுந்துவிட்டது. அவளுக்கும் ஒரு மகள் இருக்காளே. அதோடு இந்தப் பையனும் ஜோரா இருக்கான். நல்லா சம்பாதிக்கிறான்.

காலையில் நான் வாசலில் கோலம் போடும் போது அவன் அறைக்குப் போய் காபிக்கு வரச்சொல்லி அழைச்சிட்டிருக்கா அவ. மகளோட பழக்கம் உண்டாக்கிட்டு, மெதுவா வலையில போட்டுக்கணும்கிறது அவள் தவிப்பு. ராசாத்தி நல்லவ இல்லைன்னு ஏற்கெனவே நான் அவன்கிட்ட சொல்லிட்டேன். அவனுக்கும் ராசாத்தியின் தோரணை பிடிக்கலைன்னு சொல்லிவிட்டான். முடிந்த வரையில் அவனை நம் வீட்லயே கட்டிப் போட்டு வைச்சிக்கனும்.''

பாட்டியின் திடீர்முடிவும், தன்னிச்சையான முடியும், பேச்சும், அலுப்புத் தட்டியதால் மேனகா அங்கிருந்து எழுந்து போய்விட்டாள். பாட்டி பிரபாகரனை மேனகாவுக்கு என்று சொல்லிவிட்டதாலோ என்னவோ மாதவியின் உற்சாகம் வடிந்து விட்டது.

''அம்மா! அவன் மின்னுவைப் பண்ணிக்கொள்வான்னு நினைக்கிறயா?'' என்றாள் ரஞ்சனி.

''போடி!'' என்று சிரித்தாள் மங்களம்.

பிரபாகர் பார்க்க நன்றாக இருக்கிறான் கைநிறைய சம்பாதிக் கிறான். முக்கியமாகத் தாய் தந்தையரின் கட்டுப்பாட்டில் இல்லை. கலகலப்பாகப் பழகுகிறான். அவன் மின்னுவைப் பண்ணிக் கொண்டால் அதைக் காட்டிலும் வேறு அதிர்ஷ்டம் இல்லை. ரஞ்சனிக்கும் இப்போது அவனை ரொம்பவும் பிடித்துவிட்டது.

மங்களம் மாலையில் அவன் அறைக்குப் போய் டிபனை அங்கே வைத்துவிட்டு வந்தாள். இரவு ரொம்ப நேரம் கழித்து அவன் வந்து கதவைத் தட்டினான். கட்டிலில் படுத்திருந்த மங்களம் மேனகாவை சாவி கொடுக்கச் சொல்லி உத்தரவிட்டாள். மேனகா எழுந்து போய் சுவரில் மாட்டியிருந்த சாவியை எடுத்துக் கொடுத்தாள்.

''என் ஞாபகமறதியைப் பார்த்தீங்களா? நேரா அறைக்குப் போய்ட்டேன். சாவிக்காக ஜேபியைத் தடவிப் பார்த்தப்ப எங்கேயோ தொலைச்சிட்டதா பதறிட்டேன். இங்கே கொடுத்த நினைப்பே இல்லை. பூட்டை உடைப்போம்னு ஒரு கல்லை எடுத்தப்பதான் நினைப்பு வந்தது.''

சாவியை வாங்கிக் கொள்ளும் போது அவன் கை மேனகாவின் உள்ளங்கையில் உராய்ந்தாற்போல் இருந்தது. மேனகா முறைத்துப் பார்த்தாள்.

அவன் சிரித்தான். ''தேங்க்ஸ்! உங்களுக்கு ரொம்ப சிரமம் கொடுத்துட்டேன். சாரி'' என்று சொல்லிட்டுப் போய் விட்டான். மேனகாவுக்கு அவன் வேண்டுமென்றே உள்ளங்கையைத் தொட்டதாகத் தோன்றவில்லை. வந்து படுத்துக் கொண்டாள்.

பாட்டியின் வார்த்தைகள் நினைவுக்கு வந்தன. பாட்டி ஒரு பைத்தியம்! அவளைப் பார்க்கும் போது மேனகாவுக்கு இரக்கம்தான் ஏற்பட்டது. எப்படியாவது சரி தனக்கும், மாதவிக்கும் கல்யாணம் செய்து வைக்க வேண்டும் என்பது அவள் தவிப்பு. பக்கத்து வீட்டில் இருந்த ராசாத்தியின் கைங்கரியத்தால் இவளுக்குத் தப்பித்தவறி வந்த ஓரிரு வரன்கள் கூடக் கைவிட்டுப் போய்விட்டன. கல்யாணத் தரகர் கூட ஒரு முறை சொல்லிவிட்டார்.

''பேத்திகளின் கல்யாணத்தை உங்களால எப்படிப் பண்ணி வைக்க முடியும் பாட்டி? உங்களால்... லேசுல முடியாது'' என்றார்.

''ஏன் முடியாது?'' என்றாள் மங்களம்.

''இந்தக் காலத்தில் பெண்ணுக்குக் கல்யாணம் பண்ணி வைக்கிறதுன்னா விளையாட்டா? மதிப்பும், மரியாதையும் உள்ள குடும்பங்கள் கூட வரதட்சிணை, சீர் வரிசைன்னு தாங்க முடியாத பாரமா நினைக்கிறாங்க. போகட்டும், இதையெல்லாம் ஈடுகட்டக் கூடிய பொருள் ஒண்ணு இருக்கு. அதான். அதை உங்களால் எங்கிகேருந்து கொண்டார முடியும்? என் பேச்சைக் கேட்டு அந்த பெண்களுக்குக் கொஞ்சம் சுதந்திரம் கொடுத்து வெளியில் அனுப்புங்கள். அவங்களே யாரையாவது ஒருத்தனை இழுத்துகிட்டு வருவாங்க. நீங்க ஜாதியைப் பற்றியெல்லாம் பொருட் படுத்தாதீங்க.

இப்ப ரொம்ப கல்யாணம் அப்படித்தான் நடக்குது!

மங்களம் கையிலிருந்த செம்பால் அவரை அடிக்கப் போனாள். ''இதைத்தான் நீ சொல்ல வந்தியா? நான் ஏதோ பெரிய மனுஷனாச்சேன்னு உன்னை வரன் பார்க்கச் சொன்னா என் பேத்திகளை ஓடிப் போகச்சொல்லி எனக்கே யோசனை தர்றியா? பல்லைத் தட்டிடுவேன். என்னை யாருன்னு நினைச்சிருக்கே? நீடாமங்கலம் ஜமீன்ல வேலை பார்த்து வந்தவருக்கு இரண்டாவது

மனைவியாக்கும். என் பேத்திகளைப் பார்த்தா அப்படிச் சொல்றே? உனக்கும்தான் மகளுங்க இருக்காங்க. அவங்ககிட்ட இந்த புத்திமதியைச் சொல்லு. அவங்களுக்குக் கல்யாணம் காட்சின்னு நீ பண்ணி வைக்காதே. என்னைவிட உன்கிட்ட என்னா பணம் இருந்து கிழிச்சது? நீ சம்பந்தம் பண்ணிவெச்ச ஒரு குடும்பமாவது உருப்படியா இருக்கா? போ போ. திரும்பவும் இந்தத் தெருவில நீ என் கண்ணுல பட்டுடாதே போ.'' மங்களம் அவருடைய பையை எடுத்து வீதியில் வீசியெறிந்தாள்.

அவர் போய் விட்டார். மங்களம் தலையில் அடித்துக்கொண்டு அழத் தொடங்கினாள். ''என் தலையெழுத்து! எவ்வளவு பேச்சுகளைக் கேட்க வேண்டியிருக்கு? பணம் இவ்வளவு மதிப்புள்ளதுன்னு தெரிஞ்சிருந்தா என்கிட்ட இருந்த போதே எச்சில் கையால காக்காயை கூட ஓட்டியிருக்க மாட்டேன். நோம்புகள், விரதங்கள், உறவினர்கள்னெல்லாம் தடபுடலாய் வாரியிறைச்சிட்டேனே பாவி.'' தலையைச் சுவரில் சாய்த்தாள்.

''இப்போ அதெல்லாம் எதுக்கும்மா? அவர்கிட்ட நம்ம விஷயத்தைச் சொல்ல வேணாம்னு எவ்வளவு தடவை சொல்லி யிருப்பேன்? கேட்டியா'' என்றாள் ரஞ்சனி வருத்தத்துடன்.

''நீ அப்படித்தான்டி சொல்லுவே. என் வருத்தம் உனக்கென்ன தெரியும்? உன் விஷயத்தில் நான் வரன் கிடைக்காமலா போய் விடும்னு வீம்பாய் தான் நினைச்சேன். கடைசியா படுகுழியிலேல்ல விழுந்துட்டேன். என்னிடமிருந்ததை எல்லாம் திருடிக் கொண்டு என் சக்களத்தியின் மகன்கள் என்னை வீட்டை விட்டே துரத்தி விட்டாங்களே. இப்போ வாசலில் போய் நின்றால் காரித் துப்பறானுக.

ஐயோ! அவளோட சொத்தையெல்லாம் நாம விழுங்கிட்டோம்னு கொஞ்சமாவது அவங்களுக்கு இரக்கம் இருக்கா? கல்யாணம் ஆகிடும்னு நினைச்சிக்கிட்டிருக்கும்போதே உனக்கு வயசு முப்பது ஆயிட்டது. அப்புறம் உன் வாழ்க்கை அவன் கையில சிக்கி இப்படியெல்லாம் ஆயிட்டுது. பேத்திங்களுக்காவது வயசு தாண்டாமல் கல்யாணம் பண்ணி வைக்கலேன்னா என்னால உயிரோட இருக்க முடியுமா? இந்த உலகத்தாரெல்லாம் காக்கையாட்டம் என்னைக் கொத்திப் போட்டுட மாட்டாங்களா?''

''கல்யாணம்னா என்ன விளையாட்டாம்மா?''

என்றாள் ரஞ்சனி.

"இல்லைன்னு உட்கார்ந்துட்டா குழந்தைகளின் வாழ்க்கை நாசமாயிடாதா? நான் கண்ணை மூடிட்டா நீ அவங்களோட எந்தக் கிணத்துலடி குதிப்பே? அவனைக் கொண்டு போய் கட்டையில் வைக்க! வரன் பாருன்னு சொன்னா இப்படியா பேசுவான்? அன்னைக்குக் கூட ஒரு வரனைப் பார்க்கப் போனா "ஐயோ! மங்களத்தின் பேத்தியா? வேண்டவே வேணாம்னாங்களாம். நான் என்ன செய்துட்டேன்? அப்படியென்ன பிரம்ம ராட்சசியா நான்? யாரையாவது பிடுங்கித் தின்னுட்டேனா? குழந்தைக்கு கல்யாணம் பண்ணணும். கையில பணம் இல்லை. உண்மைதான். என்னத்தை செய்வேன்?" அழுதேவிட்டாள் அவள்.

மேனகா அங்கே வந்தாள். மங்களத்தில் வேதனை மேனகாவுக்குப் புரிந்தாற்போல் வேறு யாருக்கும் புரியாதோ? பாட்டியின் தலைமீது கையை வைத்து கம்மிய குரலில் சொன்னாள். "பாட்டி! எங்க கல்யாணத்தைப் பத்திய யோசனையை விட்டுடு. குறைந்த பட்சம் என் கல்யாணத்தைப் பத்தியாவது விடு. நான் இந்த வீட்டுக்கு ஆண்பிள்ளை மாதிரின்னு நீ எப்பவும் சொல்லுவியே. நானும் ஏதாவது வேலை பார்த்து மாதவியின் கல்யாணத்தை நல்லபடியா பண்ணி வைக்கிறேன். எங்க தலையெழுத்து எப்படி இருக்கோ அதன்படி தான் நடக்கும். குழந்தைகளைத்தான் பெத்துக்க முடியுமே தவிர அவங்க தலையெழுத்தை மாத்த முடியாதுன்னு நீதான் எப்பவும் சொல்லுவியே. அப்படி நினைச்சி விட்டுடு. இந்த நிமிஷத்திலிருந்து இந்தக் கல்யாணப் பேச்சை எடுக்காதே" என்றாள். அந்தக் குரல் நயமாக எடுத்துச் சொல்வதாக மட்டும் இல்லை. அது மலையத்தனை கம்பீரமும் கொண்டதாயிருந்தது.

குழந்தைகள் வளர்ந்துவிட்டார்கள். அவர்களுடைய தேவை களுக்கும், குடும்பத்தின் நித்தியப்படி செலவுகளுக்கும் மங்களத்தின் உழைப்புதான் ஆதாரமாக இருந்தது. ரஞ்சனி என்னதான் தையல் வேலை செய்து வந்தாலும் அந்த வருமானம் வரவர எந்த மூலைக்கும் காணவில்லை. ரஞ்சனி தாய்க்குத் தெரியாமல் பூஷணத் திற்கு, "குழந்தைகள் வளர்ந்து விட்டார்கள். என்னைக் கைவிட் டாலும் பரவாயில்லை. குறைந்தபட்சம் அவர்களுக்காவது ஒரு வழியைக் காட்டுங்கள்" என்று வேண்டுகோள் விடுத்துக் கடிதம் எழுதினாள்.

"எனக்கு இப்படிப்பட்ட உதவாக்கரைக் கடிதங்கள் எழுத வேண்டாம். யாரைக் கேட்டுக் குழந்தைகளைப் பெத்துக்கிட்டே?

நான் குழந்தை இல்லாமலோ, குழந்தை வேண்டியோ உன்கிட்ட என் வாழ்க்கையைப் பிணைச்சுக்கலே. அன்னைக்கு நீ கருவுற்றிருப்பதாக சொன்னபோதே இந்தக் குழந்தைக்கும் எனக்கும் எந்த சம்பந்தமும் இல்லைன்னு சொல்லிட்டேன். என்னை பிளாக்மெயில் செய்து பணம் கறக்கலாம்னு நினைக்கிறியோ? நான் நினைத்தால் உன்னை இந்த ஊரிலேயே இருக்க முடியாமல் செய்துட முடியும். எனக்குக் கோபம் அதிகம்னு உனக்குத் தெரியும். அனாவசியமாக என்னைத் தூண்டிவிடாதே. உடம்பில் இளமை இருக்கும் போது உல்லாசமாக இருப்பது எந்த ஆணும் செய்யற காரியம்தான். அதுக்காக அவர்கள் அட்டையைப் போல் அவனுடன் ஒட்டிக் கொள்ள வேண்டியதில்லை. என் குழந்தைகளும் பெரியவர்களாகிட்டாங்க. இன்னொரு தடவை எனக்கு லெட்டர் கிட்டர் எழுதனும்னோ, என்னைச் சந்திக்கனும்னோ நினைக்காதே. இதான் என் கடைசி வார்த்தை. என் கௌரவத்தைக் கெடுக்க நினைச்சு யாருடைய தூண்டுதலால் இந்தத் திட்டம் போட்டியோ தெரியாது. அது உனக்கும் உன் குழந்தைகளுக்குமே ஆபத்தாயிடும். அதைத் தெரிஞ்சிக்க.'' என்று அவனிடமிருந்து உடனே பதில் வந்தது.

ரஞ்சனி கட்டிலுக்கு அருகில் இருந்த பிறையின் அடியில் அதை மறைத்து வைத்தாள். ஒரு நாள் எதற்காகவோ அந்தப் பிறையைத் திறந்த மேனகாவின் கண்களில் அந்தக் கடிதம் பட்டது. எடுத்துப் படித்தாள். படித்து முடித்ததும் அவள் உடல் முழுவதும் தீப்பற்றி எரிவது போல் இருந்தது. கண்கள் சிவந்தன. ஆவேசத்தால் இளம் தளிர் போல் உடல் நடுங்கியது.

விளக்கை அங்கே வைப்பதற்காக வந்த மங்களம் இருட்டில் நின்று கொண்டிருந்த பேத்தியைப் பார்த்துவிட்டு ''என்ன? ஏன் இப்படி நின்னுட்டிருக்கே?'' என்று கேட்டாள்.

''ஒண்ணுமில்லை பாட்டி, ஒண்ணுமில்லை'' என்றாள். அதற்குள் ரஞ்சனி அங்கே வந்தாள்.

நிதானமாக மேனகா தன் தாயிடம் வந்தாள். ''அம்மா!'' என்று அழைத்தாள்.

''என்ன மின்னு?''

''எனக்கு ஒரு வாக்குறுதி கொடு.''

''என்னது?''

''இனிமே ஒரு போதும் அப்பாவுக்குக் கடிதம் எழுத மாட்டேன்னு வாக்குறுதி கொடு.''

''மின்னு!''

''அம்மா! உண்மையைச் சொல்றேன். நீ அப்பாவுக்குக் கடிதம் எழுதினாய் என்று தெரிந்தால் நான் உன் சுற்றுவட்டாரத்திலேயே இருக்க மாட்டேன். நீ அவருக்குக் கடிதம் எழுதினால் என்னைக் கொன்று விட்டதற்குச் சமம். நீ அவருக்குக் கடிதம் எழுதியதாத் தெரிஞ்சா நான் இருக்கவே மாட்டேன்மா. என் பிணம்தான் இங்கே உன் காலடில இருக்கும்.''

''மின்னு!''

''சாப்பாடு இல்லாட்டா நானும், மாதவியும் பட்டினி கிடந்து செத்துப் போறோம். கல்யாணம் ஆகாட்டா இப்படியே இருந்து கிழவிகளாகிடறோம். அப்படியாவது மதிப்புடன் வாழ்ந்து வருவோமே தவிர, தயவு பண்ணி இப்படியெல்லாம்'' கையிலிருந்த கடிதத்தைக் காட்டிக்கொண்டே கண்கள் கனல்வீச மேலும் சொன்னாள். ''கண்டவங்க கிட்டே எங்களுக்காக யாசிக்காதேம்மா. அவங்களிடம் எங்களுக்கு அவமானம் ஏற்படும்படியா எதையும் செய்யாதேம்மா, ப்ளீஸ்.''

மேனகா பேசிமுடித்து திடீரென்று ஹிஸ்டீரியா வந்தவள் போல் அழத்தொடங்கினாள். மேனகாவைச் சமாளிக்க மங்களத்தால் முடியவில்லை. அதற்குள் மாதவி அங்கே வந்தாள்.

மேனகாவால் ரொம்ப நேரம் வரை பழைய நிலைக்குத் திரும்ப முடியவில்லை. ரஞ்சனி தவறு செய்து விட்டவள் போல் தலை குனிந்தபடி உட்கார்ந்திருந்தாள்.

தன் திருமணத்தைத் தானே செய்து கொள்வது. ''அது சாத்தியப் படாவிட்டால் இப்படியே இருந்து விடுவது'' என முடிவு செய்து கொண்டாள் மேனகா.

திருமணம் அசாத்தியம் என்றெண்ணி இதயக்கதவை மூடிக் கொண்டு விட்டிருந்த மேனகாவின் மனதிற்குள் பிரபாகர் கதவைத் தள்ளிக் கொண்டு எட்டிப் பார்த்துக் கொண்டிருந்தான்.

மேனகாவுக்குத் தயக்கமாக இருந்தது. அந்தக் கதவைத் திறப்பதா வேண்டாமா என்ற சந்தேகத்தில் இருந்தாள். பிரபாகருடன் நெருங்கிப் பழகுவதா வேண்டாமா? எந்த முடிவுக்கும் வர முடியாதவளாகத் தடுமாறிக் கொண்டிருந்தாள் மேனகா.

13

பிரபாகர் குறிப்பாக மேனகாவின் வாழ்க்கையில் சூறாவளியாய் வந்து சேர்ந்துவிட்டான். யோசித்துக் கொள்வதற்கு அவகாசம் கூட இல்லாமல், ஜாக்கிரதையை மேற்கொள்வதற்குக் நேரம்கூட தராமல், தன் வாக்குச் சாதுரியத்தால் அவர்களுடைய சந்தேகங்களைத் தகர்த்தெறிந்து விட்டு நன்மதிப்பைத் தட்டிக் கொண்டுவிட்டான்.

அவன் காரியங்கள் எல்லாம் வித்தியாசமாக, மேனகாவின் இளம் மனதை வசப்படுத்தும் விதமாக இருந்தன. கொஞ்சம் அறிமுகம் வளர்ந்ததுமே அவன் ஒரு நாள் தண்ணிக் குடத்தை சுமந்தபடி வந்து கொண்டிருந்த மேனகாவைப் பார்த்துவிட்டு, மங்களத்தைக் கண்டிப்பது போல் சொன்னான். ''பாட்டி! நீங்க பெரியவங்க. உங்களுக்கு நான் சொல்ல வேண்டிய தேவையில்லைன்னு வையுங்க. மேனகா கல்யாண வயசுல இருக்குற பெண். இப்படி அடிக்கடி வெளியே போய் வருவது நல்லா இல்லை. நான் பார்த்த வரைக்கும் இந்தத் தெருவுல மரியாதையாய் இருக்கும் பசங்கன்னு ஒரே ஒருத்தன் கூட இல்லை. எகத்தாளப் பேச்சும், வேண்டாத கூவல்களும் ச்சே... மேனகாவை தண்ணிக்காக அனுப்பாதீங்க பாட்டி. தண்ணியைக் கொண்டார ஒரு ஆளைப் போட்டுக்கங்க. பணம் இல்லைன்னு சொல்லாதீங்க. நீங்க எல்லோரும் மாசம் ஒரு நாள் சாப்பிடுவதை நிறுத்தியாவது அந்தக் காரியத்தைச் செய்யணும்பேன்'' என்று சொல்லி விட்டுப் போனான். அதுமட்டுமா? அவனே ஒரு ஆளைப் பார்த்து தண்ணியை எடுத்து வர ஏற்பாடு செய்தான். அவனைக் கூப்பிட்டு குடத்தைக் கையில் கொடுத்து ''இதோ பார்! இவங்க வீட்டிற்கு எவ்வளவு குடம்

தண்ணீர் வேணுமோ கொண்டாந்து ஊற்று. சம்பளம் என்னைக் கேளு. அவங்ககிட்ட கேட்காத'' என்றான்.

''என் கண்ணே! என் தங்கமே!'' என்று மேலே வார்த்தை வராமல் மங்களம் அன்புடன் நெட்டி முறித்தாள். ஆமாம். இவ்வ ளவு நாளா இப்பிடி எனக்குத் தோன்றவே இல்லையே. சின்ன வயசிலிருந்து பழக்கப்பட்ட வேலைதானேன்னு நினைச்சுகிட்டேன் என்று நினைத்துக் கொண்டாள்.

பிரபாகர் போன பிறகு மங்களம் மேனகாவைப் பார்த்து ''பார்த்தியா மின்னு? வருங்கால மனைவிக்காக இப்பவே அந்தப் புள்ள எவ்வளவு அக்கறை எடுத்துக்கறான் பார். நான் சொல்லலே? அவனுக்கு உன்னை ரொம்பப் பிடித்திருக்குன்னு. என்னிடம் எப்போதும் உன்னைப் பத்தித்தான் கேட்டுக்கிட்டிருப்பான். நான் சொல்ல வந்தா நீ எரிஞ்சி விழறே'' என்றாள்.

மேனகா எப்போதும் போல் எரிச்சலடையவில்லை. அன்றைக்கு அவள் குடத்தைத் தூக்கவில்லை. குப்பன்தான் தண்ணீர் கொண்டு வந்து அவர்கள் வீட்டில் எல்லாவற்றிலும் நிரப்பிவிட்டான். மேனகாவுக்கு ரொம்பவும் நிம்மதியாக இருந்தது. பிரபாகர் மீது வரவர விருப்பம் ஏற்பட்டது. அவன் உண்மையிலேயே அவள் சுகத்தைப் பற்றி யோசிக்கிறானா? மேனகாவின் மனதில் கோடை மழைச்சாரலைப் போல் இதமான இனிய உணர்வு ஏற்பட்டது.

பிரபாகர் காலையில் புறப்படும் போது அறைச் சாவியைக் கொடுத்துவிட்டு, டிரான்ஸிஸ்டரை மங்களத்திடம் கொடுத்தான். ''சும்மாதானே இருக்கப் போறீங்க. பொழுது போகாதப்ப மேனகாவைக் கேட்கச் சொல்லுங்க'' என்றான். மங்களம் அகமகிழ்ந்து போனாள். பிரபாகர் உரிமையுடன் மேனகாவின் மடியில் டிரான்ஸிஸ்டரை வைத்து அதை எப்படி இயக்க வேண்டும் என்று திருப்பிக் காட்டினான். அந்த முயற்சியில் அவன் கைகள் அவள் மார்பில் பட்டன. மேனகா சற்றே நிமிர்ந்து உட்கார்ந்தாள்.

பிரபாகர் இருப்பது ஒரே ஒரு அறை கொண்ட போர்ஷன். அதைப் பெருக்கவும், தண்ணீர் பிடித்து வைக்கவும் வேலைக்காரி ஐம்பது ரூபாய் சம்பளம் கேட்டாளாம். அப்படியே ஒருத்தியை ஏற்பாடு செய்தாலும், அவள் நான்கு நாட்கள் செய்துவிட்டு வேலையை விட்டுவிட்டாளாம்.

மங்களம் இரக்கத்துடன் ''ஒரே ஒரு அறைக்கு வேலைக்காரி எதுக்குப்பா? நாங்க யாராவது ஒருத்தர் பெருக்கிடுறோம். இங்கேயிருந்து தண்ணீர் எடுத்துக் கொண்டு போய் வைக்கிறோம்'' என்றாள்.

பிரபாகர் ஏறக்குறைய தினமும் அவர்கள் வீட்டில் சாப்பிட்டுக் கொண்டிருந்தான். எப்பொழுதாவது காய்கறி, ரொட்டி, பழங்கள், பூக்கள் என்று வாங்கி வருவான். மங்களம் அவற்றைப் பார்த்து மகிழ்ந்து போய் விடுவாள். அவன் தன் சாப்பாட்டை ஒரு செலவாகக் கருதியதில்லை.

இன்றைக்குச் சாப்பாடு போட்டால், நாளைக்குக் கல்யாணம் ஆகிட்டதும் வாழ்நாள் முழுவதும் அவன் காசில் நாம் சாப்பிடப் போறோம். அவன் வேற்று மனுஷனா என்ன? மேனகாவிற்கு வருங்கால கணவன்தானே?'' என்று நினைத்துக் கொள்வாள்.

பிரபாகர் எப்பொழுதாவது பணம் கொடுப்பான். ஒரு மாதம் கொடுத்தால் அடுத்த மாதம் ஏதோ இடைஞ்சல் வந்து தாய் கடிதம் போட்டதால் அனுப்பி வைத்ததாகச் சொல்வான். அது போன்ற சமயங்களில் அவன் சாப்பிட வரமாட்டேன் என்று அடம் பிடிப்பான். மங்களம் கெஞ்சுவாள்.

''நம்மோட பந்தம் பணத்தால் ஏற்பட்டதா என்னப்பா?'' என்று சண்டை போடுவாள். அங்குமிங்கும் அலைந்து கடனோ உடனோ வாங்கி வந்த பணத்தில் அவனுக்கும் சமைத்துப் போடுவாள்.

பிரபாகருக்கு சினிமா தியேட்டர் முதலாளி ஒருவரை நன்றாகத் தெரியும். அடிக்கடி அவனுக்கு ஃப்ரீபாஸ் கொடுப்பார். தொடக்கத்தில் அவன் எல்லோரையும் கிளம்பச் சொல்லிக் கொண்டிருந்தான். ரஞ்சனி வரமாட்டேன் என்று பிடிவாதம் பிடித்தால், மங்களம் கோபித்துக் கொள்வாள். மேனகா கெஞ்சு வாள். அவர்கள் வார்த்தையைத் தட்ட முடியாமல் அவளும் போவாள்.

எல்லோரும் சேர்ந்து போனால் தெருவில் இருக்கும் எல்லோரும் ஏதோ காணாததைக் கண்டது போல் விழி பிதுங்கப் பார்ப்பார்கள். எவனாவது விசிலடிக்கப் போனால் பிரபாகர் அவனை முறைத்துப் பார்ப்பான். விசில் அப்படியே நின்றுவிடும். மேனகாவுக்கு ரொம்ப சந்தோஷமாக இருக்கும். விவரம் தெரிந்த பிறகு மேனகாவுக்கு வெளியே போனாலும், வீட்டில் இருந்தாலும் நிம்மதியாக இருப்பது போல் தோன்றியது.

வாழ்க்கைக்கு ஒரு ஆதாரம் கிடைத்தது போல் இருந்தது. புதிதாக கொழு கொம்பைப் பற்றிக் கொண்டு படரத் தொடங்கிய மனம் என்ற கொடியானது இளம்துளிர்களை விடத் தொடங்கியது. மங்களம் எப்பொழுது பார்த்தாலும் மேனகாவை ''அதிர்ஷ்டசாலி, அதனால்தான் பிரபாகர் போன்ற புருஷன் கிடைக்கப்போறான்'' என்று புகழ் பாடி வந்தாள்.

பிரபாகர் இப்பொழுதெல்லாம் சினிமா பாஸ் இரண்டு பேருக்கு மட்டுமே வாங்கி வந்தான். ''சினிமா புதுசில்ல...கூட்டமா இருக்கும். அப்புறமா தரேன்னு அவர் சொன்னார். இந்த சினிமா ரொம்ப நல்லா இருக்கும்'' என்பான்.

மங்களம் மேனகாவைக் கிளம்பச் சொல்லி அவசரப்படுத்துவாள்.

''நான் தனியாகவா? மாதவி இல்லாமல் நான் போக மாட்டேன்'' என்பாள் அவள்.

''எனக்குப் பரீட்சை கிட்டத்துல இருக்கு. நான் படிக்கணும். நீ போ அக்கா'' என்பாள் மாதவி.

மேனகா பாதி விருப்பத்துடனும், பாதி விருப்பம் இல்லாமலும் புறப்படுவாள். விருப்பம் ஏன் என்றால் தனியாக இருக்கும் போது பிரபாகரன் மேலும் உற்சாகத்துடன் சிரித்தபடி பேசுவான். விருப்பம் இல்லாமல் போவதற்குக் காரணம் மாதவியை வீட்டிலேயே விட்டுவிட்டுப் போனால் தன்னுடைய பாதி உடலை இங்கேயே விட்டுவிட்டுப் போவது போல் இருக்கும்.

மேனகாவும் பிரபாகரும் நெருங்கிப் பழகுவதற்கு இப்பொழுதெல்லாம் தெரிஞ்சோ தெரியாமலோ மாதவியும் உதவிக் கொண்டிருந்தாள். முதன் முதலில் பிரபாகர் வரும் போதெல்லாம் படிப்பையும் விட்டுவிட்டு அவனுக்கெதிரே வந்து உட்கார்ந்து ஜாலியாகப் பேச வேண்டும் என்று தவித்துக் கொண்டிருப்பாள். மங்களம் மாதவியை அங்கிருந்து கிளப்பி வேறு வேலை கொடுத்தனுப்ப அரும்பாடு பட வேண்டியிருந்தது. அதை உணராத மாதவி மங்களத்தின் வார்த்தைகளைப் பொருட்படுத்தாமல் அப்படியே உட்கார்ந்திருப்பாள்.

மங்களம் ''இந்த புத்திகெட்டவளுக்கு கொஞ்சம் கூட இங்கிதமே தெரியலை'' என்று நொந்து கொள்வாள். ஒருநாள் மாதவியைத் தனியாக அழைத்துச் சொல்லவும் செய்தாள். ''இதோ பார் மாதவி! நீ விவரம் தெரிந்தவள். பிரபாகரும் மேனகாவும் ஒருவரை ஒருவர் விரும்புகிறார்கள். அவன் வீட்டில் இருக்கும் நேரமே குறைவு. இருக்கிற கொஞ்ச நேரமாவது நாம் அவங்களைத் தனியா விட்டுடுவோமே.''

''அவன் அக்காவைவிட என்னிடம்தான் அதிகமா பேசறான்'' என்றாள் மாதவி உதட்டைச் சுழித்துக் கொண்டே.

மங்களம் லேசுப்பட்டவள் இல்லை. மாதவிக்கு பிரபாகர் மீது விருப்பம் இருப்பதை உணர்ந்து, அந்த விருப்பத்தை முளையிலேயே

கிள்ளியெறிந்துவிட்டாள். மாதவியை அருகில் இழுத்து தலையை வருடிக்கொண்டே ''பாரும்மா. அவள் வயசுல பெரியவ. உன்னைவிட நிறமும் கம்மி. ஒல்லியாய் வேறு இருக்கா. உன் பக்கத்தில் நிற்கவைத்தால் அழகு குறைச்சல்தான். உனக்கு என்ன? தங்க விக்கிரகம் போல் இருக்க. மகாராணியாக வேண்டியவள் நீ. உனக்கு இந்த பிரபாகரைக் கட்டிக்கனும்னு என்ன தலையெழுத்து? உனக்குக் கலெக்டர் மாதிரி புருஷன் வரணும். அக்காவுக்கும் பிரபாகருக்கும் கல்யாணம் ஆனால் நம்ம குடும்பம் முன்னுக்கு வந்துடும். அப்போ நான் பிரபாகரின் உதவியுடன் உனக்கு கலெக்டர் மாப்பிள்ளையை அலுப்பில்லாமத் தேடுவேன். நான் யோசித்துப் பார்க்கலைன்னு நினைச்சுட்டியா? எல்லாத்தையும் நல்லா யோசிச்சிப் பார்த்துதான் பிரபாகரை மேனகாவுக்குன்னு முடிவு செஞ்சேன். நீ என் பேச்சைக் கேட்டு நல்லா படிம்மா. நீ கலெக்டர் மனைவி ஆவேன்னு அந்த சாஸ்திரி மாமா ஜோசியம் சொல்லியிருக்கிறார். உன் ஜாதகத்தில அந்த யோகம் இருக்காம். அதன் அறிகுறிதான் முன்னாலேயே தெரியுதே? அதனால்தான் பிரபாகர் நாமல்லாம் தேடாமலே நம் வீட்டிற்கு வலிய வந்து மேனகாவை விரும்பறான்'' என்றாள்.

இந்த மந்திரம் மாதவியின் மனம் மாற நன்றாக வேலை செய்தது. கலெக்டருக்கு மனைவியாக வேண்டிய ஜாதகம் தன்னுடையது என்று பாட்டி சொன்னதால், பிரபாகர் மீது இருந்த ஆர்வம் குறைந்துவிட்டது. மேனகாவையும், அவனையும் தனிமைப்படுத்தத் தொடங்கினாள். மங்களம் அவ்வப்பொழுது மேனகாவிடம் போய் பிரபாகரும் அவளும் சினிமாவுக்குப் போயிருந்த போது என்ன பேசிக் கொண்டார்கள் என்பதைச் சொல்லச் சொல்லித் தொந்தரவு செய்வாள்.

''சீ.. போ'' என்பாள் மேனகா லேசான பொய்க் கோபத்துடன்.

''அத்தான் வந்ததும் எப்படியும் நான் போக வேண்டியவள்தானே?''

''அத்தானா? அது யாருடி?'' என்பாள் கேலியாக மேனகா.

''பிரபாகர் அத்தான். அக்கா புருஷன்!''

மேனகா தங்கையின் காதைப் பிடித்துத் திருகுவாள். மாதவி வீலென்று கத்தினால் மங்களம் வந்து மாதவியை விடுவிப்பாள்.

சில சமயம் மாதவி, மேனகா ஏதாவது புத்தகத்தைப் படித்துக் கொண்டு தனியாக உட்கார்ந்திருக்கும் போது வந்து கால்களைக்

கட்டிக் கொண்டு ''அக்கா! எனக்கு என்ன தோணுது தெரியுமா?'' என்று ஆரம்பிப்பாள்

''சொல்லு.''

மாதவி புத்தகத்தைப் பிடுங்கிப் பக்கத்தில் வீசிவிட்டு அக்காவின் கண்களுக்குள் ஊடுருவியபடி பார்த்துக் கொண்டே ''அக்காவுக்குக் கல்யாணம் ஆகும். அக்காவுடன் நாங்களும் புது வீட்டுக்கு மாறி விடுவோம். அக்காவுக்குக் குழந்தைகள் பிறக்கும். நான் அவங்களைத் தூக்கி வச்சிக்கிட்டு விளையாட்டுக் காண்பிப்பேன். எல்லோரும் சந்தோஷமாக இருப்போம்.''

''ஏன்டி என்ன பேசறே நீ. அப்போ உனக்குக் கல்யாணம் ஆகாதா என்ன?''

''ஏன் ஆகாது? அக்காவும் அத்தானும் சேர்ந்து எனக்கு நல்ல வரன் பார்ப்பாங்க. ரெண்டு பேரும் மணையில் உட்கார்ந்து கொண்டு என்னை தாரை வார்த்துக் கொடுப்பீங்க. உன்னை விட சின்னவள்ங்கிறதால எனக்கு எவ்வளவு அதிர்ஷ்டம் பார்த்தியா? என் அதிர்ஷ்டம் உனக்கு இல்லை.''

மேனகா கண் இமைக்காமல் மாதவியைப் பார்த்தாள். மாதவியின் வாயிலிருந்து வெளிவந்த வார்த்தைகள் முத்துக்களாய் மாறி வர்ணஜாலத்துடன் அவளுக்குச் சுந்தரக் கனவுகள் தோன்றின. அவள் விழிகளில் நீர் திரண்டது. ''மதூ! நீ சொல்றது உண்மைடி. உன் பேச்சு அப்படியே பலிக்கும். நிச்சயமா அது நடந்தே தீரும்.'' என்றபடி மாதவியின் நெற்றியில் முத்தம் பதித்த மேனகா, கண்களை மூடிக் கொண்டாள். மாதவிக்கு அவள் நினைத்தது போலவே திருமணம் செய்து வைப்பாள். அம்மாவை, பாட்டியை எல்லோரையும் சந்தோஷமாக வைத்துக்கொள்வாள்.

இப்படியெல்லாம் அடிக்கடி பேசி வந்ததால் மேனகாவின் மனதில் பிரபாகரைப் பற்றிய சந்தேகங்களும், குழப்பங்களும் முற்றிலுமாக விலகிப் போய்விட்டன. அவனிடம் பெரும் விருப்பம் ஏற்படத் தொடங்கியது.

மங்களத்திற்கு ஜுரம் வந்து எழுந்து கொள்ள முடியாமல் போனால், தானே போய் அவன் அறையைப் பெருக்கிச் சுத்தம் செய்து விட்டு வந்தாள். அவன் தாமதமாக வந்தால் விழித்திருந்து சாப்பாடு பரிமாறுவாள். அவன் சாவியை எடுத்துக் கொண்டு போகும் போது மேனகாவைச் சரேலென்று இழுத்து அவள் சிவந்த இதழ்களில் அழுத்தமாக முத்தம் பதித்துவிட்டுப் போய் விடுவான்.

மேனகா மேனி சிலிர்ப்பாள். இது தவறு என்ற பயம், அந்த பயத்தைக் கொன்று புதைக்கும் சந்தோஷம், அவசரப்படுகிறேனோ என்ற சந்தேகம் எல்லாமாகச் சேர்ந்து அவள் மனதுடன் போர் புரியத் தொடங்கி கலவரப்படுத்திக் கொண்டிருந்தன. இறுதியில் சந்தோஷம் அவற்றை வென்று அவளது பயத்தையும், சந்தேகத்தையும் அடக்கிவிடும்.

பிரபாகர் மேனகா கோபித்துக் கொள்ளாததையும், தடுக்காததையும் பார்த்து அவளிடம் மேலும் கொஞ்சம் உரிமை எடுத்துக் கொள்ளப் போனான்.

''எனக்கு இதெல்லாம் பிடிக்காது'' என்று ஒரு முறை சொல்லியேவிட்டாள்.

''உங்க வீட்டுக்கு நான் வரவேண்டாமா? உனக்கு விருப்பம் இல்லாத காரியங்களை நான் செய்யக் கூடாதுதான். ஆனால் அங்கே வந்தால் எனக்கு என்னமோ இப்படி எல்லாம் செய்யணும்னு தோணுது. இது என்னோட தவறு இல்லை. ஒருவேளை இது என் வயசின் கோளாறாக இருக்கலாம். உன்னைப் பார்த்ததும் என் உடல் காந்தத்தால் கவரப்பட்ட ஊசியைப் போலாயிடுது'' என்பான்.

அவனுக்கு மேனகாவால் பதில் சொல்ல முடியாது.

போகும் போது அவன் திரும்பவும் கேட்பான். ''நாளைக்கு நான் வரவா வேணாமா?''

''வாங்க.'' தடுமாற்றத்துடனேயே சொல்வாள் மேனகா.

அந்த வார்த்தைகள் அவன் மனதிற்குள் சிம்மவாசலை திறந்து விட்டாற்போல் இருந்தன. மேனகா கூடுமான வரையிலும், அவனுடன் தனியாக இருப்பதைத் தவிர்த்து வந்தாள். ஆனால் அவள் ஜாக்கிரதைகள் எல்லாம் எதற்கும் பயன்படவில்லை. அவன் ரொம்ப சாமர்த்தியமாகத் தனிமையை ஏற்படுத்திக் கொள்வான்.

அவன் மங்களத்தின் வீட்டிற்கு வேளை கெட்ட வேளையில் வருவது, மேனகாவுடன் சேர்ந்து சினிமாவுக்குப் போவது, அவன் அறைக்கு மேனகா அவ்வப்பொழுது போய் வருவது எல்லாவற்றையும் அக்கம் பக்கத்தார் கவனித்துக் கொண்டுதான் இருந்தார்கள்.

அந்தத் தெருவில் எதிர் சாரியில் ராமலிங்கமும், பக்கத்து வீட்டில் சடகோபனும் இருந்தார்கள். ராமலிங்கம் இரண்டு முறை கல்யாணம் செய்து கொண்டவர். இரண்டுமே நிலைக்கவில்லை. இரண்டு மனைவிகளுமே ஒரு வருடம் போவதற்குள் இறந்து போய் விட்டார்கள். உலகம் அவரை நஷ்டஜாதகம் என்று பழித்தது.

அவருக்கு உலகத்தின் மேல் ஆத்திரம் இருந்தது. யாராவது பேச ஆள் கிடைத்தால் போதும் எல்லோரைப் பற்றியும் அவதூறுகளை பரப்பிக் கொண்டிருப்பார். சடகோபனின் மனைவி ஓடிப் போய் விட்டாள். அவருக்குப் பெண்களைக் கண்டாலே பிடிக்காது! அவர்களைப் பற்றி வாய்க்கு வந்தபடி ஏதாவது பேசிக் கொண்டும், குறை சொல்லிக் கொண்டும் இருப்பார்.

இளம் பெண்கள், வயதானவர்கள் என்ற பாகுபாடு இன்றி இவ்விருவரும் தெருவில் கண்ணில் பட்ட எல்லாப் பெண்களையும் விமர்சித்து, பழித்துக் கொண்டிருப்பார்கள். இவர்களுக்குத் துணையாக வேலைவெட்டி இல்லாத நான்கைந்து விடலைப் பசங்களும் சேர்ந்து கொண்டார்கள்.

காலையில் எழுந்தது முதல் அவர்களுடைய கண்கள் மங்களத்தின் வீட்டின் மீதுதான் லயித்திருக்கும். அந்த வீட்டில் யாராவது தும்மினாலும், இருமினாலும் கூட அதுவும் ஒரு செய்தியாய் வெளியே பிரசாரம் ஆகிவிடும். ஏற்கனவே ஆண்கள் இல்லாத குடித்தனம். அதிலும் வயதிற்கு வந்த மங்களத்தின் இரண்டு பேத்திகளைக் கண்டாலே அந்தத் தெருவில் எல்லோருக்கும் இளக்காரம்தான்.

அந்த வீட்டிற்குப் புதிதாக வந்து போய்க் கொண்டிருக்கும் பிரபாகரை அவர்கள் ஆயிரம் கண்களுடன் துப்பறிந்து செய்திகளைத் திரட்டிக் கொண்டிருந்தார்கள்.

மங்களம் ஒன்றும் முட்டாள் இல்லை. ஒரு இளைஞன் தம் வீட்டிற்கு வந்து போய்க் கொண்டிருக்கிறான் என்றால், இந்த உலகம் என்ன நினைக்கும் என்று அறியாதவளும் இல்லை. அதனால் குழாயடியிலும், நாராயணன் கடைக்குப் போகிற பொழுதும் பிரபாகர் மேனகாவுக்கு வரப் போகும் கணவன் என்றும், அவன் உடனே திருமணம் செய்து கொள்வதாகச் சொல்கிறான் என்றும், ஆனால் தான்தான் நல்ல முகூர்த்தம் வரவில்லை என்று தடுத்திருப்பதாகவும் சொல்லி வந்தாள்.

பிரபாகரைப் பார்த்தால் பண்ணிக் கொள்வான் போல்தான் இருந்தான். அதனால் அவர்கள் தற்காலிகமாக மேனகாவைப் பற்றிய தேவையற்ற வியாக்கியானங்களை நிறுத்தியிருந்தார்கள். தெருவில் நடந்து போகும் போது யாரும் எதுவும் சொல்லாமல் இருப்பதைப் பார்த்த மேனகாவுக்குப் புதிய வாழ்க்கையே தொடங்கி விட்டாற்போல் மகிழ்ச்சியாகவும் இருந்தது.

14

பிரபாகர் அன்று காலையில் கட்டிலில் உட்கார்ந்து மங்களம் கொடுத்த இட்லியைச் சாப்பிட்டுக் கொண்டே ''பாட்டி! உங்களுக்கு ஒரு நல்ல செய்தி'' என்றான்.

''சொல்லுப்பா. என்ன சேதி?'' என்றாள் மங்களம் இட்லியின் மீது நெய்யை ஊற்றிக் கொண்டே.

''எனக்குக் கோயம்பத்தூரில் பருத்திக் கம்பெனியில நிரந்தர வேலை கிடைச்சிருச்சி.''

''இப்போ இந்த வேலையும் நல்லாத்தானே இருக்கு?'' என்றாள் மங்களம்.

''இது ஒரு வேலையா? செருப்புத் தேயும்படி டாக்டர்களைச் சுற்றித் தெருத் தெருவா அலையணும். அது ஃபஸ்ட் கிளாஸ் வேலை. கால் மேல் கால் போட்டுக் கொண்டு உட்கார்ந்தே பார்த்துக்கலாம். நான் வேலையில் சேருவதற்கு வியாழக்கிழமை கிளம்புறேன். வீட்டைக் காலி செய்கிறேன் என்று வேறு சொல்லிட்டேன்'' என்றான்.

சட்டினி எடுத்து வருவதற்காகச் சமையலறைக்குப் போன மங்களம் தடுமாறுவது போல் கொஞ்ச நேரம் பிரமித்து அப்படியே நின்று விட்டாள். திரும்பவும் வந்த போது அவன் சொன்னான்.

''எனக்கு இந்த வேலை ஆறுமாசங்களுக்கு முன்னாலயே வந்திருக்க வேண்டியது. வரலே. சும்மா இருப்பானேன் என்று மருந்துப் பையைக் கையில தூக்கினேன். அதான் சொன்னேனே, எங்க அப்பா ரொம்ப தொண தொணக்கும் பேர்வழி. எனக்கும் அவருக்கும் ஒரு நிமிடம் கூட ஒத்துப் போகாது. அவர்கிட்ட

ஆதாரப்பட்டுக் கொண்டு இருக்கறது எனக்குப் பிடிக்கலை. உங்கள் தயவால எனக்கு நல்ல வேலை கிடைச்சுட்டது. அதே போல் உங்கள் ஆசிகளால குடும்பஸ்தனாகவும் ஆயிட்டேன்னா என் வாழ்க்கை ஒரு நிலைக்கு வந்தாப்லதான். எங்க அப்பா என்னை எப்போ பார்த்தாலும் உதவாக்கரைன்னு திட்டிக்கிட்டே இருப்பார். வேலையில் சேர்ந்து கல்யாணமும் செய்துகிட்டு, அவர் எதிரே போய் நின்று ''என்னை விட சாமர்த்தியம் உள்ள பையன் யாருன்னு இப்ப சொல்லுங்க'' என்பது போல் ஒரு பார்வையைப் பார்ப்பேன். தட்டை கீழே வைத்துக் கொண்டே அவன் பெருமையுடன் சொன்னான்.

''நல்லாச் சொல்லு. வருமானம் இல்லாம எப்பவும் இருந்துடு வாய்னு நினைச்சுட்டார் போல உங்க அப்பா. என்னைக் கேட்டால் நீ போகவே கூடாதும்பேன். அவங்களே உன்கிட்ட வரணும்.''

''அதுவும் பாயிண்ட்தான்'' என்றான். வேலை கிடைத்து விட்டதற்குப் பிரபாகர் ரொம்ப உற்சாகத்துடன் இருந்தான். அவன் அதிக நேரம் உட்கார்ந்திருக்கவில்லை. ''நிறைய வேலையிருக்கு. பாட்டி. இந்தத் தெருவுக்கு வந்து ஆறு மாசம் கூட ஆகலை, நிறை யப் பேர் அறிமுகமாயிட்டாங்க. அப்புறமா வருகிறேன்'' என்று சொல்லிவிட்டு எழுந்து போய்விட்டான்.

பிரபாகருக்கு நிரந்தர வேலை கிடைத்து விட்டதற்கு மங்களத்திற்கு ஒரு பக்கம் சந்தோஷமாக இருந்தது. கடந்த இரண்டு வாரங்களாக அவனிடம் கல்யாணப் பேச்சை எப்படி எடுக்க வேண்டும் என்றும் மேனகாவுக்குப் பாடம் சொல்லிக் கொடுத்துக் கொண்டிருந்தாள்.

ஒரு மாதமாகவே திருமணம் எப்போ பண்ணிக் கொள்வானோ என்று கேட்கும்படியாக எத்தனையோ முறை மேனகா வைத் தூண்டிவிட்டாள். ஒவ்வொரு முறையும் இருவரும் சேர்ந்து சினிமாவுக்கோ, பார்க்குக்கோ, கோவிலுக்கோ கிளம்பினால் அவனி டம் கேட்கச் சொல்லி அவளை வலியுறுத்தி அனுப்புவாள். எப்படி பேச்சைத் தொடங்க வேண்டும் என்று கூட சொல்லிக் கொடுத்தாள். ஆனால் சமீப காலமாக மேனகா ரொம்பவே அசடாக இருந்தாள்.

அவர்கள் திரும்பி வந்ததுமே ''கேட்டியா? என்ன சொன்னான்?'' என்று பரபரப்புடன் கேட்பாள். மேனகா தலையைக் குறுக்கே இப்படியும் அப்படியும் அசைத்துக் கொண்டே ''இல்லை பாட்டி! அந்தப் பேச்சே வரலை'' என்பாள்.

''இதோ பார்! உன்னை என்னவோ என்று நினைச்சுட்டேன். உங்க அம்மாவிடம் இருக்கும் அசட்டுத்தனத்தில் பாதி உன்கிட்ட வந்து சேர்ந்துட்டது போலிருக்கு. இந்த அளவுக்குக் கூட வாய் இல்லேன்னா எப்படிம்மா? நீ என்னைப் போல் புத்திசாலியாய் இருப்பாய்னு நினைச்சேன். உங்க தாத்தா அறிமுகமான பதினைந்து நாட்களுக்குள் முகூர்த்தம் வைத்துக் கொள்ளும்படி செய்தவ நான். பார்த்தால் உனக்கு என் குணம் கொஞ்சம் கூட வந்ததுபோல் தெரியலையே'' என்று அலுத்துக் கொண்டாள்.

கடைசியில் அன்று காலையில் தானே அவனிடம் கேட்கவும் செய்தாள். காபியைத் தந்து கொண்டே ''கல்யாணம் எப்போ செய்து கொள்வதாக இருக்கிறாய்?'' என்றாள் யோசனையுடன்.

''உங்க ஆசீர்வாதம் எப்பொழுது பலிக்குதோ அப்ப பண்ணிப்பேன் பாட்டி. ஒரு நல்ல வேலையை எதிர்பார்த்துக்கிட்டிக்கேன். அது கிடைச்சதுமே பண்ணிக்குவேன்'' என்றான் உற்சாகத்துடன்.

மங்களம் ''ஓஹோ! அப்படியா? அதுவும் சரிதான்'' என்றாள். பிறகு மகளிடம் ''அவன் மனசுல இருக்கும் உத்தேசம் தெரிஞ்சுட்டது இல்லையா? இனி நாம் அவசரப்பட வேண்டியதில்லை. நிம்மதியா இருக்கலாம். என் ஆசீர்வாதம் எப்போ கிடைக்கிறதோ அப்போன்னு சொன்னான் இல்லியா? அப்படின்னா அதன் அர்த்தம் அதானே? ஏதோ சரியான வேலையை எதிர்பார்த்துக் காத்துக்கிட்டிருக்கானாம். அதற்குள்ள நாம ஏன் அவசரப்படுத்த?அததுக்கும் நேரம் காலம் வரணும்லே!'' என்றாள்.

''வேலைக்கும் கல்யாணத்துக்கும் என்னம்மா சம்பந்தம்?'' என்றாள் ரஞ்சனி.

''எல்லாம் நாம் நினைத்தாற் போல ஒடனே நடந்துடுமா? கொஞ்சமாவது காத்திருக்க வேணாமா?'' என்று மேனகாவிடம் திரும்பி, கண்களை வேடிக்கை செய்வது போல் உருட்டிவிட்டு ''என் தங்கக் கட்டியை என்னவோன்னு நினைச்சேன். கள்ளி! எல்லாம் தெரியும். அவன் எல்லாத்தையும் சொல்லியிருப்பான்'' என்றாள்.

''இல்லை பாட்டி சொல்லலே! எனக்கு இதெல்லாம் ஒண்ணுமே தெரியாது'' என்று தடுமாறினாள் மேனகா.

''சும்மா அளக்காதே'' என்று அந்தப் பேச்சை அத்துடன் எடுத்தெறிந்து விட்டாள் மங்களம்.

தினசரி தண்ணீர் எடுக்கும் ஆள் ஒரு நாள் வரவில்லை. மங்களமே போனாள்.

பிரபாகருக்கு கோயம்பத்தூரில் நல்ல வேலை கிடைத்து விட்டது என்ற விஷயம் அந்தத் தெருவில் எல்லோருக்குமே தெரிந்திருந்தது. குழாயடியில் எல்லோரும் மங்களத்திடம் ''உன் பேத்தியோட புருஷனுக்கு நல்ல வேலை கிடைச்சுட்டதாமே?'' என்று நேரடியாகவே கேட்டார்கள்.

''ஆமாம்'' என்றாள் பெருமையுடன்.

''பரவாயில்லை. உன் பேத்தி அதிர்ஷ்டசாலிதான்'' என்றாள் ஒருத்தி.

''காலம் எப்பவும் ஒரே மாதிரி இருக்காதுடி சாவித்திரி! நான் பட்ட கஷ்டங்களைப் பார்த்து நானே நிம்மதியா சிரிக்கும் காலம் வரத்தான் போவுது.''

''பேத்திக்கு சாமர்த்தியம் அதிகம்தான். நல்ல புருஷனாத்தான் பிடிச்சிருக்கா'' என்றாள் இன்னொருத்தி.

''மங்களத்தின் புத்திசாலித்தனம் மட்டும் குறைஞ்சிட்டதா என்ன? பேத்திக்கு எப்படி எல்லாம் ட்ரெயினிங் கொடுத்திருப்பா?'' என்றாள் இன்னொரு அம்மாமி.

''சொல்லுங்கம்மா சொல்லுங்க. நான் இப்பொழுது ஒண்ணும் சொல்ல மாட்டேன். இந்த நாள் உங்களோடது. நீங்க சொல்றீங்க. நான் கேட்டுக்கிறேன். எனக்கும் ஒரு நாள் வரத்தான் போவுது. அப்பொழுது வட்டியும் முதலுமா திருப்பித் தந்துடுவேன்'' என்று அங்கிருந்து நகர்ந்தாள்.

பிரபாகர் இப்பொழுதெல்லாம் சாப்பிடச் சரியாக வீட்டிற்கு வருவதில்லை. கேட்டால் நண்பர்களுடன் சாப்பிட்டு விட்டதாகச் சொன்னான். அவன் முதல் நாள் இரவும் சாப்பிட வரவில்லை. காலையிலும் கண்ணில் படவில்லை. பிற்பகல் மங்களமே அவன் அறைக்குப் போனாள்.

''இன்று இரவாச்சும் சாப்பிட வாப்பா'' எனறாள்.

''நான் வரதுக்குள்ள இருட்டிடும் பாட்டி'' என்றான் பிரபாகர்.

''அப்படின்னா ஒரு காரியம் செய்றேன். மேனகாவிடம் கேரியர்ல கொடுத்து அனுப்புகிறேன்'' என்றாள்.

''உங்களுக்கு எதுக்குப் பாட்டி வீண் சிரமம்? நான் வெளியில எங்கேயாவது சாப்பிட்டுக்கறேன்'' என்றான்.

''ஐயோ! இதில் சிரமம் என்னப்பா இருக்கு?'' என்றாள்.

பிரபாகர் வெளியில் கிளம்பும் மும்முரத்தில் இருந்தான். மங்களம் திரும்ப வீட்டிற்கு வந்து விட்டாள்.

மாலைநேரமாயிற்று. மங்களம் மேனகாவை அழைத்துத் தலையை வாரிப் பின்னினாள். கூந்தல் நிறையப் பூவை வைத்தாள். சில்க் பாவாடையும், வெள்ளை ஜாக்கெட்டும், தாவணியும் அணிந்து கொள்ளச் சொன்னாள்.

''இதபார் மின்னு. இது வெட்கப்பட வேண்டிய விஷயம் இல்லே. நாளைக்கு வியாழக்கிழமை. அவன் போய்டப் போறான். டிக்கெட் கூட கோயம்புத்தூருக்கு ரிசர்வ் செய்துட்டானாம். நாம அவன்கிட்ட கேட்கலைன்னு தயங்கறான் போலிருக்கு. அவன் எப்ப சொல்றானோ நாமும் அப்பவே பண்ணி வைக்கத் தயாரா இருப்பதா சொல்லு. கல்யாணத்தைக் கோவிலிலோ, ரிஜிஸ்ட்ரார் ஆபீசிலோ அல்லது அவன் இஷ்டப்படற இடத்திலோ பண்ணத் தடையில்லைன்னும் சொல்லு. என்னைக் கேட்டா இப்படிப்பட்ட விஷயங்களை மூணாவது நபர்கள் மூலமா கேட்பதை விட நாமே சுயமாக கேட்டால்தான் சரிப்படும். இதுல வெட்கப்பட எதுவுமே இல்லை.''

மேனகாவுக்கு அங்கே போவதில் விருப்பம் இல்லை தான். ஆனால் மங்களத்தின் வார்த்தைகள் மந்திரம் போட்டாற்போல் இருந்தன. வாய்ப்பு தன் எதிரே வந்து நிற்கிறது. கதவைத் தட்டு வதற்குக் கோழைத்தனத்துடன் தான் பின் வாங்கக் கூடாது என்று தோன்றியது. மேனகாவுக்கு அதே சமயம் பயமாகவும், வெட்கமாகவும் இருந்தது.

அதை உணர்ந்து கொண்ட மங்களம் ''ஏன்டி இப்படி வியர்த்துக் கொட்டுது? அடி பைத்தியமே! நீ ஏதாவது கசாப்புக் கடைக்காரன் கிட்டயா ஆடாட்டம் போறே? உன்னை விரும்புறவனிடம் போய்ப் பேசப் போற. அவ்வளவுதானே? உன்னைப் பார்த்ததும் அவனுக்கே தெரிஞ்சிடும். நீ வாயைத் திறக்க வேண்டிய அவசியமே இருக்காது. அவனே வெட்டு ஒண்ணு. துண்டு ரெண்டா சொல்லிடுவான் பாரேன். போய்ட்டு வா'' என்றாள்.

''ஆமாக்கா. தைரியமா போய் வாக்கா'' என்றாள் மாதவி. அவளுக்கு இதையெல்லாம் பார்க்கும் போது வேடிக்கையாக இருந்தது. தனக்கு இந்த மாதிரி கவலை எல்லாம் வரக்கூடாது என்று உள்ளுக்குள் நினைத்தாள். எப்போதும் இல்லாதவிதமாக அக்கா இன்று நடுங்குவது போல் தோன்றியது. கண்களில் அப்பாவித்தனமும், மிரட்சியும் தெரிந்த அந்த நிமிடம் அக்காவைப் பார்த்தால் எப்போதும் பார்க்கும் அக்காவாக இல்லாமல் வேறு விதமாகத் தோன்றினாள்.

மாதவி மேனகாவிடம் வந்து அவள் கன்னத்தில் அழுத்தமாக ஒரு முத்தம் பதித்து ''விஷ் யு குட் லக்! காட் பிளெஸ் யு'' என்றாள்.

ரஞ்சனி சுவாமி படத்திற்கு நமஸ்காரம் செய்தாள்.

மேனகா சாப்பாடு கேரியரை எடுத்துக் கொண்டு கிளம்பினாள். இரவு ரொம்ப நேரமாகிவிட்டதால் எல்லோரும் உறங்கி விட்டிருந்தார்கள். கேரியரை எடுத்துக் கொண்டு தெருவைத் தாண்டி பிரபாகர் குடியிருக்கும் வீட்டுப் பக்கமாகப் போகும் போது, பீடியைப் புகைத்துக் கொண்டிருந்த சடகோபன் நின்று திண்ணையை விட்டு இறங்கி நன்றாக உற்றுப் பார்த்தார்.

மேனகா நிமிர்ந்து நடந்தபடி இந்த உலகத்தைப் பொருட்படுத்தா தவளாய் பிரபாகர் இருந்த அறையை நோக்கிப் போனாள்.

15

அறையில் எரிந்து கொண்டிருந்த விளக்கு வெளிச்சம் ஜன்னல் வழியாக வெளியே வந்து விழுந்து கொண்டிருந்தது. மேனகா கதவைத் தட்டினாள். ஒரு நிமிஷம் கழித்து பிரபாகர் வந்து கதவைத் திறந்தான். எதிரே நின்று கொண்டிருந்த மேனகாவைப் பார்த்துவிட்டு ஆச்சரியமடைந்தவன் போல் நடித்தான்.

''அட நீயா?'' என்றான்.

மேனகா கையிலிருந்து கேரியரைக் காட்டிச் ''சாப்பாடு எடுத்துக்கிட்டு வந்திருக்கேன்'' என்றாள் நெஞ்சு படபடக்க.

''அடடா! நான் சாப்பிட்டுட்டேனே'' என்றான் அவன்.

கேரியரை எடுத்துக் கொண்டு உள்ளே செல்லவிருந்த மேனகா நின்றுவிட்டாள். தடுமாற்றமடைந்தவள் போல் அவனைப் பார்த்தாள். அவன் சாப்பிட்டு விட்டானா? அப்படி என்றால் இனி உள்ளே போக வேண்டிய அவசியம்தான் என்ன? வீட்டிற்குப் போவதற்காகத் திரும்பப் போனவள், திரும்பவும் தயக்கத்துடன் நின்றுவிட்டாள்.

"ஏதாவது சொல்லணுமா? மின்னு" என்றான் அவன்.

மேனகா மவுனம் சாதித்தாள். கீழ்க்கண்களால் அவனைப் பார்த்தாள்.

"உள்ளே வா" என்றான்.

அவள் உள்ளே வந்தாள். சாதாரணமாக இருந்தால் மேனகா பேசுவதற்குத் தடுமாற மாட்டாள். எந்த விஷயம் பேசவதாக இருந்தாலும் பயமில்லாமல் அவனை நேருக்கு நேர் பார்த்தபடி பேசுவாள். இன்றைக்கு ஏனோ வாயிலிருந்து வார்த்தை வராமல் ஊமையாகிவிட்டாள்.

"உட்கார்" என்றான் பிரபாகர்.

மேனகா அங்கே இருந்த நாற்காலியில் ஓரமாக உட்கார்ந்தாள். அங்கே கட்டில் மீது பெட்டி ஒன்று திறந்த நிலையில் இருந்தது. பிரபாகர் உடைகளை அடுக்கி வைத்துக் கொண்டிருந்தவன் பாதியில் விட்டுவிட்டு வந்திருப்பான் போலும். திரும்பவும் போய் எடுத்து வைக்கத் தொடங்கினான்.

மேனகா எதுவும் பேசவில்லை. அவனும் எதுவும் கேட்கவில்லை. அந்த அறையில் இருவருக்கும் இடையே ஒரு சங்கடமான நிசப்தம் நிலவியது. அவளிடம் கேள்வி கேட்க வேண்டும் என்றோ, ஏதாவது பேச வேண்டும் என்றோ ஆர்வம் எதுவும் இல்லாதது போல் தன் வேலையைப் பார்த்துக் கொண்டிருந்தான் அவன். கடைசியில் மேனகாவே தொண்டையை செருமிக் கொண்டு கேட்டாள்.

"ஊருக்குப் போறீங்களா?"

"ஆமா. தெரியாது."

"தெரியும்... ஆமா திரும்ப எப்ப வருவீங்க பிரபா?"

"தெரியாது. ஆனா திரும்பி வருவதற்கு எனக்கு இங்கே என்ன காரியம் பாக்கியிருக்கு?"

திடுக்கிட்டுப் போன மேனகா நிசப்தமாக இருந்து விட்டாள். அவன் உடைகளை அடுக்கி வைத்துவிட்டு, படுக்கையைக் கட்டிக்

கொண்டே மேனகாவை ஓரக்கண்ணால் கூர்ந்து கவனித்தான். மேனகா ஆடாமல் அசையாமல் உட்கார்ந்திருந்தாள்.

''அடடா! அதற்குள் பத்தரை மணியாயிட்டுதே.'' அவன் கைக்கடியாரத்தைப் பார்த்துக் கொண்டே சொன்னான். ரொம்ப நேரமாகிவிட்டது என்ற எச்சரிக்கை அந்தக் குரலில் தொனித்துக் கொண்டிருந்தது.

மேனகா திகைப்புடன் சரேலென்று எழுந்து வெளியே போகத் திரும்பினாள். மறுபடியும் நின்றாள். அவன் அவள் மனதுக்குள் பட்டுக் கொண்டிருந்த அவஸ்தையை முகத்தில் பார்த்துக் கொண்டுதான் இருந்தான். ஆனால் தனக்கும் அவளுக்கும் எந்தச் சம்பந்தமும் இல்லை என்பது போல் பேசாமல் இருந்தான். குறைந்த பட்சம் ''என்ன?'' என்று கூடக் கேட்கவில்லை.

மேனகா தைரியத்தைக் கூட்டிக் கொண்டவளாய் சட்டென்று திரும்பினாள்.

''அப்பன்னா நீங்க திரும்ப இங்கே வர மாட்டீங்களா?''

''ஊஹூம். மாட்டேன்.'' தலையைக் குறுக்கே அசைத்தான்.

''அப்ப ... வந்து... வந்து... நம்ம கல்யாணம் எப்போன்னு பாட்டி கேட்கச் சொன்னாள்.''

''கல்யாணமா!'' அவன் திகைத்துப் போனாற்போல் நடித்தான். ''கல்யாணமா?'' என்று திரும்பவும் கேட்டான். ''நம் இருவருக்கும் கல்யாணமா?'' ஆள்காட்டி விரலைக் காட்டிக் கேட்டான்.

ஆமாம் என்று தலையை அசைத்தாள் அவள்.

''அதிசயம்தான்!'' அவன் திடீரென்று உரத்த குரலில் சிரிக்கத் தொடங்கினான். ''நம்ம இரண்டு பேருக்கும் கல்யாணமா? பாட்டி கேட்கச் சொன்னாங்க? அதுக்காவத்தான் நீ இவ்வளவு நேரமா இப்படி மென்று விழுங்கிக்கிட்டே உட்கார்ந்திருந்தாயா? நான் அப்பவே நினைச்சேன். என்னடா இது? புலிக்குட்டி பூனையைப் போல உட்கார்ந்திருக்கேன்னு. உன்னைக் கல்யாணம் பண்ணிக் கொள்வதாக நான் என்னைக்காவது சொல்லியிருக்கிறேனா?'' அவன் அவளைக் கூண்டில் நிற்க வைத்துக் கேட்பது போல் கேட்டான்.

அதைக் கேட்ட மேனகா விறைத்தே போனாள். கண்கள் அகல விரிந்தன.

''உன்னைக் கல்யாணம் பண்ணிக்கிட்டு என்னால வாழ முடியுமா? என்னை என் வீட்டார் வாசலை மிதிக்கத்தான்

விடுவாங்களா? இப்படிக் கேட்கறனேன்னு தவறா நினைக்காதே. மங்களத்தின் பேத்தியான உனக்கு இந்தத் தெருவில் இருக்கும் பெயரும், புகழும் யாருக்குத் தெரியாது? நான் ஒரு நாளும் உன்னைக் கல்யாணம் பண்ணிக் கொள்கிறேன்னு சொன்னதே இல்லையே? நீங்களாகவே உங்களுக்குள் அப்படி நினைச்சுகிட்டா அதுக்கு நானா பொறுப்பு?'' அவன் திரும்பவும் சிரித்தான்.

''கல்யாணம் பண்ணிக்கறதுன்னா ஏதோ சிறுபிள்ளை விளையாட்டா நினைத்துவிட்டாயா?'' அவன் மேனகாவின் அருகில் வந்தான். ''எதைப் பார்த்து உன்னைக் கல்யாணம் பண்ணிக் கிறது? உன் குடும்ப மானத்தையும் மரியாதையையும் பார்த்தா? அழகைப் பார்த்தா? மானத்தைப் பற்றிப் பேசினா உங்க அம்மா கணவன் இல்லாமலே உன்னைப் பெத்திருக்கா. உண்மையைச் சொல்லு. உனக்கு அப்பான்னு ஒருத்தன் இருக்கானா? அழகைப் பார்த்தா இந்த கருப்பு நிறத்தை, இந்த ஒல்லிக் குச்சான் உடம்பை என்னால எப்படிப் பண்ணிக்க முடியும்? பெண்ணுன்னா அப்ப பூத்த பூவா இருக்கணும். தளதளன்னு தக்காளியாட்டம் உடம்பு இருக்கணும். நான் கல்யாணம் பண்ணிக்கிட்டா மனைவியோட ராஜாவைப் போல மிடுக்கா, பெருமையோட தெருவில் நடந்து போகணும். ச்சே...! உன்னைப் போய் மனைவியாகவா? அப்புறம் என்னால உயிருடன் இருக்கத்தான் முடியுமா? கல்யாணமாம் கல்யாணம்! ஒருதடவை நான் தொட்டப்பவே எனக்கு இதெல்லாம் பிடிக்காதுன்னு சொன்னேல்ல?'' பழிப்பது போல் கேட்டான் பிரபாகர்.

அவன் முகத்தைப் பார்த்தால் அவன் பெரும் ஆவேசத்துடன் இருப்பவன் போல் தெரிந்தது. ''நாலுநாள் உங்க வீட்டைச் சுற்றி வந்துட்டதற்காக உன் கழுத்தில் தாலியைக் கட்டச் சொல்றதா? போகட்டும் ஐயோ பாவம், ஏழைங்களாச்சேன்னு உதவினேன். எனக்கும் இங்கே தெரிஞ்சவங்க யாரும் இல்லையேன்னு உரிமையோட பழகினேன். அதுக்காக உன்னைக் கல்யாணம் பண்ணிக்குவேன்னு எப்படி நினைச்சுட்டே? போ... போய் உங்க பாட்டியிடம் அந்த பிரபாகர் நம் வலையில சிக்கலைன்னு சொல்லு... வேற யாருக்காவது வடை தட்டித் தயாராக வைச்சிக்கிட்டுக் காத்திருக்கச் சொல்லு. இரண்டு வடை போட்டு, ஒரு வேளை சாப்பாடு போட்டுவிட்டு, பேத்திக்குப் புருஷனை சம்பாதிச்சுக் கொண்டு விடலாம்னு உங்க பாட்டி நினைச்சிட்டா போலிருக்கு.'' அவன் மேனகாவை ஏறயிறங்கப் பார்த்தான்.

அவள் விழிகள் மட்டுமல்ல... முகமே சிவந்திருந்தது. இளமையான மார்பகங்கள் அனல் மூச்சால் ஏறி ஏறி இறங்கின!

''ஓஹோ! இதுக்காகவா? இதைக் கேக்கறதுக்கா இந்த வேஷத்தைப் போட்டுக்கிட்டு வந்திருக்கே? இந்த ஜடை, பூ அலங்காரம்..'' அவன் திரும்பவும் கை கொட்டிச் சிரித்தான்.

''நான் அப்பவே நினைச்சேன், இதில ஏதோ தந்திரம் இருக்குன்னு. இதோ பாரு, நான் உன் வலையில் விழலை. எல்லோரும் என்னைப்போலவே இருக்க மாட்டாங்க. இதே போல் நீயும், உன் பாட்டியும் கல்யாணமாகாத இளைஞர்களைப் பார்த்து முயற்சி பண்ணிகிட்டே இருங்க. என்றைக்காவது ஒரு அப்பாவிப் பறவை உங்க வலையில் சிக்கிக்கும். அந்தப் பறவையை நீ புருஷனாக்கிக் கிட்டு உலகத்தையே ஆண்டுடலாம்.''

மேனகா பாய்ந்து அவனை ஓங்கி ஒரு அறை விட்டாள். ஒன்றல்ல... ஒரு கையால் அல்ல. இரண்டு கைகளாலும் மாறி மாறி அறைந்தாள். தன் மனதில் எரிமலைக் குழம்பாய்ப் பொங்கி வந்த ஆத்திரத்தை எல்லாம் கையில் வரவழைத்துக் கொண்டு பலமாகவே அடித்தாள். ஓரிடத்தில் அல்ல. முகம் முழுதும் அடித்தாள். தலைமுடியைப் பிடித்து இழுத்தாள். கழுத்தை நெறித்தாள். தலையால் முட்டினாள். அந்த நிமிடத்திலேயே மேனகா கட்டுப்பாட்டை இழந்த காட்டு விலங்கைப் போல் மாறியிருந்தாள்.

சற்றும் எதிர்பாராத இந்தத் தாக்குதலால் பிரபாகர் விக்கித்துப் போய் விட்டான். ஒரு நிமிடத்திற்கு முன்னால் மேனகாவைப் பார்த்து ஏளனமாகச் சிரித்த அவன் பற்கள் உதிர்ந்து விடும் போல் இரத்தக் கசிவுடன் ஆட்டம் கண்டதுடன் முகமும் வீங்கிவிட்டது. இளப்பமாகப் பார்த்த அவன் கண்கள் கன்றிக் கருத்துப்போயின. மேனகாவின் கையில் அவன் தலை குருவிக்கூடாகக் கலைந்தேபோய் விட்டது. ஒரு நிமிஷத்திற்கு முன்னால் மிடுக்காகப் பார்த்துக் கொண்டு இளக்காரமாகப் பேசிய அவன், இப்பொழுது உயிரைக் கையில் பிடித்துக் கொண்டு மேனகாவைத் தொலையில் தள்ளிவிட்டு தானும் தொலைவில் தள்ளாடியபடி போய் நின்று கொண்டான்.

மேனகாவுக்கு ஒரு நிமிடம் உடம்பில் சுய உணர்வு வந்தாற்போல் இருந்தது. அவளுடைய தலைமுடியும் கலைந்து விட்டிருந்தது. தாவணி கிழிந்து கந்தலாகத் தொங்கிக் கொண்டிருந்தது. கசங்கிப் போன மாலைபோல் வாடியிருந்தாள்.

ஒரேயொரு வினாடிதான்.

மேனகா சரேலென்று திரும்பினாள். அந்த அறையிலிருந்து வெளியே வந்து தூக்கத்தில் நடப்பவளைப் போல் தன் வீட்டுக்கு வந்து சேர்ந்தாள்.

அரைமணிக்கு முன்னால் கூந்தல் நிறையப் பூக்களுடன் புறப்பட்டுப் போன மேனகா, பிரபாகர் அறையிலிருந்து வேகமாக வெளியே வந்ததை ராமலிங்கம் பார்த்துக் கொண்டுதான் இருந்தார். ஏற்கனவே அவர் சடகோபனைக் கூட்டாளியாகச் சேர்த்துக் கொண்டிருந்தார்.

வேகமாகப் போய்க் கொண்டிருந்த மேனகாவைக் காண்பித்து மூக்கின் மீது விரலை வைத்து ''அடேயப்பா! பார்த்தியா பார்த்தியா? பெண்பிள்ளை எப்படி கொழுப்பெடுத்து அலையறான்னு? இன்னும் பத்து மணி கூட ஆகலை. நாமல்லாம் இன்னும் தூங்கக் கூட இல்லை. பயம் கியம் எதுவுமில்லாமல் அவன் அவனோட ரூமுக்குப் போய்ட்டு அவ வர்ற கோலத்தைப் பாரு'' என்றார்.

''அவங்களுக்குப் பயம் ஏது? மான மரியாத இருப்பவங்களுக்குத் தான் பயம், சங்கோஜம் எல்லாம். இவங்களுக்கு ஏது? வெட்கத்தை விட்டுத் திரியற ஜென்மங்க!''

''அந்த பிரபாகர் பயலுக்காவது புத்தி இருக்க வேணாம்?''

''அவனுக்கென்ன? ஆண்பிள்ளை! பிரம்மச்சாரி வேற!''

''என்னவோப்பா. கலிகாலம்.'' என்றார் ராமலிங்கம் பெரிய வேதாந்தியைப் போல்.

மேனகா தடாலென்று கதவைத் திறந்து கொண்டு வீட்டிற்குள் நுழைந்தாள். எதிரே வந்த மங்களம் அவளைப் பார்த்ததும் அதிர்ந்தே போய் விட்டாள்.

''ஐயோ! என்னம்மா என்ன இது? என்ன தான் அங்கே நடந்தது?'' என்றாள் கலவரத்துடன்.

மேனகா அவளைக் கண்கள் சிவக்கப் பார்த்தாள். ''என்ன நடந்தது? இனிமே என்னைக்காவது என் கல்யாணத்தைப் பற்றிப் பேச்செடுத்தா உன்னைக் கொன்னே போட்டுடுவேன். அதைப் பத்தி யாரும் பேசக் கூடாது.'' உள்ளங்கையை இறுக்கியபடி இவ்வாறு சொல்லிவிட்டு, சரேலென்று அறைக்குள் போய் கட்டிலில் விழுந்து தேம்பித் தேம்பி அழத் தொடங்கினாள்.

ஹிஸ்டீரியா வந்தது போல் அழுது கொண்டிருந்த மேனகாவைத் தேற்றுவதற்கு அவர்களுக்கெல்லாம் ரொம்ப நேரம் பிடித்தது.

நடந்ததை எல்லாம் சிறுகச் சிறுக மேனகா மூலமாக அறிந்த மங்களம் அதிர்ச்சியடைந்து விட்டாள்.

''என்னது? அப்படியெல்லாம் சொன்னானா? பாவி! விடியட்டும், அவனை நானே போய் ஒரு கை பார்த்துடறேன். நாலு பேரைக் கூப்பிட்டு மண்ணைக் கவ்வ வைக்கிறேன். இந்த மங்களத்தை என்னன்னு நினைச்சுட்டான்?'' என்றாள்.

விடிந்தது விடியாததுமாக மங்களம் பிரபாகரின் அறைக்குப் போனாள். அறை வாசலில் ''அறை வாடகைக்கு விடப்படும்'' என்ற பலகை தான் தொங்கிக் கொண்டிருந்தது.

அவன் முதல் நாள் இரவே அறையைக் காலி செய்துவிட்டுச் சாவியைத் தந்து விட்டுப் போய் விட்டானாம். மங்களம் தளர்ந்த நடையுடன் வீட்டிற்குத் திரும்பி வந்தாள். அவளுக்கு முதுகெலும்பே உடைந்து விட்டாற்போல் இருந்தது.

16

ஊருக்குப் போன பிரபாகர் யார் கண்ணிலும் படாமல் மாயமாகி விடவில்லை. பத்து நாட்கள் போவதற்குள் திரும்பி வந்தான். இந்த முறை அந்தத் தெருவில் அறிமுகம் ஆன ஒவ்வொருத்தர் வீட்டிற்கும் போய் விசாரித்தான். கையோடு கொண்டு வந்திருந்த தன் திருமண அழைப்பிதழை எல்லோருக்கும் கொடுத்தான்.

''என் கல்யாணத்திற்கு நீங்க எல்லாரும் கட்டாயம் வரணும். கல்யாணம் நடக்கப் போகிற இடம் கூட இங்கிருந்து ரொம்பத் தொலைவு இல்லை. பக்கத்து மெயின் கடைத் தெருவுல இருக்கிற சத்திரத்துலதான். அவசியம் வரணும்'' என்று அழைத்தான்.

பெண் இண்டர் பாஸ் செய்திருக்கிறாளாம். தாசில்தாரின் மகளாம். அவர்தான் அவனுக்கு வேலை கிடைக்கும்படியா செய்தாராம். இருபத்தைந்தாயிரம்

வரதட்சிணையாம். ஒரே மகளாம். அவருடைய வீடு வாசல் எல்லாம் அவருக்குப் பிறகு இவர்களுக்குத்தானாம்.

அவன் சொல்லிக் கொண்டிருந்த கல்யாணப் பேச்சையெல்லாம் எல்லோரும் வாய் மூடாமல் கேட்டுக் கொண்டிருந்தார்கள். ராமலிங்கமும் கேட்டார். ''பின்னே அந்த மங்களம் அப்படியெல்லாம் சொல்லிக்கிட்டிருந்தாளே? நீ மேனகாவைக் கல்யாணம் பண்ணிக்கப் போவதா சொன்னயாமே? நாளையோ நாளன்னைக்கோ கல்யாணம்னாளே?''

''அதெல்லாம் எனக்குத் தெரியாதுங்க. அழைப்பிதழைத் தரலாம்னு யார் வீட்டுப் படி ஏறினாலும் இதே பேச்சுத்தான். என் மூளையே குழம்பிட்டதுன்னா நம்புங்க. எனக்குப் பின்னால அவங்க என்னவெல்லாம் பிரச்சாரம் பன்னினாங்களோ எனக்குத் தெரியாது. நான் மட்டும் அவங்களுக்கு எந்த வாக்குறுதியும் தரலை. எந்த ஒரு ஆசையும் கூட கடுகளவும் காட்டலை நான். தொடக்கத் திலிருந்தே எனக்கு வேறு இடத்தில் பெண் பார்த்திருப்பதாகச் சொல்லிக்கிட்டுதான் இருந்தேன். அவங்களும் எங்க இனத்தைச் சேர்ந்தவங்கதானேன்னு, எனக்கும் சாப்பாட்டுக்கு கஷ்டமா இருக்கேன்னு, அவங்களுக்கு கொஞ்சம் பணம் கொடுத்து உதவி செய்தாப்ல இருக்கும்னு நினைச்சி அவங்க வீட்ல சாப்பிட்டேனே ஒழிய, ராம ராம! என் மனசுல வேற மாதிரி எண்ணம் இல்லவே இல்லைங்க.

பெண்பிள்ளைகளாச்சே, உதவி செய்யலாம்னு பார்த்தா என் கால்லயே பாம்பாட்டம் சுத்திக் கொள்ளும் போல இருந்தது. அந்தக் கிழவியைப் பத்தி உங்களுக்குத் தெரியாதது என்ன இருக்கு? ரொம்ப சாமர்த்தியக்காரி! ஒரு பேத்தியை மட்டுமில்லை, இரண்டு பேரையும் என் தலையில் கட்டிடலாம்னு பார்த்தா. ''அக்கா தங்கை இரண்டு பேரும் ஒருத்தனைப் பண்ணிக் கொள்வதில் எந்தத் தவறும் இல்லைன்னு'' என்கிட்டயே நூறுதடவையாவது சொல்லி யிருப்பான்னா பாருங்களேன். நாளைக்கே என் மகளுக்கும் புருஷன் இல்லை. நீயே கொஞ்சம் கவனிச்சுக்கன்னு சொன்னாலும் சொல்லி யிருப்பா.''

பிரபாகர் சொன்னதைக் கேட்டு அங்கிருந்த எல்லோரும் விழுந்து விழுந்து சிரித்தார்கள். அவர்களுக்கு பிரபாகர் சொன்ன விஷயங்கள் ரொம்பவும் சுவாரசியமாக, உற்சாகம் தருவது போல் இருந்தன. மங்களம் மேனகாவை தன்மீது எப்படியெல்லாம் ஏவிவிட்டாள் என்பதை வர்ணித்து விலாவாரியாகச் சொன்னான்.

''என் வேலைக்காரிய நிறுத்திட்டாங்க. என் அறை அவங்களுக்கே சொந்தம்கிறாப்ல பழகுவாங்க. என் ரேடியோவைக்கூட அவர் களுடையது போல் பயன்படுத்திக்கிட்டாங்க. சினிமாவுக் கெல்லாம் அழைச்சுப் போகும்படி மேனகா என்னிடம் வந்து கெஞ்சவா. என்னால மறுக்க முடியலை. வீட்டுக்குப் போனால், அந்தப் பெண் என் பக்கத்திலேயே கூச்ச நாச்சமில்லாம உட்கார்ந்து சாப்பாடு பரிமாறும் போது கூட மேலேயே வந்து விழுவா. சிலசமயம் கல்யாணம் பண்ணிக் கொண்டு விடலாம்னு தோணும். ஆனா எப்படியோ கட்டுப்படுத்திக்கிட்டேன். நான் அவங்க விரிச்ச வலையில் விழுந்திருக்க வேண்டியவன்தான். என் அதிர்ஷ்டம் நன்றாக இருந்ததால் தப்பிச்சிக்கிட்டேன். இந்தக் காலத்தில் எவ்வளவு பேர் இப்படி ஆண்களை வசப்படுத்திக்கிட்டு பெற்றோர்களிடமிருந்து அவங்களைப் பிரிச்சிடறாங்கன்னு நாம பார்க்கலையா? நல்ல வேளை! என் வாழ்க்கை புதைகுழியில விழல. எங்க குடும்பம் ரொம்ப மதிப்புள்ள குடும்பம். நான் ஏதாவது வேண்டாத காரியம் செய்தேன்னு தெரிஞ்சா எங்க அப்பா என் கால்களை உடைத்து அடுப்பில் போட்டுடுவார். அந்தப் பயம்தான் என்னைக் காப்பாத்தியிருக்குதுன்னு வையுங்க. நீங்க கல்யாணத்திற்கு வருவதற்கு மறந்து போகாதீங்க'' என்று திரும்பத் திரும்பச் சொல்லிவிட்டுப் போய் விட்டான்.

பிரபாகர் வந்து அழைப்பிதழைக் கொடுத்துவிட்டு இவ்வாறு சொல்லிவிட்டுப் போனதால், அந்தத் தெருவில் மேனகாவைப் பற்றி சூறாவளியாய் புகார் பரவியது. பிரபாகர் மங்களத்தின் வாசற்படியை மிதிக்கவில்லை. அந்த வீட்டுப் பக்கம் கூடப் பார்க்கவில்லை.

அவன் அவ்வாறு ஊதிய விஷக்காற்று கொஞ்சம் கொஞ்சமாக மேனகாவின் வாழ்க்கையில் சூறாவளியாகவே மாறிவிட்டது.

மங்களத்தால் அந்தத் தெருவில் தலை நிமிர்ந்து நடக்க முடியவில்லை. அவள் தலை குனிந்தபடி வந்து கொண்டிருந்தாலும் சரி, யாராவது ஒருத்தி வேலைமெனக்கெட்டு நிறுத்தி, ''என்ன மங்களம்? அந்த பிரபாகர்தான் உங்க மேனகாவோட கணவன்னு சொன்னியே? அவன் இப்ப வேற ஒருத்திய கல்யாணம் பண்ணிக்கப் போறானாமே?'' என்று கேட்டார்கள்.

மங்களம் துணிச்சலை வரவழைத்துக் கொண்டு ''ஆமாம்மா. நம்ப வெச்சி கழுத்தறுத்துட்டான். இந்தக் காலத்துப் பசங்களே பெரும்பாலும் அப்படித்தான். நான் தான் படுகுழியில விழுந்துட்டேன். உனக்கும் பெண்குழந்தைகள் இருக்காங்க.

நீயாவது கொஞ்சம் புத்திசாலித்தனமா நடந்துக்க'' என்று சொல்லுவாள்.

இந்த பதிலைக் கேட்டதும் எதிராளியின் முகம் கருத்துப் போய்விடும்.

மங்களம் மேனகாவை இரையாய்க் காட்டி தன்னை வலையில் போட்டுக் கொள்ளப் போட்ட திட்டங்களைப் பற்றி பிரபாகர் கற்பனையில் சேர்த்துச் சொன்ன சில சம்பவங்கள் பலர் வாயில் புகுந்து வெவ்வேறு தினுசில் ஒன்றுக்கு இரண்டாகப் பரவிக் கொண்டிருந்தன. அந்தத் தெருவில் உள்ள யாரிடம் கேட்டாலும் இதே வம்புப் பேச்சுத்தான்.

ஏற்கெனவே மங்களத்தின் குடும்பம் என்றால் அந்தத் தெருவில் பெரியவர்கள் சிறியவர்கள் என்றில்லாமல் எல்லோருக்கும் இளக்காரம்தான். ஆண்கள் இல்லாத குடும்பம். அதோடு கல்யாணம் செய்துகொள்ளாமல் ஒருவனை நம்பி ஏமாந்து குழந்தைகளைப் பெற்ற ரஞ்சனி. இது போதாதென்று வயதிற்கு வந்திருக்கும் பெண்கள் மீது பிரபாகர் வேறு இப்படி ஒரு பழியைச் சுமத்திவிட்டுப் போய் விட்டான். அதனால் அந்தக் குடும்பம் மேலும் எல்லோருக்கும் இளப்பமாகிவிட்டது.

'ஐயோ! இப்படி ஆகிவிட்டதே' என்று வருத்தப்பட யாருமில்லை. மங்களத்தின் மீதோ, மேனகாவிடமோ இரக்கம் காட்டவும் யாரும் இல்லை. தவறு செய்த பிரபாகரை யாரும் கண்டிக்கவும் இல்லை. அவன் மேனகாவை ஏமாற்றிவிட்டான் என்பதும், அயோக்கியன் என்பதும் எல்லோருக்கும் தெரியும்தான். இருந்தாலும் நடந்தவை எல்லாமே அவர்களுக்குச் சந்தோஷத்தைக் கொடுத்தன. எப்படியோ மேனகாவின் திமிர் அடங்கி விட்டது என்ற குரூர திருப்தியினால் வந்த திருப்தி அது!

விடிவதற்குள் மங்களத்தின் வீட்டுச் சுவர்களில் மேனகாவைப் பற்றி அசிங்கமான வார்த்தைகள் எழுதப்பட்டிருந்தன. மங்களம் எழுதியவர்களைத் திட்டித் தீர்த்து சாபமிட்டுக் கொண்டே, சாணியைக் கரைத்து அதன் மேல் மெழுகினாள். தெருவில் மங்களம் நடந்து போனால் சிறுவர்கள் பின் தொடர்ந்து போய் ஜாடை பேசி கேலி செய்தார்கள்.

மங்களத்தின் வீட்டிற்குத் தண்ணீர் கொண்டு வந்த வேலைக்காரன் கூட ''நான் இனி தண்ணி கொணாந்து ஊத்தமாட்டேன். இது என்ன குடும்பம்? இப்படிப்பட்டவங்களுக்கு தண்ணி கொணாந்து

ஊத்துனா என் பெயருக்கும் ஏதாவது கேடு வந்துடும்'' என்று சொல்லி நின்று விட்டான்.

மங்களத்திற்கு முதுகுவலி அதிகமாக இருந்தது. மேனகாவே குடத்தைத் தூக்கிக் கொண்டு போனாள். தெருவில் இருந்தவர்கள் வேட்டை நாய்களைப் போல் துரத்தினார்கள்.

''ராணியம்மா மறுபடி தண்ணிக் குடத்தைத் தூக்கிக்கிட்டு கிளம்பிட்டாங்களே?'' என்று ஒருவன் சொன்னான்.

''பாவம்! கல்யாணம் ஆயிடும்னு இறுமாப்போட இருந்தா. அவனுக்கு இவங்களை விட சாமர்த்தியம் ஜாஸ்தி'' என்றான் இன்னொருத்தன். ''இப்போ இவ கர்ப்பமா கூட இருக்கலாம்யா'' என்று எவனோ ஜோடித்துச் சொன்னதும் மற்றவர்கள் விழுந்து விழுந்து சிரிக்கத் தொடங்கினார்கள்.

மேனகா எதுவும் பேசவில்லை. அந்தக் கண்களில் ஆவேசம் எதுவும் இல்லை. அதில் செம்மையும் இல்லை. அவளது வறண்ட உதடுகள் அசையவும் இல்லை.

அவள் வீட்டிற்கு வந்தாள். அதற்குள் வீட்டிற்குள் வந்திருந்த மாதவி புத்தகங்களை மேஜைமீது விட்டெறிந்து விட்டு அழுதுகொண்டே சொன்னாள்.

''பாட்டி! இனிமே நான் டுடோரியல் காலேஜுக்குப் போவ மாட்டேன். என் பின்னலைப் பிடித்து இழுக்கிறாங்க. ''உங்க அத்தான் எங்கேடின்னு?'' கேட்கிறாங்க. இன்னொரு போக்கிரி குறுக்கே வந்து ''இன்னாமே? என்னோட வர்றியா? நான் கல்யாணம் கட்டிக்கிறேன்றான்'' என்று அழுதபடி மாதவி முகத்தைக் கை களால் பொத்திக் கொண்டாள். ''சீ! பாழாப்போன வாழ்க்கை. இதைவிட சாவதே மேல்.''

மேனகா வெறுமை நிறைந்த பார்வையுடன் எங்கோ பார்த்துக் கொண்டிருந்தாள். அறை வாசலில் நின்றிருந்த ரஞ்சனி ''அம்மா! அவங்களுக்குக் கல்யாணம் ஆகாது. அந்தப் பேச்சையே எடுக்க வேணாம்னு சொன்னா கேட்டியா? இப்போ பார், நம் வாழ்க்கை முன்னைவிடப் படுமோசமாகிவிட்டது'' என்று அழத் தொடங்கினாள்.

''நான் என்ன வேண்டாத காரியத்தையாப் பண்ணிட்டேன்? கல்யாணம் பண்ணிக்குவான்னு நினைச்சேன். நம் வயித்தைக் காயப்போட்டு அவனுக்கும் சாப்பாடு போட்டேன். கடைசியா இப்படிச் செய்வான்னு நினைக்கலையே'' என்றாள்.

இரண்டு நாட்களுக்குப் பிறகு...

மேனகாவை நான்கு நாட்கள் எங்கேயாவது வெளியே அனுப்பி வைத்தால் நல்லது. இங்கே இருந்தால் இவர்கள் எல்லோருமா குத்திப் பேசி அவளைப் பைத்தியமாக்கி விடுவார்கள் என்று நினைத்தாள் மங்களம்.

"எங்கே அனுப்பி வைக்க முடியும்? யார் இருக்காங்க நமக்கு?" என்றாள் ரஞ்சனி.

கடந்த இரண்டு நாட்களாகவே அவர்கள் மேனகாவைக் கவனித்து வந்தார்கள். சாப்பிடுவதை விட்டுவிட்டாள். யாரோடும் பேசுவதில்லை. எதையாவது வெறித்துப் பார்த்தபடி உட்கார்ந்திருந்தாள். அப்படியெல்லாம் மேனகாவைப் பார்க்கும் போது மங்களத்தின் உயிரே துடித்தது. ராத்திரி வேளையில் இரண்டு மூன்று தடவை வீட்டின்மீது கல் வேறு வந்து விழுந்தது. ராமலிங்கம் குடித்து விட்டு வந்து தெருவெல்லாம் மேனகாவைப் பற்றி வாய்க்கு வந்தபடி உளறிக் கொண்டிருந்தார். அவள் அதையெல்லாம் கேட்டுக் கொண்டுதான் இருந்தாள். அவமானங்களை மென்று விழுங்கிக் கொண்டு இயலாமையுடன் படுத்துக்கிடந்தாள். மாதவி "எனக்குப் பயமாக இருக்கும்மா" என்று நடுங்கியபடி அம்மாவிற்கு அருகில் ஒடுங்கிக்கொண்டு படுத்துக் கிடந்தாள்.

மங்களம் பலராமனிடம் போய் விட்டு வந்தாள். நான்கு நாட்கள் அங்கே விட்டு வைத்திருந்தால் மேனகா பழையபடி ஆகலாமோ என்ற நினைப்பு அவளுக்கு.

மங்களம் திரும்பி வந்ததுமே ரஞ்சனி பரபரப்புடன் "பலராமன் என்ன சொன்னான்ம்மா? மேனகாவை அனுப்பச் சொன்னானா?" என்று கேட்டாள்.

"இல்லைம்மா. அவங்களுக்கு இந்த விஷயமெல்லாம் தெரிஞ்சி போயிருக்கு. நான் சொன்னதைக் காதில் போட்டுக் கொள்ளாமல் வாய்க்கு வந்தபடி எல்லாருமாத் திட்டித் தீர்த்தாங்க. நான் முட்டாளா நடந்துக்கறேனாம். அவனிடம் இந்த விஷயத்தை எல்லாம் யார் யாரோ வந்து சொன்னாங்களாம். அப்படியும் நான் வாய் திறந்து இதுதான் நடந்ததுன்னு விவரமா சொன்னேன். அவன் மச்சினன் லீவுக்கு வரப் போறானாம். அதனால் முடியாதுன்னு முகத்தில் அறைந்தாற்போல் சொல்லிவிட்டான். என்னைத் திரும்பவும் அவன் வீட்டுப் படி ஏற வேண்டாம்னு ரொம்பக் கண்டிப்பா சொல்லிட்டான்."

ரஞ்சனி "கடவுளே! எனக்கு வேறு வழியே இல்லையா?" என்று புடவைத் தலைப்பால் வாயைப் பொத்திக் கொண்டு அழத் தொடங்கினாள்.

"நீ அங்கே ஏன் போனாய் பாட்டி?" என்றாள் மேனகா அவளைக் கடுமையாகப் பார்த்தபடியே. எப்பொழுது அவள் வந்தாளோ தெரியாது, கதவிற்கு அருகில் வந்து நின்று கொண்டிருந்தாள். சமையலறையில் மெல்லிய குரலில் பேசிக் கொண்டிருந்த மங்களமும், ரஞ்சனியும் திகைத்துப் போய் விட்டார்கள்.

மேனகா மெல்லிய குரலில் சொன்னாள். "நான் வேற எங்கேயும் போக மாட்டேன். என் உயிர் போற வரைக்கும் இங்கேயேதான் இருப்பேன். நீங்க என்னை எங்கேயாவது அனுப்பி வைச்சிடணும்னு பார்க்காதீங்க" என்றாள். அடுத்த நிமிடம் அவளுக்கு மடை திறந்தாற்போல் அழுகை வந்து விட்டது. மங்களம் எழுந்து வந்து அவளுக்கு ஆறுதல் சொல்லப் போனாள். பாட்டியை மேனகா வேகமாகத் தள்ளிவிட்டு அங்கிருந்து போய் விட்டாள்.

நள்ளிரவு ஆயிற்று, மேனகா கட்டிலில் உறங்காமலே உட்கார்ந்திருந்தாள். மங்களம் பக்கத்தில் குறட்டை விட்டபடி தூங்கிக் கொண்டிருந்தாள். இன்னொரு கட்டிலில் தாய் படுத்திருந்தாள். தூக்கத்தில் கூட அவள் முகத்தில் வேதனையின் சாயல் தென்பட்டது. மாதவி தாயிடம் நெருங்கிப் படுத்திருந்தாள். தூக்கத்தின் நடுவில் தூக்கிவாரிப் போட்டாற்போல் திடுக்கிட்டு இன்னும் தாயிடம் ஒண்டிக் கொண்டாள்.

மேனகா யோசிக்கத் தொடங்கினாள். "நான் செய்த தவறு என்ன? பாட்டி என்னை பிரபாகருக்கு மணம்முடிக்க நினைத்தாள். அது நடக்கலை. அதில் பிரபாகருக்கு விருப்பம் இல்லைன்னு ஒரு வார்த்தை சொல்லியிருந்தா போதுமே. தன்னிடம் ஒரு விதமாக நடந்து கொண்டு வெளியே இன்னொரு விதமா ஏன் பொய் சொன்னான். உலகம் இதுபோன்ற வித்தைக்காரன் வார்த்தைகளைத் தான் நம்புமா?

பிரபாகர் போய்விட்டாலும் அவன் சிரிப்பும், அந்தக் குரலும் மேனகாவைவிட்டுப் போகவில்லை. ஒருக்கால் வாழ்நாள் முழுவதுமே அது போகாதோ? அவன் சிரித்துக் கொண்டே பழித்தான். ஏளனம் செய்தான். "எதைப் பார்த்து உன்னைக் கல்யாணம் பண்ணிக்குவேன்? மானத்தையா? மரியாதையையா? அழகையா? மானத்தைப் பார்த்தால் உங்க அம்மா புருஷன் இல்லாம உன்னைப் பெத்தெடுத்தாள். அழகைப் பார்க்கப் போனால்

கருப்பு நிறம். இந்த ஒல்லிகுச்சான் உடம்பை வைச்சுகிட்டு நான் என்ன செய்வேன்?"

அவன் சிரிப்பு மேனகாவின் செவிகளில் எப்போதும் எதிரொலித்துக் கொண்டேயிருந்தது. இரு கைகளாலும் காதை அழுத்திப் பொத்திக் கொண்ட போதும் அது இன்னும் உரக்கக் கேட்டுக்கொண்டிருந்தது. உள்ளுக்குள்ளும் அது எதிரொலித்தது.

மேனகாவின் உள்ளங்கைகள் முறுக்கேறின. உதடுகள் நடுங்கின.

அவள் பார்வை தீனமானதாக இருந்தது. அவன் மறுத்துவிட்ட அவமானத்தை விட அவனை ஈர்க்க வேண்டும் என்று தான் செய்த முயற்சிகள், அது தொடர்பான சம்பவங்கள் மீண்டும் மீண்டும் அவளது நினைவுக்கு வந்து வெட்கத்தால் செத்தே போய்விடலாம் என்ற எண்ணத்தை அவளிடம் தோன்றவைத்தது.

அவளுக்கு மிஞ்சியது என்ன? அவமானம்! ஏளனம்! பழிப்பு! பிரபாகர் அவளைப் பார்த்துச் சிரித்துவிட்டுப் போய்விட்டான். உலகம் வாழ்நாள் முழுவதும் சிரித்தபடி அவளைப் பழித்துக் கொண்டேதான் இருக்கும். இனி உயிரோடு இருக்கும் வரை இந்தத் தெருவில் இருப்பவர்கள் எல்லோரும் சிரிக்கும்படியாய்த்தான் அவள் வாழ்ந்தாக வேண்டுமோ.

முதல் முறையாக மேனகாவுக்கு அதைரியம் ஏற்பட்டது. எவ்வளவு நாள் வாழ்ந்தாலும் தன்னுடைய நிலைமை இதுதானோ? காலையில் எழுந்தது முதல் கேலியும், ஏளனமும்தான் எதிர்ப்படும். அவற்றை எதிர்த்து நிற்கும் சக்தி தனக்கு இல்லையோ என்று தோன்றியது. வாழ்க்கையில் முதல்முறையாக அவளுக்கு விரக்தி ஏற்பட்டது.

சீ! இதுவும் ஒரு வாழ்க்கையா?

மேனகா கட்டிலை விட்டு எழுந்தாள். மாடப் பிறை அருகில் போனாள். அங்கே தாய்க்குத் தூக்கம் வருவதற்காக பிரபாகர் கொடுத்திருந்த தூக்கமாத்திரை சீசா இருந்தது. மேனகா அந்தச் சீசாவை எடுத்து மாத்திரைகளைக் கையில் எடுத்துக் கொண்டாள். தண்ணீர் சொம்பை எடுத்தாள். ஒவ்வொரு மாத்திரையாக விழுங்கினாள்.

பிரபாகர் திருமணத்திற்கு மறுத்துவிட்டுப் போனாலும், நிம்மதியாக செத்துப் போவதற்கு வழிகாட்டி விட்டுப் போயிருக்கிறான்.

மேனகா திரும்ப வந்து கட்டிலில் உட்கார்ந்தாள். பத்து நாட்களாகத் தூக்கமே இல்லை. திரும்பவும் எழுந்தாள். மாதவியின் நோட்டுப் புத்தகத்தை எடுத்தாள். அதிலிருந்து ஒரு காகிதத்தைக் கிழித்து எழுதினாள்.

பாட்டி! அம்மா! மாதவி!

எனக்கு உயிருடன் இருக்கவே பிடிக்கவில்லை. உங்களிடம் சொல்லாமல் கொள்ளாமல் இந்தக் காரியம் செய்து விட்டேன் என்று திட்டாதீர்கள். எனக்கு இதுதான் சரியான வழியாய்த் தோன்றுகிறது. யாராக இருந்தாலும் உயிருடன் இருக்கும் வரை நிம்மதியாக, மதிப்புடன் வாழவேண்டும். அதெல்லாம் கிடைக்காவிட்டா உயிருடன் இருக்கவே கூடாது. எனக்குப் பயமாக இல்லை. இப்ப சந்தோஷமாக இருக்கிறது. சுகமாகவும் இருக்கிறது. நான் சுகமாக இருப்பதாக எண்ணிக் கொண்டு என்னை மறந்து விடுங்கள்.

'உங்கள் மேனகா'

அவள் அந்தக் கடிதத்தைத் தாயின் தலையணைக்கு அடியில் வைத்தாள். கண்களில் தூக்கம் அலையலையாய் வந்து கொண்டிருந்தது. மேனகாவுக்கு சுகமாக இருப்பது போல் தோன்றியது. எவ்வளவு நாளாயிற்று நிம்மதியாகத் தூங்கி? தூக்கம் வராதவர்களுக்குத்தான் அதன் அருமை தெரியும். மேனகா வந்து பாட்டியின் படுக்கையில் உட்கார்ந்துகொண்டாள். எவ்வளவு தூக்கம்! மேனகாவின் கண்கள் செருகிக்கொண்டன.

பாட்டியின் மீது சாய்ந்தாற்போல் படுத்துக் கொண்டாள். உயிரானது உடலோடு மிதப்பது போல் இருந்தது. கண்களுக்கு முன்னால் இருட்டு வளையங்கள்! தூக்கம் என்பது ஒரு இருட்டுக் குகை போலும். அவள் எங்கே போய்க் கொண்டிருக்கிறாள்? யாருடைய இதயவாசலைத் தட்டுவதற்கு? மேனகாவின் கண்ணிமைகள் நன்றாக மூடிக் கொண்டு விட்டன.

17

மேனகாவுக்குக் காற்றில் தொங்கிக் கொண்டிருப்பது போல் இருந்தது. பிடிமானம் கிடைக்கவில்லை. ஏதோ போராட்டம் நடந்து கொண்டிருந்தது. யாருடன்? எதற்காக? அவள் இந்த அளவுக்குக் களைத்துப் போவானேன்? எங்கேயோ ஏதேதோ சத்தங்கள் கேட்டன. இனம் புரியாத நெடி வந்து தாக்கியது. ஆனால் ஒன்றுமே புரியவில்லை. அவளுக்கு எழுந்திருக்க வேண்டும் என்றும், கண்களைத் திறக்க வேண்டும் என்றும் தோன்றியது. ஆனால் சாத்தியப்படவில்லை. தொண்டைக் குழியிலிருந்து பெரிதாக முனகல் வந்து கொண்டிருந்தது. வெள்ளம் போல் அழுகை பொங்கி வந்தது. வயிற்றில் ஏதோ சங்கடம். பிசைந்தெடுப்பதுபோல், நரம்புகளை முறுக்கினாற்போல், வாந்தி வருவது போல். என்னவாகிவிட்டது அவளுக்கு? ஏன் இந்த அவஸ்தை? ஏதோ கைக்குத் தட்டுப்பட்டது. மேனகா தடவினாற்போல் அதைப் பிடித்துக் கொண்டாள். மெதுவாகக் கண்களைத் திறந்தாள்.

''எப்படி இருக்கும்மா?'' யாரோ கேட்டார்கள். அந்தக் குரல்தான் எவ்வளவு பரிவாய் இருந்தது?

''விழிப்பு வந்துவிட்டதா?'' திரும்பவும் கேட்டது அந்தக் குரல்.

யாருடையது இந்த ஆண் குரல்? அப்பாவா? அப்பா அவளை அடிப்பதற்காக வந்துவிட்டாரா? அல்லது பலராமன் மாமா? மாமாவாக இருந்தால் திட்டுவார். இவர்கள் எல்லோரும் எப்போ பார்த்தாலும் மானம், மரியாதை என்று சொல்லிக் கொண்டிருப்பார்கள்.

இவர்களுக்கு மனிதர்கள் தேவையில்லை. தன்னால் எழுந்து கொள்ள முடியவில்லையே? ஏன்? மேனகா விசும்பலோடு அழத் தொடங்கினாள்.

"உஷ்! சும்மாயிரு." யாரோ தலையில் கையை வைத்து ஆறுதல் சொல்லிக் கொண்டிருந்தார்கள். அந்த ஸ்பரிசம் எவ்வளவு நன்றாக இருக்கிறது? எங்கேயோ மிதந்து போய்க் கொண்டிருந்த உயிரைப் பிடித்து இழுத்து வருவது போல் அது இருந்தது.

மேனகாவுக்கு இப்பொழுது நன்றாக விழிப்பு வந்து விட்டது. வெண்மையான வானத்திலிருந்து பெரிய பாம்பு ஒன்று தொங்கிக் கொண்டிருந்தது. மேனகா பயத்துடன் அதையே பார்த்துக் கொண்டிருந்தாள்.

"நல்லா விழிப்பு வந்துட்டதா?" குனிந்து யாரோ அவளிடம் கேட்டார்கள்.

வந்து விட்டது என்று சோர்வுடன் தலையை அசைத்தாள்.

மேனகாவுக்குப் பார்வை நிலைபெற்ற பிறகு தன் கண்களுக்குத் தென்பட்டது வானம் இல்லை, அது டாக்டரின் வெள்ளைக் கோட்டு என்பதும், பாம்பு போல் தொங்கிக் கொண்டிருப்பது ஸ்டெதஸ்கோப் என்பதும் புரிந்தது.

"உன் பேரு என்ன?" அவர் மேனகாவின் கையைப் பிடித்து நாடியைப் பரிசோதித்துக் கொண்டே கேட்டார்.

"மேனகா."

"வாட் எ ப்யூட்டிபுல் நேம்! உங்க அம்மாவின் பேரு?"

"ரஞ்சனி."

"தங்கை பேரு?"

"மாதவி."

"வெரிகுட். வெரிகுட்!" அவன் சொன்னான்.

யார் இவன்? எங்கேயோ பார்த்தாற்போல் இருந்தது. ஆனால் நினைவுக்கு வரவில்லை.

மேனகா யோசித்துக் கொண்டிருக்கும் போது அவன் அவள் தோளைப் பிடித்து எழுப்பி உட்கார வைத்தான்.

திடீரென்று எழுந்து கொண்டதால் மேனகாவுக்குச் சட்டென்று தலையைச் சுற்றுவது போல் இருந்தது. வீலென்று கத்திவிட்டாள்.

அவன் பிடித்துக் கொள்வதற்குள் மேனகா கீரைத்தண்டாய்த் துவண்டு அவன் மேல் சாய்ந்து விட்டாள். அவன் தன் தோளை முட்டுக்கொடுத்து மேனகாவைத் தாங்கிக் கொண்டான். அவள் தோளில் ஒரு வினாடி ஓய்வெடுத்துக் கொண்ட பிறகு பழைய நிலைக்குத் திரும்பினாள் அவள்.

"என்னவாச்சு?" அவள் முதுகில் ஸ்டெதஸ்கோப்பை வைத்துப் பரிசோதித்துக் கொண்டே கேட்டான்.

"தலை சுத்துது." கண்களை மூடிக் கொண்டே விரலை சுழட்டிக்காட்டி அவள் சொன்னாள்.

"இப்போ?" கொஞ்சம் பொறுத்துக் கேட்டான்.

"குறைஞ்சிருக்கு." பலவீனமான குரலில் பதில் வந்தது. அவன் மேனகாவின் தோளைப் பிடித்துப் பின்னுக்குச் சாய்த்துத் தலையணை மீது படுக்கவைத்தான்.

"நான் யார் தெரியுதா?"

மேனகா தெரியும் என்பது போல் தலையசைத்தாள்.

"யாரு?"

"பாக்கியம் மாமியோட மகன். டாக்டர் ஹரிகிருஷ்ணா."

"வெரிகுட். யு ஆர் பர்ஃபெக்ட்லி ஆல்ரைட்" என்று திரும்பி பக்கத்தில் பார்த்து "வாங்க, இனிமே நீங்க பேசலாம்" என்றான்.

மங்களம், ரஞ்சனி, மாதவி எல்லோரும் அவள் அருகில் வந்தார்கள். மங்களம் நெருங்கி வந்தாள். "பாட்டி!" தீனமாகப் பார்த்தாள் மேனகா.

"ஏம்மா இப்படி ஒரு வேண்டாத காரியத்தைச் செய்யப் போனே?" மங்களம் சொன்னதும் டாக்டர் "உஷ்!" என்றான்.

"உடம்பு இப்போ எப்படி இருக்கு?" மங்களம் உடனே பேச்சை மாற்றினாள்.

ரஞ்சனி அருகில் வந்தாள். ஹரிகிருஷ்ணா அதற்குள் எழுந்து போய் பக்கத்துக் கட்டிலில் இருந்த வேறு நோயாளியைப் பார்த்துக் கொண்டிருந்தான்.

ரஞ்சனி கட்டிலில் வந்து உட்கார்ந்தாள்.

"அம்மா!" பாசத்துடன் கூப்பிட்டாள் அவள்.

''மின்னு!மின்னு!''அதற்கு மேல் ஒன்றும் சொல்ல முடியாதவள் போல் ரஞ்சனி முகத்தைக் கைகளால் பொத்திக் கொண்டு அழத் தொடங்கினாள்.

''சும்மா இரும்மா. டாக்டர் கோபிச்சிப்பார்'' என்றாள் மங்களம்.

''எப்படி இருக்கே அக்கா?'' மாதவி அருகில் வந்து அவள் தலையை வருடிக் கொண்டே கேட்டாள்.

''நல்லா இருக்கேன். ஆனா ரொம்ப பலவீனமா இருக்கு. எனக்கு என்ன ஆச்சு? நான்... நான் ஆஸ்பத்திரிக்கு ஏன் வந்தேன்?'' சோர்ந்து போன குரலில் கேட்டாள் மேனகா.

''உடம்பு சரியாக இல்லைம்மா. சமயத்திற்கு இந்த ஹரிகிருஷ்ணா எவ்வளவு உதவி செஞ்சான் தெரியுமா?'' என்றாள் மங்களம்.

''ஹரிகிருஷ்ணாவா யாரு?''

''டாக்டர்! நம் பாக்கியத்தின் மகன். பாவம், அவள் கூட ரொம்ப உதவி செய்தாள். நேத்து முழுக்க எங்களோட இருந்து தைரியம் சொன்னா. வீட்டிலிருந்து வேலைக்காரன் மூலமா காபியெல்லாம் குடுத்தனுப்பினாள்.''

''உஷ்....பாட்டி! இது ஆஸ்பத்திரி. கொஞ்சம் மெதுவா பேசு'' என்றாள் மாதவி. மேனகாவுக்குத் திரும்பவும் தூக்கம் வந்து விட்டது.

அன்று மதியம் மேனகாவுக்கு நன்றாக விழிப்பு வந்து விட்டது. அவள் கையில் பொருத்தியிருந்த க்ளூகோஸ் டியூபை எடுத்து விட்டார்கள்.

மேனகாவுக்கு இப்போது நன்றாக நினைவு வந்துவிட்டது. நேற்று இரவு தான் தாய் போட்டுக் கொள்ளும் தூக்க மத்திரைகளை விழுங்கிவிட்டாள். பிறகு தூக்கம் வந்துவிட்டது. அதற்குப் பிறகு என்ன நடந்தது என்பது மங்களத்தின் மூலமாக அவளுக்குத் தெரிய வந்தது.

மறுநாள் காலையில் அவளோட அந்த லெட்டரைப் பார்த் தாங்களாம். மேனகாவை எழுப்பினால் எழுந்து கொள்ளவே இல்லையாம். மங்களத்திற்கு என்ன செய்வதென்று தெரியவில்லை. தெருக்கோடியில் இருந்த டாக்டர் ஊரில் இல்லை. பாக்கியத்தின் வீட்டிற்கு ஓடினாள். சமயத்திற்கு ஹரிகிருஷ்ணா வீட்டிலேயே இருந்திருக்கிறான்.

அவன் ஆஸ்பத்திரிக்குப் புறப்பட்டுக் கொண்டிருந்தவன். மங்களத்துடன் கிளம்பி வந்தான். மேனகாவைப் பரிசோதித்துவிட்டு உடனே போய் டாக்ஸியைக் கூட்டி வந்தான். வீடு முழுவதும் ஜனங்கள் கூடிவிட்டார்கள். ஹரிகிருஷ்ணா நான்கு மணி நேரத்திற்குப் பிறகு தான் மேனகாவுக்கு ஆபத்து இல்லை என்றும், பயப்பட வேண்டாம் என்றும் தெரிவித்தான்.

மங்களம், ரஞ்சனி, மாதவி மூவரும் உள்ளே வந்தார்கள். மேனகா ஆஸ்பத்திரி கட்டிலில் மூக்கில் ட்யூப்புடன் சுயநினைவு இல்லாமல் படுத்துக் கிடந்தாள். அப்போதும் ஏதேதோ புலம்பிக் கொண்டிருந்தாள். அடிக்கடி ஹரிகிருஷ்ணா வந்து கையைப் பிடித்து நாடியைப் பார்த்துக் கொண்டிருந்தான்.

மங்களமோ, ரஞ்சனியோ, மாதவியோ ஆஸ்பத்திரியை இதற்கு முன்னால் கண்டதேயில்லை. அந்தக் கட்டில்களை, நோயாளிகளை, மேனகா படுத்துக் கிடந்த விதத்தைப் பார்த்து அவர்களெல்லாம் பீதியடைந்து விட்டார்கள். பார்வையாளர்களின் அறையில் உட்கார்ந்திருந்த அவர்களிடம் நேரே பாக்கியம் வந்தாள். மேனகாவைப் பற்றி விசாரித்தாள். அருகில் சென்று பார்த்தாள்.

"நீ வேற எதுக்கும்மா வந்தே?" என்றான் அவன்.

"என் உயிர் அங்கே தரிக்காமல் வந்து விட்டேன். அந்தப் பெண் உயிர் பிழைத்துக் கொள்ளணும் என்று சுவாமிக்கு வேண்டிக் கொண்டேன். நீ ஆஸ்பத்திரியிலிருந்து ஒரு மணிக்கு வந்து சொல்லும் வரையில் என்னால் தாங்கிக் கொள்ள முடியாது போலிருந்தது." அவள் கண்களிலிருந்து பொலபொலவென்று கண்ணீர் வழிந்தது.

அவன் தனது தாயின் தோளைச் சுற்றிலும் கையைப் போட்டு அருகில் இழுத்துக் கொண்டான். "மம்மி!" அவன் கண்களிலும் சிறிது வேதனை இருந்தது. அந்த நிமிடம் ஒரு சிறுபிள்ளையைத் தேற்றுவது போல் தாய்க்கு ஆறுதல் சொல்லிக் கொண்டிருந்தான் அவன். பிறகு ஆஸ்பத்திரி பையனுடன் ஆட்டோவில் அவர்களை அனுப்பி வைத்தான்.

அவள் அந்தப் பையனிடம் அவர்களுக்கு காபி, டிபன் அனுப்பி வைத்தாள். என்றுமே, யாருடைய அன்பையும் உணர்ந்திராத மங்களம் இந்த இரக்கத்திற்கு மிகவும் நெகிழ்ந்து போய்விட்டாள்.

"அவள் உண்மையிலேயே தெய்வம்தான். இவ்வளவு நல்லவளை நான் எங்கேயும் கண்டதில்லை" என்றாள் மங்களம்.

மேனகா இதையெல்லாம் கேட்டுக் கொண்டிருந்தாள். அவளுக்கு இந்த வாழ்க்கையின் மேல் வெறுப்பும், விரக்தியும் ஏற்பட்டு, தன் வாழ்க்கையை முடித்துக் கொள்ளத் தீர்மானித்தாள். ஆனால் ஹரிகிருஷ்ணா அவள் முயற்சியைத் தடுத்துவிட்டான். அவளைப் பிழைக்க வைத்துவிட்டான். மிக உயர்ந்த காரியத்தைத் தான் பண்ணிவிட்டோம் என்று அவன் பெருமைப்பட்டுக் கொள்கிறான் போலும்.

இந்த வாழ்க்கையை ஒரு முறை ஆபத்திலிருந்து மீட்பது என்பது எளிதான காரியம்தான். ஆனால் அவற்றிலிருந்து தினந்தோறும் காப்பாற்றிக் கொள்வது என்பது எவ்வளவு கஷ்டமான காரியம்? அந்த ஆபத்துகளிலிருந்தெல்லாம் காப்பாற்றிக் கொள்வதற்குத் தனக்கு யார் உதவி செய்யப் போகிறார்கள்?

மேனகா மவுனமாகப் படுத்திருந்தாள். அவளுக்குத் தன் உடம்பே லேசாகி அணுவளவு சக்தி கூட இல்லாதது போல் பலவீனமாகத் தெரிந்தது. தற்கொலை முயற்சி தோற்றுவிட்டதால் இந்த உலகம் தன்னைப் பார்த்து இன்னும் சிரிக்கும். அந்த ஏளனத்தை, பழிப்புகளை இனிமே இரண்டு பங்காகத் தாங்கிக்கணும் போலும். மேனகாவின் விழிகளிலிருந்து கண்ணீர் வழிந்து கொண்டிருந்தது. இந்த ஹரிகிருஷ்ணா எங்கிருந்து வந்து சேர்ந்தான் அவள் உயிருக்குக் காவலனாய்! மேனகாவுக்கு அவன்மீது ரொம்பவும் கோபம் வந்தது.

மேனகாவுக்கு பிரெட் துண்டுகளைப் பாலில் தோய்த்துக் கொடுத்துக் கொண்டே பாட்டி சொன்னாள். ''பார்த்தியாடி மின்னு! அந்த ராசாத்தியின் நாக்கு அழுகித்தான் போகும். எல்லோரிடமும் போய் அவள் என்ன சொல்கிறாள் தெரியுமா?''

''என்ன சொல்றா பாட்டி?''

அதற்குள் மாதவி மங்களத்தை அழுத்தமாகக் கிள்ளினாள். ''உன்னை டாக்டர் அதிகமாப் பேசக்கூடாதுன்னு என்று சொல்லலே?'' என்றாள்.

மங்களம் அந்தக் குறிப்பைப் புரிந்து கொண்டவள் போல் ''ஆமாண்டி. உண்மைதான்'' என்று வாயை மூடிக் கொண்டாள்.

18

இரண்டு நாள்கள் கழிந்தன.

மேனகா நன்றாகக் குணமடைந்து விட்டாள். மங்களம் வீட்டிலிருந்து கொண்டு வந்த ரச சாதத்தைச் சாப்பிட்டாள். எழுந்து நடக்கும் அளவுக்குத் தெம்பு வந்துவிட்டது. அன்று மாலையில் அவளை ஆஸ்பத்திரியிலிருந்து டிஸ்சார்ஜ் செய்து விட்டார்கள்.

வீட்டிற்குப் புறப்பட்டுக் கொண்டிருக்கையில் மங்களம் புடவைத் தலைப்பில் முடித்து வைத்திருந்த இரண்டு ஐம்பது ரூபாய் நோட்டை எடுத்து மேனகாவின் கையில் வைத்து ''உன் கல்யாணம் ஆனால் திருப்பதி மலைக்குப் போறதுக்காக முடிஞ்சி வச்சிருந்தேன். அது இந்த வழியில் பயன்பட்டது. கல்யாணம் ஆகிவிட்டது என்ற நன்றியோடு அந்த ஏழுமலையானுக்குத் தருவதைவிட உயிரைக் காப்பாற்றியதற்கு இந்தக் கடவுளுக்குச் சமர்ப்பித்துக் கொள்கிறேன். நம் சருமத்தைச் செருப்பாகத் தைத்துக் கொடுத்தாலும் அந்த டாக்டரின் நன்றிக்கடனைத் தீர்த்து விட முடியாது. இது ஒன்றும் சர்க்கார் ஆஸ்பத்திரியும் இல்லை, ஏழை எளியவர்களுக்கு வைத்தியம் பார்ப்பதற்கு. மருந்துக்கும் மாத்திரைக்கும் அந்தப் பையனேதான் செலவழித்தான். அவன் கால்களில் விழுந்து கும்பிடுவதைவிட நம்மால் வேறு என்ன செய்ய முடியும்? இந்த ரூபாயை அந்த டாக்டர் கையில் வைச்சிட்டு, எங்களுக்கு இதைவிட சக்தியில்லைன்னு சொல்லும்மா'' என்றாள்.

''நீ போய்க் கொடு பாட்டி'' என்றாள் மேனகா.

''அழகுதான். உனக்கு உயிரைக் கொடுத்தவன் அவன். நீ தினமும் கண் விழித்ததுமே அந்த டாக்டரின்

பெயரைச் சொல்லிக் கும்பிட வேண்டும். நான் சொல்ல வேண்டியதையெல்லாம் காலையிலேயே டாக்டரிடம் சொல்லிட்டேன். "நீங்க பெரிய பெரிய வார்த்தைகளைச் சொல்லாதீங்க பாட்டி. ஒரு டாக்டரா என் கடமையைத்தான் நான் செய்தேன். அவ்வளவுதான்னான். என்ன பண்பு! என்ன பண்பு! நிறை குடம் தளும்பாதும்பாங்களே, அது இதுதான் போலும். அவன் அந்தத் தாய்க்கு ஏற்ற மகன்தான்! ரொம்ப ராசியான கை. இதை நான் மட்டுமே இல்லை. டாக்டரின் கையால் சிகிச்சை பெற்றுக் கொண்டு போகும் நோயாளிகள் சொன்னதை நானே நேரடியாகக் கேட்டிருக்கிறேன். போடி.. போய் வர்றேன்னு சொல்லிட்டு அவர் கால்களில் விழுந்து கும்பிட்டுவிட்டு வா" என்றாள் மங்களம்.

மேனகா மங்களம் வற்புறுத்தியதால் டாக்டர் ஹரிகிருஷ்ணாவின் அறைக்கு மெதுவாகப் போனாள். அவள் போனபோது கதவு சாத்தியிருந்தது. கதவை விரல்களால் தட்டினாள். "கமின்" என்ற குரல் உரக்கக் கேட்டது. மேனகா கதவைத் தள்ளிக் கொண்டு உள்ளே போனாள்.

உள்ளே டாக்டர் ஹரிகிருஷ்ணா உட்கார்ந்திருந்தான். அவனுக்கெதிரே வயதான யாரோ ஒருவர் உட்கார்ந்திருந்தார். அவர் சற்றுப் பருமனாக இருந்தார். ஹரிகிருஷ்ணா அவருக்கு மருந்துகளை எழுதிக் கொடுத்துக் கொண்டிருந்தான். கதவைத் திறந்து உள்ளே எட்டிப் பார்த்த மேனகா உள்ளே யாரோ இருந்ததால் தயக்கத்துடன் நின்றுவிட்டாள். அதைப் பார்த்த அவன் "வாம்மா" என்றான். மேனகா உள்ளே வந்தாள். அவன் பிரிஸ்க்ரிப்ஷன் எழுதிக் கொண்டே மேனகாவை அவனுக்கெதிரே இருந்த நாற்காலியில் உட்காரச் சொல்லிச் சைகை காட்டினான்.

மேனகா உள்ளே வந்து உட்கார்ந்து கொண்டாள். பிறகு அந்த அறையை நோட்டம் விட்டாள். எதிரே குழந்தைக்குப் பாலூட்டிக் கொண்டிருந்த தாயின் காலண்டர் இருந்தது. அந்தத் தாயின் கண்களில்தான் எவ்வளவு கருணை! அவள் முகத்தில், அவள் செய்யும் காரியத்தின் புனிதம் வெளிப்பட்டது. சுவரின் இன்னொரு பக்கத்தில், கல்யாணப் பல்லாக்கைச் சுமந்து போவது போல் ஒரு ஓவியம் இருந்தது. இன்னொரு பக்கத்தில் மனிதனின் உடலில் இருக்கும் எலும்புக்கூடும், நரம்புகளும் வகை பிரிக்கப்பட்டது போன்ற ஒரு படம் இருந்தது.

தொலைவில் வெள்ளைப் போர்வை பரத்தியிருந்த மேஜை ஒன்று நோயாளிகளைப் பரிசோதனை செய்வதற்காகக் காத்திருப்பது போல்

காணப்பட்டது. ஜன்னல்களுக்கு நீலமும், வெள்ளையும் கலந்து கட்டம் போட்ட திரைச்சீலைகள் போடப்பட்டிருந்தன.

மேனகாவின் கண்கள் அங்குமிங்கும் சுழன்றுவிட்டு சங்கோஜத்துடன் டாக்டர் ஹரிகிருஷ்ணாவின் முகத்தில் வந்து நின்றது. அவன் தலைகுனிந்தபடி மளமளவென்று எழுதிக் கொண்டிருந்தான். கோணல் வகிடு எடுத்து, நேர்த்தியாக வாரப் பட்டிருந்த அவன் கிராப் அழகாக இருந்தது. வெளிர் நீலத்தில் முழுக்கைச் சட்டை அணிந்திருந்தான். வலது கன்னத்தில் மிளகு அளவுக்குச் சின்ன மச்சம் இருந்தது. குனிந்து எழுதிக் கொண்டிருந்ததால் அவனது மூக்கு எடுப்பாகத் தெரிந்தது.

எழுதிக் கொண்டிருந்த அவன் திடீரென்று நிமிர்ந்ததால் மேனகா பதற்றத்துடன் பார்வையைச் சுவரில் மாட்டியிருந்த காலண்டரை நோக்கித் திருப்பிக் கொண்டாள். அவன் எழுதிய மருந்துச் சீட்டைப் பருமனான அந்த ஆசாமியிடம் காட்டி அந்த மருந்துகளை எப்படிச் சாப்பிட வேண்டும் என்று அவன் விவரமாகச் சொல்லிக் கொண்டிருந்தான். அவர் முழுவதுமாகக் கேட்டுக் கொண்ட பிறகு ''வரேன் டாக்டர். ரொம்ப தேங்க்ஸ்'' என்றார் எழுந்து நின்று கொண்டே. கால்கள் சுவாதீனத்தில் இல்லாதது போன்று சிரமத்துடன் அவர் எழுந்து கொண்டதுபோல் தோன்றியது.

ஹரிகிருஷ்ணாவும் எழுந்து நின்று ''உங்க மில் இப்போ எப்படி நடந்துகிட்டிருக்கு?'' என்று விசாரித்தான்.

''பரவாயில்லையா. நேற்று வரை லாக் அவுட்டில் இருந்தது. இப்போ எல்லாம் சரியாயிட்டு. முதலாளி எங்கேயோ இருக்கார். இங்கே இருப்பவங்களுக்குச் சிரத்தை இல்லை. அவர்களுக்கு இரவும் பகலும் குடிச்சிட்டு பாரில் உட்கார்ந்துகிடப்பதுதான் வேலை. நடுவில் எங்க உயிரை எடுப்பாங்க. ஒரு பக்கம் மேனேஜ்மென்டுக்கும் இன்னொரு பக்கம் ஊழியர்களுக்கும் எடுத்துச் சொல்லி ஈடுகட்டிக் கொண்டு போவதற்குள் உயிரே போய் விடுகிறது. இரவில் படுத்தால் தூக்கம் வராது. பகலில் சாப்பிடக் கூட நேரம் இருக்காது. நீங்க என்னவோ ஓய்வு ஓய்வுன்னு சொல்றீங்க. எங்களுக்கெல்லாம் அது எங்கே கிடைக்கும்? ஓய்வுன்னா கட்டிலில் படுத்துக்கிட்டா வந்துடுமா? மூளை வேலை செய்வது நின்னாதானே தூக்கம்? இந்த இதயம் நின்று போனால் தவிர அது சாத்தியமில்லை போல் தோணுது.'' மார்பின் மீது கையை வைத்துக் கொண்டே சொன்னார் அவர்

''நீங்க இப்படிச் சொன்னால் எப்படி? முதலில் உங்க உடம்பு சரியாக இருந்தால்தானே மத்ததை எல்லாம் நீங்க சரிசெய்ய

முடியும்? அது சரியா இருக்கும்படி பார்த்துக்கொள்ள வேண்டாமா?'' என்றான் ஹரிகிருஷ்ணா சிரித்துக் கொண்டே.

"நம்ப கையில் என்ன இருக்கு? எல்லாம் அந்தத் தெய்வத்தின் கருணை! என் மூத்த மகனின் கால் பிராக்சர் ஆனதிலிருந்து எனக்குப் பைத்தியம் பிடித்துவிட்டது. அடுத்ததாக என் சின்ன மகளின் கணவன் இறந்து போனது. எனக்கோ முழங்கால் வலி. உட்கார்ந்தா எழமுடியாது, எழுந்தா உட்கார முடியாது. என்ன வாழ்க்கை இது? அந்தக் கடவுளின் அழைப்பு வரும் வரையில் இப்படியே எல்லாத்தையும் அனுபவிக்க வேண்டியதுதான்.''

அவர் மேனகாவைப் பார்த்தார்.

"இந்தப் பெண்ணோட பெயர் மேனகா.'' ஹரிகிருஷ்ணா அறிமுகம் செய்து வைத்தான். "இவர் ராமநாதன். அம்பிகா மில்ஸின் மேனேஜர்'' என்று அவளிடம் சொன்னான்.

மேனகா நிமிர்ந்து பார்த்து வணக்கம் சொன்னாள்.

"மேனகா! பேரு ரொம்ப வித்தியாசமா இருக்கே'' என்றபடி எழுந்தார் அவர்.

ஹரிகிருஷ்ணா அவரை வழியனுப்புவதற்காகச் சென்றான். மேனகா அறையில் தனியாக உட்கார்ந்திருந்தாள். பத்து நிமிஷங்கள் ஆயிற்று. அவன் வரவில்லை. கால் மணி நேரம் கழிந்தது. ஹரிகிருஷ்ணா வருவதற்கான அறிகுறி எதுவுமே தெரியவில்லை. தான் இங்கே இருப்பதையே மறந்திருப்பாரோ என்று நினைத்தாள் மேனகா. போய் விடலாம் என்று எழுந்து கொள்ளப் போனாள். அதற்குள் கதவைத் தடாலென்று தள்ளினார்கள் யாரோ. மேனகா திரும்பிப் பார்த்தாள். ஹரிகிருஷ்ணா உள்ளே வந்து கொண்டிருந்தான். அவன் தனியாக வரவில்லை. அவன்கூட ஒரு நர்சும் வந்தாள். இருவருமாகச் சேர்ந்து கிழவி ஒருத்தியைத் தாங்கிப் பிடித்து உள்ளே அழைத்து வந்தார்கள். அப்படிச் சொல்வதைவிடத் தோளில் சாய்த்தபடி அழைத்து வந்தார்கள் என்று சொல்வதுதான் நியாயம்.

அந்தக் கிழவியின் தோளிலிருந்து ரத்தம் வழிந்து கொண்டிருந்தது. முகத்திலும் காயம் பட்டிருந்தது.

"கடவுளே! நான் செத்துட்டிருக்கேன். எனக்கு உயிர் கொடுக்க மாட்டியா?'' என்று பெரிதாக அவள் புலம்பிக் கொண்டிருந்தாள்.

ஹரிகிருஷ்ணா கிழவியை அழைத்து வந்து மேஜைமீது படுக்க வைத்தான். நர்சின் உதவியோடு மளமளவென்று ரத்தத்தைத் துடைத்துக் கட்டுக் கட்டினான். ஊசி போட்டான்.

"தெருவில் பார்த்து நடக்கக் கூடாதாம்மா? இந்த வயசுல இப்படியா ஓடி வர்றது?'' நர்ஸ் கண்டித்தாள்.

''பார்த்துதான்மா வந்தேன். கார்காரன்தான் வேகமா வந்து மோதிவிட்டான்.''

''பாட்டி! எங்கே போகணும்னு சொல்லு. ரிக்ஷாவைக் கொண்டாரச் சொல்றேன்'' என்றான் ஹரிகிருஷ்ணா.

''எனக்கா?'' பொக்கை வாய் தெரியச் சிரித்தாள் பாட்டி. கையை மேலே காட்டியபடி ''கடவுளைத் தவிர எனக்கு வேற யாருமே இல்லைப்பா'' என்றாள்.

''என்னது? யாருமே இல்லியா?''

''ஆமா யாருமே இல்லை. ஒரு காலத்தில் எல்லாருமே இருந்தாங்க. மகன் மிலிட்டரிக்குப் போய் இறந்துட்டான். என் புருஷன் எப்பவோ போய்ச் சேர்ந்துட்டார். மருமகள் இரண்டாவது கல்யாணம் பண்ணிக்கிட்டா.''

''நீ என்ன செய்துட்டு இருக்கே? உன் வயிற்றுப்பாடு எப்படி நடக்குது?'' சீரியஸாக கேட்டான் அவன்.

''பிச்சை எடுப்பதுதான். கிடைச்சா சாப்பிடுவேன். இல்லியா அன்னைக்குப் படுத்தே கிடந்துடுவேன். யாருமே இல்லை தம்பி. எனக்கு யாருமே இல்லை.'' கிழவி அழுதாள்.

ஹரிகிருஷ்ணா அவள் தோளில் ஆதரவாகத் தட்டிக் கொடுத்தான். பிறகு போன் ரிசீவரை எடுத்து நம்பரை டயல் செய்தான்.

''ஹலோ! சேவா சதனமா? பிருந்தா மேடத்துடன் பேசணும். நான் டாக்டர் ஹரிகிருஷ்ணா பேசறேன்.''

மேனகா அந்தக் கிழவியையே பார்த்துக் கொண்டிருந்தான். அவளது தலை தும்பைப் பூவாய் நரைத்திருந்தது. தாடைகள் ஒட்டிப் போயிருந்தன. கண்கள் குழி விழுந்திருந்தன. உடல் முழுவதும் சுருக்கங்கள். ஒரு நிமிஷத்திற்கு முன்னால் அந்தக் கிழவி செத்துப் போய் விடுவோமோ என்று அழுதாள். அவளுக்கு வாழ்க்கையின் மீது இன்னும் ஆசை இருந்தது!

''ஹரிகிருஷ்ணா பேசறேன். மிஸஸ் பிருந்தா! வணக்கம். எப்படி இருக்கீங்க? லட்சுமி, கோமளால்லாம் எப்படி இருக்காங்க? ஜுரம் குறைந்து விட்டதா? நான் ஈவ்னிங் வர்றேன். அந்த மருந்தையே கொடுங்க. வந்து... உங்க அநாதை இல்லத்திற்கு இப்போ நான் ஒரு விருந்தாளியை அனுப்பி வைக்கிறேன். கூடவே எங்க ஆஸ்பத்திரி பையனும் வருவான். சேர்த்துக்கோங்க, நான் அப்புறம் நேர்ல விவரம் சொல்றேன். ஓ.கே. தேங்க்யூம்மா'' என்று போனை வைத்துவிட்டான்.

பிறகு கிழவியைப் பார்த்து, ''பாட்டி! உன்னை ஒரு இடத்திற்கு அனுப்பி வைக்கப் போறேன். உனக்கு அடி நன்றாகப் பட்டிருக்கிறாப்ல இருக்கு. ஜுரம் வரலாம். நீ போற இடத்தில் இருப்பவங்க உன்னை நல்லா கவனிச்சிப்பாங்க'' என்றான்.

''யாரப்பா அவங்க?''

''அவங்களா? உனக்கு உறவுக்காரங்கதான். நீதான் யாருமே கிடையாதுன்னியே? அங்கே போனால் நிறைய பேர் உனக்கு வேண்டியவர்களாய்டுவாங்க.'' அதற்குள் பையன் வந்தான். அவனிடம் விவரத்தைச் சொன்னான். கிழவிக்குத் தன்னை அவன் அனாதை இல்லத்தில் சேர்க்கப் போகிறான் என்று புரிந்து விட்டது. பையன் ரிக்ஷா கொண்டு வந்தான்.

''மாலை நேரத்தில் நான் அங்கே வருவேன். வந்து பார்க்கிறேன்'' என்றான்.

கிழவி போவதற்கு முன்னால் திரும்பிப் பார்த்தாள். சட்டென்று அவன் கால்களில் விழுந்தாள். ''இன்றைக்கு நான் யாரு முகத்துல விழிச்சனோ தெரியலை தம்பி. தெய்வம் கருணை காட்டிட்டது. நீ கடவுள் தம்பி.''

''அப்படியெல்லாம் சொல்லாதே. தெய்வம் எங்களை டாக்டராக்கியது எதுக்காக? உங்களைப் போன்றவங்களைப் பார்த்துக்கிறதுக்காகத்தான்'' என்றான்.

''நூறுவருஷம் நீ நல்லா வாழணுப்பா!'' ஹரிகிருஷ்ணாவின் கைகளை எடுத்து கண்களில் ஒற்றிக் கொண்டாள் அவள்.

ஹரிகிருஷ்ணா கிழவியைப் பையனிடம் ஒப்படைத்தான். தூசு படிந்த தலையுடனும், கந்தலாடையுடனும் நாற்றமடித்துக் கொண்டிருந்த அந்தக் கிழவியைத் தொடுவதற்கு ஹரிகிருஷ்ணா கொஞ்சமும் தயங்கவில்லை; அருவருத்துக் கொள்ளவும் இல்லை. அந்த நேரத்தில் அவன் கண்களில் கருணை, சேவை மனப்பான்மை தவிர வேறு எதுவும் தென்படவில்லை.

''சாரி.. ஒன் மினிட்!'' அவன் மேனகாவைப் பார்த்து இப்படிச் சொல்லிவிட்டு உள்ளே போனான். அவன் வாஷ்பேசினில் கைகளைக் கழுவிக் கொண்டிருந்த சத்தம் கேட்டது. அதற்குள் ஆயா வந்து அங்கே மேஜையில் ரத்தக்கறையுடன் இருந்த விரிப்பை எடுத்துவிட்டு வேறு விரிப்பை மாற்றிவிட்டுப் போனாள்.

மேனகா நின்று கொண்டிருந்தாள். ஹரிகிருஷ்ணா கைகளைத் துடைத்துக் கொண்டே திரும்பி வந்தான்.

''ப்ளீஸ்! உட்காருங்க'' என்றான்.

மேனகா உட்கார்ந்தாள்.

"இப்போ எப்படி இருக்கு?"

"நல்லாயிருக்கேன் டாக்டர்" மெல்லிய குரலில் சொன்னாள் மேனகா.

அவன் மேனகாவை அங்கே கிடந்த நீண்ட மேஜைமீது உட்காரச் சொன்னான். மேனகா உட்கார்ந்து கொண்டாள். ஸ்டெதஸ்கோப்பைக் கையில் எடுத்துக் கொண்டு மேனகாவின் இதயத்துடிப்பையும், முதுகையும் பரிசோதித்தான். மேஜைக்கு முன்னால் உட்கார்ந்து கொண்டு அவளை எதிரே உட்காரச் சொல்லிச் சைகை காட்டிவிட்டு மருந்துகளை எழுதத் தொடங்கினான். மேனகா அவனையே பார்த்துக் கொண்டிருந்தாள்.

காகிதத்தை அவளிடம் கொடுத்துவிட்டு "இந்த விட்டமின் மாத்திரைகளை ஒரு வாரம் சாப்பிட்டாப் போதும். பலவீனம் முழுவதும் குறைஞ்சிடும்" என்றான்.

மேனகா மவுனமாக அந்தக் காகிதத்தை வாங்கிக் கொண்டாள். அவன், 'இனி போகலாம்' என்பது போலப் பார்த்தான்.

மேனகா காகிதத்தை எடுத்துக் கொண்டு எழுந்து கொண்டாள். போக முயன்றவள் திரும்பவும் தயக்கத்துடன் நின்றாள். அவனை நோக்கித் திரும்பியவள் பிறகு தடுமாற்றத்துடன் பார்த்தாள்.

"என்ன?" அவன் மேனகாவைப் பார்த்துக் கேட்டான்.

"நான்... இது..... பாட்டி..." மேனகா கைக்குட்டையில் இருந்த ரூபாய் நோட்டை எடுத்து அவன் முன்னால் வைத்தாள்.

டிராயரைத் திறந்து சிகரெட் பெட்டியை வெளியே எடுத்துக் கொண்டிருந்த அவன் நின்று விட்டான். அதையும், மேனகாவையும் ஒரு வினாடி மாறி மாறிப் பார்த்தான். அவன் புருவங்கள் முடிச்சேறிக் கொண்டன.

"என்னம்மா இது?" என்றான்.

"நீங்க... நீங்க ரொம்ப உதவி செய்தீங்கன்னு பாட்டி சொன்னாள். உங்கள் பீசு.." மேனகா தடுமாற்றத்துடன் பார்த்துக் கொண்டே "இதற்குமேல் கொடுக்க முடியவில்லை எங்களால்" என்றாள்.

அவன் மேனகாவை ஒரு வினாடி கூர்ந்து பார்த்தான். ஒரு பென்சிலால் அந்த நோட்டை மேனகாவின் பக்கம் தள்ளிவிட்டு "இந்தப் பணம் எனக்குத் தேவை இல்லை. நான் கேட்ட பீசை நீங்க தருவீங்களா?" என்றான்.

"என்ன அது?" அவள் சரேலென்று நிமிர்ந்து பார்த்து அவனிடம் கேட்டாள்.

''வாழ்க்கையில இனி ஒரு நாளும் இது போன்ற பைத்தியக்காரத்தனமான காரியத்தைச் செய்ய மாட்டேன்னு வாக்குறுதி கொடு. அப்படி வாக்களித்தால் அதுவே எனக்குப் பெரிய பீசுன்னு நினைச்சிக்குவேன்.''

அவன் மேனகாவையே பார்த்துக் கொண்டிருந்தான். மேனகாவும் அவனையே வெறித்துப் பார்த்துக் கொண்டிருந்தாள். அவன் கண்களுக்கு ஏதோ சக்தி இருந்திருக்க வேண்டும். அவன் மேனகாவை உட்கார் என்பது போல் பென்சிலால் நாற்காலி பக்கமாகக் காட்டினான். மேனகா உட்கார்ந்தாள்.

''உங்களுக்கு வைத்தியம் பார்த்த டாக்டராக உங்களிடம் ஒரு வார்த்தை கேட்கலாமா?''

மேனகா கேளுங்கள் என்பது போல் அவனைப் பார்த்தாள்.

''இந்த மாதிரியான காரியம் ஏன் செய்ய நேர்ந்தது?'' அவன் பார்வை அவள் மனதை அளக்கும் தர்மாமீட்டரைப் போல் இருந்தது.

மேனகா பதில் பேசவில்லை. தலைகுனிந்தபடி உள்ளங்கைகளைப் பார்த்துக் கொண்டே உட்கார்ந்திருந்தாள்.

''ஓ.கே. நான் காரணம் எதுவும் கேட்கலை. அது உங்கள் பர்சனல் விஷயம். ஆனால் ஒண்ணு மட்டும் சொல்றேன். தற்கொலை செய்து கொள்வது பாதகமான செயல் என்று நம் பெரியவர்கள் சொல்லி யிருப்பதை நினைவில வைச்சிக்கங்க.''

''சில சூழ்நிலைகளில் வாழ்வது பெரிய நரகம்னு அவர்களுக்குத் தெரிந்திருக்காது. அதனாலதான் அப்படிச் சொல்லியிருப்பாங்க.'' மேனகாவின் பதிலில் கூர்மையிருந்தது. நிமிர்ந்து பார்த்த அந்தப் பார்வையில் கோபம் இருந்தது.

ஹரிகிருஷ்ணா மேனகாவுக்கு நயமாக எடுத்துச் சொல்வது போல் சொன்னான். ''இதோ பார். இந்த ஆவேசம்தான் வேணாம்கிறேன். கொஞ்சம் வேதனை ஏற்பட்டுட்டா வாழ்க்கையை முடிச்சிக்கணும்னு பண்ணுவது தவறு. அது முட்டாள்தனம். வாழ்க்கைன்னா பல விதமான சம்பவங்கள் கொண்டது. எந்தக் கஷ்டமாவது வந்தால் பொறுமை காட்டணும். எதிர்த்து நிக்கணும். அவ்வளவுதானே ஒழிய ஒரு சின்னத் துன்பம் ஏற்பட்டதுமே மொத்த வாழ்க்கையையுமே முடித்துக்கொண்டு விடவேண்டுமென்ற முடிவுக்கு வந்துடக்கூடாது. அது கோழைகளின் லட்சணம். கோழைகளுக்கு வாழ்க்கையில கயிறு கூடப் பாம்பாத் தெரியும். சின்ன நிகழ்ச்சியைக் கூட வாழ்க்கையில பெரிய பிரச்னையா பாவித்து தவியாய்த் தவிப்பாங்க.

அவர்கள் யோசிக்கும் முறையில் இருக்கும் தவறு அது. நீங்க எதுக்குத் தற்கொலை செய்து கொள்ளப் போனீங்கன்னு நான் கேட்கலை. அந்த முயற்சிதான் தவறுன்னு எச்சரிக்கிறேன். அந்தத் தவறைத் திரும்பவும் பண்ண வேண்டாம்னு கேட்டுக் கொள்கிறேன்.''

''ஒருவருக்கு அவருடைய வாழ்க்கையில் தாங்க முடியாத அவமானங்கள் ஏற்பட்டு விட்டால் அந்த சமயத்தில் அவருக்கு எது தவறு எது சரி என்று எப்படிப் புரியும்?'' என்றாள் மேனகா. அவனுக்கு என்ன தெரியும் என்று தன்னைக் கோழை என்று சொல்கிறான்? தற்கொலை செய்து கொள்ள வேண்டும் என்றால் அதற்கு எவ்வளவு தைரியம் வேண்டும்? மேனகாவுக்குக் கோபம் வந்துவிட்டது.

மேனகாவின் வாயிலிருந்து வந்த அவமானம் என்ற வார்த்தையைக் கேட்டதுமே அவன் சரேலென்று நிமிர்ந்தான். அவன் பார்வை கூர்மையானதாக இருந்தது.

''அவமானம்! அது என்ன அவமானம்? அவமானம்!'' அவன் அந்த வார்த்தையைக் கேட்பதையே அருவருப்பாக உணர்பவன் போல் நாற்காலியை விட்டு எழுந்து கொண்டான். பிறகு தன் இரண்டு கைகளையும் நீட்டிக் கொண்டே சொன்னான்.

''அவமானம்! இந்தக் கால இளைஞர்கள் யோசிக்கும் விதமே கோணலா இருக்கு. அவமானம்கிற கத்தியை எடுத்துக்கிட்டு உங்களை நீங்களே கொலை செய்துக்கறீங்க. என்ன அவமானம்? காதலிச்ச பையன் கல்யாணம் செய்ய மறுத்துட்டா அவமானம்! பரீட்சையில பெயிலாயிட்டா அவமானம்! வேலை கிடைக்கா விட்டா அவமானம்! கல்யாணம் ஆகலைன்னா அவமானம்! நண்பர்கள் கேலி செய்தா அவமானம்! கணவன் தள்ளி வைச்சா அவமானம்! மை காட்!'' அவன் உள்ளங்கையைக் கோபத்துடன் மடக்கிக் கொண்டான்.

''எந்தச் சின்னக் காரணமா இருந்தாலும் சரி, பூதக்கண்ணாடி வழியா அதைப் பார்த்து, அது அவமானம்னு நினைத்து தூக்க மாத்திரைகளை விழுங்கறது, அல்லது தூக்கு போட்டுக்கறது. அதுவும் இல்லையா கிரோசினை ஊற்றிக்கொண்டு நெருப்புப் பற்ற வைத்துக் கொள்வது. இது ஒரு மேட் ஜெனரேஷன். என்ன ஒரு பைத்தியக்காரத்தனம் இது. தற்கொலை இவர்களுக்குப் பேஷனாகிட்டது. அதனால இவங்க மட்டுமே சாக மாட்டாங்க. வீட்டில் இருக்குற மற்றவர்களையும் நடைப் பிணமாக்கிடுவாங்க. இப்படித் தற்கொலை செய்துகிட்ட எந்தக் குடும்பத்தையுமே பாரு. அந்தக்

குடும்பம் அப்புறம் வாழ்நாள் முழுவதும் அழுதுகிட்டேதான் இருக்கும். அதற்குப் பிறகு அந்த வீட்டை எப்போதும் மரணத்தின் நிழல் பழிச்சிகிட்டே இருக்கும். அந்த வீட்டில் அவர்கள் கண்ணீர் விடாமல் சந்தோஷத்துடன் எந்த ஒரு பண்டிகையோ, கல்யாணமோ நடக்காது. உறவினர்கள் யார் வந்தாலும் இதைப் பத்திதான் பேசுவாங்க. அவர்களின் வாழ்க்கையில் சந்தோஷமே இருக்காது. செய்யாத தவறுக்கு அவர்கள் அத்தனை பேருக்கும் தண்டனை! உதாரணத்திற்கு உன்னையே எடுத்துக்கயேன்.

சரியான சமயத்தில் நான் உன்னைக் காப்பாத்தாமப் போயிருந்தா இனி உங்க அம்மாவின் கண்களில் ஈரம் வாழ்நாள் முழுவதும் இருந்துட்டே தான் இருக்கும். உன் தங்கை திரும்பவும் பழையபடி ஆவாளா? இன்னும் பத்து வருஷம் உயிரோடு இருக்கக் கூடிய உங்க பாட்டி இந்தக் கவலையில இரண்டே வருஷத்துல போய்ச் சேர்ந்துவிடுவாளோ என்னமோ. தற்கொலை செய்து கொள்பவர்கள் அவர்கள் மட்டுமே இல்லே. கூட இருக்கறவங்களையும் சாகடிச்சிடுவாங்க.''

மேனகா அவன் ஆவேசத்தைக் கண்டு திகைத்துப் போனவளாக அவனையே பார்த்துக் கொண்டிருந்தாள். அவன் முகம் சிவந்து போயிருந்தது. மூக்கு அதிர்ந்து கொண்டிருந்தது.

''நான் சொல்றேன். இந்த உலகத்தில் தற்கொலை செய்து கொள்ளும் உரிமை யாருக்குமே கிடையாது. ஏன்னா வாழ்க்கைங்கறது நம் ஒருத்தர் மட்டுமே சம்பந்தப்பட்டதோ, நமக்கு மட்டுமே சொந்தமானதோ இல்லை. நம்மைச் சுற்றிலும் இருப்பவர்களோடவும் சம்பந்தப்பட்டது. எப்படிப்பட்ட ஏத்த இறக்கங்கள் வந்தாலும் வாழ்க்கையைத் துணிச்சலுடன் எதிர்த்து நிக்கணும்; அதான் தைரியசாலிகளின் லட்சணம். வாழ்க்கையை முடிச்சிக்கிறவங்க கோழைகள். மேனகா! உன்னைப் பார்த்தால் கோழையா இருப்பாய்னு தோணலை எனக்கு. நீ எதுக்குத் தற்கொலை செஞ்சிக்கணும்? உனக்கு என்ன குறைச்சல்? யாரோ ஒருத்தனைக் காதலிச்சே. கல்யாணம் செய்துக்கணும்னு நினைச்சே. அது முடியலை. வாழ்க்கைன்னா அது ஒண்ணுதானா? வேற எதுவும் இல்லியா? இது ஏன் நிகழ்ந்ததோ யாருக்குத் தெரியும்? ஒருவேளை உன் நல்லதுக்குத்தான் நடந்ததோ என்னவோ? நாளைக்கு அவனைவிடப் பலமடங்கு உயர்வான கணவன் உனக்கு வருவானாய் இருக்கும். இல்லாட்டாலும் பரவாயில்லை. உன் வாழ்க்கை உன்னுடையது. உன் அம்மா, பாட்டி, தங்கை இவங்க உனக்குப் போதாதா? அவர்களின் அன்பு உனக்குப் போதாதா? இந்த

வாழ்க்கை இருக்கே, இது யாருக்கும் முழுவதுமா கிடைக்காதும்மா. இதிலுள்ள யாரைப் பார்த்தாலும் அவர்கள் எல்லாருக்குமே ஏதாவது ஒரு குறை இருந்துகிட்டேதான் இருக்கும்.

கொஞ்சம் முன்னால உனக்கு அறிமுகம் செய்து வைச்சேனே, அந்த அம்பிகா மில் மேனேஜரைப் பார்த்தியா? அவருக்கு மனைவி இறந்து போய்ட்டா. மகனுக்குப் புத்தி சுவாதீனம் இல்லை. மருமகன் ஆக்சிடெண்டில் போய்ட்டான். அவருக்கு முழங்கால் வலி. மில்லை லாக்கவுட் பண்ணிட்டாங்க. ஆனாலும் அவர் அந்த வாழ்க்கையை ஏன் பொறுத்துக்கிட்டிருக்கார்? தூக்க மாத்திரைகளை விழுங்கியிருக்கலாமில்லே? சற்று முன்னால் வந்த அந்தக் கிழவியைப் பாத்தியா! அவளுக்கு யாருமே இல்லியாம்? நாதியத்தவ. ஆனாலும் வாழணும்னு துடிக்கிறா. ஏன்?... யோசி.

இந்த வாழ்க்கை ஒரு மரம் போன்றது. அதன் ஒரு பக்கத்தில் கொஞ்சம் பூச்சி அரிச்சிட்டா அந்த மரம் முழுவதையுமே வெட்டித் தள்ளிடுவாங்களா என்ன? அந்தக் கிளையை மட்டும் வெட்டி விட்டாலே போதும். அது புதுசா துளிர் விட ஆரம்பித்துவிடும். வாழ்க்கையில நாம் எதிர்கொள்ளும் பிரச்னைகள் கூட விஷஜுரத்தைப் போலத்தான். அதுக்கு தொடர்ந்து மருந்து சாப்பிடணும். அது சரியாகக் கொஞ்சம் நேரம் ஆகும்கிறதால அதுவரை... பொறுமையைக் கடைப்பிடிக்கணும்.''

அவன் இதைத் தன் ஆள்காட்டி விரலை அவளை நோக்கிக் காட்டிக் கொண்டே சொன்னான். ''இந்தத் தற்கொலைகளுக்கு முக்கியக் காரணம் என்ன தெரியுமா? உங்க மீதே உங்களுக்கு நம்பிக்கை இல்லாததுதான். வாழ்க்கைமீது நம்பிக்கையை ஏற்படுத்திக் கொள்ளாமல் போறதுதான். அந்த பிரபாகரை கல்யாணம் செய்துக்கலைன்னா என்னவாயிடும்? நீ அறியாதவள். தெரிந்தோ தெரியாமலோ அவனை நம்பினே. அது தவறுன்னு இப்போ தெரிஞ்சிகிட்டே. இதில வெட்கப்பட வேண்டியது எதுவும் இல்லையே?''

மேனகா தலை குனிந்தாள். ''கடவுளே! பாட்டி இவனிடம் எல்லாவற்றையும் ஒப்பித்து விட்டாள் போலிருக்கே'' என்று நினைத்துக்கொண்டாள். அவள் முகத்தில் வெட்கமும், சங்கோஜமும் தோன்றின.

அவன் இரு கைகளையும் மேஜைமீது ஊன்றிக் கொண்டே இவற்றையெல்லாம் சொன்னான். அவன் குரலில் இருந்த ஆவேசமும், கோபமும் இப்போது தணிந்து விட்டன. இப்பொழுது அவன் குரல் மென்மையாக, கம்பீரமாக ஒலித்தது.

''மேனகா! காதலிக்கறதில் தவறு இல்லை. அந்தக் காதலைத் தகுதியில்லாதவனுக்கு அர்ப்பணிப்பதுதான் தப்பு. கடவுள் இந்த சிருஷ்டியில் எந்தப் பிராணிக்கும் கொடுக்காத பெரிய வரத்தை மனிதனுக்குக் கொடுத்திருக்கார். அதுதான் பகுத்தறிவு. அதை ஏன் நமக்குக் கொடுத்திருக்கார் தெரியுமா? அதன் மூலமா நாம் நம் வாழ்க்கையை, சக மனிதர்களை, சக பிராணிகளைக் கருணையுடன் பார்க்கவும், உலகத்தைப் புரிந்து கொள்ளவும் வேண்டும் என்பதற்காகவும் நம் கடமையை நாம் சரியாகச் செய்ய வேண்டும் என்கிறதுக்காகவும்தான்.

உனக்கு என்ன குறைச்சல் சொல்லு? நீ எதுக்காகச் செத்துப் போகணும்னு யோசிச்சிப் பார். உன்கிட்ட பணம் இல்லாம இருக்கலாம். ஆனா உன்னை உயிரைக் காட்டிலும் அதிகமா நேசிக்கும் அம்மா, பாட்டி, தங்கையெல்லாம் எப்பவும் உன்கூடவே இருக்காங்க. அவங்க அப்பாவிகள். உன்னை உனக்காகவே நேசிக்கிறவங்க. பிரபாகர் உன்னை ஏமாற்றியதால் நீ அவர்களைத் தண்டிப்பதற்குத் தயாராகிட்டே. அவர்களை நீ எந்த அளவுக்குத் துன்புறுத்திட்டேன்னு யோசிச்சிப் பார்த்தியா? நீ கண்ணைத் திறந்து அம்மான்னு அழைக்கும் வரையில் உன் தாய் பச்சைத் தண்ணீரைக் கூடக் குடிக்கலை தெரியுமா?

''இந்தப் பெண்ணிற்கு ஏதாவது ஆகிவிட்டால் அவளும் உயிரோடு இருக்கமாட்டாள்னு'' நினைத்தேன். அப்படிப்பட்டதொரு மரணத்திரை அப்பொழுதே என் கண்முன்னால் நிழலாடத் தொடங்கிவிட்டது. ஒருக்கால் நான் இரண்டு மரணங்களைப் பார்க்க நேர்ந்திருக்குமோ என்னவோ.''

மேனகா இதழ்களை இறுக்கிக் கொண்டாள். கண்களிலிருந்து பொலபொலவென்று கண்ணீர் வழிந்தது. கைக்குட்டையால் அதை ஒற்றிக் கொண்டாள். ''நான் செய்தது தப்புதான். தப்புதான்'' என்று நினைத்துக் கொண்டாள்.

ஹரிகிருஷ்ணா சிறிது நேரத்திற்குப் பிறகு சொன்னான்.

''உன் வயசு என்ன?''

''பதினெட்டு.''

''த்சொ. இது எவ்வளவு சின்ன வயசு? மனசில வாழ்க்கையை எப்படியாவது வளைச்சி பிடிச்சு தன் வசமாக்கிக் கொள்ள முடியும் கிற உறுதி இருக்க வேண்டிய வயசு. நினைத்ததை சாதிக்க மிகவும் சரியான வயது. இந்த சமயத்தில் சக்தியில்லாதவளாட்டம் தளர்ந்து போயிடாதே. பொருளாதாரத் தொல்லையையெல்லாம் அவமானமா

நினைக்காதே. மாதவியோட உதவியோட அதைக் கடக்க முயற்சி பண்ணு. உலகம் உன்னைப் புரிஞ்சிக்கலைன்னு வருத்தப்படாதே. நீ உலகத்தைப் புரிஞ்சிக்க முயற்சி செய். உங்க அம்மாவைச் சந்தோஷமா வைச்சிக்கிறத விட உனக்கு வேற என்ன வேணும், சொல்லு?''

மேனகா ஆம் என்று தலையை மட்டும் அசைத்தாள்.

ஹரிகிருஷ்ணா மேலும் சொன்னான். ''இதோ பார். இந்த உலகத்தில் நம் உயிரைவிட மதிப்புள்ளது வேறு எதுவுமே இல்லை. அதுக்குப் பிறகுதான் எல்லாமே. வாழ்க்கையோட நீ போராடு. எதையாவது தெரியாம செஞ்சிட்டா அதை நினைச்சி வெட்கப்பட்டுக்கிட்டு மனசு தளர்ந்து போய்டாதே. இன்னொரு தடவை அப்படிப்பட்ட தவறை செஞ்சி வாழ்க்கை வீணாகாம பார்த்துக்க. சாரி, நான் ரொம்பவும் கடுமையா பேசிட்டேனா?'' என்றான் டாக்டர் ஹரிகிருஷ்ணா.

''இல்லைங்க டாக்டர்.''

அவன் தனது ஜேபியைத் தடவி பர்ஸை வெளியே எடுத்தான். அதிலிருந்த ஒரு போட்டோவை எடுத்து மேனகாவின் முன்னால் வைத்தான்.

அந்த போட்டோவைப் பார்த்த மேனகா அதிலிருந்தவளை அடையாளம் தெரிந்து கொண்டாள். அன்றைக்கு அவர்கள் வீட்டிற்குப் போயிருந்தபோது சுவரில் மாட்டியிருந்த புகைப்படத்தில் இருந்த பெண் அவள்.

ஹரிகிருஷ்ணா சொன்னான். ''இந்தப் பெண்ணு என்னோட தங்கை. பெயர் சுனிதா. ஏறக்குறைய உன் வயசுதான் அவளுக்கு. போன வருடம் இறந்து போயிட்டா, தற்கொலை செய்து கொண்டு.'' அவன் குரல் ஒரு மாதிரியாகிவிட்டது.

மேனகா சரேலென்று நிமிர்ந்து அவனைப் பார்த்தாள். ''ஏன்?'' தன்னையறியாமல் கேட்டாள். இவ்வளவு நல்ல அண்ணன் ஒருத்தன் இருக்கும்போது அவளுக்கு அந்த அவசியம் ஏன் வந்தது?

''ஏறக்குறைய உன் கதையேதான். காதலிச்சிக் கல்யாணம் செய்து கொள்வதாகச் சொன்னவன் ஏமாத்திட்டான். அதைத் தாங்கிக்க முடியலை அவளாள. உன்னாட்டமே தூக்க மாத்திரைகளை விழுங்கிவிட்டா. நான் அப்ப ஊர்ல இல்லை. சமயத்திற்கு அவளுக்கு வைத்திய உதவி கிடைக்கலை.''

அவன் கடை விழிகளில் ஈரம் லேசாகத் தென்பட்டது. போட்டோவை மறுபடி பர்சுக்குள் வைத்துக் கொண்டே

சொன்னான். ''அதிலே எங்க அம்மா ஏறக்குறைய பைத்தியம் போல ஆயிட்டா. அவளைத் தேற்றுவது என் தினப்படி கடமைகளில் ஒன்றாகிவிட்டது. எங்க வீட்டில் பண்டிகை வருதுன்னாலே எனக்குப் பயம். அம்மா இப்பொழுது கூட சுனிதாவின் உடைகளையும், செருப்புகளையும் அவள் எங்கிருந்தோ வரப் போறா என்பது போல் தயாரா எடுத்து வச்சிருப்பா. அடிக்கடி அதுங்களை ஒழுங்குபடுத்துவா. வேண்டாம்னா அழுவா. அந்த வேலைகளைச் செய்தால்தான் தன் மனதிற்கு ஆறுதல் ஏற்படுதும்பாள். அவள் புத்தகங்கள், டேப்ரிகார்டர் எல்லாம் அப்படி அப்படியே பயன்படுத்தத் தயாரான நிலையில் இருக்கும்.

அவளால் இனிமேல அந்த நினைவுகளிலிருந்து மீண்டு வரமுடியாது. ஏன்? சுனிதாவுக்கே நம்மால அம்மா இவ்வளவு வருத்தப்படுவாள்னு தெரிஞ்சிருக்காது. தெரிஞ்சிருந்தா அந்தக் காரியத்தையே பண்ணியிருக்க மாட்டா. அன்னைக்குத் தூக்க மாத்திரைகளை விழுங்கிட்டு சுயநினைவு இல்லாமல் படுத்துக் கிடந்த உன்னைப் பார்க்கும்போது எனக்கு சுனிதா நினைப்புதான் வந்தது. தாங்க் காட்! உனக்கு சமயத்திற்கு நல்ல வைத்திய உதவி கிடைச்சிட்டது. எங்க அம்மாவுக்கு ஏற்பட்ட துக்கம் உங்க அம்மாவுக்கு நேர்ந்துடாம காப்பாத்த முடிஞ்சிது. அதனாலதான் சொல்றேன் மேனகா! வாழ்க்கையில ஒரு நாளும் இப்படிப்பட்ட பைத்தியக்கார வேலையைச் செய்யாதே. உன் வாழ்க்கை உன் ஒருத்தியுடையது மட்டுமே இல்லை. உன்னைச் சேர்ந்த அத்தனை பேருடையதும்தான். இதை நினைப்பு வச்சிக்க'' என்றான்.

மேனகா போவதற்காக எழுந்தாள். ஹரிகிருஷ்ணா அந்த ரூபாய் நோட்டை எடுத்து அவள் கையில் கொடுத்தான்.

''நான் கேட்ட பீசு என்னன்னு நினைப்பிருக்கா?''

நினைவிருக்கிறது என்பதுபோல் தலையை அசைத்தாள் அவள்.

''அதை நினைவில் வச்சிட்டிருந்தா போதும். போய்ட்டு வா'' என்றான் அவன்.

மேனகா அவன் அறையை விட்டு வெளியே வந்தாள். அவளுக்கு ஹரிகிருஷ்ணாவின் வார்த்தைகள் ஸ்ட்ராங் டோஸ் ஊசி மருந்தை தனக்குள் செலுத்தியதுபோலவும், அது நன்றாக வேலை செய்து தனது பலத்தையும், சக்தியையும் உடனடியாகக் கூட்டி விட்டது போலவும் உணரச் செய்தது.

19

பத்து நாட்களுக்குப் பிறகு மேனகா கடைத் தெருவிலிருந்து திரும்பி வந்து கொண்டிருந்தாள். இந்தப் பத்து நாள்களில் அவள் நன்றாகத் தேறியிருந்தாள். தனியாக உட்கார்ந்து யோசித்துப் பார்த்த போது தற்கொலை செய்து கொள்ள முயற்சி செய்தது எவ்வளவு தவறான செயல் என்று அவளுக்குப் புரிந்தது.

கொல்லையில் துணிகளை உலர்த்திக் கொண்டிருக்கும்போது நிமிர்ந்து வானத்தைப் பார்ப்பாள். அங்கே நீல வானத்தில் வெண்மையான மேகங்கள் கும்பல் கும்பலாகப் போய்க் கொண்டிருக்கும். கரிய நிறத்தில் சில பறவைகள் வரிசையாய் அணிவகுத்துப் பறந்து கொண்டிருக்கும். செம்பருத்தி மரத்தின் மீதிருந்து சிட்டுக் குருவிகளின் கலகல சத்தம் கேட்டவாறிருக்கும். தெருவில் சிறுவர்கள் விளையாடிக் கொண்டிருக்கும் ஆரவாரம் காதைப் பிளக்கும்.

இதெல்லாம் சேர்ந்து தனக்கு விவரிக்க முடியாத மகிழ்ச்சியை அளித்துக் கொண்டிருப்பது போல் அவளுக்குத் தோன்றும். தான் இறந்து போயிருந்தால் என்னவாகியிருக்கும்? இருள்! இருட்டுக் குகை போன்ற எல்லை இல்லாத இருள் என்ற நினைவு வரும். உடனே மேனகாவின் உடல் சிலிர்க்கும். சமயத்திற்கு வந்து காப்பாற்றிய ஹரிகிருஷ்ணாவின் நினைவு வந்துவிட்டாலே அவள் மனம் நன்றியால் நிரம்பி வழியத் தொடங்கிவிடும். வாழ்க்கையைப் பற்றி அவன் சொன்ன வார்த்தைகள் மேனகாவின் இளம் மனதில் தைரியம், உற்சாகம் என்ற விதைகளாக ஆழமாகப் பதிந்து போய்விட்டன. ஏதோ ஒரு நம்பிக்கை அவளது மனம் முழுவதும் பரவியிருந்தது.

வாழ்க்கை என்றால் அவளுக்கு இப்பொழுது எந்த பயமும் துளியளவும் இருக்கவில்லை.

ஹரிகிருஷ்ணா அவளைப் பெரிய ஆபத்திலிருந்து மீட்டு விட்டான். வாழ்நாள் முழுவதும் அவன் நினைவு வரும் போதெல்லாம் கையெடுத்து கும்பிடுவதைத் தவிர அவளால் வேறு என்ன செய்ய முடியும்? அவன் அந்த க்ளினிக்கில் ஒருத்தருக்குக் கீழே வேலை செய்து கொண்டிருந்தான். தான் உதவி செய்தவர்களுக்கு ஆகும் செலவை அவன் தன் சம்பளத்திலிருந்து கழித்துக் கொள் வானாம். தங்கை சுனிதாவின் மரணம்தான் அவன் குடும்பத்தினரின் தீராத வேதனை. மேனகாவிடமிருந்து ஒரு ரூபாய்கூட பீசு வாங்கிக் கொள்ளவில்லையே. அவனைத் தன் வாழ்நாள் முழுவதும் தன்னால் மறக்க முடியாது. தன் நினைவாக அவனுக்கு ஏதாவது கொடுக்க வேண்டுமென்று மேனகாவுக்குத் திடீரென்று தோன்றியது. ஆனால் அவனுக்குக் கொடுப்பதற்குத் தகுதியானதான எதுவும் அந்த வீட்டில் இருப்பதாக அவள் கண்ணில் படவில்லை.

கடைசியில் தாய் கத்திரித்து போட்டுவிட்டுச் சென்றிருந்த துண்டு களை எல்லாம் எடுத்துக்கொண்டாள். அதிலிருந்த நான்கு நிறத் துண்டுகளை ஒன்றாகச் சேர்த்து முயல் பொம்மை ஒன்று தைத்து அதற்குள் சின்னச் சின்னத் துண்டுத் துணிகளை வைத்து அடைத்தாள். கண்களுக்கு பட்டன்களை வைத்துத் தைத்தாள். அதை எடுத்துக் கொண்டு ஹரிகிருஷ்ணாவின் க்ளினிக்கிற்குப் போனாள்.

மேனகா போனபோது அவன் வீட்டிற்கு கிளம்பிக் கொண்டிருந் தான். மேனகாவைப் பார்த்ததும் ''ஹலோ!'' என்றான்.

மேனகா பையை எடுத்துக் கொண்டு உள்ளே வந்தாள்.

''உட்கார். எப்படி இருக்கே? எங்கே இப்படி'' என்று கேட்டான்.

''உங்க தயவால நல்லா இருக்கேன்.''

''பைத்தியக்கார யோசனைகள் எதுவும் வரலையே?'' முறுவலுடன் கேட்டான்.

''ஊஹூம்.'' சிரித்தபடி தலையை அசைத்தாள்.

அவள் தலையசைத்த விதத்தை முறுவலுடன் பார்த்தான் அவன்.

மேனகா பையைத் திறந்து அதிலிருந்து முயல் பொம்மையை எடுத்து அவனுக்கு எதிரே மேஜைமீது வைத்தாள்.

''என்ன இது?'' என்று வியப்புடன் கேட்டான் அவன்.

''உங்களுக்காகச் செய்து எடுத்துக் கொண்டாந்தேன். உங்களுக்கு நான் பீசு எதுவும் தரலியே. இதையாவது என் நினைவுப் பரிசா தரலாம்னு கொணாந்தேன்.'' கூச்சத்துடன் சொன்னாள் அவள்.

''மைகாட்!'' அது அவன் அடிக்கடி பயன்படுத்தும் வார்த்தை போலும். அவன் அந்தப் பொம்மையின் காதைப் பிடித்துத் தூக்கித் தன் பக்கமாக இழுத்துக் கொண்டான். அதன் உருவத்தை, குறிப்பாகக் கண்களை ஆர்வத்துடன் பார்த்தான்.

''ரொம்ப நல்லா இருக்கு. ரியல்லி வண்டர்ஃபுல் மேனகா'' என்றான்.

அந்தப் பாராட்டில் நடிப்பு இல்லை. மேனகாவுக்குச் சந்தோஷமாக இருந்தது.

அதன் கன்னத்தைக் கிள்ளினான். ''இதன் பேரு என்ன?'' என்று கேட்டான்.

மேனகா அதற்குள் நாற்காலியை விட்டு எழுந்து கொண்டு விட்டாள். ''எனக்குத் தெரியாது. நான் எதுவும் வைக்கலே!''

அவன் ஒரு வினாடி நின்றான். ''நான் சொல்லட்டுமா?''

''ஊம்.''

''மின்னு! இதுதான் ரொம்ப சரியான பெயர். நன்றாக இருக்கில்லையா.''

மேனகாவின் கன்னங்கள் சிவந்து விட்டன. சரேலென்று திரும்பி போய் வருகிறேன் என்று கூட சொல்லிக் கொள்ளாமல் கதவைத் திறந்து கொண்டு வெளியே ஓடிவிட்டாள்.

அன்று முழுவதும் வீட்டுக்கு வந்த பிறகும் கூட மேனகாவுக்கு அவன் வார்த்தைகள் நினைவுக்கு வந்து அவளை என்னவோ செய்தது. அவள் உள்ளுக்குள் சிரித்துக் கொண்டாள்.

மறுநாள் மங்களம் பாக்கியத்தின் வீட்டிற்குப் போய் அவளுக்கு அப்பளம் இட்டுத் தந்து, பருப்புப்பொடி பண்ணிக் கொடுத்துவிட்டு வந்ததாகச் சொன்னாள். மங்களம் திரும்பி வரும்போது அவள் வேண்டாம் என்று மறுத்தபோதிலும் கேட்காமல் அப்பளமும், பருப்புப்பொடியும் கொடுத்தனுப்பியிருந்தாள்.

''ஏதாவது வேலையிருந்தால் வேலைக்காரனிடம் சொல்லியனுப்புனா வந்து செய்து தர்றேன்னு சொல்லிட்டு

வந்தேன். உழைப்பைத் தவிர அவங்களுக்கு நம்மால வேற எதைக் கொடுக்க முடியும்?'' என்றாள் மங்களம்.

அவளே மேலும் தொடர்ந்தாள். பாக்கியத்திற்கு ஹரிகிருஷ்ணாவுக்கப்பறம் பிறகு இரண்டு குழந்தைகள் பிறந்து இறந்துட்டாங்களாம். கடைசியிலதான் சுனிதா பிறந்தாளாம். அந்தப் பெண்ணுன்னா அவளுக்கும், ஹரிகிருஷ்ணாவுக்கும் ரொம்ப ரொம்ப உயிராம். காலேஜ்ல படிக்கிறப்ப யாரையோ காதலிச்சிருக்கா. அவன் கல்யாணம் செய்துக்கறதா ஆசைகாட்டி வேற பொண்ணோட தொடர்பு வச்சிருந்தானாம். இது தெரிந்து சுனிதா அவனோட சண்டை போட்டுட்டு வந்துட்டா. தாயும், அண்ணனும் அவனை மறந்து போகச் சொல்லிச் சொன்னதோட வேற கல்யாணம் பண்ணி வைப்ப தாவும் சொல்லியிருக்காங்க. ஆனா அந்த வார்த்தைகள் எதுவும் சுனிதாவின் மூளைக்கு ஏறலை. அவன் தன்னை ஏமாற்றி விட் டதைப் பெரிய அவமானமா நினைச்சி வாழ்க்கையில விரக்தி அடைஞ்சிட்டா. ஹரிகிருஷ்ணா அப்ப ஊரில் இல்லையாம். பம்பாய் போயிருந்திருக்கான். அந்த சமயம் பார்த்து சுனிதா தூக்க மாத்திரைகளை விழுங்கிட்டா. மறுநாள் பாக்கியம் விஷயம் தெரிஞ்சி டாக்டர்கிட்ட அழைச்சிப் போவதற்குத் தாமதமா யிருக்கு. பாவம்! ஹரிகிருஷ்ணா வர்றதுக்குள்ள எல்லாம் முடிஞ்சி போயிட்டது.

கண்முன்னால் ஆடிக் கொண்டும் பாடிக் கொண்டும் வளைய வளைய வந்து கொண்டிருந்த மகள் திடீரென்று காணாம போய்ட் டான்னா பொறுக்க முடியுமா? பாக்கியத்தை பழையநிலைக்குக் கொண்டுவர யாராலும் முடியலை. ஆறு மாசம் அவள் கட்டிலை விட்டு எழுந்திருக்கலையாம். ஹரிகிருஷ்ணா தான் இரவு பகலா பணிவிடை செய்து அவளைக் காப்பாத்தியிருக்கான். அவனுக்காகத் தான் தான் உயிருடன் இருப்பதாகச் சொன்னாளாம் பாக்கியம்.

மங்களம் இதையெல்லாம் சொல்லிக் கொண்டிருந்தபோது மாதவி கண்ணீரைத் துடைத்துக் கொண்டே எல்லாவற்றையும் கேட்டுக் கொண்டிருந்தாள். மேனகா மட்டும் அப்படியே விறைத்துப்போய் உட்கார்ந்து விட்டாள். அந்தச் சமயத்தில் சுனிதா எந்தவிதமான வேத னையை அனுபவித்திருப்பாளென்று மேனகாவுக்கு நன்றாகப் புரிந் தது. அதனால்தான் போலும் ஹரிகிருஷ்ணாவுக்குத் தற்கொலை என்ற வார்த்தையைக் கேட்டாலே அவ்வளவு கோபம் வருகிறது.

மேனகாவுக்குப் பாக்கியம் மாமியை நினைத்தால் எல்லையில்லாத இரக்கம் ஏற்பட்டது. ஒவ்வொருவரின் வாழ்க்கையிலும் ஏதோ ஒரு

வேதனை இருக்கத்தான் செய்கிறது. இந்த புத்திர சோகத்தை அவள் எவ்வாறு தாங்கிக் கொண்டிருக்கிறாளோ? இறந்து போய்விட்ட சுனிதாவை விட உயிருடன் இருக்கும் இவர்கள்தான் துரதிர்ஷ்டசாலிகள் என்று தோன்றியது.

கடைத் தெருவிலிருந்து திரும்பி வந்து கொண்டிருந்த மேனகாவின் கண்ணில் பட்டாள் பாக்கியம். அவளைப் பார்த்ததுமே மேனகா பரபரப்புடன் ஓடி வந்தாள்.

''சௌக்கியமா இருக்கீங்களாம்மா?''

அவள் முதலில் திகைத்துப் போனாலும் சீக்கிரத்தில் மேனகாவை அடையாளம் புரிந்து கொண்டாள். ''நீயா? யாரோன்னு நினைச்சேன். எப்படி இருக்கே?'' சந்தோஷமாக அவளை அருகில் இழுத்து அணைத்துக் கொண்டாள். அவளுக்கு அந்த வயதுப் பெண்கள் யாரைப் பார்த்தாலும் சுனிதாவின் நினைவுதான் வரும்.

''நல்லாவே இருக்கேம்மா.''

''உடம்புல பலவீனம் எதுவும் இல்லையே?''

இல்லை என்பதுபோல் தலையை ஆட்டினாள் அவள். ''எங்கே போய்ட்டு இருக்கீங்க?''

''கோவிலுக்கு.'' கையிலிருந்த பூக்கூடையைக் காட்டினாள். மேனகாவும் அவளுடன் சேர்ந்து நடக்கத் தொடங்கினாள். கூடையைக் கேட்டு தானே வாங்கிக் கொண்டாள்.

''நடந்து போறீங்களேம்மா?'' என்றாள் மேனகா. அவள் உடல்நலம் சரியில்லாதவள் என்பது பார்த்தாலே தெரிந்தது. அவள் வேதனைக்கும், அந்தக் கண்களின் கீழே உள்ள கருவளையங்களுக்கும் அர்த்தம் என்ன என்று இப்பொழுதுதான் அவளுக்குப் புரிந்தது. அவளிடம் ஹரிகிருஷ்ணாவின் சாயல் நிறையவே இருந்தது.

''கோவில் பக்கத்துலதானே இருக்கு? கொஞ்சம் நடக்கலாமேன்னுதான்'' என்றாள் அந்தம்மா.

இருவரும் கோவிலுக்குள் நுழைந்தார்கள். மேனகா அவளுடன் சேர்ந்து பிரதட்சிணம் செய்தாள். தேங்காய் உடைத்தார்கள், பூசாரி கொடுத்த குங்குமத்தையும், பூக்களையும் மேனகாவிடம் கொடுத்தாள் பாக்கியம். மேனகா குங்குமம் இட்டுக் கொண்டு பூவைத் தலையில் வைத்துக் கொண்டாள். அவள் நடக்க முடியாமல் ஆயாசப்பட்டுக் கொண்டிருந்ததைப் பார்த்து மேனகா அவளுக்குக் கை கொடுத்தாள். இருவரும் வீட்டிற்குத் திரும்பி வந்தார்கள்.

அவளுக்கு மூச்சு இரைத்துக் கொண்டிருந்ததால் மேனகா தானே சாவிக் கொத்தை வாங்கிக் கதவைத் திறந்தாள். பாக்கியம் உள்ளே வந்து உட்கார்ந்தாள். மேனகா விளக்கையும், மின் விசிறியையும் போட்டு விட்டு, அவளுக்குக் குடிக்கத் தண்ணீர் கொண்டு வருவதற்காக உள்ளே போனாள். தண்ணீர் டம்ளருடன் அவள் திரும்பி வந்தபோது ஹரிகிருஷ்ணா உள்ளே வந்தான்.

உள்ளேயிருந்து உரிமையுடன தண்ணீர் கொண்டு வந்து கொண்டிருந்த மேனகாவைப் பார்த்து அவன் அப்படியே நின்றுவிட்டான். நெற்றியில் குங்குமப்பொட்டுடன், தலையில் பூவுடன் கையில் தண்ணீர் டம்ளருடன் நின்று கொண்டிருந்த மேனகா அந்த வீட்டின் ஒரு நபராக, உரிமையிருப்பவளாகத் தோன்றினாள் அவனுக்கு.

"என்னவாச்சும்மா உங்களுக்கு? திரும்பவும் மூச்சிரைப்பு வந்துட்டதா?" தாயிடம் வந்து கொண்டே கேட்டான் அவன்.

ஆமாம் என்பதுபோல் தலையசைத்தாள் பாக்கியம். அவள் ஒரு ஆஸ்துமா நோயாளி. கொஞ்சம் களைத்துப் போனாலும், அமைதியில்லாமல் தவித்தாலும் அவளுக்கு ஆஸ்துமா வந்து விடும்.

"எங்கே போயிட்டு வந்தே? கடைத் தெருவுக்கா?" தாயின் கால்களில் இருந்த செருப்பையும், பக்கத்தில் கிடந்த பர்ஸையும் பார்த்துக் கேட்டான்.

"கோவிலுக்குப் போனேன்பா."

"நடந்தா போனீங்க?"

ஆமாம் என்று தலையசைத்தாள். "நடந்து போகாதேன்னு எவ்வளவு தடவை சொல்லியிருக்கேன்?" லேசான கோபத்துடன் சொன்னான். உடனே மேஜை டிராயரை இழுத்து அதிலிருந்த ஊசி மருந்தை சிரிஞ்சியில் எடுத்துக் கொண்டுவந்து தாயின் தோளில் ஊசி மருந்தை செலுத்தினான். மேனகா பார்த்துக் கொண்டிருந்தாள். பாக்கியத்தின் மூச்சிரைப்பு கொஞ்ச நேரத்திலேயே குறைந்தது.

"கிட்டேதானே இருக்குன்னு நடந்து போனேன். படில ஏறினதும் மூச்சிரைப்பு வந்துட்டது. திரும்பி வரும்போது ரிக்‌ஷா எதுவும் காணலை. மேனகா மட்டும் இல்லைன்னா கொஞ்சம் திண்டாடியிருப்பேன்" என்றாள் அவள்.

"சரி அந்தப் பையன் எங்கே போனான்?"

''சினிமா பார்த்துட்டு வர்றேன்னான். பாவம்பா சின்ன புள்ளையாச்சேன்னு அனுப்பி வைச்சேன்.''

''அவன் இல்லாம வெளியே போகாதேன்னு எத்தனை தடவைம்மா சொல்லியிருக்கேன்?'' அவன் பாக்கியத்தின் கையைப் பற்றிக் கொண்டு மெதுவாக உள்ளே அழைத்துப் போனான். கட்டிலில் அவளைப் படுக்க வைத்துவிட்டுத் திரும்பி வந்தான்.

அதுவரை அங்கே நின்று கொண்டிருந்த மேனகா ஏனோ மேஜைப் பக்கமாகத் திரும்பினாள். அங்கே ஹரிகிருஷ்ணாவின் பொருட்களுடன் அவள் கொடுத்த அந்த முயல் பொம்மையும் இருந்தது. அதன் கழுத்தில் சின்ன அட்டையில் ''மின்னு'' என்று அழகாக எழுதப்பட்டிருந்தது. அதைப் பார்த்ததும் மேனகாவுக்குச் சிரிப்பு வந்தது. அவள் கண்கள் சுனிதாவின் போட்டோமீது படிந்தன. அவள் எவ்வளவு துரதிர்ஷ்டசாலி என்றெண்ணிக் கொண்டாள்.

ஹரிகிருஷ்ணா வெளியே வந்தான். ''உட்கார் மேனகா'' என்றான்.

''இல்லீங்க. கிளம்பறேன். அம்மாகிட்ட சொல்லுங்க நான் போறேன்னு.'' காய்கறிப் பையைக் கையிலெடுத்துக் கொண்டே சொன்னாள்..

''தாங்க்யூ'' என்றான் அவன்.

''எதுக்குத் தேங்க்ஸ்?''

''அம்மாவை வீடுவரைக்கும் கொணாந்து விட்டதுக்கு. மூச்சிரைப்பு வந்தா அவங்களால நகரக்கூட முடியாது. பேசவும் முடியாது. நீ கூட இருந்ததால சரியாயிட்டது. இல்லாம போயிருந்தா எனக்கு விஷயம் தெரிஞ்சி நான் போய் அழைச்சிட்டு வர்றதுக்குள்ள எவ்வளவு நேரமாகியிருக்குமோ போ?'' என்றான்.

மேனகாவுக்கு 'நீங்கள் நன்றி எதுவும் சொல்லக் கூடாது' என்று ஏதாவது சொல்லணும் போல் இருந்தது. ஆனால் சொல்ல நா எழவில்லை. காய்கறிப் பையைக் கையில் எடுத்துக் கொண்டு கிளம்பினாள்.

அவன் கேட்வரைக்கும் வந்து அவளை வழியனுப்பி வைத்தான். கேட்டைத் திறந்துவைத்து அவளுக்கு வழிவிட்டபடி ''குட்நைட் மா!'' என்றான்.

பதிலுக்கு என்ன சொல்வது என்று அவளுக்குத் தெரியவில்லை. மெலிதான சிரிப்புடன் வீட்டிற்குத் திரும்பி வந்து விட்டாள்.

20

இரவு ஒன்பது மணியாகி விட்டது.

ஹரிகிருஷ்ணா ஆஸ்பத்திரியிலிருந்து வீட்டிற்குப் புறப்பட்டுக் கொண்டிருந்தான். மேனகா வந்தாள். அந்த நேரத்தில் திடீரென்று வந்த மேனகாவைப் பார்த்து அவன் ஆச்சரியமடைந்தான்.

''பாட்டிக்கு முதுகுவலி தாங்க முடியலை. துடிச்சிக்கிட்டிருக்கா. தாங்க முடியலியாம். ஏதாவது மருந்து இருந்தா கொடுங்க டாக்டர்'' என்றாள்.

அவன் மேனகாவைப் பார்த்தான். அவ்வளவு இருட்டையும் பொருட்படுத்தாமல் வந்திருந்த அவள் முகத்தில் பதற்றம் வெளிப்படையாகத் தெரிந்தது.

''முன்னே கொடுத்த மாத்திரையெல்லாம் தீர்ந்துட்டதா?'' நான்கு நாட்களுக்கு முன்னால்தான் அவன் கொடுத்திருந்தான்.

''நேத்தோட தீர்ந்துட்டதாம். எனக்குத் தெரியாது. என்கிட்ட பாட்டி சொல்லவேயில்லை'' என்றாள்.

ஹரிகிருஷ்ணா மேஜை டிராயரைத் திறந்து மாத்திரைகளை எடுத்துக்கொடுத்தான். ''இது போன்ற மாத்திரங்களை வயசானவங்க வீட்ல இருந்தா எப்போதும் எமெர்ஜென்ஸிக்காக வாங்கி வச்சிக்கணும். உங்க வீட்டில ஆண்கள் கூட யாரும் இல்லை. இருட்டிய பிறகு நீ இப்படியெல்லாம் ஓடியார்றது நல்லது இல்லை.'' அவன் மாத்திரைகளைக் கொடுத்துக்கொண்டே புத்திமதி சொல்லிவிட்டு அவளைப் பார்த்தான்.

மேனகா தலையை சரி என்பதுபோல் அசைத்துவிட்டு மாத்திரைகளை வாங்கிக் கொண்டாள். அவள்

புறப்பட்டுக் கொண்டிருந்தபோது அவன் மணியைப் பார்த்தான். ஒன்பது ஆகிக் கொண்டிருந்தது. ''தனியாவாப் போறே'' என்றான்.

''நான் போயிடுவேன். இதெல்லாம் எனக்குப் பழக்கம்தான்'' என்று சொல்லிவிட்டுப் போய்விட்டாள்.

ஹரிகிருஷ்ணா நைட் ட்யூட்டிக்கு வந்த டாக்டரிடம் முக்கியமான நோயாளிகளைப் பத்தியெல்லாம் சொல்லிவிட்டு சைக்கிளில் புறப்பட்டான். வெளியே கொஞ்ச தூரம் வரையில்தான் தெருவிளக்குகள் பளிச்சென்று எரிந்து கொண்டிருந்தன. அதற்குப் பிறகு சில இடங்களில் விளக்குகள் இல்லை. ஒரே இருட்டாக இருந்தது. க்ளினிக்கிலிருந்து மெயின் ரோட்டுக்கு வரும் வழி ஆளரவமற்று இருக்கும். அங்கே வீடுகள் எதுவும் இல்லை. சுமார் இரண்டு ஏக்கர் கொண்ட அந்தப் பகுதியை வியாபாரப் புள்ளி ஒருவர் வாங்கிப் போட்டுவிட்டு, அந்த இடத்தில் ஓட்டல் ஒன்றைக் கட்டத் தொடங்கியிருந்தார். அதற்குள் முனிசிபாலிடியுடன் ஏதோ தகராறு வந்து அந்தக் கட்டடம் அப்படியே நின்று விட்டது. அந்த நிலத்தைக் குறித்து கோர்ட்டில் வழக்கு நடந்து கொண்டிருந்தது.

ஹரிகிருஷ்ணா சைக்கிளில் வந்து கொண்டிருந்தான். அவன் நண்பர்கள் அந்தச் சைக்கிளைப் பார்த்துக் கேலி செய்வார்கள். ''குறைந்த பட்சம் ஒரு மோட்டார் சைக்கிள் கூட இல்லாம இதென்னடா சைக்கிள்? டாக்டர்களோட மானத்தையே வாங்கறேயடா?'' என்பார்கள்.

அவன் அப்படிப்பட்ட வார்த்தைகளை எல்லாம் பொருட்படுத்த மாட்டான். கோபமும் வராது. வீட்டிற்கும் ஆஸ்பத்திரிக்கும் தூரம் அதிகம் இல்லை. கொஞ்ச தூரம்தான். பகல் வேளையாக இருந்தால் நடந்தே கூட வந்துவிடலாம்.

அவனுக்கு வேலையே இன்னும் நிரந்தரமாகவில்லை. மருத்துவம் இரண்டாவது ஆண்டு படித்துக் கொண்டிருந்தபோதே அவன் தந்தை இறந்துவிட்டார். அவர் லெக்சரர் ஆக இருந்தார். நடுத்தரக் குடும்பம்! சம்பாதிக்கும் நபரின் தோளின்மீதுதான் ஒற்றைத் தூண் மாளிகையைப் போல் துன்பங்கள் அடுக்கடுக்காய் நின்று கொண்டிருக்கும். சம்பாதிக்கும் நபருக்கு ஏதாவது ஆகிவிட்டால் குடும்ப வண்டி சாய்ந்துவிடும். தந்தை போன பிறகு அவன் படிப்பை முடிப்பதற்கே பெரும்பாடாகிவிட்டது. படித்து முடித்த பிறகும் கூட ஒரு வருட காலம் வேலையைத் தேடுவதிலேயே கழிந்து விட்டது. அவனுடன் படித்தவர்கள் நிறையபேர் அமெரிக்கா, கனடா என்று வெளிநாடுகளுக்குப் போய்விட்டார்கள்.

அமெரிக்காவுக்குப் போன பிரசாத், ஹரிகிருஷ்ணாவையும் வரச்சொல்லிக் கடிதம் எழுதினான்.

"நான் இங்கே உனக்காக ஒரு வேலை பார்த்து வைத்திருக்கிறேன். நீ இங்கே வந்தாய் என்றால் நன்றாக சம்பாதித்துக் கொண்டு நிம்மதியாக இருக்கலாம். நீ உடனே அம்மாவுடன் வந்துவிடு" என்று எழுதினான். அத்துடன் தேவைப்பட்ட காகிதங்களையும் அனுப்பி வைத்தான். நண்பர்கள் மூலமாக நிறைய தடவை உடனே வரச்சொல்லி தகவலும் சொல்லி அனுப்பினான். ஆனால் ஹரிகிருஷ்ணா பிரசாதுக்கு பதில் எழுதவில்லை. காகிதங்களில் கையெழுத்திட்டு அனுப்பவும் இல்லை.

அவனுக்கும் போக வேண்டும் என்றுதான் இருந்தது. ஆனால் தாய்? அவளை அழைத்துப் போவதற்கும் விட்டுவிட்டுப் போவதற்கும் இயலாத நிலை. அவளை உடனே தன்னுடன் அழைத்துப் போவதும் அவளுக்கிருக்கும் மூச்சிரைப்பால் சாத்தியம் இல்லை. அவன் விட்டு விட்டுப் போய்விட்டால் அவள் தனியாக இருந்தாக வேண்டும். தாயையும் அழைத்துக் கொண்டு போக முடியும்போது போனால் போதும் என்று முடிவு செய்து விட்டான்.

அவனுடைய வாழ்க்கையின் லட்சியம் ஒன்றே ஒன்றுதான். என்றைக்காவது, தன்னுடையது என்று ஒரு சொந்த க்ளினிக் வைத்துக் கொள்ள வேண்டும் என்பதே அவன் குறிக்கோள். தற்சமயம் இந்த க்ளினிக்கில் தற்காலிகமாக வேலை செய்து கொண்டிருந்தான். அந்த க்ளினிக்கில் வேலை பார்த்து வந்த வேறொரு டாக்டர் வெளிநாட்டிற்குப் போயிருந்தார். அவர் திரும்பி வந்துவிட்டால் இந்த வேலையும் இருக்காது. வேறு இடம் பார்த்தாக வேண்டும்.

சைக்கிளை ஓட்டிக் கொண்டே யோசனையில் ஆழ்ந்தபடி வந்து கொண்டிருந்த அவனுக்கு அந்த நிசப்தத்தைக் கிழித்துக் கொண்டு தொலைவில் யாரோ அலறிய சத்தம் கேட்டது. அவன் திடுக்கிட்டு இந்த உலகிற்கு மீண்டு வந்தான். உன்னிப்பாகக் கேட்டான். சந்தேகமில்லை. யாரோ ஒரு பெண்ணின் குரல்தான்! அவன் சைக்கிளை நிறுத்தினான். தொலைவில் குட்டிச் சுவருக்குப் பக்கத்திலிருந்துதான் சத்தம் கேட்டது. அவன் அதற்குமேல் தாமதிக்கவில்லை. அங்கே எத்தனை பேர் இருக்கிறார்களோ, நாம் தனியாக இருக்கிறோமே என்று கூடத் தயங்கவில்லை; யாரானால் என்ன என்று நினைக்கவில்லை; நமக்கு ஏன் இந்தத் தொல்லை என்றும் கருதவில்லை. சைக்கிளை மரத்தில் சாய்த்துப் போட்டு

விட்டு, "யாரங்கே? யாரங்கே?" என்று கத்திக் கொண்டே குட்டிச் சுவரின் பக்கமாக ஓடினான். அங்கே இருட்டாக இருந்தது. "யார்?" பெரிதாகக் கத்திய அவன் குரல் அந்த இடத்தில் எதிரொலித்தது.

அந்த அலறல் சட்டென்று நின்றுவிட்டது. அந்த இருட்டிலிருந்து ஒரு பெண் தடுக்கி விழுந்தபடி ஓடி வந்து கொண்டிருந்தாள். அவள் புடவை கிழிந்திருந்தது. பின்னல் அவிழ்ந்திருந்தது. அழுது கொண்டே உயிரைக் கையில் பிடித்தபடி ஓடி வந்து கொண்டிருந்த அந்தப் பெண்ணை விளக்கு வெளிச்சத்தில் பார்த்த அவன் விக்கித்துப் போய் விட்டான்.

"ஓ. மேனகா! நீயா?" என்றான் திகைப்புடன், பதறிப் போனவனாக.

மேனகாவுக்கு அவனைப் பார்த்ததும் உயிர் திரும்பி வந்தாற் போல் இருந்தது. அழுது கொண்டே நெருங்கி வந்தாள். அவன் தன்னையும் அறியாமல் கைகளை நீட்டினான். அழுது கொண்டிருந்த மேனகா சட்டென்று அவன் கைகளுக்கிடையே அடைக்கலம் புகுந்து மார்போடு ஒட்டிக் கொண்டாள். மறுநிமிடம் அழுகை மென்மேலும் மடை திறந்த வெள்ளம் போல் பொங்கிக்கொண்டு வந்தது. அவன் குலுங்கி குலுங்கி அழுத மேனகாவை மார்போடு அழுத்திக் கொண்டான். வேட்டைக்காரனின் வலையிலிருந்து மயிரிழையில் தப்பித்துக் கொண்டு வந்த மானைப்போல் நடுநடுங்கிக் கொண்டிருந்த மேனகாவை அவன் மேலும் அழுத்திக் கொண்டான். அவன் கைகள் மேனகாவுக்கு புகலிடம் தருவது போல் மேலும் பலமாகத் தழுவிக் கொண்டன. அவள் அவன் நெஞ்சு சுடும்படி அனல்மூச்சுவிட்டாள்.

"அழாதே. அழாதே மேனகா. நான் யாரோன்னு நினைச்சிட்டேன். மைகாட்!" அவன் குரல் நடுங்கியது. "இதனால்தான் கேட்டேன், உன்னால் தனியா போக முடியுமா என்று. ஏனோ எனக்குப் பயமாக இருந்தது. அழாதே." சமாதானப்படுத்துவதுபோல் சொன்னான் அவன். முதுகில் ஆதரவாகத் தட்டிக் கொடுத்தான்.

"நீங்கள் வந்திருக்கலேன்னா நான்... நான் செத்தே போயிருப்பேன்." மேனகா ஓவென்று கதறத் தொடங்கினாள்.

"மைகாட்!" அவன் மேனகாவின் தலையை மெள்ளப் பரிவோடு வருடிக் கொடுத்தான்.

"இன்றைக்கு நான் யார் முகத்தில் விழிச்சனோ?" பொங்கி வந்த துக்கம் அடங்கவே மேனகாவுக்கு ஐந்து நிமிஷங்கள் ஆயிற்று.

''நான்... நான் வந்து கொண்டிருந்தப்ப அவன் திட்டம்போட்டுப் பின்னாலேயே வந்திருக்கான். நான் வேகமா நடந்தேன். அவன் இங்கே வந்ததும் பாய்ந்து என் கையைப் பிடிச்சிட்டான். நான் எவ்வளவு திமிறியும் பலன் இல்லாமல் போய்விட்டது. என் வாயைப் பொத்தி, கைகளைப் பின்னால் முதுகுப்பக்கமா சேர்த்துப் பிடித்துக்கொண்டு அந்த பக்கம் இழுத்துக் கொண்டு போனான். கால்களால் எட்டி உதைச்சேன். ஆனாலும் எனக்குப் பலம் போதவில்லை. என் உயிரே போய்ட்டுதுன்னு நினைச்சேன்.'' புறங்கையால் கண்களையும் மூக்கையும் துடைத்தபடி விசும்பிக் கொண்டே சொன்னாள் அவள்.

அந்த நேரத்தில் பயந்து போன சிறு குழந்தையைப் போல் நடுக்கத்தோடு தென்பட்டாள் அவள்.

ஹரிகிருஷ்ணாவின் மனதில் வினோதமான உணர்வு ஏற்பட்டது. டாக்டர் என்ற முறையில் அவன் மனம் மேனகாவைக் கூர்ந்து கவனித்தது. அந்த முகத்தில் ஆபத்தைச் சந்தித்துவிட்ட பயம் தெரிந்ததே தவிர ஆபத்து எதுவும் நேர்ந்திருக்கவில்லை என்பதும் புரிந்தது.

''நீ இரு. நான் அங்கு போய் பார்க்கிறேன். அவன் அங்கதான இருப்பான். நாலு உதை கொடுத்துட்டு வர்றேன்'' என்றான் ஆவேசமாக.

மேனகா அவன் கையைப் பிடித்துத் தடுத்துவிட்டாள். ''வேணாம் வேணாம். போய்டலாம். எனக்குப் ரொம்ப பயமாக இருக்குங்க.''

ஏற்கெனவே சாலையில் போய்க் கொண்டிருந்த ஓரிருவர் மரத்தில் சாய்ந்துக் கிடந்த சைக்கிளையும், இறக்கத்தில் நின்று பேசிக் கொண்டிருந்த அவ்விருவரையும் திரும்பித் திரும்பிப் பார்த்தபடி நடந்து போனார்கள்.

''வா போகலாம்.'' மேனகாவின் கையை விட்டுவிட்டுச் சொன்னான் அவன். மேனகா அவனோடு சேர்ந்து தொடர்ந்து நடக்கப் போனாள். வலதுகாலை எடுத்துவைக்கப் போனவள் கால் வலியெடுத்ததால் ''அம்மா'' என்று காலைப் பிடித்துக் கொண்டு அப்படியே உட்கார்ந்து விட்டாள்.

''என்னவாச்சு?'' என்றான் அவன்.

''கால் சுளுக்கிக்கிட்டது போலிருக்கு. ரொம்ப ரொம்ப வலிக்குது.'' அவளது கண்கள் கலங்கின.

அவன் மேனகாவின் தோளைப் பிடித்துத் தூக்கி நிற்க வைத்தான். காலைப் பரிசோதித்தான். அவள் வலியால் துடிதுடித்தாள். அவன்

கைத்தாங்கலாகப் பிடித்து, அவளை நடத்தி அழைத்து வந்தான். அந்த கொஞ்சதூரம் நடந்து வருவதற்கே மேனகாவுக்குப் பெரும்பாடாகிவிட்டது. அவன் சைக்கிளுக்கு அருகில் அவளை அழைத்து வந்து முன் பாகத்தைக் காட்டி ''ஏறி உட்கார்'' என்றான்.

''நானா? உங்களூடனா?'' என்றாள் ஆச்சரியமடைந்தவளாக. ''வேணாம். நடந்தே வர்றேன்'' என்றாள் தலையைத் திருப்பிக் கொண்டு.

''நடந்து கிழிச்சே! அவ்வளவு தூரம் வீடுவரையிலும் இந்தக் கால்வலியுடன் எப்படி நடப்பே நீ? கால்வலி இன்னும் அதிகமாயிடும். ஊம் ஏறு'' என்றான்.

மேனகா அதற்கு மேல் பேசவில்லை. ஏறி உட்காரப் போனாள். பழக்கம் இல்லாததால் அவளால் ஏற முடியவில்லை. அவன் இடுப்பைப் பிடித்துத் தூக்கி, உட்காருவதற்கு உதவி செய்தான். சைக்கிள் ஹேண்டிலை எப்படிப் பிடித்துக் கொள்ளணுமோ அதையும் சொல்லிக் கொடுத்தான்.

இரவு பத்து மணியளவில் மேனகாவை சைக்கிளில் உட்கார வைத்துக் கொண்டு வந்து கொண்டிருந்த ஹரிகிருஷ்ணாவை அந்தத் தெருவில் இருந்த ஓரிருவர் ஆச்சரியத்துடன் பார்க்கத் தொடங்கினார்கள். பத்து மணி ஆகிவிட்டதால் பலரும் உறங்கச் சென்று விட்டார்கள். அதனால் மக்கள் நடமாட்டம் அதிகம் இல்லை.

மாதவி வந்து கதவைத் திறந்தாள், மேனகாவைப் பார்த்து வியப்படைந்து விட்டாள். மங்களம் வலியால் முனகிக் கொண்டே குனிந்தபடி உட்கார்ந்திருந்தாள். ரஞ்சனி தாயின் முதுகிற்கு வெந்நீரில் ஒத்தடம் கொடுத்துக் கொண்டிருந்தாள்.

ஹரிகிருஷ்ணா மேனகாவை ஒப்படைத்துவிட்டு ''பெண் பிள்ளைங்களை இருட்டிய பிறகு இப்படியெல்லாம் வெளியே தனியா அனுப்பாதீங்கம்மா. இன்னைக்கு எவ்வளவு பெரிய ஆபத்துல இருந்து தப்பிச்சது தெரியுமா?'' என்று அரசல் புரசலாக நடந்ததைச் சொன்னான்.

''டாக்டர் தம்பி விவரமா சொல்லுங்க தம்பி. மின்னுக்கு என்னங்க ஆச்சு?'' என்றாள் மங்களம்.

''மேனகாகிட்டயே கேளுங்க.'' என்று சொல்லிவிட்டு சைக்கிளைத் தள்ளினான் அவன்.

''என்ன செய்றது? இந்த வீட்ல அவள் தான் ஆண்பிள்ளையாட்டம்! இதெல்லாம் என்னோட தலையெழுத்து. என் தலையில் இன்னும் என்னல்லாம் நடக்கணும்னு எழுதி வைச்சிருக்கோ?'' என்றாள் மங்களம் தலையில் அடித்துக் கொண்டே.

மங்களத்திற்காகக் கொடுத்திருந்த மருந்துகள் அவள் சந்தித்த அந்தப் போராட்டத்தில் எங்கோ விழுந்துவிட்டன. ஹரிகிருஷ்ணா திரும்பவும் கடைத்தெருவுக்குப் போய் மருந்து வாங்கி வரும் முடிவுடன் சைக்கிளில் கிளம்பினான்.

மேனகா உடை மாற்றிக் கொண்டிருக்கும்போது ரஞ்சனி மெல்லிய குரலில் கேட்டாள். ''மின்னு! உனக்கு... உனக்கு ஒன்னும் ஆகலையே? அந்தக் கயவன் உன்னை எதுவும் செஞ்சிடலையே?''

மேனகா மறுத்துத் தலையசைத்தாள். நடந்ததை விவரமாகச் சொல்லி முடித்தாள். நல்லவேளை. டாக்டர் சமயத்திற்கு வந்தார். இல்லாட்டா... அந்தக் காட்சி திரும்பவும் நினைவுக்கு வந்ததால் மேனகாவின் உடல் நடுங்கியது.

ரஞ்சனி சட்டென்று வந்து மகளைக் கட்டிக் கொண்டாள். அவள் தலையை மார்போடு அழுத்திக் கொண்டாள். ''இன்றைக்கு நீ இல்லடி, நான்தான் அதிர்ஷ்டசாலி. நான் எழுந்த வேளையின் விசேஷம்தான் எல்லாம். ஏதோ மருந்து வாங்கப் போயிருக்கேன்னு நினைச்சேனே ஒழிய, இவ்வளவு பெரிய ஆபத்து நேரும்னு நினைக்கவேயில்லை. டாக்டர் அந்தச் சமயத்தில் வராமல் இருந்திருந்தா என்னவெல்லாம் ஆகியிருக்குமோ?'' அழுது தீர்த்துவிட்டாள்.

''ஆமாம்மா.. ஆமாம்.'' சொல்லும்போதே மேனகாவின் உடல் நடுங்கியது. முதுகுத்தண்டிலிருந்து அவளுடைய பயம் உடல் முழுவதும் பரவினாற்போல் இருந்தது. தான் வீடு வந்து சேர்ந்துவிட்டாளா? இது உண்மைதானா? அவள் மனம் இன்னும் அந்தச் சந்தேகத்திலிருந்தே விடுபடவில்லை.

ஹரிகிருஷ்ணா வந்தான். மங்களத்திடம் அவளுக்கான மாத்திரைகளைக் கொடுத்தான். டம்ளரில் தண்ணீரைத் தானே எடுத்து மேனகாவிடம் கொடுத்து, வேறொரு மாத்திரையைத் தந்து ''இதைச் சாப்பிடு. தூக்கம் வரும், விடிஞ்சதும் கால்வலியும் குறைஞ்சிடும்'' என்று வலுக்கட்டாயமாக மருந்தை விழுங்கச் செய்தான்.

மாதவி உள்ளே போய் படுக்கையை விரித்துப் போட்டாள்.

ஹரிகிருஷ்ணா தானே மேனகாவின் கையைப் பிடித்து அழைத்து வந்து படுக்கையில் படுக்க வைத்தான். "தூக்கம் வருகிறதா?" என்று கேட்டான்.

வருகிறது என்பது போல் தலையை அசைத்தாள் அவள்.

"தூங்கு. தூங்கினா வலியெல்லாம் குறைஞ்சிடும்" என்றான். அந்தக் குரலில் பரிவும், நயமும் இருந்தன. அவன் கண்களில் இரக்கமும், கருணையும் இருந்தன. அந்தச் சம்பவம் நினைவுக்கு வந்தபோது அவனுக்கும் உடலில் சிலிர்ப்பு ஏற்பட்டது.

மேனகாவும் வைத்த கண் வாங்காமல் அவனையே பார்த்துக் கொண்டிருந்தாள். அவள் கண்களில் இருந்த பயம் இன்னும் அடியோடு அகலவில்லை. சின்ன சப்தம் கேட்டாலும் தூக்கிவாரிப் போட்டுக் கொண்டிருந்தது. அவன் கட்டிலருகில் கைகளைப் பின்னுக்குக் கட்டிக் கொண்டு நின்று மேனகாவையே பார்த்துக் கொண்டிருந்தான். தூக்க மாத்திரை வேலை செய்யத் தொடங்கி விட்டதற்கு அறிகுறியாய் மேனகாவின் கண்கள் மயங்கிடலாயின.

மேனகா தன்னையறியாமல் கையை நீட்டினாள். ஹரிகிருஷ்ணா வலது கையைத் தந்தான். மேனகா அந்தக் கையை அழுத்தமாகப் பிடித்துக் கொண்டாள். "நான் இங்கேயேதான் இருக்கேன். போக மாட்டேன். தூங்கு." மென்மையாக, கம்பீரமாக இருந்த டாக்டர் ஹரிகிருஷ்ணாவின் அந்தக் குரல் மேனகாவைத் தேற்றுவது போலிருந்தது. நானிருக்க பயமேன் என்று அவன் சொல்லாமல் சொல்லுவதாகவே நினைத்தாள் அவள்.

மேனகாவின் கண்களில் நிம்மதி தெரிந்தது. பத்து நிமிடங்களில் அவள் தூக்க மயக்கத்தில் ஆழ்ந்து விட்டவள்போல் தன்னை மறந்து உறங்கத் தொடங்கினாள். ஹரிகிருஷ்ணாவே மேனகாவுக்குப் போர்வையைப் போர்த்தினான். மங்களத்திடமும், ரஞ்சனியிடம் சொல்லிக் கொண்டான். ரஞ்சனி கண்ணீர் மல்க கைகளைக் கூப்பினாள். அவள் உதடுகள் லேசாகப் பிரிந்தனவே தவிர அதிலிருந்து எந்தவொரு வார்த்தையும் வெளிவரவில்லை. மங்களம் இடிந்துபோனவளாய், தூணில் சாய்ந்து கண்கலங்கியபடி கரம் குவித்தாள்.

அவன் அந்த வீட்டைவிட்டு வெளியே வரும்போது இரவு பதினொன்றரை மணியாகிவிட்டது.

21

தஞ்சைக்கு அருகில் காவேரியில் வெள்ளம் வந்து விட்டது. அந்தச் சுற்றுப்புறத்திலிருந்த கிராமங்கள் முழுவதிலும் காலரா நோய் தீவிரமாகப் பரவியிருந்தது. நகரத்திலிருந்து மருத்துவர்களின் குழு ஒன்று அங்கே போய்க் கொண்டிருந்தது. அவர்களுடன் சேர்ந்து வரச்சொல்லி ஹரிகிருஷ்ணாவுக்கும் அழைப்பு வந்தது. தவிர்க்க முடியாத நிலை. பாக்கியத்திற்கு உடல் நிலை சரியாக இருக்கவில்லை. மங்களத்தைத் துணைக்கு வைத்துக் கொள்ளச் சொல்லிவிட்டு, ஹரிகிருஷ்ணா கிளம்பிப் போனான்.

மங்களம் ஒருநாள் மட்டும் போய் வந்தாள். இரவு நேரத்தில் முதுகுவலியால் அவஸ்தைப்பட்டுக் கொண் டிருந்த மங்களம் இரண்டாவது நாள் மேனகாவை அழைத்து ''மின்னு! அவளுக்குத் துணையாக இருக்க என்னால முடியலைம்மா வயசாயிட்டில்லே. அவதான் எனக்காக கண் விழிச்சிக்கிட்டு உட்கார்ந்திருக்க வேண்டியிருக்கு. கொஞ்சம் நீ போய்ட்டு வாம்மா'' என்று உத்தரவிட்டாள்.

மேனகாவால் தட்ட முடியவில்லை. இரண்டு நாள்கள் பாக்கியத்தின் வீட்டிலேயே இருந்தாள். வீடு சின்னதாக இருந்தாலும் வசதியாக இருந்தது. வீட்டிலேயே குழாய் இருந்தது. வேலைக்காரி இருந்தாள். சமைப்பதும், சாப்பிடுவதும் தவிர வேறு எந்த வேலையும் அங்கே இல்லை.

பாக்கியம் வீட்டை நேர்த்தியாக வைத்திருந்தாள். அவளுக்கு அந்தந்த பொருட்கள் அதனதன் இடத்தில் இருக்க வேண்டும். ஒழுங்கு முறையுடன் இருந்த

சமையலறையைப் பார்த்தால் மேனகா வுக்கு ரொம்பவும் மகிழ்ச்சியாக இருந்தது.

''நான் பெரியவளாகி பணம் என்னிடம் நிறைய இருந்தால் இதே போல்தான் என் சமையலறையை அமைத்துக் கொள்வேன்'' என்று நினைத்துக் கொண்டாள். நினைப்பதில்போய் என்ன கஞ்சத்தனம் வேண்டியிருக்கிறது!

சலவைக்காரர் வீட்டிற்கே வந்து துணிகளை இஸ்திரி செய்து கொடுத்துவிட்டுப் போவார். பாக்கியம் எல்லோரிடமும் அப்பா, தம்பி என்று பேசியே வேலை வாங்கிக் கொள்வாள். பேச்சு எவ்வளவு நிதானமோ, சுபாவமும் அத்தனைக்கத்தனை மென்மையானது. வீட்டிற்கு யார் வந்தாலும் சாப்பிட ஏதாவது கொடுக்காமல் அனுப்பமாட்டாள். குறைந்தது காப்பியாவது குடித்துவிட்டுதான் போக வேண்டும். அப்படி உபசரித்தாள்.

மேனகா பாக்கியம் சொன்னதன் பெயரில் இஸ்திரி செய்த ஹரிகிருஷ்ணாவின் உடைகளைக் கொண்டு வந்து அவன் அறையில் இருக்கும் கண்ணாடி பீரோவில் வைக்கப் போனாள். அவன் புத்தகங்களையும், உடைகளையும் தொடும்போது அவனையே தொடுவது போலவே இருந்தது அவளுக்கு. மேனகா முன் அறையில் மேஜையை ஒழுங்குபடுத்திக் கொண்டிருந்தபோது அந்த முயல் பொம்மையைப் பார்த்து நாக்கை நீட்டி அழகு காட்டிப் பழித்தாள். சிரித்தாள். அவனிடம் பழைய ஸ்டெதஸ்கோப் ஒன்று இருந்தது. சமீபத்தில் புதிதாக ஒன்றை வாங்கி விட்டதால் பழசை மேஜைமீது போட்டிருந்தான். மேனகா அதை ஒரு அபூர்வமான பொருளாக பாவித்துத் தொட்டுப் பார்த்துவிட்டுத் திரும்பவும் ஜாக்கிரதையாக அதே இடத்தில் வைத்தாள்.

அன்றிரவு அந்தக் கயவனிடமிருந்து காப்பாற்றியபொழுது, அவள் அழுது கொண்டிருந்தபொழுது அவன் எப்படித் தன்னை இழுத்து அணைத்துக் கொண்டான்? மேனகாவுக்கு அந்த நினைவு வந்துவிட்டால் போதும்; உடல் லேசாகிக் காற்றில் மிதப்பது போல் தோன்றும். கண்களை மூடிக் கொண்டு விட்டால் இன்னமும் கூட அவன் கைகளுக்கிடையே தான் கட்டுண்டு கிடப்பது போல் தோன்றும். பாதுகாப்புத் தருவதுபோல் இருந்த அந்த அணைப்பில்தான் அடடா. எவ்வளவு சுகம் இருந்தது?

பாக்கியம் அரிசியில் கல்லைப் பொறுக்கிக் கொண்டோ, அல்லது வீட்டை ஒழித்து வைத்துக் கொண்டே இருக்கும்போது தன்னுடைய கஷ்டங்கள் சுகங்கள் இவையெல்லாம்பற்றி மேனகாவிடம் பரிமாறிக் கொள்வாள்.

"மகனுக்குப் பெண் பார்த்துக் கொண்டிருக்கிறேன். என் வாழ்க்கையில் பாக்கியிருக்கும் கடமை அது ஒன்றுதான். அதை எவ்வளவு சீக்கிரமாக முடிக்கிறேனோ அவ்வளவுக்கு எனக்கு நிம்மதி. அவனுக்கேத்த மனைவி வந்து விட்டால் வீட்டுப் பொறுப்பை ஒப்படைத்துவிட்டு கிருஷ்ணா ராமா என்று இருந்து விடுவேன். இப்போ என்னைத் தனியாக விட்டுவிட்டு எங்கேயாவது போகணும் என்றாலே அவனுக்குப் பயம். மருமகள் வந்துவிட்டாள் என்றால் இருவரும் ஒருவருக்கு ஒருவர் துணையாக இருப்போம் இல்லையா? இந்த ஊரிலேயே ராஜாராம் என்று பெரிய அட்வகேட், தன் தம்பி மகளைத் தருவதாக சொல்லியனுப்பி இருக்கிறார். பெண்ணை ஏற்கனவே தெரியும். நன்றாகத்தான் இருப்பாள். பி.ஏ. படித்துக் கொண்டிருக்கிறாள். எனக்கும் இந்த இடத்தை முடித்து விடணும் என்றுதான் இருக்கு.''

புத்தகங்களை அடுக்கி வைத்துக் கொண்டிருந்த மேனகா சட்டென்று நின்றுவிட்டாள். மேனகாவின் மனதை வானத்தில் சிறகடித்துப் பறக்கச் செய்து கொண்டிருந்த கற்பனைச் சங்கிலி பட்டென்று அறுந்து விட்டது. அவள் வார்த்தைகள் மேனகாவின் இதயம் சித்தரித்துக் கொண்டிருந்த அழகிய காட்சிகளை அழிக்கத் தொடங்கிவிட்டன. கனவிலே கட்டப்பட்ட மணல் கோட்டை இடிந்து மேனகா உண்மை நிலைக்கு வந்தவளாக தன்னைத் தானே சமாளித்துக் கொண்டாள்.

அந்த இரண்டு நாட்களும் அங்கே இருந்ததன் மூலம் பாக்கியத்திற்கும் மேனகாவிற்கும் நிறையவே நெருக்கம் ஏற்பட்டுவிட்டது. மேனகா ''பாக்கியம் மாமி!'' என்று அவளை அழைத்தபோது ''அம்மா!'' என்று அழைக்கச் சொன்னாள். ''ஒவ்வொரு பெண்ணும் என்னை அம்மா என்று அழைப்பதையே நான் விரும்புகிறேன். நாளைக்கு மருமகளாக வரப் போகும் பெண்கூட என்னை அத்தை என்று அழைத்தால் அனுமதிக்க மாட்டேன். அம்மா என்றே அழைக்கச் சொல்லுவேன். அப்படியாவது சுனிதா போன துக்கம் கொஞ்சம் தீருமோ என்று எனக்குத் தோன்றும்'' என்றாள் கண்களைத் துடைத்துக் கொண்டே.

இந்த இரண்டு நாட்களும் பாக்கியம் சதா சுனிதாவைப் பற்றியே பேசினாள். ஆல்பத்தைக் காட்டினாள். கல்லூரியில் நடந்த விளையாட்டுப் போட்டிகளில், தேர்வுகளில் எல்லாம் அவள் பஸ்ட் வந்ததைச் சொல்லி வாங்கிய பரிசுகளையெல்லாம் எடுத்தெடுத்துக் காட்டினாள். அவள் நினைவெல்லாம் சுனிதாவைச் சுற்றியே இருப்பதாகத் தோன்றியது மேனகாவுக்கு.

ஹரிகிருஷ்ணா வந்தான். மேனகா வீட்டுக்கு வந்துவிட்டாள்.

நான்கு நாட்கள் கழித்து பாக்கியம் மறுபடியும் மேனகாவை வரச்சொல்லி செய்தி அனுப்பினாள்.

ராஜாராம் தம்பியின் மகளுடன் சம்பந்தம் நிச்சயமாகி விட்டதாம். மாலையில் தாம்பூலம் மாற்றிக் கொள்வதற்குப் போகப் போகிறார்களாம். பெண்ணுக்கு பொட்டு வைத்து, பூவையும், புடவையையும் தருவதற்கு மேனகாவை அனுப்பச் சொல்லிக் கேட்டிருந்தாள் பாக்கியம். மேனகா தன்னால் போக முடியாது என்று சொன்னாள். ஏனோ தெரியவில்லை. அவளுக்கு இதில் விருப்பம் இருக்கவில்லை. காரணம் அவளுக்கு அதற்கான மன உறுதி இல்லை.

மங்களம் சும்மா இருக்கவில்லை. ''என்னம்மா இது? போக முடியாதுன்னு சொன்னால் மரியாதையா இருக்குமா? அவள் சொல்லியனுப்பியதே நம் அதிர்ஷ்டம்னு நினைச்சிக்கிட்டு போகணுமே தவிர, பாவம்.. மகள் மட்டும் உயிருடன் இருந்திருந்தா அந்தம்மா இப்படிக் கேட்க வேண்டிய தேவையை இருக்காதில்லே? இன்னைக்கு அவள் மகளை நினைத்து எவ்வளவு வேதனைப் பட்டுக் கொண்டு இருப்பாங்கறது நாலஞ்சி நாள் அங்கேயிருந்த உனக்கே என்னை விட நல்லாத் தெரியும். போய்ட்டு வாம்மா!''

மேனகா அதற்கு மேல் வாதாடவில்லை. உடை மாற்றிக் கொண்டு கிளம்பினாள். மேனகா போனபொழுது ஹரிகிருஷ்ணா வீட்டில்தான் இருந்தான்.

முன் அறையில் கல்யாணத் தரகரும், சாஸ்திரிகளும் உட்கார்ந்திருந்தார்கள். அவர்களுடன் கலகலப்பாகப் பேசிக் கொண்டிருந்தான். பாக்கியம் கூடையில் பழம், மஞ்சள் குங்குமம், பூ எல்லாம் எடுத்து வைத்துக் கொண்டிருந்தாள். மேனகா வந்ததைப் பார்த்ததுமே அவள் முகம் இன்னும் மலர்ந்துவிட்டது.

''வாம்மா.. வா'' என்றாள். மேனகா அவள் முகத்தைப் பார்த்தாள். பாட்டி சொன்னது ரொம்பவும் உண்மைதான். நீண்ட நேரம் அழுதிருப்பது போல் அவள் கண்கள் சிவந்து உப்பியிருந்தன. சுனிதாவை நினைச்சி அழுதிருப்பா. பாவம்... ''நான் எடுத்து வைக்கிறேன். நகருங்கள்'' என்றாள் மேனகா.

''எல்லாத்தையும் எடுத்து வச்சேனோ இல்லையோ? ஞாபகமறதி அதிகமாயிட்டது'' என்று அவள் எடுத்துப் போக வேண்டிய லிஸ்டை ஒப்பித்தாள் அவளிடம். அதை மேனகா சரிபார்த்துவிட்டு ''எல்லாம் இருக்கு'' என்று சொன்னாள்.

பாக்கியம் மேனகாவை உள்ளே அழைத்தாள். ஜரிகை போட்ட பச்சை நிறப் புடவையை எடுத்துக் கொடுத்து, ''இந்தாம்மா. இதைக் கட்டிக்க. உன் ஜாக்கெட்டுக்கு மேட்சா இருக்கும்'' என்றாள்.

''வேண்டாம்'' சங்கோஜத்துடன் மறுத்தாள் மேனகா.

''கட்டிக்கம்மா சும்மா. நீ கட்டிதான் ஆகணும். இல்லாட்டா விடமாட்டேன். என் மேல் ஆணை'' என்று சொல்லிவிட்டு சட்டென்று அந்த இடத்தை விட்டு அகன்றாள்.

வேறு வழியில்லாமல் கட்டிக் கொள்ள வேண்டியதாயிற்று. மறுத்தால் வரட்டுப் பிடிவாதமாகத் தோன்றும் என நினைத்தாள்.

ஹரிகிருஷ்ணா ஏற்கெனவே வெள்ளை நிற ஆடைகளை உடுத்திக்கொண்டு தயாராக இருந்தான். பாக்கியம் கொடுத்த காபியை வாங்கிக் கொள்ளும்போது சிந்திவிட்டதில் பேண்டும், ஷர்ட்டும் கொஞ்சம் கறையாகிவிட்டன..

''ஐயோ! இப்படி ஆகிவிட்டதே, சுபமாக நாம தாம்பூலம் மாத்திக்கப் போற சமயத்துல.'' பாக்கியம் ஒரு வினாடி சலனமற்று அப்படியே நின்றுவிட்டாள்.

''என்னம்மா? சகுனம் சரியா இல்லையா? போகாம நின்னுடலாமா?'' என்றான் ஹரிகிருஷ்ணா சிரித்துக் கொண்டே. ''இன்னொரு நாள் பார்த்துக்கலாம்?''

''சீ.. நீ சும்மாயிருடா. இதென்ன பேச்சு?''

''பின்னே என்னம்மா? உனக்கு எல்லாத்துலயுமே செண்டிமென்டுதான். இதில் என்ன இருக்கு சொல்லு? என்னோட கைபட்டு காபி சிந்திட்டது. எல்லாமே உன்னோட இஷ்டம்தான். நீயாகத் தேடித் தேடித் தேர்ந்தெடுத்திருக்கிற பெண்ணு. எனக்கு ஒண்ணும் இல்லை.''

''என்னவோப்பா. எனக்கு ஒவ்வொண்ணும் இப்படித்தான் பயமாக இருக்கு'' என்றாள் அவள் சமையலறையை நோக்கிப் போய்க்கொண்டே.

ஹரிகிருஷ்ணா உடைமாற்றிக் கொள்வதற்காக வேறு உடைகளை எடுத்தான். கோதுமை நிறத்தில் பேண்டும் ஷர்ட்டும் நன்றாகவே இருந்தன. ஆனால் சட்டையில் மேல் பொத்தான் இல்லை.

''நான் தைச்சு தர்றேன்'' என்று மேனகா சட்டையை வாங்கிக் கொண்டாள். ஸ்டூல் மீது உட்கார்ந்து கொண்டு பட்டனை மளமளவென்றுத் தைத்துக் கொண்டிருந்தாள்.

அதற்குள் பின்னாலிருந்து பாக்கியம் வந்து ''இந்தா இத வச்சிக்கம்மா'' என்று பூச்சரத்தைத் தானே லாவகமாக மேனகாவின் கூந்தலில் சூடினாள்.

''முடிஞ்சிட்டதா?'' என்றபடியே ஹரிகிருஷ்ணா உள்ளே வந்தான்.

''சீக்கிரமா வாங்க. முகூர்த்த நேரம் தாண்டிடும்.'' சாஸ்திரிகள் எல்லோரையும் அவசரப்படுத்தினார்.

''இது கல்யாணத்திற்கான முகூர்த்தம் இல்லையே?'' என்றான் ஹரிகிருஷ்ணா.

''நல்லாத்தான் இருக்கு. அதனதன் முக்கியத்துவம் அததுக்கு'' என்றார் அவர்.

''அதெல்லாம் பழைய பஞ்சாங்கம். நடக்கணும்னு இருந்தா எதுவும் நடந்துதான் தீரும். எந்த முகூர்த்தத்தாலும் நடக்காமல் நிறுத்தி விட முடியாது'' என்றான் ஹரிகிருஷ்ணா.

''அடடா! நீ வாதாடாமல் வாயெ வச்சிகிட்டு கொஞ்ச நேரம் அவர் சொன்னபடி கேள் கிருஷ்ணா!'' என்று கெஞ்சினாள் தாய்.

பேண்டும், பனியனும் அணிந்திருந்த ஹரிகிருஷ்ணா மேனகாவின் முன்னால் வந்து நின்றான். மேனகா மளமளவென்று தைத்துக் கொண்டிருந்தாள்.

''ஊம். சீக்கிரம் ஆகட்டும் மின்னு! முகூர்த்தம் தாமதமாகிவிட்டது என்று வை. நாளைக்கு ஏதாவது நடந்தால் நீ சீக்கிரமாக பட்டன் தைக்காததாலதான்னு சொல்லுவாங்க.' சீரியஸாக இதை சொல்லப் போனவன் பக்கென்று சிரித்துவிட்டான்.

மேனகா அவனிடம் அந்த ஷர்ட்டைக் கொடுத்தாள். அவனை நெருக்கத்தில் பார்த்தபோது திரும்பவும் அதே உணர்வு! அவன் அணைப்பில் சிறு குழந்தையைப் போல் ஒண்டிக் கொண்டிருந்த அதே உணர்வு. மேனகா அவனையே பார்த்துக் கொண்டிருந்தாள். அவன் சட்டையை வாங்கிக் கொண்டபோதும் அவள் விடவில்லை.

அவனும் அவளையே பார்த்துக் கொண்டிருந்தான். சிவப்புக் கரை போட்ட பச்சைப் புடவையை அணிந்துகொண்டு, தளர்வாகத் தலை பின்னிக் கொண்டு, கூந்தல் நிறைய பூ வைத்துக் கொண்டிருந்த மேனகா அவன் கண்களுக்குப் புதியவளாகக் காட்சி தந்தாள். உடைகள் இந்த அளவுக்கு மாற்றத்தை ஏற்படுத்த முடியுமா என்று தோன்றியது.

''இந்த சாரில நீ ரொம்பவே அழகாயிருக்கே மின்னு! சரி சரி. என்ன யோசிக்கிறே விடு'' சட்டையை இழுத்துக் கொண்டே முறுவலுடன் சொன்னான். மேனகா சட்டென்று சட்டையை விட்டுவிட்டாள்.

அவன் சிரித்துக் கொண்டே அணிந்து கொண்டான்.

''இதை மறந்துட்டேன் பாரு. இந்தப் புடவையும், ரவிக்கையும் கல்யாணப் பொண்ணுக்கு'' என்றபடி வந்தாள் பாக்கியம். மேனகா அதையும் பையில் எடுத்து வைத்தாள்.

''இனிமேல தாமதம் செய்யாதீங்க. டாக்ஸி கூட வந்துட்டது.'' கல்யாணத் தரகர் மறுபடியும் குரல் கொடுத்தார்.

மூவரும் கிளம்பினார்கள். ஹரிகிருஷ்ணா வீட்டைப் பூட்டிவிட்டு வந்தான். பின் இருக்கையில் பாக்கியம் உட்கார்ந்து கொண்டாள். அவளுக்கு ஆளுக்கொரு பக்கமாக மேனகாவும், ஹரிகிருஷ்ணாவும் உட்கார்ந்து கொண்டார்கள். பாக்கியம் திடீரென்று கண்களை ஒத்திக் கொண்டாள். ''இந்த நாளுக்காக என் தங்கம் எவ்வளவு நாளாக எதிர்பார்த்துட்டிருந்தாளோ? எப்போதும் அண்ணாவின் கல்யாணப் பேச்சுத்தான் சுனிதாவுக்கு. அந்தப் புடவையைக் கட்டிக்குவேன், இந்த நகையைப் போட்டுக்குவேன்னு சொல்லிக்கிட்டே இருப்பா.''

ஹரிகிருஷ்ணா தாயின் தோளைச் சுற்றிலும் கையைப் போட்டு அணைத்துக் கொண்டான். ''அழாதேம்மா.. அழாதே.'' தேற்றுவது போல் சொன்னான்.

மேனகாவுக்கு அந்த நிமிடம் அவன்தான் தன் தாய் போலவும், தான் ஒரு சிறு குழந்தையைப் போலவும் தோன்றியது, அவன் குரலில் ஒரு விதமான பரிவு இருந்தது. வேதனையில் தத்தளித்துக் கொண்டிருக்கும் உள்ளங்களை மென்மையாக வருடிக் கொடுக்கும் பரிவு அது.

அது அவனுக்குக் கடவுள் தந்த வரம் போலும். டாக்ஸி விர்ரென்று மணமகள் வீட்டை நோக்கிப் போய்க் கொண்டிருந்தது.

22

மேனகா பாக்கியத்தின் பக்கத்தில் உட்கார்ந்துகொண்டு தாம்பூலம் மாற்றிக் கொள்வதை, முகூர்த்தம் குறிக்கும் நிகழ்ச்சியை சிரத்தையுடன் பார்த்துக் கொண்டிருந்தாள். அவர்கள் நல்ல பணக்காரர்கள்தான். வீடு சோபாக்களும், மற்ற பொருட்களுமாக மிகவும் அலங்காரமாக இருந்தது. வெள்ளி டம்ளர்களில் குடிக்கத் தண்ணீர் கொடுத்தார்கள். காபி கொடுத்த கோப்பைகள் கூட ரொம்ப அழகாக இருந்தன.

ராஜாராமனின் தம்பி சங்கரனும் பசையுள்ளவர்தான். அவர் உடுத்தியிருந்த உடைகளும், விரல்களில் அணிந்திருந்த மோதிரங்களும் அவர் பணபலத்தை, டாம்பீகத்தை பளிச்சென்று எடுத்துக் காட்டிக் கொண்டிருந்தன.

மணமகளை அழைத்து வந்தார்கள். அவள் பெயர் ரேகா. ஒல்லியாக, நாசூக்காக இருந்தாள். ஜரிகை பார்டர் போட்ட சிவப்பு அமெரிக்கன் ஜார்ஜெட் புடவையை அணிந்திருந்தாள். கையிலும், கழுத்திலும் கெம்பு நகைகள். ரேகா அதிகமாகப் பேசவில்லை. ரேகா சார்பில் அவள் தந்தைதான் அதிகமாகப் பேசினார். சிறு வயதிலே தாயை இழந்து விட்டதால் அவரே தாயும் தந்தையுமாய் இருந்து வளர்த்தாராம். சமைக்கத் தெரியாதாம்.

''நீங்க எந்த பயமும் வைச்சுக்காதீங்க. ரேகாவுக்கு ஏதாவது காரியம் தெரியாது என்றால், நான் கற்றுக் கொடுக்கிறேன். என் மகனும் எதிலும் சமாதானமாகப் போகும் சுபாவம் உள்ளவன்தான். சிடுசிடுவென்று எரிந்து விழ மாட்டான். அதனால் நீங்க பயப்படவே வேண்டியதில்லை.'' பாக்கியம் சொன்னாள் புன்முறுவலுடன்.

"சின்ன வயசிலிருந்து ஆயாவிடம் வளர்ந்தவள். அவளுக்குக் கல்யாணம் செய்து வைக்கணும்னா மொதல்ல கொஞ்சம் பயமாத்தான் இருந்தது. எத்தனையோ வரன்கள் வந்தன. பையனைவிட அவன் குடும்பமும், தாய் தந்தையரும் முக்கியம்னு நினைச்சேன் என் அதிர்ஷ்டம், நீங்க கிடைச்சீங்க" என்றார் சங்கரன்.

"அந்த வார்த்தையையெல்லாம் நான்தான் சொல்லணும். எங்க ரெண்டு பேருக்கும் பிடித்த பெண் கிடைக்கும் வரைக்கும் கல்யாணமே வேண்டாம்னு மகன் பிடிவாதம். தேடிக்கிட்டிருப்பதிலேயே வருஷங்கள் கழிந்துவிடும்கிற பயம் எனக்கு" என்றாள் பாக்கியம்.

ஹரிகிருஷ்ணாவை ரேகாவின் விரலில் மோதிரத்தைப் போடச் சொன்னார்கள். ஹரிகிருஷ்ணா ரேகாவிடம் போனான். நாற்காலியில் உட்கார்ந்திருந்த ரேகாவின் கையைப் பற்றி விரலில் மோதிரத்தைப் போட்டான். மேனகா அந்தக் காட்சியைப் பார்த்துக்கொண்டிருந்தாள். எவ்வளவு ரம்மியமாக இருக்கிறது? ஹரிகிருஷ்ணாவின் கண்கள் நட்சத்திரமாக ஜொலித்துக் கொண்டிருந்தன. ரேகாவிடம் அவ்வளவு உற்சாகத்தைக் காணவில்லை. பாக்கியம் மேனகாவின் கையால் புடவையையும், ரவிக்கையையும் எடுத்துக் கொடுக்கச் செய்தாள். ரேகாவை எல்லோரும் அபூர்வமாகப் பார்த்துக் கொண்டிருந்தார்கள். காபி கொண்டு வந்து எல்லோருக்கும் கொடுத்தார்கள். எல்லோரும் குடித்தபோது ரேகா மட்டும் குடிக்க மறுத்துவிட்டாள்.

"ரேகா! கொஞ்சமாவது குடிம்மா." என்று தந்தை கெஞ்சினார்.

"வேண்டாம் டாடி" என்றாள்.

பாக்கியமும் சொல்லிப் பார்த்தாள். ஆனால் ரேகா காபி குடிக்கவில்லை. ரேகாவுக்கும், மேனகாவுக்கும் ஏறக்குறைய ஒரே வயதுதான். ஆனாலும் ரேகா மேனகாவுடன் சிரித்தோ, நட்பு ரீதியாகவோ எதுவுமே பேசவில்லை.

பாக்கியத்திடம் சங்கரன் "இந்தப் பெண்ணு யாரு?" என்று கேட்டார் மேனகாவை காட்டி.

"எங்களுக்கு வேண்டியவங்களோட பொண்ணு" என்றாள் பாக்கியம். மேனகாவுக்கும் அவர்கள் அங்கே சமமாக மரியாதை காட்டினார்கள்.

ரேகா எழுந்து உள்ளே போனாள். ஹரிகிருஷ்ணாவும், பாக்கியமும் எழுந்து கொண்டார்கள். டாக்ஸியில் திரும்பி வரும்

போது பாக்கியம், ஹரிகிருஷ்ணா, சாஸ்திரிகள், கல்யாணத் தரகர் எல்லோரும் கல்யாணத்தைப் பற்றியே பேசிக் கொண்டிருந்தார்கள்.

மேனகா மட்டும் வெளியில் பார்த்தபடி வேறு ஏதோ நினைவில் ஆழ்ந்துவிட்டிருந்தாள். நிச்சயதார்த்த சடங்கைப் பார்த்த பிறகு மேனகாவிற்கு ஒரு விஷயம் நன்றாகப் புரிந்தது. குழந்தைகள் தாயின் மீது ஆதாரப்பட்டிருப்பார்கள் என்று எல்லோரும் சொல்லுவார்கள். ஆனால் அது உண்மையில்லை. குழந்தைகளுக்குத் தாய் இல்லாவிட்டாலும் பரவாயில்லை. அப்பா இருந்தால் போதும். அவர் மட்டும் இருப்பது ரொம்பவும் முக்கியம். தகப்பன்னு ஒருத்தர் இருந்தால் பணம் சம்பாதித்துக் கொண்டு வந்து தன் குழந்தைகளை எந்தக் குறையும் இல்லாமல் பார்த்துக் கொள்வார். ரேகாவுக்குச் சின்ன வயதிலேயே தாய் இறந்து விட்டாளாம். ஆனாலும் என்ன குறை? தந்தை பக்கபலமாக நின்று எல்லாவற்றையும் நடத்தித் தருகிறார். தந்தையின் நிழல் இருப்பது எவ்வளவு முக்கியம் என்று இப்போது தோன்றியது மேனகாவுக்கு.

ரேகா எவ்வளவு கொடுத்து வைத்தவள்? ஒருபக்கம் கண்ணின் இமைபோல் காக்கும் தந்தை! இன்னொரு பக்கம் ஹரிகிருஷ்ணா! அவன் மோதிரத்தை அணிவிக்கும்போது எவ்வளவு அபூர்வமாக மருதாணி போட்ட அந்தக் கையைப் பற்றிக் கொண்டான்? ஆமாம்! இனி வாழ்நாள் முழுவதும் அவனுக்குத் துணையாக இருக்கப்போகும் கை அல்லவா?

சரியான நபருடன் திருமணம் மட்டும் நடந்துவிட்டால், பிறகு அந்த வாழ்க்கைதான் எவ்வளவு நன்றாக இருக்கும்? ரேகா ஹரி கிருஷ்ணாவுடன் எவ்வளவு சந்தோஷமாக இருக்கப் போகிறாளோ? மேனகாவின் கண் முன்னால் அந்தக் காட்சிகள் அவள் மனத்திரையில் நிழலாடிக் கொண்டிருந்தன.

குழந்தை குட்டியுடன் அந்த வீடு சந்தடியுடன் இருக்கும். அந்த வீட்டில் சந்தோஷம் நிலவின் ஒளி போல் எங்கும் பரவியிருக்கும். ஹரிகிருஷ்ணா அவளைத் தந்தையின் நினைவுகூட வராத அளவுக்கு அபூர்வமாகப் பார்த்துக் கொள்வான். பாக்கியம் மாமியைப் பற்றி சொல்லத் தேவையேயில்லை. ரேகாவைத் தன் உயிருக்கும் மேலாகப் பார்த்துக் கொள்வாள். ரேகா எல்லா விதத்திலேயும் கொடுத்து வைத்தவள்தான். அவளைப் பற்றி நினைக்கும்போது மேனகாவுக்கு ஒரு வகையில் கொஞ்சம் வருத்தமாகத்தான்

இருந்தது. அவள் நட்புடன் நம்மிடம் ஒரு வார்த்தை பேசியிருந்தால் எவ்வளவு நன்றாக இருந்திருக்கும்? என்பதே அது. அவள் தான் எவ்வளவு மகிழ்ந்து போயிருப்பாள்? அப்படியும் தானாகவே போய் பேசினாள். ''நீங்கள் சினிமா நிறைய பார்ப்பீங்களா?'' என்று கேட்டாள்.

''ஊகூம். நான் பார்க்க மாட்டேன். எனக்குப் பிடிச்சாப்போல சினிமாக்கள் வர்றதில்லை'' என்றாள்.

அந்தப் பதில் வெடுக்கென்று வந்தது. அதில் நட்பு இருக்கவில்லை. மேனகாவால் அதற்குமேல் எதுவும் பேச முடியவில்லை.

தனக்குக் கல்யாணம் செய்து வைக்க வேண்டும் என்று பாட்டி தவித்துக் கொண்டிருப்பதும், எல்லோரும் எள்ளி நகையாடுவதும், பிரபாகர் செய்து விட்டுப் போன ரகளையும் நினைவுக்கு வந்தன. தன்னைப் போன்றவர்களுக்காகத் திருமண முயற்சிகள் எதுவும் செய்யவே கூடாது. பிரபாகர் சொன்னதுபோல் எதைப் பார்த்து மணமகன் நம்மை மணக்க முன் வருவான்? மேனகா பெருமூச் செறிந்தாள்.

எல்லோரும் வீட்டுக்கு வந்து சேர்ந்தார்கள். சாஸ்திரிகளும், கல்யாணத் தரகரும் போய் விட்டார்கள். மேனகாவும் கிளம்பிப் போவதாகச் சொன்னபோது பாக்கியம் சாப்பிடாமல் போகக் கூடாது என்று தடை போட்டாள்.

''வேண்டாம். இன்னொரு நாள் வருகிறேன்'' என்றாள் மேனகா.

''ஊஹும். இன்று நீ என் பேச்சைத் தட்டக் கூடாது. சமைக்க எத்தனை நேரம் ஆயிடும்? நிமிடத்தில் சாம்பாரும், வெண்டைக்காய் பொறியலும் செய்து விடுகிறேன்'' என்றாள்.

மேனகா எப்போதும் பாக்கியத்தின் வார்த்தையை மீறியதில்லை. பாக்கியம் சமையலறைக்குள் சென்றாள். மேனகாவும் அந்த அம்மாளுடன் போய் காய்கறியை நறுக்கி, அரிசி களைந்து கொடுத்து உதவி செய்தாள். சமையல் சீக்கிரமாகவே முடிந்து விட்டது.

மேனகா தட்டுகளை மேஜைமீது அடுக்கிக் கொண்டிருந்தாள். ஹரிகிருஷ்ணா அங்கே வந்தான். ''மின்னு! பொண்ணு எப்படி இருக்கா? நீ ஒண்ணும் சொல்லவேயில்லையே'' என்று கேட்டான்.

ஒரு வினாடி திகைத்துப் போய்விட்ட மேனகா, உடனே சொன்னாள். ''ரொம்ப ரொம்ப நல்லாவே இருக்கா.''

"உன்கிட்ட நல்லாப் பேசினாளா?"

மேனகா பதில் சொல்லவில்லை. அவன் மேலும் கேட்டான். "ஏன்னா அவளை நீ ஏதோ கேட்டப்ப ரொம்ப சுருக்கமா அவ பதில் சொன்னதைப் பார்த்தேன் நான்."

"கல்யாணப் பொண்ணு, அதிலும் புதியவங்க நாம. அவளால என்னப்பா பேச முடியும்?" என்றாள் பாக்கியம்.

"அது இல்லைம்மா. வெட்கம் வேற. அகம்பாவம் வேற. நல்லாப் பேசும் சுபாவம் இருப்பவங்க, என்ன கேட்டாலும் முறுவலுடன் பதில் சொல்லுவாங்க. ஒருக்கால் அந்தப் பெண் சிடுமூஞ்சியாய் இருக்குமோ? என்னமோ?" என்றான் அவன்.

"போடா போ உன் சந்தேகமும் நீயும்! நான்தான் பேசினேனே? நல்லாத்தான் பதில் சொன்னா" என்றாள் பாக்கியம்.

"உனக்குப் பிடிச்சிட்டா எனக்கு எந்த ஆட்சேபணையும் இல்லைம்மா. முன்னாடியே சொல்லிடறேன். இது உனக்குப் பிடிச்ச சம்பந்தம்தான்" என்றான்.

"பார்த்தாயா மின்னு! முன்னாடியே என் கால்களை சங்கிலியால் கட்டிப்போடப் பார்க்கிறான். இவன் திட்டம் என்ன தெரியுமா? நாளைக்கு நான் இனி எந்த விஷயத்திலேயும் முணுமுணுக்க ஒரு வழியும் இருக்கக் கூடாதுங்கறதுதான்." பாக்கியம் சிரித்துக் கொண்டே சொன்னாள்.

மேஜைமீது அவள் ஹரிகிருஷ்ணாவுக்குப் பக்கத்திலேயே மேனகாவையும் உட்கார வைத்தாள். மூவரும் சாப்பிட்டுக் கொண்டு இருக்கும்போது பாக்கியம் சொன்னாள். "டேய் கிருஷ்ணா! உனக்குத் தெரிந்தவர்களில் நல்ல பையன் யாராவது இருந்தால் சொல்லுடா" என்றாள்.

"யாருக்கும்மா?" வியப்புடன் கேட்டான். அவன்.

"வேற யாருக்கு? நம்ம மின்னுவுக்குத்தான்."

ஹரிகிருஷ்ணா மேனகாவைப் பார்த்தான். அவள் முகம் ரத்தம் பாய்ந்து வந்தது போல் சிவப்பேறி இருந்தது. அது வெட்கச் சிரிப்போ, கோபச் சிரிப்போ!

"நம் வீட்டிலேயே பெண் பார்க்க ஏற்பாடு செய்யலாம். அந்த ஏற்பாட்டையெல்லாம் நானே பார்த்துக்கறேன்." மிகவும் பரிவுடன்

சொன்னாள் அவள். அந்த வார்த்தைகளைக் கேட்டதும் மேனகாவுக்கு தொண்டைக்குழியை ஏதோ அடைப்பது போல இருந்தது. கண்களில் நீர் திரையிட்டது.

"பையன்களுக்கு என்னம்மா குறைச்சல்? நிறையப்பேர் இருப்பாங்க. ஆனா மேனகாவுக்கு எப்படிப்பட்ட கணவன் வேணுமோ?" என்றான் ஹரிகிருஷ்ணா.

"அவளுக்கு என்னடா தெரியும்? நான் சொல்றேன் கேட்டுக்க. பையன் உன்னைப் போல அழகா வாட்டசாட்டமா இருக்கணும்."

"என்னது. என்னைப் போலவா?" வியப்படைந்தவனாக அம்மாவைப் பார்த்தான் அவன்.

"ஆமாம்பா. உன்னாட்டமே எப்பவும் எதுலயும் நிதானமா இருக்கணும். கஷ்ட நஷ்டமெல்லாம் தெரிஞ்ச பையனா இருந்தால் அவங்க நிலைமை புரிஞ்சி நடப்பான். வரதட்சிணை, சீர் வரிசைன்னு இல்லாம வெறும் கல்யாணம் மட்டும்னா நாம எல்லோருமா சேர்ந்து தலா ஒரு கை போட்டா சுளுவா முடிச்சிடலாம்."

ஹரிகிருஷ்ணா பதில் பேசவில்லை. சாப்பாடு முடிந்தது. பத்து மணியாகி விட்டது.

"மேனகாவை கொண்டுபோய் இறக்கிட்டு வாப்பா." பக்குவமாக ஆணையிட்டாள் பாக்கியம்.

"சரிம்மா." அவன் கையைத் துடைத்துக்கொண்டு கிளம்பினான்.

இருவரும் சேர்ந்தே நடக்கத் தொடங்கினார்கள்.

23

ஹரிகிருஷ்ணாவும் மேனகாவும் தெருமுனை திரும்பினார்கள். நாராயணன் மளிகை கடை மூடியிருந்தது. திண்ணையில் யாரோ நான்கு போக்கிரிகள் உட்கார்ந்து சீட்டாடிக் கொண்டிருந்தார்கள். அவர்களில் ஒருத்தன் நடந்து வந்து கொண்டிருந்த மேனகாவையும், ஹரிகிருஷ்ணாவையும் பார்த்தான். பக்கத்தில் இருந்தவனை முழங்கையால் இடித்தான் அத பாருடா என்று. அவன் திரும்பிப் பார்த்தான். மேனகாவைப் பார்த்ததும் உற்சாகத்துடன் விசிலடித்தான்.

''எங்கே இருந்து வருதுடா இந்தப் பறவை?'' என்றான்

''எங்கேயிருந்தாவது? ஏதாவது பார்க்கிலிருந்தோ அல்லது ஓட்டலில் இருந்தோதான் வருமா இருக்கும்.''

''உடம்புல திமிர் ஏறிட்டா பார்க்கும், ஓட்டலாவது இதாவது... எல்லாம் ஒண்ணுதான்.'' ஒருத்தன் கிண்டலடித்ததும் மற்றவர்கள் கொல்லென்று சிரித்தார்கள்.

''யாரிவன் புது பிரண்டு போலிருக்கு.''

''தினமும் ஒருத்தனைத் தேடிப் பிடிக்காம போனா குடும்பத்தை எப்படி சமாளிப்பது?''

''அதில்லை என் வருத்தம். இந்தத் தெருவுல நாம இவ்வளவு பேர் ஆண்கள் இருக்கமே. நாம இவ்வளவு கையாலாகாதவங்களா இருக்கறமேன்னுதான்.''

அவர்கள் சீட்டாடுவதை நிறுத்திவிட்டு, இந்தப் பக்கம் திரும்பி தலைக்கு ஒரு விதமாக ஏளனமாக, பழிப்பது போல் சிரித்து உரத்தக் குரலில் பேசிக் கொண்டிருந்தார்கள். மேனகா நிமிர்ந்தபடியே முகம் திருப்பாமல் நடந்து

கொண்டிருந்தாள். கண்களை இமைக்காமல், கல்லடி போன்ற அந்த வார்த்தைகளை பலமுறை கேட்டுப் பழக்கப்பட்டவள் போல் நடந்து போய்க் கொண்டிருந்தாள். அந்த நடையில் கொஞ்சம் கூடத் தடுமாற்றமோ, பயமோ இருக்கவில்லை. யாரோ மகாராணி தர்பாரிலிருந்து மிடுக்காக நடந்து போவது போல் இருந்தது அந்த நடை.

நீங்க கண்டுக்காம வாங்க என்றபடி நடந்து கொண்டிருந்த மேனகாவின் துணிச்சலுக்கும், தைரியத்திற்கும் ஹரிகிருஷ்ணாவே வியப்படைந்து விட்டான்.

ஆனால் அவர்கள் பேச்சைக் கேட்டதும் அவன் உள்ளங்கை முறுக்கேறிக் கொண்டது. சுண்டினால் ரத்தம் வருவது போல் செவேலென்று மாறிவிட்டது அவன் முகம். ஆவேசத்தை அடக்கிக் கொள்வதுபோல் அவன் மூக்கின் நுனியும் சிவந்து அதிர்ந்து கொண்டிருந்தது.

இன்னொருத்தன் கேலியாகச் சொன்னான். ''டாக்டர் பிரண்ட்டில்லையா? வயிற்றில் சுமை ஏதாவது வந்துடுமோங்கிற பயம் இல்லை. அதான் அந்தக் கம்பீரம்.''

மற்றவர்கள் மீண்டும் கொல்லென்று சிரித்தார்கள். ஹரிகிருஷ்ணா சட்டென்று திரும்பினான். ஒரே பாய்ச்சலில் அவர்களிடம் போனான்.

அவன் எதற்காக வருகிறான் என்று புரியாமல் அவர்கள் பார்த்துக் கொண்டு இருக்கும்போதே, வாய்க்கு வந்தபடி சொன்னவனின் முடியைப் பிடித்து கன்னத்தில் மாறிமாறி விளாசினான்.

''ராஸ்கல்! என்னடா உளர்றே?'' அவன் கோபம், ஆவேசம் எல்லாமே தன் கைகளில் குடிகொண்டு இருப்பதுபோல் அவனை விளாசிக் கொண்டே இருந்தான்.

ஒரு வினாடி எஞ்சிய மூவரும் வாயடைத்துப் போனவர்களாய் நின்று விட்டார்கள். ஒருவன் நழுவிவிட்டான். ஹரிகிருஷ்ணா முகத்தைத் தடவியபடி கீழே விழுந்தவனின் சட்டையைப் பிடித்துத் தூக்கி நிறுத்தினான்.

''பெண்கள் போய்க்கிட்டிருக்கப்ப வழிமறிச்சி அசிங்கமாக பேசினா எத்தனை ஆண்டுகள் ஜெயிலு எவ்வளவு தண்டனைன்னு தெரியுமா? போலீஸ்ல ரிப்போர்ட் கொடுத்தா இப்பவே உன்னை இப்படியே தரதரன்னு இழுத்துட்டுப் போய்டுவாங்கடா. முண்டம்... கூப்பிடவா?'' அவன் தலையைப் பிடித்து உலுக்கினான்.

மற்ற மூவரும் போலீஸ் என்ற வார்த்தையைக் கேட்டதும் பின்வாங்கினார்கள். அதற்குள் ஆங்காங்கே இருந்த மக்கள் எல்லோரும் அங்கே கூடிவிட்டார்கள். ஹரிகிருஷ்ணா போலீஸில் ரிப்போர்ட் கொடுப்பதற்காகப் புறப்பட்டபோது சிலர் தடுத்தார்கள்.

''விடுங்கள் சார்! வேலை வெட்டியில்லாத பொறுக்கிப் பசங்க. தறுதலைகள். அப்படித்தான் உளறி ஊர்வம்பு பேசிட்டிருப்பாங்க. இதோடு அவனுங்கள விட்டுத் தொலைங்க'' என்றார் ஒருத்தர்.

''வேலை வெட்டி இல்லாவிட்டால் ரோட்டில் நடமாடும் பெண்களை வாய்க்கு வந்தபடி பேசினால் சும்மாயிருப்பார்களா? நாளைக்கு உங்க மகளையோ, தங்கையையோ இப்படிச் சொன்னா நீங்க சும்மாயிருப்பீங்களாய்யா?''

''என் மகளாவது, தங்கையாவது நள்ளிரவு வேளையில் கண்ட ஆண்களுடன் இப்படியெல்லாம் வீட்டுக்கு வந்தா கண்டந்துண்டமாக வெட்டிப் போட்டுடுவேன். தெரியும்லே'' அவன் மேனகாவை அருவருப்புடன் ஏறயிறங்கப் பார்த்துக் கொண்டே இதுபோல் சொன்னான்.

அவள் அவனை முறைத்தாள்.

''முதலில் இவங்களை இந்தத் தெருவிலிருந்து துரத்தச் சொன்னா யாரும் கேட்டுக்க மாட்டேங்கிறாங்க'' என்றான் இன்னொருத்தன்.

''அவங்களா போகமாட்டாங்க. நாமெல்லாம் சேர்ந்துதான் அவங்க வீட்டுக்குத் தீ வைக்கணும்.'' என்றான் அடுத்தவன்.

''டாக்டர்! நீங்க மதிப்பும் மரியாதையும் உள்ளவரு. உங்களுக்குச் சொல்லத் தேவையில்ல. இவ ஒரு மேனாமினுக்கி. இவங்க அம்மா புருஷன் இல்லாமலே இவளைப் பெத்தவ.''

''ய்யூ...ஷட் அப்!'' என்று கத்தினான் ஹரிகிருஷ்ணா.

''என்னடா சொன்னே?'' இன்னொருத்தன் ஹரிகிருஷ்ணாவின் மீது பாயப் போனான். பக்கத்தில் இருந்த பெரியவர்கள் அவனைத் தடுத்து பின்னுக்கு இழுத்தார்கள். ''என்ன ரகளை பண்றீங்க இங்கே? யார் எப்படிப் போனா உங்களுக்கு என்ன வந்தது?'' என்று சொல்லிவிட்டு ஹரிகிருஷ்ணாவின் பக்கம் திரும்பி ''டாக்டர்! அவன்களுக்கு நீங்க கொடுத்த தண்டனையே போதும். உங்களுக்கு இந்தத் தெருவில நடக்குற விவகாரமெல்லாம் தெரியாது. நீங்க போய்ட்டு வாங்க. மேற்கொண்டு எதுவும் பேசாதீங்க'' என்றார்கள்.

ஹரிகிருஷ்ணா மேனகாவை அவர்களுடைய வீட்டில் கொண்டு வந்து விட்டான். கதவைத் திறந்த மாதவியையும், இவளையும்

பார்த்தான். ''மைகாட்! இந்தப் பெண்கள் இந்தத் தெருவில் எப்படித்தான் இருக்காங்களோ?'' என்று நினைத்துக் கொண்டான். அவனுக்கு அங்கே அந்த தடியன்கள் சொன்ன வார்த்தைகள் நினைவுக்கு வந்தது. ரத்தம் உள்ளுக்குள் சலசலவென்று கொதிப்பது போல் இருந்தது.

''நீங்க வேற எங்கேயாவது வீடு பார்த்துக்கறது நல்லது. வயசுக்கு வந்த பெண்கள் வேற இருக்காங்க. வீட்ல ஆண் துணையும் இல்லை. இப்படிப்பட்ட தெருவில் இந்த ரவுடிகளுக்கு நடுவுல இருக்கறது என்னைக்காவது ஏதாவது ஆபத்தில கொண்டு போய் விட்டுடும்.'' வெளியே வந்த மங்களத்திடம் சொன்னான்.

''என்ன செய்றது தம்பி? வேற வீடுன்னா வாடகை அதிகமா கொடுக்கணும். எங்கேயிருந்து கொண்டாற்றது சொல்லு? இத்தனை நாளா என் உடல் உழைப்பில் எப்படியெல்லாமோ சமாளிச்சிக்கிட்டு வந்தேன். இப்போ அந்தத் தெம்பும் குறைஞ்சிட்டது. இனி எங்களுக்கு அந்தக் கடவுள்தான் கதி. எங்க தலையில என்ன எழுதி யிருக்கோ அதை அனுபவிக்காமத் தப்ப முடியாதில்லே.'' மங்களம் வருத்தப்பட்டுக் கொண்டாள்.

ஹரிகிருஷ்ணா முதல் முறையாக அந்த வீட்டைப் பார்வையால் பரிசீலித்தான். சின்னஞ்சிறிய ஓட்டு வீடு. எங்கே பார்த்தாலும் ஏழ்மையே கோர தாண்டவமாடிக் கொண்டிருந்தது. வயது முதிர்ந்த இருவரையும், இதழ் விரித்த மலர்களைப் போல் இருந்த பெண்கள் இருவரையும் பார்த்தபோது அவனுக்கு மிகவும் இரக்கம் ஏற்பட்டது. ஏதாவதொரு நள்ளிரவில், எவனாவது ஒரு குடிகாரன் அந்த வீட்டிற்குள் நுழைந்துவிட்டால் இவர்களின் கதி என்ன?

ஹரிகிருஷ்ணா சிறிது உட்கார்ந்தவன், கிளம்புவதற்காக எழுந்து கொண்டான். மேனகா வாசல்வரை வந்து வழியனுப்பினாள்.

பிறகு மேனகா உள்ளே வந்து படுத்தாள். இன்று அவளுக்கு ரொம்பவும் சந்தோஷமாக இருந்தது. எத்தனையோ வருஷங்களாக மேனகா அநியாயமாக ஊராரிடமிருந்து ஏச்சு பேச்சுகளை வாங்கிக் கட்டிக் கொண்டிருக்கிறாள். ஒருத்தர் கூட, ஒருநாளும் அவள் சார்பில் நின்று ''என்ன இது?'' என்று உலகத்தை உலுக்கி எடுத்த தில்லை. எத்தனையோ தடவை மேனகா தனியாக இருக்கும்போது முழங்காலில் முகத்தைப் புதைத்துக் கொண்டு ''எனக்கு அண்ணனாவது, தம்பியாவது இருந்திருந்தால் எவ்வளவு நல்லா இருந்திருக்கும்?'' என்று அழுதிருக்கிறாள்.

இன்று ஹரிகிருஷ்ணா மேனகாவின் சார்பில் நின்று அந்த போக்கிரிப் பசங்களைக் கடுமையாகக் கண்டித்தான். நன்றாக உதைத்தான். அவனைப் பார்த்து அவர்கள் கொஞ்சம் அச்சத்தோடு பின் வாங்கினார்கள்.

மேனகாவுக்குத் திரும்பவும் அதே உணர்வு! அவன் கைகளுக்கு நடுவில் ஒதுங்கி, மார்போடு ஒட்டிக் கொண்டிருப்பது போன்ற உணர்வு. அந்த வினாடி நேர உணர்வே அவளுக்கு இவ்வளவு சந்தோஷத்தைத் தருகிறதே? வாழ்நாள் முழுவதும் அந்தப் பாதுகாப்பு கிடைத்துவிட்டால்? இதழ்களில் நகைபூத்தது, விழிகளில் ஒளி நிறைந்தது. எல்லாம் ஒரே ஒரு வினாடிதான்.

மேனகா தன் பேராசையைக் கண்டு தானே வெட்கமடைந்தாள். என்ன யோசிக்கிறாள் அவள்? எட்டாத கனிக்கு ஆசைப்படுகிறாள். பிரபாகர் சொன்னது நினைவுக்கு வந்தது. "என்னை உனக்குப் பிடிச்சுட்டா போதுமா? உன்னை எனக்குப் பிடிக்க வேணாமா?"

வேடிக்கை என்னவென்றால் அந்த வார்த்தைகளுக்கு இப்பொழுது ரோஷம் வரவில்லை. அதெல்லாம் எவ்வளவு உண்மை என்று தோன்றியது. ஹரிகிருஷ்ணா எங்கே? அவள் எங்கே? தன் மனதிற்கு கொஞ்சம் கூட புத்தியில்லை. தன்னுடைய நிலைமையை மறந்து போய் ஆசைப்படுகிறது என் மனக்குரங்கு! அவன் கொஞ்சம் பரிவுடன் நடத்தினால் அதுவே பெரும் பாக்கியம். குறைந்தபட்சம் இந்த உலகத்தில் இந்த ஒரு குடும்பமாவது தன்னை அன்புடன் நடத்துகிறது. தந்தை இல்லாமல் பிறந்தவள் நீ என்று பழிக்கவில்லை. பாக்கியம் மாமி எவ்வளவு நல்லவள்? தாயின் கதையைக் கேட்டு "பாவம்! அப்படிப்பட்ட துரதிர்ஷ்டம் எந்தப் பெண்ணுக்கும் வர வேண்டாம்" என்று இரக்கம் காட்டினாளே ஒழிய ஒருநாளும் கடினமாக ஒரு வார்த்தை கூட சொன்னதில்லை.

பாலைவனம் போன்ற இந்த வாழ்க்கையில் ஹரிகிருஷ்ணாவின் ஆதரவு பாலைவனச் சோலை போன்றது. அதில் அவள் இளைப்பாறுவாள். ஹரிகிருஷ்ணா சொன்னதுபோல் உலகம் அவளைப் புரிந்து கொள்ளவில்லை என்று வருத்தப்படக் கூடாது. தான் உலகத்தைப் புரிந்து கொண்டு விட்டால் சரி. ஹரிகிருஷ்ணாவின் நட்பு மேனகாவுக்குப் பொறுமையை, வயதுக்கேற்ற சாந்தத்தைக் கற்றுக் கொடுத்தது. உலகத்துடன் சமாதானமாகப் போவதற்கு, நினைவு தெரிந்த பிறகு முதல் முறையாக இப்போது அவள் தயாராகிவிட்டாள்.

24

ஒரு வாரத்திற்குப் பிறகு....

மேனகா ஹரிகிருஷ்ணாவுடன் ராமநாதனுக்கு எதிரே உட்கார்ந்திருந்தாள். அவர் அவளிடம் சொல்லிக் கொண்டிருந்தார்.

''தற்போதைக்கு இந்த வேலையில் சேர்ந்துக்கம்மா. சம்பளம் ரொம்பக் கொறச்சல்தான். நீ படிச்சிருந்தா கூட பரவாயில்லை. போகட்டும். ஆறுமாதம் கழிச்சி வாய்ப்புக் கிடைச்சா பெர்மனென்ட் ஆக்கிடறேன். அப்ப உன் சம்பளமும் கூடும். ஒரு முறை இந்த பேக்டரியில் வேலை பர்மனென்ட் ஆகிட்டா, அப்புறம் உனக்கு வாழ்க்கையில் எந்தக் கஷ்டமுமே இருக்காது. தற்சமயம் மில் நஷ்டத்தில் நடக்குது. இல்லைன்னா வருஷம் மூவாயிரத்துக்குக் குறையாமல் போனஸ் வரும். நல்ல நாளாப் பார்த்து உடனே வேலையில் சேர்ந்துக்க. நான் பெண்களை வேலைக்கு எடுத்துக்கறதில்லை. டாக்டர் சார் ரொம்ப சொன்னதால எடுத்துக்கறேன். இதற்கு முன்னால் இளம்பெண் ஒருத்தியை வேலைக்கு வைக்கப்போய் வேண்டாத தொல்லையெல்லாம் வந்து சேர்ந்து கடைசியா அதே முத்தி... லாக் அவுட் வரை போய்ட்டது. உனக்கு வேலை வாங்கித் தரச்சொல்லி கேட்டுக் கொண்ட டாக்டரோட மரியாதையை, வாங்கிக் கொடுத்த என்னோட மரியாதையைக் காப்பாத்தும்படியா நல்ல பெயர் எடுக்கணும். தெரிஞ்சதா?'' என்றார்.

தெரிந்தது என்பது போல் மேனகா தலையை அசைத்தாள். ராமநாதன் வேலைக்கான ஆர்டரை ஹரிகிருஷ்ணாவிடமே கொடுத்தார். அதை வாங்கிப் பார்த்துவிட்டு மேனகாவிடம் கொடுத்தான் அவன்.

ஏதோ கோயில் பிரசாதத்தைப் பெற்றுக் கொள்ளும் பக்தனைப் போல் இரண்டு கைகளையும் நீட்டி அதைப் பணிவுடன் வாங்கிக் கொண்டாள் மேனகா.

அதைப் படித்த அவளின் கண்கள் சந்தோஷத்தால் மின்னின. தனக்கு இனிமே மாசச் சம்பளம் வரும். வாழ்க்கையில் இனி எல்லாமே சுகம்தான். எதுக்கும் கஷ்டம் இருக்காது. காகிதத்தில் இருந்த ஒவ்வொரு எழுத்தையும் கண்ணில் ஒத்திக்கொள்ள வேண்டும் போல் இருந்தது அவளுக்கு.

ராமநாதன் திரும்பவும் சொன்னார். ''நீ வீடு தேடிக் கொண்டிருக்கேன்னு டாக்டர் சார் சொன்னார். எங்க அவுட் ஹவுஸ் இருக்கு. நீங்க அதில இருக்கறதுல எங்களுக்கு எந்த ஆட்சேபணையும் இல்லைன்னு டாக்டர்கிட்ட சொன்னேன். ஆனால் அது சின்ன போர்ஷன். உங்களுக்குப் போதும்னா வந்து இருங்களேன்.''

''முதல்ல அந்த போர்ஷனைப் பார்த்துடறோம்'' என்றான் ஹரிகிருஷ்ணா.

ராமநாதன் சாவிக்கொத்தைக் கொண்டு வந்து கொடுத்தார். அதற்குள் அவருக்குப் போன் வந்ததால் ராமநாதன் அங்கேயே தங்கிவிட்டார். ஹரிகிருஷ்ணாதான் சாவிக்கொத்தை எடுத்துக் கொண்டு அவளுடன் வந்தான். மேனகா அவனைப் பௌவ்யமாகப் பல கனவுகளோடு பின் தொடர்ந்தாள்.

ராமநாதனின் வீட்டுக் கொல்லைப் பக்கத்தில் இருந்தது அந்தப் போர்ஷன். ஆஸ்பெஸ்டஸ் ஷீட்டைக் கூரையாகக் கொண்ட சின்ன வீடு அது. ஹரிகிருஷ்ணாவே பூட்டைத் திறந்தான். சின்ன வராண்டா. அதற்கடுத்து ஒரு அறை. வலது பக்கம் இன்னொரு அறை, அத்துடன் சமையலறை ஒன்றும் இருந்தது.

''சின்ன போர்ஷன்னு சொன்னாரே? இவ்வளவு பெரிய வீடா இருக்குதே?'' என்றாள் மேனகா வியப்புடன். ஹரிகிருஷ்ணா சிரித்தான். ''ஆமாமா, உங்க வீட்டை விட இது பெரிய வீடுதான்'' என்றவன் போய் சமையலறையில் இருந்த குழாயைத் திருப்பினான். கொட கொடவென்று தண்ணீர்க் கொட்டத் தொடங்கியது. மேனகா குழாயிலிருந்து தங்கப்பொடி கொட்டுகிறதைப் பார்த்தாற்போல் அதை அபூர்வமாகப் பார்த்தாள்.

''வீடு நல்லாயிருக்கா?'' என்றான் அவன்.

''ரொம்ப! ரொம்ப நல்லாயிருக்கு'' கண்கள் அகல விரியச் சொன்னாள் மேனகா. அவன் திரும்பவும் சிரித்தான். மேனகாவின்

கண்களில் சின்னக் குழந்தைகளுக்குப் போலப் பிரமிப்பு தென்பட்டது. அந்த நிமிஷம் மேனகா முகத்தைப் பார்த்துக் கொண்டே இருக்கணும் என்று அவனுக்குத் தோன்றியது.

''வீட்டுப் பிரச்னையும் தீர்ந்துவிட்டது. ராமநாதன் ரொம்ப நல்லவர். உங்களுக்குப் பெரும் துணையாகவும் இருப்பார்'' என்றான்.

ஹரிகிருஷ்ணா கதவைப் பூட்டினான். பிறகு அவர்கள் ராமநாதனிடம் சொல்லிவிட்டு வந்து விட்டார்கள்.

பாக்கியம் இந்த செய்தியைக் கேட்டதும் ரொம்பவே சந்தோஷப்பட்டாள். ''இப்பொழுதாவது கடவுள் கருணையால் உனக்கு ஒரு வழி கிடைச்சதே. வேலையில் எந்த ஒரு பேச்சும் வராமல் ஜாக்கிரதையா நடந்துக்க. இரு, நல்ல நாள் பார்த்து சொல்கிறேன்'' என்று காலண்டரைப் போய் எடுத்து வந்தாள். புதன்கிழமை நன்றாக இருப்பதாக உறுதிப்படுத்திக் கொண்டு ''அதே நாள்ல புதுவீட்டிற்குக் குடி போய் பால் காய்ச்சிச் சாப்பிடுங்கள்'' என்றாள். மேனகா தலையைப் பலமாக அசைத்தாள்.

பாக்கியம் சமையலறையில் காபி கலந்து கொண்டே சொன்னாள். ''அன்று இரவு உன்னை வீட்டில் இறக்கிவிட்டு வந்த பிறகு ஹரிகிருஷ்ணா தூங்கவே இல்லை மேனகா. ''அம்மா! மின்னு அங்கே இருப்பது நல்லதில்லை. அந்தத் தெரு ரொம்ப மோசமானதா இருக்குன்னான்'' என்றான். நம்மால என்ன செய்ய முடியும்ப்பா? என்றேன். அப்போதிருந்தே உனக்கு எப்படி வழி காட்டுறதுன்னு யோசித்துக் கொண்டே இருந்தான். அவன் வேலை பார்க்கும் ஆஸ்பத்திரியிலேயே கேட்டான். வேலை எதுவும் இல்லைன்னு சொல்லிவிட்டாங்க. காதிபண்டாரில் சொல்லி வைத்தான். அதுவும் சரியா வரலை. கடைசியில் முந்தாநாள் ராமநாதன் வந்தப்ப உன்னைப் பத்தித் திரும்பத் திரும்பச் சொல்லியிருக்கான். அவன் எண்ணம் என்னன்னா உனக்கு ஏதாவது வேலை கிடைச்சா நீங்கள்லாம் அந்தத் தெருவை விட்டு வெளியேறிடலாம்ங்கிறதுதான். கடவுள் கிருபையால அவன் நினைச்சது நிறைவேறிட்டது. எனக்கும் பரம திருப்தியா இருக்கு. வேலை பார்க்கிற பெண்ணுன்னா வரன் சீக்கிரமாக் கிடைக்கும். நானும் ராமநாதன்கிட்ட சொல்லி வைக்கிறேன். அவரும், அவர் குடும்பத்தாரும் ரொம்ப நல்லவங்க. உனக்கு அங்கே எந்த ஒரு பிரச்னையும் வராதும்மா'' என்றாள்.

மேனகா தலையை அசைத்தாள். ''சரி மின்னு! நீ கிளம்பு. உன்னை வீட்டில் இறக்கிவிட்டுட்டு, நான் க்ளினிக் போறேன்'' என்றான் ஹரிகிருஷ்ணா.

மேனகா வீட்டிற்கு வந்தாள். மங்களம், ரஞ்சனி, மாதவி எல்லோருக்குமே மேனகாவுக்கு வேலை கிடைத்த செய்திகேட்டு ரொம்ப சந்தோஷமாக இருந்தது. ''நம்ம கஷ்டமெல்லாம் தீர்ந்துட்டது'' என்றாள் மங்களம் மேனகாவுக்குத் திருஷ்டி கழித்துக் கொண்டே.

தண்ணிக்கும் கஷ்டமில்லே! என்றதும் அவர்கள் மகிழ்ச்சி இரட்டிப்பாகியது.

''அக்காக்கா! என்னோட டுடோரியல் காலேஜ் அங்கேருந்து பக்கம்தான். நான் மறுபடியும் சேரட்டுமாக்கா?'' என்றாள் மாதவி.

''சேரட்டுமாவாவது? சேர்ந்தேயாகணும்'' என்றாள் மேனகா.

ரஞ்சனி மகள்கள் இருவரையும் பார்த்துக் கொண்டிருந்தாள். மேனகாவுக்கு வேலை கிடைத்துவிட்டது என்ற சந்தோஷம், வீட்டைக் காலி செய்ய வேண்டும் என்று சொன்னதுமே ஆவியாகி விட்டது.

''இந்த வீட்டை ஏன் காலி செய்யணும். இது நல்லாத்தானே இருக்கு?'' என்றாள் மங்களம்.

''அவர்கள் சில நாட்கள் கழிச்சி போகச் சொன்னா நாம் எங்கே போறது?'' என்றாள் மாதவி.

''ஒண்ணும் சொல்ல மாட்டாங்க. அப்படியே சொன்னாலும் வேறு வீடு பார்த்துக்கலாம். வேலைதான் இருக்கே. இனிமே பயம் எதுக்கு?''

''என்னமோம்மா'' என்றாள் மங்களம்.

மேனகா வந்து மங்களத்தின் தோளில் கையைப் பதித்தாள்.

''பாட்டி! நாமெல்லாருமே இப்போ நடுக்கடல்ல இருக்கோம். கரையைத் தேடி என்னைக்காவது ஒரு நாள் போய்த்தான் ஆகணும் இல்லையா? எவ்வளவு நாட்களுக்குத்தான் இப்படியே இருக்கறது? அந்த வீடு எனக்கு மில்லுக்கும், மாதவிக்கு காலேஜுக்கும் ரொம்ப கிட்டே வேற இருக்கு. இந்த வீடு ரொம்ப ரொம்ப தொலைவு வேற. தனியா அவ்வளவு தூரம் போய்ட்டு வர்றது சிரமமா இருக்கும். உனக்குப் பயம் ஏன் பாட்டி, மாசச் சம்பளம் வாங்கிட்டு வரும் இந்த பேத்தி இருக்கும்போது?'' மார்பின் மீது கையை வைத்துக் கொண்டே மிடுக்குடன் சொன்னாள் மேனகா.

''என்னமோம்மா? எனக்கு ஏனோ படபடப்பா இருக்கு'' என்றாள் மங்களம்.

''எல்லா பயத்தையும் விடு. மேனகா இனிமே எல்லாத்தையும் பார்த்துக்குவா என்று நினைச்சிக்கப் பாட்டி. அதுசரி, சொல்ல மறந்துட்டேனே. அங்கேயிருந்து ராமர் கோவில் கூட ரொம்பக் கிட்டதான். தினசரி கூட நீ பஜனைக்குப் போகலாம்'' என்றாள்.

''சரிம்மா. உன் இஷ்டம். எல்லாத்துக்கும் அந்தக் கடவுள்தான் துணை.'' கையெடுத்துக் கும்பிட்டாள் மங்களம்.

25

மேனகா அன்று காலையில்தான் கம்பெனி வேலையில் சேரப் போகிறாள். அதனால் அன்றைக்குச் சீக்கிரமாகவே பாக்கியம் மாமியின் வீட்டிற்கு வந்தாள். ஏற்கெனவே பாக்கியம் அவளை முதல்நாளே இங்கிருந்து கம்பெனிக்குப் போகச் சொல்லியிருந்தாள். டிபன் தயாரித்து பாக்ஸில் போட்டுத் தருவதாகவும் சொல்லியிருந்தாள்.

மேனகா வந்ததும் தானே சுயமாகத் தலைவாரிப் பின்னிவிட்டு, ஏற்கெனவே தொடுத்து வைத்திருந்த கனகாம்பரத்தை எடுத்து அவள் தலையில் வைத்தாள். பிறகு ''போய் சுவாமி கும்பிட்டுட்டு வா'' என்றாள். சமையலறையில் பொங்கல் தயாரித்துக் கொண்டிருந்த பாக்கியம் சொன்னாள். ''வெறுமே கைகளைக் கூப்பிட்டு வந்தால் போறாது. சீக்கிரமே வேலை பர்மனென்ட் ஆகணும்னு இப்பவே வேண்டிக்க.'' மேனகா கண்களை மூடி வணங்கிக் கொண்டிருக்கையில் உள்ளேயிருந்து பாக்கியத்தின் குரல் கேட்டது. தன் சார்பில் பாக்கியமும் கடவுளிடம் வேண்டிக் கொண்டது போல் மேனகாவுக்குப் பட்டது.

மேனகா சுவாமி அறையிலிருந்து அப்படியே ஹரிகிருஷ்ணா இருந்த அறைக்கு வந்தாள். அவன்

கண்ணாடியின் முன்னால் நின்று டை கட்டிக் கொண்டிருந்தான். ஆஸ்பத்திரிக்குக் கிளம்பும் அவசரத்தில் இருந்தான். ''அம்மா! நேரமாயிட்டேயிருக்கு. சீக்கிரம் பரிமாறும்மா'' என்று குரல் கொடுத்தான்.

மேனகா வந்து கதவிற்கு அருகில் நின்றாள். கண்ணாடியில் அவளைப் பார்த்த அவன் ''என்ன மின்னு?'' என்று கேட்டான்.

''ஊம்! ஒன்றுமில்லைங்க.''

அவன் அவளை நோக்கித் திரும்பினான். ''அம்மா கடவுள்கிட்ட கேட்கச் சொன்னதைக் கேட்டியா? இப்பொழுதே அப்ளிகேஷன் போட்டாதான் என்றாவது ஒருநாள் அவருக்குக் கருணை பிறந்தது அதை சாங்ஷன் செய்வார். சொந்தமா க்ளினிக் வைக்கணும்ங்ற என் விருப்பத்தை அவர்கிட்ட மனு போட்டு இரண்டு வருஷமாச்சு. அது இன்னும் சாங்ஷன் ஆகலை.'' அவன் தன் தோள்களைக் குலுக்கினான். ''என் வாழ்நாளில் என்றாவது ஒரு நாளைக்கு அந்த வேண்டுகோளை நிறைவேற்றுவாரோ இல்லே இந்நேரம் என் மனுவைக் குப்பைக்கூடையில போட்டுட்டாரோ. தெரியலை'' இதைச் சொல்லி முடிக்கையில் அவன் கண்களில் இருந்த குறும்புத்தனம் மாயமாகி அந்த இடத்தில் கம்பீரம் குடி கொண்டுவிட்டது.

மேனகா அவன் அருகில் வந்தாள். அவன் ஸ்டெதஸ்கோப்பை கழுத்தைச் சுற்றிலும் போட்டுக் கொண்டு பேனாவை ஜேபியில் வைத்துக் கொண்டான். திடீரென்று அவள் குனிந்து அவன் பாதங்களைத் தொட்டு வணங்கினாள்.

''அடடா! என்னம்மா இது? இதென்ன காரியம்?'' அவன் கலவரத்துடன் மேனகாவின் தோள்களைப் பற்றி எழுப்பினான்.

''அம்மா கடவுளை வணங்கச் சொன்னாங்க இல்லையா?''

''அதோ பூஜையறை. கடவுள் அங்கே இருக்கார்.'' அவன் பக்கத்து அறை பூஜை அலமாரியைச் சுட்டிக் காட்டினான்.

''ஊஹூம். என்னோட கடவுள் இங்கேதான் இருக்கார். குறைந்த பட்சம் என்வரைக்கும்.'' அவனைச் சுட்டிக்காட்டிச் சொன்னாள். அவள் கண்களில் தென்பட்ட வெளிச்சம் கண்டு அவன் வியப்படைந்தான். விழிகளில் லேசாக ஈரம் பளபளத்தது. இதழ்களில் அழகான முறுவல். முகத்தில் நன்றி, பக்தி, பிரியம், அப்பாவித்தனம் எல்லாம் கலவையாக இருந்த மலர்ச்சி தெரிந்தது.

ஹரி ஒரு நிமிடம் வார்த்தைகளே வராதவன்போல் ஊமையாகி விட்டான். பிறகு சொன்னான். ''என்ன பேச்சு இது? இனி ஒரு

போதும் இப்படிப் பேசாதே. நான் அப்படி என்ன பெரிய காரியம் உனக்குச் செய்துட்டேனாம்? வேணும்னா அம்மாகிட்ட கேட்டுக்க. அந்தக் கடவுள்தான் எல்லாத்தையும் செய்யறார். நாம் வெறும் கருவி மட்டும்தான். நீ இனிமேல் இதுபோல் பெரிய பெரிய வார்த்தைகளைப் பேசி பைத்தியக்காரத்தனமாக நடந்துக்கிட்டா எனக்கு ரொம்பக் கோபம் வரும். தெரிஞ்சிக்க.'' மேனகாவை விடுவித்துவிட்டு ஆள்காட்டி விரலை மட்டும் உயர்த்திக் காட்டி எச்சரித்தான்.

அதற்குள் பாக்கியம் குரல் கொடுத்தாள். ''மின்னு! இந்தா டிபன்பாக்ஸ்... அதில் உனக்கு சாப்பாடு எடுத்து வைச்சிருக்கேன்.''

மேனகா போக முயன்றபோது ஹரிகிருஷ்ணா அவள் கையைப் பிடித்துத் தடுத்தான். ''மேனகா! நீ என்னை வணங்கினே. நான் உன்னைவிடப் பெரியவன் இல்லையா? அதனால் இப்போ உன்னை நான் ஆசீர்வாதம் செய்றேன்'' என்று தன் வலது கையை அவள் தலைமீது வைத்து ''எங்க மின்னு மகாராணியா இருக்க வேண்டும்!'' நாடகபாணியில் சொல்லிவிட்டு பளீரென்று சிரித்துவிட்டான். மேனகாவும் அவனுடன் சேர்ந்து சிரித்தாள்.

மேனகா டிபன்பாக்ஸைப் பெற்றுக் கொள்ளும் முன் பாக்கியத்தையும் அதேபோல் வணங்கினாள். ''சீக்கிரமே கல்யாணப் பிராப்திரஸ்து.'' பாக்கியம் அவளை ஆசீர்வதித்தாள்.

ஹரிகிருஷ்ணாவும் மேனகாவும் சேர்ந்தே கிளம்பினார்கள். அவன் மேனகாவைக் கம்பெனி கேட்டின் வாசலில் கொண்டு வந்து விட்டான். ''இப்படி திருதிருன்னெல்லாம் விழிக்காதே. அங்கே உன்னை யாரும் விழுங்கிட மாட்டாங்க. இரண்டு நாள்கள் போனால் அதுவே உனக்குப் பழக்கமாயிடும்'' என்று அறிவுரை வழங்கிவிட்டு அவளிடம் விடைபெற்றுக் கொண்டு போய் விட்டான்.

மேனகா கேட் அருகில் இருந்த கூர்க்காவிடம் தனது கார்டைக் காட்டிவிட்டு, மில்லுக்குள் நுழைந்தாள். அவளுக்கு இந்த உலகத்தில் தனக்கு நிம்மதியான ஒரு இடம் கிடைத்து விட்டதாகத் தோன்றியது.

மாலை நேரமாகியதும் மேனகா வீட்டுக்கு வந்து சேர்ந்தவள் முகத்தைக் கழுவிக்கொண்டு உள்ளுக்கு வந்தாள்.

''அங்கே உனக்கு என்னம்மா வேலை?'' என்று மங்களம் பரிவுடன் கேட்டாள்.

''ஒண்ணுமில்லை பாட்டி! துணிங்களுக்கு வர்ணம் சேர்க்கிற போது தேவைப்பட்ட வர்ணத்தை அளவோட எடுத்து தொட்டில

சேர்க்கணும். எதை எப்படி செய்யணும்னு அவங்களே சொல்லித் தருவாங்க'' என்றாள் மேனகா.

அன்று காலையிலேயே அவர்கள் ராமநாதனின் வீட்டு அவுட்ஹவுசிற்கு மாறிவிட்டார்கள். பழைய வீட்டை விட்டுவிட்டு வரும்போது மங்களம் ஒருமுறை - சொந்த வீட்டை விட்டுப் போவதுபோல் அழுதேவிட்டாள்.

''கடவுளே! இவ்வளவு நாளா இந்த வீட்டில சுகமா இருந்துட்டோம். இதைவிடக் கஷ்டங்களில் எங்களைத் தள்ளிடாதே'' என்று மனதிற்குள் பிரார்த்தித்தாள். வீடு மாறுவதில் மற்ற மூவருக்குமே விருப்பம் இல்லை. ஆனால் மேனகாவின் பேச்சுக்கு அந்த வீட்டில் எதிர்ப்பேச்சு இல்லை.

மேனகா மாலையில் வேலை முடிந்து வந்ததும் மளமளவென்று வீட்டை ஒழித்து வைத்தாள். ஸ்டவ்வைப் பற்ற வைத்து ஜவ்வரிசியை வேகவைத்தாள்.

''இதெல்லாம் எதுக்கும்மா?'' என்று மங்களம் கேட்டாள்.

''டாக்டரும், அவங்கம்மாவும் வரப் போறாங்க. அவர்களுக்கு ஏதாவது கொடுக்க வேணாமா?''

''ஐயோ ராமா! என்கிட்ட ஒரு வார்த்தை சொல்லக்கூடாதாடி? நானே இதுக்குள்ளாற வடையோ, பூரியோ செஞ்சி வைச்சிருப்பேன் இல்லையா?'' என்றாள். ''எத்தனை மணிக்கு வருவாங்க?''

''ராத்திரி எட்டு மணியாயிடும்.''

''அதுக்குள்ள நான் மாதவியை அழைச்சிட்டு கோவிலுக்குப் போய்ட்டு வந்துடறேன்.''

''சரி பாட்டி'' என்றாள் மேனகா.

இரவு எட்டுமணிக்குப் பிறகு ஹரிகிருஷ்ணா வந்தான். அவன் மட்டுமே வந்ததைப் பார்த்துவிட்டு ''அம்மா வரலையாங்க?'' என்று கலவரத்துடன் கேட்டாள் மேனகா.

''வரலை. லேசா ஆஸ்துமா அட்டாக் வந்துவிட்டது. இஞ்ஜெக்ஷன் கொடுத்திருக்கேன். தூங்கறாங்க. வரமுடியாம போனதுக்கா ஒண்ணும் நினைச்சிக்க வேணாம்னு சொல்லச் சொன்னாங்க. சீக்கிரமே இன்னொரு முறை அழைச்சிட்டு வந்தாப் போச்சு.'' சைக்கிளை வராண்டாவில் வைத்துவிட்டு உள்ளே வந்தான் அவன்.

''அடடா! நான் அம்மாவும் வருவாங்கன்னு நினைச்சேனே.'' என்றாள் ஏமாற்றத்துடன்.

ஹரிகிருஷ்ணா உள்ளே வந்தான். மேனகா நாற்காலியைக் கொண்டு வந்து போட்டவள் அதை ஒரு துணியால் துடைத்தாள். அவன் அதில் உட்கார்ந்து கொண்டான்.

மாதவியும், மங்களமும் கோவிலுக்குப் போயிருந்தார்கள். ரஞ்சனி சமையலறையில் வேலை செய்து கொண்டிருந்தாள். மேனகா ஒரு சின்னக் கிண்ணத்தில் பாயசம் கொண்டு வந்தாள்.

"அட! நான் காபி கொடுப்பேனில்ல நினைச்சிருந்தேன்" என்றான் ஹரிகிருஷ்ணா.

மேனகா ஸ்பூனை அவன் கையில் தரவில்லை. தானே கிண்ணத்திலிருந்து ஸ்பூனால் பாயசத்தை எடுத்து அவன் வாயில் வைத்தாள். அவன் திகைத்துப் போய் விட்டான். முகம் கன்றிச் சிவந்து விட்டது.

"அசட்டுப் பெண்ணாயிருக்கியே! நீ இவ்வளவு எமோஷனல் டைப்புன்னு எனக்குத் தெரியாது. பாயசம் ரொம்பவே நல்லா இருக்கு. இவ்வளவு ருசியாய் நான் என்னைக்குமே சாப்பிட்ட தில்லை" என்றான்.

அதற்குள் மங்களமும், மாதவியும் வந்துவிட்டார்கள். "அம்மா வரவில்லையாப்பா?" என்று மங்களமும் விசாரித்தாள்.

"இல்லை பாட்டி" என்றான்.

மேனகா உள்ளே போய் அவர்கள் இருவருக்கும் பாயசம் கொண்டு வந்து கொடுத்தாள்.

"உனக்காக அவளே நின்னு பண்ணினாப்பா. என்னைச் சமையலறை பக்கமே வரவிடலை" என்றாள்.

ஹரிகிருஷ்ணா பாயசத்தைச் சாப்பிட்டுக் கொண்டே "மின்னு! நீ என்னவோ என் வாயை இனிப்பாக்கிட்டே. ஆனா நானோ ஒரு கசப்பான செய்தியைச் சொல்ல வந்திருக்கேன்" என்றான்.

"கசப்பான செய்தியா? என்னது?" தண்ணீர் கொண்டு வருவதற்காக உள்ளே போக முயன்ற மேனகா திடுக்கிட்டு நின்றுவிட்டாள்.

"நான் ஹைதராபாதுக்குப் போறேன். அங்கே ஒரு நர்சிங் ஹோமில் எனக்கு வேலை கிடைச்சிருக்கு. இந்த வேலை போய்விட்டாப்லதான். ஏன்னா இங்கே வேலை செய்துகிட்டிருந்த டாக்டர் அமெரிக்காவிலிருந்து திரும்பி வரப் போறார். நல்ல வேளை! அவர் வருவதற்குள்ளேயே எனக்கு வேலை கிடைச்சிட்டது. பத்தாம் தேதிக்குள் அங்கபோய் ஜாயின் ஆகணும்."

"பத்தாம் தேதியா? இன்னைக்கு நாலாம் தேதியாச்சே?" என்றாள், தன் மார்பின் மீது கையை வைத்துக் கொண்டே.

"ஆமாம் மின்னு. இந்த நாலஞ்சி நாட்களுக்குள்ளாற சாமான்களை எல்லாம் பேக்கப் செய்து அனுப்பணும். இங்கே சார்ஜை ஒப்படைக்கணும். ஒரு தெரிஞ்சவங்க வீட்ல சாப்பிடக் கூப்பிட்டிருக்காங்க. போகணும்" என்றான் கால்களை நீட்டி சாய்ந்து உட்கார்ந்துகொண்டே.

மேனகா குடிக்கத் தண்ணீர் கொண்டு வரும் விஷயத்தையே மறந்து போய் அதே இடத்தில் சிலையாய் நின்று அவனையே வெறித்துப் பார்த்துக் கொண்டிருந்தாள்.

"தண்ணீர் வேணும்" என்றான் அவன் கிண்ணத்தைக் கீழே வைத்துவிட்டு.

"மாதவி! போய் கொண்டுவா" என்றாள் மெல்லிய குரலில்.

மேனகா அவனருகில் வந்தாள். "இங்கேயே வேற இடத்தில் வேலை கிடைக்காதா?" என்றாள்.

"அசட்டு மின்னு! எத்தனை டாக்டர்கள் வேலை இல்லாம திண்டாடிக்கிட்டு இருக்காங்க தெரியுமா? இங்கேயே கிடைத்தால் நான் ஏன் அவ்வளவு தொலைவுக்குப் போகப் போறேன்?" என்றான்.

மாதவி தண்ணீர் கொண்டு வந்து கொடுத்தாள். அவன் மாதவியின் படிப்பைப் பற்றி விசாரித்தான். மங்களத்தின் உடல் நலனைப் பரிசோதித்து மருந்துகளை எழுதிக் கொடுத்தான். மங்களம் அவனைச் சாப்பிடச் சொல்லி வற்புறுத்தினாள்.

"சாப்பாடா? இப்போ வேணாம். ஒரு நண்பனிடம் ஒன்பது மணிக்கு வர்றதாகச் சொல்லிவிட்டேன். இன்னொரு தடவை கண்டிப்பா வர்றேன்" என்றான்.

அவன் எல்லோரிடமும் சொல்லிக் கொண்டு புறப்பட்டான். மேனகா அவனை வழியனுப்பி வைப்பதற்காக கேட் வரையிலும் வந்தாள். நிலவின் வெளிச்சம் எங்கும் பரவியிருந்தது. வளாகத்தில் இருந்த வேப்பமரத்தில் ஏதோ பறவை கலகலவென்று சத்தம் எழுப்பிப் படபடத்தது. கேட்டுக்குப் பக்கத்திலேயே இருந்த நைட்க்வீன் செடிப்பூக்கள் மயக்குவது போல் நறுமணத்தைப் பரவச் செய்து கொண்டிருந்தன.

"நைட்க்வீன்! ஆகா என்ன மணம்! எனக்கு ரொம்பப் பிடிக்கும்" என்றான் அவன் மூச்சை ஒரு தடவை இழுத்து நுகர்ந்து கொண்டே.

காற்றில் கைகளை அளைந்துகொண்டே ''இந்த நறுமணத்தை அப்படியே ஜேபியில எடுத்து வச்சிக்கணும்னு தோணுது. ஆனா அது சாத்தியம் இல்லியே?'' என்றான் சிரிப்புடன்

''எனக்குக் கூட இது ரொம்பப் பிடிக்கும்'' என்றாள் மேனகா.

''நான் க்ளினிக் தொடங்கினா முன்பக்கம் இந்த செடியைத்தான் வைக்கப் போறேன்'' என்றான்.

மேனகா பதில் பேசவில்லை. மௌனித்தாள்.

''போய்ட்டு வர்றேன் மேனகா'' என்றான் அவன் சைக்கிளை மிதித்துக் கொண்டே.

மேனகா பதில் சொல்லவில்லை. அவனை எடுத்து விழுங்குபவள்போல் பார்த்தாள்.

''உன்னைத்தான் மின்னு. கிளம்புகிறேன்.'' எச்சரிப்பது போல் சொல்லிவிட்டு ஒரு தடவை பெல்லை அடித்தான்.

''ஊருக்கு எப்போ போகணும்னிங்க?'' மெல்லிய குரலில் கேட்டாள் அவள்.

''அதான் சொன்னேனே. பத்தாம் தேதிக்குள்ளாற. இன்னும் அஞ்சு நாள் இங்கே இருப்பேன். வரேன். அவங்க எனக்காகக் காத்திருப்பாங்க. குட் நைட். ஜாக்கிரதை. வேலைல கவனமாயிரு'' என்றான் கிளம்பிக் கொண்டே.

''சரிங்க. குட் நைட்!'' தெளிவற்ற குரலில் சொன்னாள் அவள்.

சைக்கிள்மீது தெரு திருப்பம்வரை அவன் போய் மறையும்வரை பார்த்துக்கொண்டே அவள் நின்றிருந்தாள். கடவுளே! ஏதாவது அற்புதம் நிகழ்ந்து அவனுக்கு இங்கேயே வேலை கிடைச்சிட்டா எவ்வளவு நல்லா இருக்கும் வெண்ணெய் திரண்டு வர்றப்ப தாழி உடையணுமா? என்று தோன்றியது அவளுக்கு.

மேனகா கேட்டைச் சாத்திவிட்டு வந்தவள் நேராக வீட்டிற்குள் போகவில்லை. கன்னத்தில் கையை வைத்தபடி வராண்டா படியிலேயே உட்கார்ந்துவிட்டாள். இரவு வேளை என்பதால் காற்றில் இலைகள் சலசலக்கும் சத்தம் தவிர வேறு எந்த ஒரு சத்தமும் அங்கே இருக்கவில்லை. கடவுளே! அவன் போய்விடப் போறான். இந்த ஊரைவிட்டு... நம்மைவிட்டு வெகு தொலைவிற்கு. மேனகாவுக்கு அதை நினைக்க நினைக்க என்னவோ போல் இருந்தது.

அவளுக்கு இன்று காலையில் இந்த வீட்டில் அடியெடுத்து வைத்தது முதலே தனக்கு வாழ்க்கையில் எல்லாமே கிடைத்து விட்டாற்போல் சந்தோஷமாக இருந்தது. ஹரிகிருஷ்ணா

போய்விடப் போகிறான் என்றதுமே அவை எல்லாமே போய் ஏதோ தனிமை இருள் தன்னை சூழ்ந்து கொள்வது போல் ஆகிவிட்டது. அத்துடன் சொல்ல முடியாத வேதனையும் ஏற்பட்டது. இந்த வேதனையைப் பற்றி ஹரிகிருஷ்ணாவிடம் சொன்னாலும் அவனுக்கு அதுபற்றிப் புரியப் போவதில்லை. ''அசட்டுப்பெண்ணே!'' என்று அவள் சொல்வதை ஒதுக்கித் தள்ளிவிடுவான்.

''மின்னு! என்ன இது? இங்கேயே உட்கார்ந்திருக்கே? வா உள்ளே.'' ரஞ்சனி வந்து கூப்பிட்டாள்.

மேனகா உள்ளே வந்து கட்டிலில் படுத்தாள். ஹரிகிருஷ்ணா போய்விடப் போகிறான். அவளுக்கு சில்லென்று வீசிக்கொண்டிருந்த காற்றில் கூட அந்த உணர்வு பரவியிருப்பதுபோல் தோன்றியது. அவள் அன்று இரவு முழுவதும் தூங்கவே இல்லை. அவளுக்கு அன்று முழுவதும் சிவராத்திரிதான். யோசித்துக்கொண்டே படுக்கையில் கிடந்தாள்.

26

ஹரிகிருஷ்ணா அன்றுதான் ஊருக்குக் கிளம்புகிறான். பயண ஏற்பாடுகள் எல்லாம் முடிந்துவிட்டன. ஐந்து நாட்கள் ஐந்து நிமிடங்களாகப் பறந்துவிட்டன. பாக்கியத்தின் மூலமாக அவர்களுக்கு விஷயம் தெரிய வந்தது. ஹரிகிருஷ்ணாவுக்கு அந்த வேலை அவனது வருங்கால மாமனார் சங்கரன் மூலமாகக் கிடைத்திருக்கிறது. அங்கிருந்து அவன் வெளிநாட்டிற்குப் போகும் ஏற்பாடுகள் கூட நடந்து கொண்டிருக்கிறதாம். திருமணமும் ஹைதராபாதில்தான் நடக்கப் போகிறதாம்.

மேனகா இந்த ஐந்து நாட்களும் உறங்கவே இல்லை. சாப்பாடும் பிடிக்கவில்லை. மனதில் ஏதோ கவலை. ஏன் இந்த வருத்தம் என்று அவளுக்கே அதற்கான காரணம் புரியவில்லை. ஹரிகிருஷ்ணா ஊரைவிட்டுப்

போவது, பிரியமான பொருள் ஏதோ ஒன்று அவள் கையைவிட்டுப் போவதுபோல் அவள் மனதைத் துளைத்துக் கொண்டிருந்தது. கனாக் கண்ட ஊமைபோல் தவித்தாள் அவள்.

பாக்கியம் மேனகாவைக் காலையில் பேக்டரிக்குப் போவதற்கு முன்னால் வந்து பார்த்துவிட்டுப் போகச் சொல்லிச் செய்தி அனுப்பியிருந்தாள்.

அதன்படி மேனகா அங்கே போனாள். வீட்டில் சாமான்களை எல்லாம் பேக் செய்து வைத்திருந்தார்கள். அந்த வீடு வெறிச்சென்று இருந்தது. தன் மனதைப் போலவே அவர்கள் வீடும் இருப்பது போல் அவளுக்குத் தோன்றியது.

''வந்துட்டியா. வாம்மா வா. இப்படி வந்து உட்காரு'' என்றாள் பாக்கியம். மேனகா உட்கார்ந்துகொண்டாள். பாக்கியம் புதுப்புடவையையும் ஜாக்கெட் துணியையும் அவள் கையில் கொடுத்து ''இந்தாம்மா இதைக்கட்டிக்க'' என்றாள்.

''இப்ப எதுக்குங்க?'' என்றாள் மேனகா.

''கட்டிக்கம்மா. என் சந்தோஷத்திற்காக நான் தர்றேன். மறுக்காதே'' என்றாள். சின்னச் சின்ன நீலப் பூக்கள் போட்ட ஜரிகை பார்டர் கொண்ட காஷ்மீர் சில்க் புடவை அது. மேனகா அதற்குமேல் எதுவும் சொல்லாமல் போய்க் கட்டிக் கொண்டு வந்தாள். புதுப் புடவையில் மேனகாவைப் பார்த்து பாக்கியம் சந்தோஷ மடைந்தாள்.

''ரொம்ப நல்லாயிருக்கு. கிருஷ்ணா சொல்லிக்கிட்டேதான் இருந்தான், இது உனக்கு நல்லா இரும்கும்னு. போ, போயி கிருஷ்ணாகிட்ட காட்டிட்டு வா. அவன் அறையில் இருக்கான். அப்பிடியே இந்தக் காபியையும் கொடுத்துவிட்டு வா அவனுக்கு'' என்று காபி டம்ளரைக் கொடுத்தாள்.

மேனகா காபி டம்ளரை எடுத்துக் கொண்டு ஹரிகிருஷ்ணாவின் அறைக்கு வந்தாள். அவன் பெட்டியில் சாமான்களை அடுக்கி வைத்துக் கொண்டிருந்தான். காலடிச் சத்தம் கேட்டதுமே திரும்பிப் பார்த்தான். அங்கு அழகரசியாக நின்ற மேனகாவைப் பார்த்ததுமே ஒரு வினாடி செய்து கொண்டிருந்த காரியத்தையெல்லாம் மறந்து போனவனாய் அப்படியே நின்று விட்டான். அவன் கண்கள் அந்தப் புதுப் புடவையையும், அதைக் கட்டிக் கொண்டிருந்த மேனகாவையும் வினாடி நேரம் கூர்ந்து கவனித்தன. பிறகு முறுவலுடன் ''மின்னு! இந்தப் புடவை உனக்கு நல்லாவே இருக்கு. உனக்குப் பிடிச்சிருக்கா?'' என்றான்.

பிடிச்சிருக்கு என்பதுபோல் தலையை அசைத்தாள் அவள். அவனிடம் காபி டம்ளரை நீட்டினாள். அம்மா தரச்சொன்னாங்க என்றாள். காபியை வாங்கிக் கொண்ட அவன் மேனகாவைப் பார்த்தான்.

''மின்னு! நாங்க ரெண்டு பேரும் ஊருக்குப் போய்டப் போறோம். எங்களை நீ மறக்காம ஞாபகத்தில் வைத்திருப்பாயா?'' என்று புன்முறுவலுடன் கேட்டான் ஹரிகிருஷ்ணா. ஒருவாய் காபி அவன் உதட்டை நனைத்தது.

மேனகா சரேலென்று அவனை நிமிர்ந்து பார்த்தாள். அந்த விழிகளிலிருந்து கண்ணீர் குபுக்கென்று தளும்பியது. துக்கத்தைக் கட்டுப்படுத்திக் கொண்டிருப்பதுபோல் இதழ்கள் நடுங்கிக் கொண்டிருந்தன. மேனகா சட்டென்று முகத்தைக் கைகளால் பொத்திக் கொண்டு அதை அடக்க முடியாதவளாய் அழுதுவிட்டாள். ஹரிகிருஷ்ணா திகைத்துப் போனான்.

''அட! என்ன இது மின்னு?'' அவன் காபி டம்ளரை பக்கத்தில் வைத்துவிட்டு மேனகாவைப் பிடித்தான். ''இப்ப என்ன நடந்துட்டுது மின்னு? என்ன இப்படியிருக்கே?'' தோளைக் குலுக்கியபடி அவன் கேட்டான். மேனகா பதில் சொல்லவில்லை. அவன் கேட்கக் கேட்கத் துக்க அலைகள் அவளிடமிருந்து இன்னும் தீவிரமாகப் பொங்கி வந்தன. அவள் கைக்குட்டையால் தன் கண்களை ஒத்திக் கொண்டாள்.

''அடி! அசட்டுப் பெண்ணே! என்ன இது? சின்னக் குழந்தையாட்டம்'' அவன் சொல்லிக் கொண்டிருந்தபோதே மேனகாதான் அவனை நெருங்கினாளோ அல்லது அவனே அவளை இழுத்து அணைத்துக்கொண்டானோ தெரியாது. மேனகா அவன் கைகளுக்கிடையே வந்து அவன் மார்பில் முகம் புதைத்து அழுது கொண்டிருந்தாள். அவன் போட்டிருந்த கட் பனியன் அவள் கண்ணீரில் நனைத்தது.

''எதற்கு? ஏன் இப்பிடி அழறே?'' என்றான். அவனுக்கு மேனகா சொல்லாமலேயே புரிந்துவிட்டது. தாம் ஊருக்குப் போய்விடப் போகிறோம் என்ற வருத்தம்தான் அது என்பது. மேனகா இவ்வளவு சீரியஸாக ஆகிவிடுவாள் என்று அவன் நினைக்கவேயில்லை. மேனகாவின் மனதை வாட்டிக் கொண்டிருந்த அந்தத் துக்கத்தைப் பார்த்தபோது அவனுக்கும் என்னவோ போலாகிவிட்டது. தன்னை அறியாமலேயே அவன் கைகள் மேனகாவின் தலையை மார்போடு அணைத்துக் கொண்டன.

''பைத்தியம்! நாங்க எங்கே போய்டப் போறோம்? எத்தனை கடல்களைத் தாண்டிப் போறோம்? இதோ இங்கே இருக்கும் ஹைதராபாத்துக்கு தானே? சாயங்காலம் ரயில் ஏறினா காலங்காத்தால ஹைதராபாதில் இருக்கலாம். அழாதே. நான் கடிதம் எழுதிக் கிட்டிருப்பேன். நீயும் பதில் எழுதணும். சரிதானே. இதோ பார்.'' அழுது கொண்டிருந்த அந்த முகத்தை வலுக்கட்டாயமாகத் தூக்கி, சிவந்த கண்களுக்குள் ஊடுருவியபடி சொன்னான் அவன். ''மனசுல நினைவுகள் நீங்காம தங்கியிருந்தா, நாம் எவ்வளவு தொலைவில் இருந்தாலும் அது கணக்கில் வராது. உன் முயல் பொம்மை என்னோடதான் இருக்கும். அதைப் பார்த்து உன்னை அப்பப்ப நினைவுபடுத்திக்குவேன். நீ என்னை எப்படி நினைவில் வைத்துக் கொள்ளப் போகிறாய்? அதைச் சொல்லு மொதல்ல'' என்றான். மெல்ல அண்ணார்ந்தாள் அவள்.

''நான் சாப்பிடற உணவு, இருக்கிற வீடு, பார்க்கிற வேலை எல்லாமே நீங்க தந்ததுதானே? என் அடி மனசு ஆழத்துல நீங்காம நீங்க இருந்துக்கிட்டே இருப்பீங்க.'' அவள் சொன்ன விதம் அவனைத் திகைப்பில் ஆழ்த்தியது. மேனகாவின் முகம் அவள் உணர்ச்சி வசப்பட்டிருப்பதைத் தெள்ளத் தெளிவாகக் காட்டியது.

''ஏய்...இதோ பார்! இந்த மாதிரி பெரிய வார்த்தையெல்லாம் நீ சொல்ல வேண்டாம்னு சொன்னேனா இல்லியா?'' செல்லமாகக் கடிந்து கொண்டான். ''நீ என்ன இப்படி இருக்கே. உனக்கு எப்படித்தான் எடுத்துச் சொல்றதுன்னு எனக்கே தெரியலை.''

அவன் தனது பேண்ட் பாக்கெட்டிலிருந்து கைக்குட்டையை எடுத்து அவள் கண்களைத் துடைத்தான். மேனகா அந்தக் கைக்குட்டையை வாங்கிக் கொண்டாள்.

அவன் மறுபடி போய் காபியை எடுத்துக் கொண்டான். அவன் உடைகளை அவளும் அடுக்கி வைக்கத் தொடங்கினாள். ஹரிகிருஷ்ணா கட்டிலில் உட்கார்ந்து கொண்டு மேனகாவையே பார்த்துக் கொண்டிருந்தான். மேனகாவிடம் புதிதாக ஏதோ ஒரு இனிய உணர்வைக் கண்டுவிட்டது போல், சற்று முன்னால் அவளை மார்போடு அணைத்துக் கொண்டபோது அவனுக்குத் தோன்றியது.

அதற்குள் பாக்கியம் அங்கே வந்தாள். ''கிருஷ்ணா! ஸ்டேஷனுக்குப் போறதுக்கு முன்னால ராஜாராமன் வீட்டுக்குப் போய் அவங்களைப் பார்த்துவிட்டுப் போகணும் மறந்துடாதே!'' என்றாள்.

''சரிம்மா'' என்றான்.

பிறகு மேனகா பக்கம் திரும்பி மின்னு வேலைக்குப் போக உனக்கு நேரமாகலே? என்று கேட்டான்.

மேனகா அன்றைக்கு கம்பெனிக்குப் போகாமல் இருந்து விடப் போவதாகச் சொன்னாள். ஆனால் ஹரிகிருஷ்ணா அதற்குச் சம்மதிக்கவில்லை.

''போ. போய் மாலையில் ஒருமணி நேரம் முன்னதாகப் பர்மிஷன் கேட்டு வாங்கிட்டுன்னா வந்துடு'' என்றான். பாக்கியமும் அதையே சொன்னதால் மேனகா வேறு வழியில்லாமல் வேண்டா வெறுப்புடன் கிளம்பிப் போனாள்.

மாலையில் நான்கு மணி ஆயிற்று. மேனகா வேலையை முடித்து, முகம் அலம்பிக் கொண்டு வெளியே வரும்போது நாலரை மணியாகிவிட்டது. அங்கே ரிக்ஷாவோ ஆட்டோவோ கிடைக்காது. ஸ்டேஷன் ரொம்பவும் தொலைவிலிருந்தது. எவ்வளவு நேரமாகக் காத்திருந்த போதிலும் ஏனோ பஸ் வரவில்லை. பலரும் அவளைப்போலவே காத்திருந்தனர். கடைசியில் ஒரு ஆட்டோ வந்தது.

மேனகா அதில் எந்த நேரத்தில் ஏறிக்கொண்டாலோ? சிறிது தூரம் போனதும், வழியில் அதன் டயர் பங்சராகி ஆட்டோ நின்றது. மேனகா இன்னொரு ஆட்டோவைப் பிடித்து ஸ்டேஷனுக்குப் போய்ச் சேர்ந்தாள். அவசர அவசரமாக பிளாட்பார்ம் டிக்கெட் வாங்கிக் கொண்டு உள்ளே ஓடினாள்.

அங்கே அவளுக்கு ஏமாற்றமே மிஞ்சியிருந்தது. அதற்கு இரண்டு நிமிடங்களுக்கு முன்னால்தான் ஹைதராபாத் எக்ஸ்பிரஸ் கிளம்பிப் போனதாம். தொலைவில் கூவிக் கொண்டே முனை திரும்பி, அது கண்ணிலிருந்து மறைந்து கொண்டிருந்தது.

மேனகா சிலையாய் நின்று விட்டாள். முகமெல்லாம் வியர்த்துக் கொட்டியது. பாக்கியம் மாமியிடம் கொடுக்க வேண்டுமென்று ஸ்வீட் பாக்கெட் வாங்கிவந்திருந்தாள்.

அவள் மனம் நொறுங்கியே போய் விட்டது. தளர்ந்த நடையுடன் திரும்பினாள். திரும்பி வந்து கொண்டிருந்த மேனகாவுக்கு தன்னை பயங்கரமான தனிமை சூழ்ந்து கொண்டாற்போல் இருந்தது. ஹரிகிருஷ்ணாவைக் கடைசியாக ஒரு முறை பார்க்கவும், பேசவும் முடியவில்லையே என்ற வருத்தம் தோன்றியது. அவளுக்கு ஏனோ தன் உடலின் பாதி பகுதியே... ஏன் உயிரில் பாதியே தன்னை விட்டுப் போய் விட்டாற்போல இருந்தது.

27

ஒரு வாரம் ஆகியிருக்கும். மேனகா கம்பெனியிலிருந்து மாலை வீட்டுக்கு வந்தாள். அன்று பார்த்து வெயில் தீவிரமாக இருந்தது. வந்ததுமே பின்னலை அவிழ்த்து முடிந்துகொண்டு குளிக்கப் புறப்பட்டாள். ரஞ்சனி ''உனக்கு லெட்டர் வந்திருக்கு'' என்று கொண்டு வந்து கொடுத்தாள்.

''எனக்கா? யார் எழுதியிருக்கிறாங்க?''

''தெரியலை நீயே பார்'' என்று சொல்லிவிட்டு ரஞ்சனி உள்ளே போய் விட்டாள்.

மேனகா கடிதத்தைப் பார்த்தாள். கவர் பிரித்துதான் இருந்தது. ஹரிகிருஷ்ணா தான் எழுதியிருந்தான். மேனகாவின் கண்கள் மகிழ்ச்சியால் அகல விரிந்தன. வியப்புடன் அவை எழுத்துக்களைத் தொடர்ந்து ஓடின.

கடிதம் ரொம்பவும் சுருக்கமாக இருந்தது.

''அன்புள்ள மேனகாவுக்கு,

ஹரிகிருஷ்ணா எழுதுவது. நாங்கள் நலம். நீயும் உன் தங்கை, பாட்டி, அம்மா எல்லோரும் நலமாக இருப்பீர்கள் என்று நம்புகிறேன். நாங்கள் இங்கு வந்ததுமே அம்மாவுக்கு உடல்நலம் சரியில்லாமல் போய் விட்டது. இப்பொழுது கொஞ்சம் தேவலை. புது இடம், புது வேலை. வீட்டிலிருந்து ஆஸ்பத்திரி ரொம்ப தொலைவில் இருக்கிறது. இந்தப் பரபரப்பில் உடனே கடிதம் போட முடியவில்லை.

நீ அன்றைக்கு ஸ்டேஷனுக்கு வருவாய் என்று ரொம்ப எதிர்பார்த்தோம். ஆனால் நீ வரவில்லை. ஒருக்கால் வர முடியாமல் போயிருக்கும் என்று நினைக்கிறேன். பாட்டி எப்படி இருக்கிறாள்? இன்னும் முதுகு வலி இருக்கிறதா?

அம்மாவுக்கு என் நமஸ்காரங்களைத் தெரிவி. மாதவி கல்லூரிக்குப் போய் வருகிறாளா?

உன் வேலை எப்படி இருக்கிறது? மின்னு! நீதான் உங்க வீட்டுக்கு ஆண்மகன். குடும்ப பாரம் முழுவதையும் இந்த சின்ன வயதிலேயே நீ சுமக்க வேண்டி வந்தது உண்மை யிலேயே உனக்கு ஒரு பெரிய சவால் மாதிரிதான். வேலையில் மிகவும் கவனமாக இரு.

உங்களை எல்லாம் கேட்டதாக அம்மா சொல்லச் சொன் னாள். என் திருமணம் ஜூன் ஆறாம் தேதிக்குத் தள்ளிப் போடப்பட்டிருக்கிறது. அவ்விடத்து விசேஷங்களுடன், உங்கள் ஷேம சமாச்சாரங்களுடன் உடனே பதில் எழுது. அட்ரஸ் பின்னால் இருக்கிறது.

இப்படிக்கு அனேக ஆசிகளுடன்

- ஹரிகிருஷ்ணா

மேனகாவுக்கு அதைப் படித்து முடித்ததும் சந்தோஷம் பொங்கி வந்தது. அங்கிருந்து தன் அறைக்குப் போய்க் கட்டிலில் உட்கார்ந்து கொண்டு திரும்பத் திரும்ப அதைப் படித்தாள். குளித்துவிட்டு வந்து படித்தாள். சாப்பிட்டுவிட்டுப் படுக்கப் போவதற்கு முன்னால் மறுபடியும் படித்தாள். அப்படியும் ஆர்வம் மட்டுப்படுவதாக இல்லை.

அவர்கள் வீட்டில் யாருக்குமே எப்பொழுதுமே கடிதம் எதுவும் வந்ததில்லை. தனக்குக் கடிதம் வந்தால் கிழித்துப் படிக்க வேண்டாம் என்று அம்மாவிடமும், பாட்டியிடமும் சொல்ல வேண்டும்போல் இருந்தது. ஆனால் தயக்கமாக இருந்தது. ஹரிகிருஷ்ணா எழுதிய கடிதத்தில் ரகசியம் எதுவும் இல்லை. குடும்பத்தில் எல்லோரையும் விசாரித்து எழுதியிருந்த கடிதம்தான் அது. ஆனால் மேனகா அப்படி நினைக்கவில்லை. அதை அவளுக்குத் தனிப்பட்ட முறையில் வந்த கடிதமாக நினைத்தாள். அதைப் பெட்டியில் பத்திரமாக எடுத்து வைத்தாள்.

மேனகா அன்றிரவே அதற்குப் பதில் எழுதிவிட்டாள். முதலில் அவனை என்னவென்று அழைப்பது என்று தெரியவில்லை. பெயர் சொல்லி எழுதினால் நன்றாக இருக்காது. டாக்டர் என்றாலும் நன்றாக இல்லை. கடைசியில் எதையும் குறிப்பிடாமல் ''உங்களுக்கு மேனகா எழுதுவது'' என்றே தொடங்கினாள்.

''நான் இங்கே நலம். உங்கள் நலனைத் தெரியப்படுத்தவும். அம்மாவுக்கு இப்பொழுது உடம்பு தேவலையாகியிருக்கும் என்று

நினைக்கிறேன்'' என்று எழுதிவிட்டு, அன்றைக்கு ஸ்டேஷனுக்கு வந்தும் தன்னால் எப்படி அவர்களைச் சந்திக்க முடியாமல் போயிற்றோ அதையெல்லாம்பற்றி விவரமாக எழுதினாள். இறுதியில் தனக்கு மிகவும் பிரியமானவர் தன்னைவிட்டுப் பிரிந்து விட்டாற்போல் தனக்கு அவ்வளவு வருத்தமாக இருப்பதாக எழுதினாள். உடனே பதில் போடும்படியும் அவனுக்கு வேண்டுகோள் விடுத்தாள்.

அதன்படியே ஹரிகிருஷ்ணா உடனே பதில் எழுதினான். அதில் 'அன்புள்ள மின்னு' என்று விளித்திருந்தான். தன்னைப் பெயர் குறிப்பிடாமல் எழுத வேண்டாம் என்றும், அம்மா அவனை அழைப்பதுபோல் கிருஷ்ணா என்று அழைக்கச் சொல்லியும் எழுதியிருந்தான். கடைசியில் ''இன்று என் வருங்கால மாமனார் வீட்டுக்குச் சாப்பிடப் போயிருந்தேன். அவர்கள் வீட்டில் பாயசம் கொடுத்தார்கள். அதைச் சாப்பிடும்போது நீதான் என்னுடைய நினைவுக்கு வந்தாய். அந்தப் பாயசம் அவ்வளவு ருசியாக இல்லை. ஒருக்கால் என் வாழ்க்கையில் இனி யார் பாயாசம் கொடுத்தாலும் எனக்குப் பிடிக்காதோ என்னவோ?'' என்று எழுதியிருந்தான். அவனும் ரேகாவும் சேர்ந்து ஏதோ ஒரு இந்தி சினிமா பார்த்தார்களாம். கடிதத்தின் கடைசியில் ''நீ சரியாக சாப்பிடுகிறாயா இல்லையா? மாதத்திற்கு ஒரு முறை உன் எடையைக் காட்டும் கார்டை அனுப்பி வைக்கவும். தொடர்ந்து கடிதம் போடவும். நான் பதில் எழுதுவேன். தாமதம் ஆனால் தவறாக நினைக்காதே'' என்று எழுதியிருந்தான்.

அதேபோல் மேனகா எடையைப் பார்த்துக் கொண்டு அந்த கார்டை கடிதத்துடன் இணைத்து அவனுக்கு அனுப்பி வைத்தாள். அந்த கார்டுக்குப் பின்னால் ''நீ நேசித்தவர் உன்னைவிட்டுத் தொலைவிற்குப் போய்விட்டதால் உன் வாழ்க்கை சூனியமாக, வெறுமையாகத் தோன்றும்'' என்று இருந்தது. மேனகாவுக்கு ஹரிகிருஷ்ணா அந்த வார்த்தைகளைப் படிப்பானோ இல்லையோ என்று தோன்றியது.

பரஸ்பரம் கடிதங்கள் எழுதிக் கொள்வது அவர்களுக்கிடையே வழக்கமாகி விட்டிருந்தது. ஒரு முறை மேனகா எழுதினாள். ''கிருஷ்ணா! இந்தக் கடிதம் எழுதிக் கொண்டு இருக்கும்போது நைட் க்வீன் பூக்களின் நறுமணம் ஜன்னல் வழியாய் வந்து வீசி என் மூக்கைத் துளைக்கிறது. நைட் க்வீன் நறுமணத்தை நுகரும் போதெல்லாம் எனக்கு உங்கள் நினைவுதான் வரும். என்னால் முடியாதே தவிர, முடிந்தால் அதன் நறுமணத்தை மூட்டை கட்டி

இந்தக் கடிதத்துடன் இணைத்து அனுப்பி வைத்திருப்பேன்'' என்று எழுதினாள்.

அந்தக் கடிதத்திற்கு மேனகா ஆசை ஆசையாய் எதிர்பார்த்தது போல் உடனே பதில் வரவில்லை. ஒரு வாரத்திற்குப் பிறகு வந்தது. ஹரிகிருஷ்ணா ஊரில் இல்லையாம். ரேகாவுடன் சேர்ந்து வெளியூருக்குப் போயிருந்தானாம். கடிதத்துடன் திருமண அழைப்பிதழும் வந்தது.

மணமகனும், மணமகளும் சேர்ந்து அழைப்பதுபோல் அந்தப் பத்திரிகையின் வாசகம் இருந்தது.

மேனகா ரொம்ப நேரம் அந்த அழைப்பிதழைப் பார்த்தபடி உட்கார்ந்திருந்தாள். திருமணம் பெண்ணின் வாழ்க்கையில் ஒரு இனிமையான அனுபவம். திருமணத்தின் மூலமாக வாழ்க்கைப்படகு உருப்படியான ஒரு கரைக்கு வந்து சேரும். மேனகாவின் கண்முன்னால் அதிலிருந்த எழுத்துக்கள் சிதைந்து விட்டன. அங்கே ரேகா என்பதற்கு பதிலாக மேனகா என்றே இருப்பதாக அவள் கண்களுக்குத் தென்பட்டது.

அவளுக்கும் தந்தை என்று ஒருவர் இருந்திருந்தால் அவளுடைய இப்படிப்பட்ட விருப்பம் நிறைவேறி இருக்கும். மேனகாவுக்குப் பிரபாகரின் ஏளனமும், பழிப்பும் அப்போது நினைவுக்கு வந்தன. அன்று விஷயம் புரியாமல் மேனகா வருத்தப்பட்டுக் கொண்டாள். இன்று எல்லாம் தெளிவாக அவளுக்குப் புரிந்து விட்டது. பிரபாகர் சொன்னதில் எந்தத் தவறும் இல்லை. தன் அதிர்ஷ்டம் அப்படி இருக்கிறது என்றெண்ணிக் கொண்டாள்.

அவள் அன்று இரவு சரியாகத் தூங்கவில்லை. அதற்குப் பிறகு ஹரிகிருஷ்ணா திருமண வேலைகளில் ஈடுபட்டு பிசியாகி விட்டதால் அவனிடமிருந்து கடிதம் வருவதும் நின்று போயிற்று.

மங்களத்திற்கு உடம்புக்கு ரொம்பவும் முடியாமல் போய் விட்டது. மேனகா வாழ்த்து மடல் ஒன்று வாங்கி அனுப்பினாள். தான் வரமுடியாமல் போனதைத் தெரிவித்துக் கடிதம் ஒன்றும் எழுதினாள்.

ஹரிகிருஷ்ணாவிடமிருந்து அதற்கு பதில் கடிதம் எதுவும் வரவே இல்லை. அவள் எழுதியிருந்த கடிதத்திற்கு ''ஹரிகிருஷ்ணா மனைவியுடன் வட இந்தியாவுக்குப் போயிருப்பதாகத் தெரிவித்து பாக்கியம் மாமி கடிதம் போட்டாள். அதுதான் அங்கிருந்து அவளுக்குக் கடைசியாக வந்த கடிதம்.

28

நாட்கள் போய்க் கொண்டிருந்தன. வாரங்கள் பறந்தன. மேனகாவின் வாழ்க்கை இப்பொழுது ஒரு சீரான நிலைக்கு வந்துவிட்டிருந்தது. சரியான தண்டவாளத்தில் போகும் ரயிலைப் போல் அது மிகவும் நிதானமாகப் போய்க் கொண்டிருந்தது.

மேனகா, மாதவி இருவரும் காலையில் எழுந்து கொள்வார்கள். குளித்துவிட்டு ரஞ்சனி போட்ட சாப்பாட்டை சாப்பிடுவார்கள். மாதவி புத்தகங்கள் மற்றும் டிபன்பாக்ஸை எடுத்துக் கொள்வாள். மேனகா குடை மற்றும் டிபன்பாக்ஸை எடுத்துக் கொள்வாள். இருவரும் ஒன்பது மணிக்கெல்லாம் வீட்டை விட்டுப் புறப்பட்டு விடுவார்கள். இரண்டு பர்லாங்கு நடந்த பிறகு பஸ் ஸ்டாண்ட் வரும். மாதவி வலது பக்கமாகக் கல்லூரிக்குப் போகும் பஸ்ஸில் ஏறிக்கொள்வாள். மேனகா ரோட்டைத் தாண்டி இடது பக்கம் கம்பெனிக்குப் போகும் பஸ்ஸில் ஏறுவாள்.

ஒரு மாதம் கழித்துக் கணக்குப் பார்த்துக் கொண்டபோது இருவரின் பஸ் செலவுக்கு மட்டுமே சுமார் நூறு ரூபாய்க்கு மேல் செலவாகியிருந்தது. அதோடு சில நாட்கள் பஸ் கிடைக்காவிட்டால் ரிக்ஷாவில் வர வேண்டும். மேனகா இந்தச் செலவைக் குறைக்கும் வழிபற்றி யோசித்தாள்.

ராமநாதன் மூலமாக தவணை முறையில் தருவதாகச் சொல்லி சைக்கிள் ஒன்றை வாங்கிக் கொண்டாள். சின்ன வயதில் பக்கத்து வீட்டுப் பையனிடம் சைக்கிள் ஓட்டக் கற்றுக் கொண்டிருந்தாள். அவள் ஒரு தடவை சைக்கிளிலிருந்து விழுந்து பட்டுக் கொண்ட காயத்தின் வடு இன்றும் முழங்கையில் மாறாமல் இருக்கிறது. மங்களம் இன்னொரு தடவை சைக்கிளைத் தொட்

டால் காலை ஒடித்துவிடுவதாகச் சொல்லி மிரட்டியிருந்தாள். பொழுது போக்காகக் கற்றுக் கொண்ட அந்த வித்தை இப்பொழுது கொஞ்சம் பிராக்டீஸ் செய்ததும் கைவசமாகிவிட்டது.

மேனகா சைக்கிளை எடுத்துக்கொண்டு வந்தபோது மங்களம் கன்னத்தில் இடித்துக்கொண்டு ''பார்க்கிறவங்க சிரிக்க மாட்டார் களா?'' என்றாள்.

''சிரிக்கட்டும். நமக்கென்ன வந்தது? நான் ஒன்றும் வேண்டாத காரியம் செய்யவில்லையே?'' என்றாள் மேனகா.

அன்று முதல் மேனகா மாதவியை சைக்கிளில் ஏற்றிக்கொண்டு கல்லூரியில் இறக்கிவிட்டு விட்டு, கம்பெனிக்குப் போகத் தொடங் கினாள். முதல்நாள் மேனகா மாதவி இருவரும் சைக்கிளில் போகும்போது தெருவில் சில காலிப் பசங்கள் விசிலடித்து, கிண்டல் செய்தார்கள். மாதவி கூச்சத்துடன் ''பாருக்கா! எப்படி கேலி செய்றாங்க?'' என்றாள்.

''அதை நீ ஏண்டி கவனிக்கிறே? கேலி செய்தா செய்து கொள்ளட்டும். பாட்டி எப்போதும் சொல்லுவாள். கேலி செய்தவங்க முகம்தான் கோணலாக மாறும்ன்னு. பாவம், இது தெரியாமல் அந்த முட்டாளுங்க கேலி செய்யறானுங்க விடுடி. அவங்களைப் பார்த்து நாமதான் இரக்கப்படணும். பஸ் ஸ்டாண்டில் எத்தனைப் பெண்கள் நின்னுகிட்டிருக்காங்க பாரு? யாருக்கும் புதிதாக ஏதாவது செய்யத் துணிச்சல் இருக்கா. இவங்களெல்லாம் சைக்கிள் ஓட்டினா என்னவாம்? அதுவே கார் ஓட்டிக் கொண்டு போனா அப்படிப் போற அந்தப் பெண்ணை மதிப்போட பார்ப்பாங்க. காருக்கும் சைக்கிளுக்கும் என்ன பெரிய வித்தியாசம்? பணம் ஒன்னைத் தவிர'' என்றாள்.

யார் கேலி செய்தாலும் மேனகா வெட்கப்படுவதில்லை. எல்லோருக்கும் பழகிப்போய் கேலி செய்வது குறைந்து விட்டிருந்தது. சில நாட்கள் போனதும் இவளைப் போலவே அந்தத் தெருவில் இன்னும் இரண்டு மூன்று பெண்கள் சைக்கிள் ஓட்டத் தொடங்கி விட்டார்கள்.

மாலையில் கல்லூரியிலிருந்து திரும்பி வந்ததும் புத்தகங்களை எடுத்துக் கொண்டு மாதவி படிக்க உட்கார்ந்து விடுவாள். மேனகா வரும் வரையில் சாப்பிட மாட்டாள். காலை நேரத்தில் தனித் தனியாகச் சாப்பிட்டாலும் மாலையில் மட்டும் நான்கு பேரும் சேர்ந்துதான் சாப்பிடுவார்கள். கடைக்குப் போகும் வேலைகளை எல்லாம் மங்களம் பார்த்துக் கொண்டாள். சமையலை ரஞ்சனி கவனித்துக் கொண்டாள். லீவு நாட்களில் மேனகாவும் மாதவியும்

துணிகளை தோய்த்து இஸ்திரி செய்வார்கள். இப்பொழுது வீட்டில் பட்டினி என்ற பேச்சே இல்லை.

மேனகாவுக்கு வாழ்க்கை சுவர்க்கத்திற்குச் சமமானதாக இருந்தது. கம்பெனியிலும் அவள் ராமநாதன் மூலமாக வேலைக்கு வந்ததால் மற்றவர்கள் மதிப்புடன் நடந்து கொண்டார்கள்.

மேனகாவும், மாதவியும் சேர்ந்துதான் படுத்துக் கொள்வார்கள். மாதவி கல்லூரி விஷயங்களையும், மேனகா கம்பெனி விஷயங்களையும் ஒருவருக்கொருவர் பரிமாறிக் கொள்வார்கள்.

ஆடைகள் விஷயத்தில் மேனகா தங்கைக்கு முக்கியத்துவம் கொடுத்து வந்தாள். நல்ல புடவை கண்ணில் பட்டால் மாதவிக்கு நன்றாக இருக்கும் என்று நினைத்துக் கொள்வாள். அவள் படிப்பதற்காக மேஜை நாற்காலியும், மேஜை விளக்கும் வாங்கினாள். இரவு நேரங்களில் மாதவி படுத்துக் கொண்டே தூங்கிவிட்டால் மேனகா மேஜைமீது இருந்த புத்தகங்களையெல்லாம் எடுத்து அடுக்கி வைத்துவிட்டு விளக்கை அணைப்பாள். புத்தகங்கள் மீது மாதவி இண்டர் என்று எழுதியிருப்பதைப் பார்த்துவிட்டு தானே அந்த படிப்புப் படிப்பது போல் மகிழ்ந்து போவாள். பரீட்சை நேரங்களில் மாதவியை மேலும் அனுசரணையாகப் பார்த்துக் கொள்வாள். விடியற்காலையில் மாதவி படித்துக் கொண்டிருந்தால் வீட்டில் யாரும் சத்தம் போடக் கூடாது என்று ஆணையிடுவாள்.

மாதவி படிக்கும் அதே கல்லூரியில் பூஷணத்தின் இரண்டாவது மகள் ரஜனியும் படித்துக் கொண்டிருந்தாள். அவளும் மாதவியின் வகுப்புதான். இன்னார் என்று தெரியாமல் ரஜனி மாதவியுடன் நன்றாகவே பேசினாள். ஒரு முறை இரண்டு பேரும் சேர்ந்து கேட் அருகில் வந்து கொண்டிருந்தபோது, மகளை அழைத்துப் போவதற்காக வந்திருந்த பூஷணம் காரில் உட்கார்ந்தபடியே பார்த்தார். ரஜனி தன் தந்தைக்கு மாதவியை அறிமுகம் செய்து வைத்தாள். அவரைப் பார்த்ததும் மாதவி தடுமாற்றமடைந்தாள். தவறு செய்து விட்டவள் போல் தலை குனிந்தாள்.

அவர் எதுவும் சொல்லவில்லை. மகளைக் கோபமாக முறைத்தார். ''ஊம். கண்டவங்களுடன் உனக்கு சிநேகம் எதுக்கு?'' கடிந்து கொண்டே கார்க் கதவைத் திறந்தார். ரஜனி ஏறி உட்கார்ந்து கொண்டாள்.

அன்று வீடு திரும்பிய மாதவி புத்தகங்களை மூலையில் வீசியெறிந்து விட்டு, ''இனி நான் கல்லூரிக்குப் போகப் போவதில்லை அம்மா'' என்று அங்கே நடந்ததை எல்லாம் சொன்னாள்.

மேனகா மாலையில் வீட்டுக்கு வந்தபோது மாதவி கட்டிலில் சுவற்றுப் பக்கம் திரும்பிப் படுத்திருந்தாள். ரஞ்சனி அழுது கொண்டிருந்தாள்.

''என்ன நடந்தது?'' கேட்டாள் மேனகா.

''ஒன்றுமில்லை'' என்றாள் ரஞ்சனி.

''மாதவி படுத்துக்கிடக்கிறாளே? உடம்பு எதுவும் சரியா இல்லையா?'' என்றபடி பதற்றத்துடன் கட்டிலை நெருங்கினாள்.

''மாதவி நாளை முதல் கல்லூரிக்குப் போகப் போறதில்லையாம்'' என்றாள் மங்களம்.

''இதென்ன கஷ்டம்! போகப் போவதில்லையா? ஏன்? என்ன நடந்தது?'' என்று கவலையோடு கேட்டாள் மாதவி.

மங்களம் மாதவி சொன்னதையெல்லாம் அப்படியே ஒப்பித்தாள். ஒரு வினாடி மேனகா சலனமற்றவள் போல் அப்படியே நின்று விட்டாள். சுண்டினால் ரத்தம் தெறித்துவிடும் போல் அவள் முகம் கோபத்தில் சிவந்து போய் விட்டது.

பாட்டி சொன்னதையெல்லாம் கேட்டதுமே ஒரே எட்டில் போய் மாதவி போர்த்தியிருந்த போர்வையைப் பிடுங்கிப் போட்டு மாதவியின் தோளைப் பற்றி எழுப்பி உட்கார வைத்தாள்.

''மாதவி! இதுதானே நீ சொன்னே?'' என்றாள்.

அவள் பதில் பேசவில்லை.

''நீ வேற எதுக்காக கல்லூரிக்குப் போக மாட்டேன்கிற? கண்டவங்க யாரெல்லாமோ படிக்கிறப்ப நீ படிப்பை விட்டுடுவாயா? ஏன் எதற்காக விடணும்கிறேன்?'' என்று அதட்டினாள்.

''இது.. இது கல்லூரி முழுக்கத் தெரிஞ்சிட்டா நல்லா இருக்காதுக்கா. எனக்கு என்னவோ போல் இருக்கும்.'' தாழ்ந்த குரலில் சொன்னாள்.

''என்னது? என்னவோ போல் இருக்குமா? ச்சே!'' பழிப்பது போல் சொன்னாள் மேனகா. ''இப்படிச் சொல்ல உனக்கு வெட்கமா இல்லே?... படிக்கிறாளாம் படிப்பு... உனக்கு ஏன் என்னவோ போல் இருக்கணும்கிறேன்? நீ ஏதாச்சும் தவறு செய்தியா? அப்படியெல்லாம் நினைச்சா நாம உயிரோடு இருக்கவே கூடாதுடி. என்னவோ போல் இருக்குமாமே? இந்த விஷயம் வெளியில தெரிஞ்சா நீ இல்லடி, அந்த ஆள்தான் வெட்கப்படணும். நீ ஒண்ணும் படிப்பை விடக் கூடாது. அதே காலேஜ்லதான் படிக்கணும். அது மட்டுமே இல்லே. எல்லாத்துலயும் முதல் மார்க்

வாங்கணும். ஆமா'' மேனகா ஆவேசமாகக் கையை நீட்டி உரத்த குரலில் சொன்னாள்.

''நீ நல்லா படிச்சி ஃபஸ்டுல பாசாகி பேப்பர்ல உன் போட்டோவைப் போடறபோது, உன்னைப் போல மகளுக்குத் தந்தை என்று சொல்லிக் கொள்ள முடியாமல் போனதற்கு அந்த ஆள்தான்டி வெட்கப்பட்டுத் தலையை குனிஞ்சி கொள்ளணும். நானா இருந்தா அப்படித்தான் செய்வேன். இப்பவே சொல்லிட்டேன். நீ டிஸ்டிங்ஷன்ல பாஸாகாட்டா என்னைக் கொன்னதுக்குச் சமம். என்மேல் ஆணை. ஆமா! அதுக்காக என்னவோ போல் ஏன் இருக்கணும்கிறேன்?''

மாதவி எதுவும் பேசாமல் எழுந்து உட்கார்ந்தாள்..

''நாம எந்தத் தப்பும் செய்யலியே? ஒரு மனைவியை வச்சிக்கிட்டு, அவளுடன் வாழ்ந்து குழந்தைகளையும் பெத்துக்கிட்டு, அத்தோடு இன்னொருத்தியோடவும் உறவு வச்சிக்கிட்டு, கல்யாணம் பண்ணிக் கிறதா சொல்லி தன்னை நம்பினவளை ஏமாத்திட்ட அந்த ஆள்தான்டி வெட்கப்படணும். நமக்கு வக்கு இல்லாததால, ஆண்துணை இல்லாததால இந்த உலகம் நம்மைப் பழிக்குது. அப்படிப்பட்ட மோசமான காரியத்தைப் பண்ணியும் கூட பெரிய மனுஷனாட்டமா வளைய வந்துகிட்டிருக்கிற அவன்தான்டி வெட்கப்படணும். அந்த ஆளை இந்த உலகத்தால எதுவும் சொல்ல முடியலை.

இந்த உலகம் நம்மாட்டம் இருக்கிற ஆதரவற்றவர்களைத்தான் பழிக்கும். அழவைக்கும். இதுவே பணமும், மதிப்பும் உள்ளவர் களைப் பார்த்தா... வாழ்த்தும். பூனையைப் போல் மூலையில் பதுங்கிக்கொள்ளும். இந்த உலகம் சொல்ற பழிப்பு வார்த்தை களுக்கெல்லாம் சிறுவயதில் விவரம் புரியாமல் நான் கூட அழுதிருக்கேன். உலகத்திற்குப் பயப்படறவங்க அப்பாவிகள், முட்டாள்கள். புத்திசாலிகளும், தைரியசாலிகளும் இந்த உலகத்திற்கு எப்பவுமே பயப்பட மாட்டாங்க. எழுந்துபோய் முகம் கழுவிட்டு மரியாதையா சாப்பிட வாடி. இன்னொரு தடவை கல்லூரிக்குப் போக மாட்டேன்னு சொன்னே அப்புறம் தெரியும் சேதி. உன் கழுத்தை நெறிச்சிக் கொன்னுட்டு, நானும் செத்துப் போய்டுவேன்'' என்ற மேனகா, ஆவேசம் வந்தவள் போல் பெரிது பெரிதாக மூச்சுவிட்டாள்.

எப்போதும் செல்லமாக, பாசத்துடன் பழகும் மேனகா இப்படிக் கோபத்துடன் கத்தியதையும், கண்கள் சிவக்க உருட்டி விழித்ததையும் பார்த்த மாதவிக்கு மட்டுமல்ல; எல்லோருக்குமே

பயம் ஏற்பட்டுவிட்டது. மங்களம் எழுந்தாள். எந்திரம் போல் மெதுவாக மேனகாவை நோக்கி நடந்து வந்தாள்.

''போகட்டும் விடேன்டி மின்னு! மாதவியை ஏன் கஷ்டப் படுத்தணும்? கல்லூரிக்குப் போய் படிக்காட்டாதான் என்ன? அவள் வீட்டில் இருந்துகிட்டே படிக்கட்டுமே'' என்றாள் ரஞ்சனி.

''ஏன் அது அவரு காலேஜா என்ன?...அம்மா! உனக்கு ஒண்ணும் தெரியாது. நீ இதில தலையிடாதே.'' என்று அவள் மேல் மேனகா எரிந்து விழுந்தாள்.

நான்கு நாட்கள் கழிந்தன. அன்று கம்பெனிக்கு விடுமுறை. மாலை நான்கு மணியளவில் கல்லூரி விடும் நேரத்திற்கு மேனகா மாதவியை அழைத்துச் செல்வதற்காக வந்திருந்தாள். அங்கே பல கார்கள் நிறுத்தி வைக்கப்பட்டிருந்தன.

மேனகா சைக்கிளை ஒரு பக்கமாக நிறுத்திவிட்டு மாதவிக்காகக் காத்திருந்தாள். அங்கே சற்று தொலைவில் பூஷணம் கருப்பு நிற அம்பாசிடர் காரில் உட்கார்ந்து மகளுக்காகக் காத்திருந்தார். அவரைப் பார்த்ததுமே மேனகாவின் நெஞ்சு தன்னையும் அறியாமல் படபடத்தது. அவளுக்கு தைரியம் பொங்கிக்கொண்டு வந்தது. முகத்தை நிமிர்த்தியபடி மிடுக்காக நின்று கொண்டிருந்தாள் அவள். அந்த முகத்தில் யாரையும் பொருட்படுத்தாத துணிச்சலும், பிடிவாதமும் தெளிவாகத் தென்பட்டன. கல்லூரி முடிந்து விட்டது. பெண்கள் எல்லோரும் விதவிதமான உடைகளில் வண்ணத்துப் பூச்சிகளைப் போல் உற்சாகமாக வெளியே உற்சாகமாக வந்து கொண்டிருந்தார்கள்.

ரஜனி வந்தாள். காரில் போய் உட்கார்ந்து கொண்டே மேனகாவைச் சுட்டிக்காட்டி பூஷணத்திடம் ஏதோ சொல்லிக் கொண்டிருந்தாள். அவர் ஆர்வத்துடன் மேனகாவைப் பார்த்தார். அவருடைய காருக்குக் குறுக்கே மேனகாவின் சைக்கிள் இருந்தது. அவர் எலக்ட்ரிக் ஹாரனை அடித்தார். மேனகா அது காதில் விழாதது போலவே நின்று கொண்டிருந்தாள். ஆட்டோக்காரன் ஒருவன் வந்து ''சைக்கிளை எடுக்கச் சொல்கிறார்மா'' என்றான்.

மேனகா அதைக் கவனிக்காதது போலவே இருந்தாள். மாதவி வந்தாள். இரண்டு பேரும் நடந்தே சைக்கிள் அருகில் வந்தார்கள்.

மேனகா மாதவியை முன்னால் உட்கார வைத்துக் கொண்டு சைக்கிளை மிதித்துக் கொண்டிருந்தாள். பின்னால் பூஷணத்தின் கார் நகர்ந்து வந்து கொண்டிருந்தது. அந்தப் பக்கமும் இந்தப் பக்கமும் வரிசையாக ரிக்ஷாக்கள் நிறுத்தி வைக்கப்பட்டிருந்ததால் காரால் சுலபமாக சைக்கிளைத் தாண்டிப் போக முடியவில்லை.

மேனகா சைக்கிளில் மிகவும் நிதானமாகப் போய்க் கொண்டிருந்தாள். பின்னால் வந்த கார் வழிகேட்டு சொல்லி ஹாரன் அடித்துவிட்டு, இனி பயனில்லை என்பதுபோல் ஊமையாகி வாயை மூடிக் கொண்டது.

சைக்கிளின் வ்யூ மிர்ரரில் பார்த்துக் கொண்டிருந்த மாதவி ''அக்கா! அவர்தான்'' என்றாள்.

''பார்த்தேன் விடுடி'' என்றாள் மேனகா எரிச்சலுடன்.

''வழிவிடேன் அக்கா. எல்லோரும் பார்த்துக்கிட்டே இருக்காங்கல்லே.''

''நீ வாயை மூடிக்க!'' எரிந்து விழுந்தாள் மேனகா.

முன்னால் சைக்கிளில் போய்க் கொண்டிருந்த இளம்பெண் பின்னால் வந்து கொண்டிருந்த பணக்காரப் பெரியவருக்கு வழி விடாமல் போய்க் கொண்டிருந்ததைப் பார்த்ததும் அங்கே இருந்த ரிக்ஷாக்காரர்களுக்கு உற்சாகம் வந்து விட்டது. விசிலடித்துக் கொண்டே பூஷணத்தைப் பார்த்துக் கேலியாக சிரித்தார்கள்.

அவர் முகம் சிவந்து விட்டது. அவமானத்தால் அவருக்குப் பைத்தியம் பிடித்துவிடும் போல் இருந்தது. சைக்கிளை உராய்ந்து, கீழே தள்ளிவிட்டு விர்ரென்று வேகமாகப் போய்விட்டார். சைக்கிள் தடுமாறவே, மேனகாவும் மாதவியும் கீழே விழுந்தார்கள். ரிக்ஷாக் காரர்கள் ஓட்டமாக ஓடி வந்தார்கள். சைக்கிளைத் தூக்கி நிறுத்தி னார்கள். அதற்குள் தொலைவிலிருந்து ட்ராஃபிக் போலீஸ்காரர் விசிலை ஊதிக் கொண்டே ஓடி வந்தார்.

மேனகா தன் சைக்கிளை ஓரமாகத் தள்ளிவிட்டு வேகமாகப் போய்க் கொண்டிருந்த காரைக் காட்டினாள். போலீஸ்காரர் அங்கே இருந்த மோட்டார் சைக்கிளில் ஏறி உடனே போய் அந்தக் காரை நிறுத்தினார்.

மேனகா, மாதவி, பூஷணம், ரஜனி நால்வருமாக சிறிது தூரத்தில் இருந்த மொபைல் கோர்ட்டுக்கு வந்தார்கள்.

''நான் யாரென்னு தெரியுமா?'' கோபமாகக் கேட்டார் பூஷணம்.

சிரித்தபடி, ''தெரியாமல் என்ன? சைக்கிளை ஒரு பொண்ணு ஓட்னா அவளைத் தள்ளிவிட்டுவிட்டு பயந்து ஓடிப் போய்க் கொண்டிருந்த பெரிய மனுஷன்'' என்றார் இன்ஸ்பெக்டர்.

''எனக்கு ஐ.ஜி.யைத் தெரியும். அதிகமாகப் பேசினா பின்னால கவலைப்பட வேண்டியிருக்கும்'' என்றார் கடுமையாய்.

''ட்யூட்டி ஆபீசர்கிட்ட பேசுகிறோம்னு முதலில் தெரிஞ்சிக்கங்க. உங்க மானம், மரியாதை, கௌரவம் பத்தி எல்லாம் எங்களுக்குத் தெரிய வேண்டிய தேவையில்லை'' என்றார் அவர் அதையும் விடக் கடுமையாய்.

மொபைல் கோர்ட்டார் ஐநூறு ரூபாய் பூஷணத்திடமிருந்து சைக்கிள் ரிப்பேருக்காக மேனகாவிற்கு வாங்கிக் கொடுத்தார்கள். ஒரு தாளில் கையெழுத்து வாங்கிக்கொண்டு ரசீது கொடுத்தார்கள்.

மேனகா அந்த இன்ஸ்பெக்டருக்கு நன்றி சொன்னாள்.

நசுங்கிப் போன சைக்கிளை ரிக்ஷாவில் ஏற்றிக் கொண்டு மேனகா மாதவியுடன் வீட்டிற்கு வந்து சேர்ந்தாள்.

மங்களம் பதறிப் போய் வெளியே ஓடி வந்தாள். ''இவ்வளவு நேரமாச்சு ரெண்டுபேரையும் காணமேன்னு நினைச்சிட்டேயிருந்தேன்? ஐயோ.. ஐயோ.. சைக்கிளுக்கு என்னடி ஆச்சு? இப்படி உரு தெரியாம நசுங்கிட்டதே?'' என்றாள்.

மாதவி நடந்ததை எல்லாம் உற்சாகத்துடன் சொன்னாள். மங்களம் கன்னத்தில் கையை வைத்தபடி ஆச்சரியத்துடன் கேட்டுக் கொண்டிருந்தாள். உடனே உள்ளே போய் முகத்தில் பட்ட காயத்திற்கு எண்ணெய் தடவிக் கொண்டிருந்த மேனகாவிடம் சென்று ''நல்ல காரியம் செய்திருக்கேடி மின்னு. என் பேத்திங்கிறதை நிரூபிச்சிட்டே'' என்றாள் பெருமையுடன்.

ரஞ்சனி மட்டும் ரொம்பவும் பயந்தாள். ''மின்னூ இப்படியெல்லாம் வீணா, தகராறு செய்யலாமா? பெண்பிள்ளைங்க நீங்க. நாளைக்குத் தனியா போய் வரவேண்டியிருக்குமில்லே'' என்றாள் கவலையோடு.

''பயப்படாதேம்மா. அவரால எங்களை ஒண்ணும் செய்ய முடியாது'' என்றாள் மேனகா.

அன்று மேனகாவுக்கு ரொம்பவும் மகிழ்ச்சியாகவும் சந்தோஷமாகவும் பெருமையாகவும் இருந்தது. போலீஸ் ஆபீசர் முரட்டுத்தனமாகப் பேசியபோது அவர் முகம் எப்படி வெலவெலத்துப் போயிற்று என்று திரும்பத் திரும்ப நினைவுபடுத்திக் கொண்டாள். அவளுக்கு சந்தோஷம் தாங்க முடியவில்லை. உலகம் இப்படித்தான் தவறு செய்தவர்களை தயவு தாட்சண்யமில்லாம தண்டிக்க வேண்டும்.

மேனகாவுக்கு உடம்பெல்லாம் வலித்தாலும் மனதுக்கு ரொம்பவும் திருப்தியாக இருந்தது.

29

மங்களம் வெறுமே உட்கார்ந்திருக்கும்போது பேத்திகளுக்குக் கல்யாணம் ஆகவில்லையே என்று தனக்குத்தானே அங்கலாய்த்துக் கொள்வாள். சில சமயம் மற்றவர்களும் அறியும்படி புலம்புவாள். மேனகா அதைக் கேட்டதுமே ''பாட்டி! பேத்திகள் என்று என்னையும் அதில் சேர்க்காதே. வேணும்னா மாதவிக்கு வரன் பார். என் பேச்சை எடுக்காதே'' என்பாள்.

''ஏன்? நீ கல்யாணம் செய்துக்கப் போறது இல்லையா?''

''செய்துக்க மாட்டேன்.''

''ஏனாம்? இதற்கு முன்பாவது பணம் இல்லாததால் திகையவில்லை. இப்பொழுது லட்சணமாக வேலை பார்த்துக் கொண்டிருக்கிறாய். யார் வேணும்னாலும் பண்ணிக்குவாங்க. முந்தாநாள் கோவிலுக்குப் போயிருந்தபோது பூசாரி சொன்னார், அவருக்குத் தெரிஞ்ச பையன் ஒருத்தன் இருக்கானாம்.''

''கோவிலுக்கு சாமி கும்பிடப் போறியா? அல்லது இதுக்காகவா?''

''இரண்டிற்காகவும்தான்டிம்மா. புண்ணியமும் புருஷார்த்தமும் என்பார்கள். அவருக்குத் தெரிஞ்ச பையன் ஒருத்தன் செருப்புக் கம்பெனியில் வேலை பார்க்கிறானாம். உன்னை ஏற்கெனவே பார்த்திருக்கிறானாம் அவன். பிடிச்சிருக்குன்னு அவர்கிட்ட சொன்னானாம். அப்பா இல்லையாம் அவனுக்கு. இரண்டு தங்கை, இரண்டு தம்பியாம். வேலை பார்க்கும் பெண்தான் வேணும்னு சொன்னானாம்.''

''போச்சு போ. எங்களுக்கு மாதிரியே அவனுக்கும் அப்பா இல்லியாக்கும்! அவர்களுடைய செலவுகளுக்கும்

நான் கைகொடுக்கவேணும் இல்லையா? தவிர அவன் தம்பி தங்கைகளுக்கும் சேர்த்து நான் உழைச்சுக் கொட்டணும்.''

''என்ன பேச்சு இது? எவ்வளவு பேர் மனைவியை வேலைக்கு அனுப்பலை? இந்தக் காலத்தில் வர்ற செலவுகளுக்கு ஆண், பெண் ரெண்டு பேரும் சம்பாதிச்சா தவிர யாருக்கும் கட்டுப்படியாகாது .''

மேனகா இடுப்பில் கையை வைத்துக் கொண்டு கேட்டாள். ''உன் பாட்டுதான் உனக்கு. நான் கல்யாணம் பண்ணிக்கிட்டு அவனையும், அவன் தம்பி தங்கைகளையும் காப்பாற்றப் போய் விட்டால், இங்கே உங்கள் கதி என்னவாகிறது? உன்னையும், அம்மாவையும் யார் பார்த்துப்பாங்க?'' மேனகாவின் முகத்தில் ஆவேசம் பொங்கி யது. ''இதோ பார் பாட்டி! நான் ஒண்ணும் யோசிக்காம பேசலை. எனக்குக் கல்யாணமாயிட்டா, வரப்போறவன் உங்களைக் கவனிக் கக் கூடாதும்பான். உங்களுக்குச் சாப்பாடு போடக்கூடாதும்பான். அப்ப நான் என்ன செய்யறது சொல்லு? வேணாம் பாட்டி. வேணவே வேணாம். நான் நிம்மதியா, கவலையில்லாமல் எல்லோ ருக்கும் ஆதரவா இருக்கேன். என்னை பிக்கல் பிடுங்கலில் தள்ளப் பார்க்காதீங்க. என்னால போராட முடியாது. வாழ்க்கைன்னா வெறுப்பு, அவமானங்கள் இவை மட்டுமே இல்லைன்னு எனக்கு நல்லாவே புரிஞ்சிட்டது. என்னோட மனநிம்மதியைக் கெடுக் காதீங்க.''

''என்ன பேச்சு பேசற நீ? கல்யாணம் பண்ணிக்காம எப்போதும் இப்படியே இருந்துடப் போறாயா?''

''ஆமா! அப்படித்தான் இருக்கப் போறேன். இதைவிட எனக்கு வேறு எதுவுமே தேவையில்லை. இப்போ எனக்கு என்ன குறைச்சல்? நல்ல வேலை. வீட்டுக்கு வந்தால் அம்மா, நீ மற்றும் தங்கை. யாரா இருந்தாலும் இதுக்குமேல வேற என்ன வேண்டும்?''

''பெண்ணுக்கு கல்யாணம் ஆகலைன்னா வாழ்க்கையில என்ன இருக்கும்?''

''ஒவ்வொரு மனுஷாளுக்கும் வாழ்க்கையில ஏதோ ஒரு குறையிருக்கும். என் வாழ்க்கையில் இது ஒரு குறை. நான் கல்யாணத்தைப் பத்தி யோசிச்சாதானே? கல்யாணம் ஆகாமல் எத்தனை பெண்கள் இல்லை? நானும் அவங்கள்ல ஒருத்தியாய் இருந்துட்டுப் போறேன். பாட்டி! எனக்கு ஒரு விஷயம் நல்லா புரிஞ்சிட்டது. வாழ்க்கையில் யாருக்குமே முழுமை கிடைச்சிடாது. சிலருக்குக் கல்யாணம் ஆகாது. அப்படியே கல்யாணம் ஆனாலும் சிலருக்குக் கணவன் ரொம்ப காலம் உயிருடன் இருக்க மாட்டான்.

சிலபேருடைய கணவன் நல்லவனா இருக்கமாட்டான். சிலருக்குக் குழந்தை இருக்காது. இன்னும் சிலருக்குப் பணம் இருக்காது. சிலருக்கு உடம்புல ஆரோக்கியம் இருக்காது. ஆக மொத்தம் எல்லா மனுஷனும் வாழ்க்கையுடன் சமாதானமாகப் போக வேண்டிய வன்தான். சொன்னா கேளு பாட்டி! எனக்குக் கல்யாணம் வேண்டாம். நீ என் விஷயத்தை விட்டுட்டு மாதவிக்கு வரன் பார்.''

''அது இல்லை மின்னு..''

''வேறு எதுவும் பேச வேணாம் பாட்டி! நான் நல்லா யோசிச்சிதான் சொல்றேன். சொன்னதையே திரும்பத் திரும்பச் சொல்லணும்னா எனக்கு எரிச்சல் வரும்'' என்று முடிவாக சொல்லிவிட்டாள் அவள்.

இரவாகிவிட்டது. எல்லோரும் உறங்கிவிட்டார்கள். மேனகா ஜன்னலில் உட்கார்ந்து ஜன்னல் கம்பிகளில் கன்னத்தைப் பதித்துக் கொண்டு வெளியில் பார்த்துக் கொண்டிருந்தாள். வெளியில் நிலா வெளிச்சம் எங்கும் பரவியிருந்தது. காற்றில் அந்த நைட் குவீன் மலரின் நறுமணம் மிதந்து வந்து மேனகாவைச் சூழ்ந்தது. அதை நுகரும் போதெல்லாம் மேனகாவுக்கு ஹரிகிருஷ்ணாவின் நினைவு வரும். அதனால் மட்டுமே இல்லை. நாளுக்கு ஒரு தடவையாவது எப்படியும் அவன் கட்டாயமாக அவள் நினைவுக்கு வருவான். அவள் நிம்மதியாக வாழ்ந்து கொண்டிருக்கிறாள் என்றால் அது எல்லாம் அவனுடைய கைங்கரியத்தால்தான். சேற்றிலிருந்து தன்னைத் தூக்கிவிட்டவன் அவன். அவன் செய்த உபகாரம்தான் தன்னை இன்று ஒரு நல்ல நிலையில் வைத்திருக்கிறது.

ஹரிகிருஷ்ணா கிளம்பிப் போய் இரண்டு வருஷங்கள் ஆகிறது. அவன் மனைவியை அழைத்துக் கொண்டு வெளிநாட்டுக்குச் சென்று விட்டதாக ராமநாதன் சொன்னார். மேனகாவின் கண் முன்னால் அவன் ஊருக்குப் புறப்பட்டு போகும் நாளன்று அவள் காபி கொடுக்கப் போனபோது அவன் தன்னைப் பிடித்து அணைத்துக் கொண்ட அந்த இனிய சம்பவம் மனதில் நிழலாடியது. அவன் நினைவுகள் என்றுமே அவளை விட்டு நீங்காது.

சாப்பிடும்போது அவன் நினைவு வரும். கையிலிருந்த சாதத்தைப் பார்த்தபடி அப்படியே உட்கார்ந்து விடுவாள். மாத சம்பளம் வாங்கும்போது இது அவன் காட்டிய வழிதானே என்று தோன்றும்.

அந்த வீட்டில் போதுமான நிறைய பண வசதி இல்லாமல் இருக்கலாம். ஆனால் அமைதி இருந்தது. ஹரிகிருஷ்ணா போகும் முன் சுழலில் சிக்கிக் கொண்டுவிட்டிருந்த தன்னுடைய வாழ்க்கைப் படகை கரையின் பக்கம் பக்குவமாகத் தள்ளிவிட்டிருந்தான். எதை

அவனுக்குக் கொடுத்து இந்த நன்றிக்கடனை தீர்த்துக் கொள்ள முடியும்?

ஹரிகிருஷ்ணாவுக்கும், அவன் தாய்க்கும் அவளைப் பற்றிய நினைவு இல்லாமல் போகலாம். ஏன் என்றால் அவர்கள் எத்தனையோ பேருக்கு இந்தவிதமாக உதவி செய்திருப்பார்கள். அது அவர்களுடைய சுபாவம். ஆனால் அன்பும் ஆதரவும் இல்லாமல் கட்டாந்தரையாக மாறிவிட்டிருந்த அவள் இதயச் சிப்பியில் அவர்கள் அன்பு எனும் மழைத் துளிகளைப் பொழியச் செய்திருந்தார்கள்.

ஹரிகிருஷ்ணாவின் நட்பு மேனகாவின் வறண்டு போயிருந்த இதயத்தில் மழை நீராகப் பொழிந்து, அங்கே அன்பு முளை விடத் தொடங்கிவிட்டது. அது அவனுக்கே தெரிந்திருக்காது போலும். தம் இருவரின் வாழ்க்கையும் இறுதிக்கட்டத்திற்கு வந்து விட்ட பிறகும், அவள் மனதில் அவன்பால் இந்த அளவுக்கு அன்பு இருப்பது ஒரு நாளும் அவனுக்குத் தெரியாமலேயே இருந்து விடுமோ.

அவன் எங்கேயோ வெளிநாட்டில் மனைவியுடன் சந்தோஷமாக இருக்கிறான். கல்யாணமாகி இரண்டு வருஷங்கள் ஆகிவிட்டன. அந்த ரேகாதான் எவ்வளவு அதிர்ஷ்டசாலி? கண்ணின் இமை போல் காக்கும் தந்தை ஒரு பக்கம். அன்பைப் பொழியும் கணவன் இன்னொரு பக்கம். பெண்ணாகப் பிறந்தால் அப்படித்தான் பிறக்கணும். மேனகா பெருமூச்சு விட்டுக் கொண்டாள்.

அவள் அவனை மறக்கவில்லை. ஒரு வினாடி கூட மறந்து போகவில்லை. வாழ்க்கையில் என்றைக்காவது அவன் கண்ணில் படாமல் போய் விடுவானா என்ன? மேனகாவின் கண் முன்னால் இன்னொரு காட்சி நிழலாடியது.

அவள் பேக்டரியிலிருந்து வரும்போது கார் ஒன்று அவள் முன்னால் வந்து நிற்கிறது. அதிலிருந்து ஹரிகிருஷ்ணா இறங்கு கிறான். அவன் அவளை யாரோ என்று நினைத்து ஏதோ விசாரிக் கிறான். தான் அவனை அடையாளம் புரிந்து கொண்டு, தான் இன்னார் என்று சொல்கிறாள். அவனால் நம்ப முடியவில்லை. அதற்குள் அவள் தலை நரைத்து, முகத்தில் சுருக்கங்கள் ஏற்படத் தொடங்கிவிட்டன. அவன் தலையும் நரைத்து விட்டிருந்தது. அவன் அவளைக் காரில் ஏற்றிக் கொண்டு தன் வீட்டிற்கு அழைத்துச் செல்கிறான். அங்கே ரேகா இருக்கிறாள். தன்னைப் பார்த்து மகிழ்ச்சியடைகிறாள். ஹரிகிருஷ்ணா தன்னுடைய குழந்தைகளை இவளுக்கு அறிமுகப்படுத்தி வைக்கிறான். அவள் அவர்களைத் தன் குழந்தைகளாக நினைத்துக் கொள்கிறாள். அவர்களிடம் "உங்க

அப்பாவை எனக்கு ரொம்பப் பிடிக்கும். அவர் எனக்கு ரொம்ப ரொம்ப உதவிகள் செய்தார்'' என்பாள்.

மேனகாவுக்கு இதுபோன்று அவனைப்பற்றிக் கற்பனை செய்து கொள்வது சுகமான அனுபவமாக இருக்கும். என்றாவது அவள் வாழ்க்கையில் இது நடந்தாகத்தான் வேண்டும். வயதான பிறகு அவளும், ஹரிகிருஷ்ணாவும் முன்போலவே நண்பர்களாகி விடுவார்கள். அதன்பின் இளமையின் நினைவுகளை அசை போட்டுக் கொண்டே, நட்பிற்கு இனிய எடுத்துக்காட்டாக அவர்கள் வாழத் தொடங்குவார்கள்.

மேனகா மகிழ்ச்சியில் ஆழ்ந்து நீளமாக ஒரு பெருமூச்சு விட்டாள்.

''எனக்குத் திருமணமே தேவையில்லை. வாழ்நாள் முழுவதும் இப்படிப்பட்ட ஒரு இனிய கனவுகளுடனேயே வாழ்ந்துடுவேன். வாழ்க்கை என்றால் என்ன? ஒரு கனவு! அவ்வளவுதானே'' என்று நினைத்துக் கொண்டாள். மனதிற்கு இதமாக இருந்தது.

30

மேனகா அன்று காலையில் கம்பெனிக்குப் புறப்பட்டுக் கொண்டு இருக்கும்போது ராமநாதன் வீட்டு வேலைக்காரன் வந்து ''ஐயா கூப்பிடுகிறார்'' என்று சொன்னான்.

ராமநாதன் இரண்டு நாட்களாகப் பல்வலியால் அவஸ்தைப் பட்டுக் கொண்டிருந்தார். இரண்டு நாட்களாக வீட்டிலேயேதான் அவர் இருப்பதாக வேலைக்காரியும் சொன்னாள். ஏதாவது முக்கியமான வேலை இருந்தால் தவிர வரச் சொல்லி ஆளை அனுப்பியிருக்க மாட்டார்.

மேனகா டிபன் பாக்ஸை எடுத்துக் கொண்டு அங்கே போனாள். அவள் போன பொழுது அவர் சாய்வு

நாற்காலியில் உட்கார்ந்திருந்தார். வலது பக்கக் கன்னம் அனுமாருக்குப் போல் வீங்கியிருந்தது. அதற்கு அவர் மேலே கன்னத்தில் ஏதோ மருந்து பூசியிருந்தார். கன்னம் வீங்கியிருந்த அவர் முகத்தைப் பார்த்தபொழுது உடனே அவளுக்கு சிரிப்பு வந்தாலும், அடுத்த நிமிஷம் அவர் மேல் இரக்கம் ஏற்பட்டது. அவர் பக்கத்தில் வழுக்கைத் தலையுடன் கண்ணாடி அணிந்திருந்த இன்னொருத்தரும் உட்கார்ந்திருந்தார்.

ராமநாதன் மேனகாவைப் பார்த்ததுமே ''வாம்மா. வந்து இப்படி உட்கார்'' என்றார்.

அதன்படி போய் மேனகா உட்கார்ந்தாள்.

ராமநாதன் பல்வலிக்கிடையே நிறுத்தி நிறுத்தி மெல்லிய குரலில் பல்லைக் கடித்தபடி பேசத் தொடங்கினார்.

''உன்னை ஒரு முக்கியமான விஷயத்திற்காகத்தான் கூப்பிட்டேன் மேனகா. நம் மில்லு புடவைகளுக்கு விளம்பர மாடலாக இருந்த அனிதா நம்மை விட்டுட்டு ஸ்ரீநிவாசா மில்லுக்கு அக்ரிமெண்ட் எழுதிக் கொடுத்துட்டா. அந்தப் பெண் அங்கே போன பிறகு அவர்களின் விற்பனையும் அதிகமாயிட்டது. நமக்கு யாரும் சரியான மாடல் கிடைக்கலை. ஓரிருவர் கிடைச்சாங்க. ஆனா அவர்களின் முகம் லட்சணமா இருந்தால் ஃபிகர் நல்லா இல்லை. பிகர் சரியா இருந்தா முகம் லட்சணமா இல்லை. மேனேஜ்மெண்ட் என் மேல் எரிந்து விழுது. இந்த மாதம் முதல் தேதிக்குள் நல்ல மாடலைக் கொண்டு வரணும்னு கன்டிஷன் போட்டுட்டாங்க. நான் எவ்வளவோ முயற்சி செஞ்சேன். யாருமே கிடைக்கலை எனக்கு. சாமர்த்தியம் இல்லைன்னு அவங்களா நீக்கறதுக்குள்ள, நானாவே வேலையை விட்டுவிடலாம்னு முடிவு செஞ்சேன். ராஜினாமா கடிதத்தை எழுதி டைப் கூட அடித்து வைச்சிட்டேன். இவர் பேரு நஞ்சப்பன். நம் பேக்டரியின் விளம்பர கன்சல்டென்ட்.''

மேனகா அவருக்குப் பணிவுடன் வணக்கம் தெரிவித்தாள்.

''எனக்குப் பல் வலியா இருக்கிறதால பார்க்க வந்தார். சற்று நேரத்திற்கு முன்னால நீ வெளில செம்பருத்திப் பூக்களைப் பறிச்சிக்கிட்டிருந்தப்ப உன்னைப் பார்த்திருக்கார். உன்னைப் பத்தி விசாரிச்சார். நம் கம்பெனியில வேலை செய்றாள்னு சொன்னேன். நீ ஏன் மாடலா இருக்க முயற்சி செய்யக் கூடாதுன்னார். நீ செய்ய வேண்டியது பெரிசா எதுவும் இல்லை. நாங்க தரும் புடவைகளைக் கட்டிக் கொண்டு போட்டோ எடுத்துக்க வேண்டியதுதான். அதற்காக உனக்குக் கம்பெனியில் தனியாவே ஆயிரமோ... மேலயோ தருவாங்க.''

கடைசி வார்த்தையைக் கேட்டதும் மேனகா நாற்காலியிலிருந்து துள்ளிக் குதித்தாற்போல் எழுந்து கண்கள் அகல விரியப் பார்த்தாள். மேனகாவுக்கு ஏற்பட்ட ஆச்சரியம் அவள் கண்களில் நன்றாகத் தெரிந்தது. ஆயிரமோ... அதுக்கு மேலயோ... அதுவும் தனிப்பட...

''நீ சம்மதிச்சா புடவைகளை இங்கேயே கொண்டாரச் சொல்றேன். போட்டோக்களைக் கூட இங்கேயே, நம்ம வீட்டிற்கு முன் பகுதியிலேயே எடுப்பாங்க. என்ன சொல்றே?''

''நான்... நான்..'' பிரமித்துப் போன மேனகாவிடமிருந்து பதில் வரக் கஷ்டப்பட்டது.

''போய் உங்க அம்மாகிட்டயும்னா சொல்லிவிட்டு வா.''

மேனகா தலையை அசைத்துவிட்டு எழுந்தாள். போவதற்காக இரண்டடிகள் எடுத்து வைத்தாள். பிறகு தயங்கி நின்றாள். ''ஆயிரமோ அதுக்கு மேலயோ...! அம்மாடியோவ்! நான் வீட்டிற்குப் போய்விட்டுத் திரும்பி வருவதற்குள் இவர்கள் மனதை மாற்றிக் கொண்டு விட்டால்? வேறு பெண்கள் யாராவது போன் செய்தால்? ஊஹும். வேண்டாம். தன் கருத்தை சொல்லுவதற்கு தாமதம் செய்ய வேண்டாம். இதில் பாட்டி மற்றவர்கள் சொல்லக் கூடிய யோசனை என்ன இருக்கப் போகிறது?'' சட்டென்று திரும்பினாள்.

''தேவையில்லைங்க. அவர்களைக் கேட்கத் தேவையில்லை. அவங்களுக்கு அப்புறம் சொல்லிக்கறேன். போட்டோ எடுத்துக்கறதுதானே. பரவாயில்லை, எடுத்துக்கறேன்'' என்றாள் மேனகா. உள்ளூர ''அவ்வளவு பணம்னா வேணாம்னு யாராவது சொல்லுவாங்களா? அதிலும் ஒரு ரூபாய் கண்ணில் பட்டால் கடவுளையே பார்த்தது போல் கண்ணில் ஒத்திக் கொள்ளும் பாட்டி மறுக்கத்தான் போகிறாளா?'' என்று எண்ணிக் கொண்டாள் அவள்.

''எதற்கும் உங்க வீட்டாரையும் ஒரு வார்த்தைக் கேட்டுக்கிட்டு வாயேன்மா!'' என்றார் ராமநாதன்.

''தேவையில்லைங்க. என் பேச்சை அவங்க மறுக்கவே மாட்டாங்க'' என்றாள் மிகவும் திடமாக.

''இருந்தாலும்..'' ராமநாதன் தயங்கினார்.

''ஓ.கே. ஓ.கே. அந்தப் பெண்ணே அவ்வளவு அழுத்தமாச் சொல்றபோது நமக்கு என்ன ஆட்சேபணை?'' என்றார் நஞ்சப்பன்.

"சரி, டைலருக்குப் போன் பண்ணுங்க. ஜாக்கெட்டுங்க தைக்க வேணும் இல்லியா?" என்றார் ராமநாதன்.

மேனகா அங்கேயே உட்கார்ந்திருந்தாள். போன்கள் ஒலித்தன. டைலர் வந்தான். துணிகள் வந்தன. இரண்டு மணி நேரத்திற்குள் டைலர் ஜாக்கெட்டுகளைத் தைத்து விட்டான். மேக்கப் மேன் ஓர் இளம் பெண்மணியோடு வந்தான். மேனகாவின் கூந்தலை அவிழ்த்து வாரி லூசாகக் கன்னத்தில் புரளும்படி அப்படியே விட்டு விட்டான். அவள் மிகவும் கூச்சப்பட்டாள். அவன் கூட வந்த பெண் ஒருத்தி இப்படியெல்லாம் புடவை கட்டப்பிடாதும்மா என்று கூறி தான் கட்டியிருந்த விதத்தைக் காட்டினாள். தொப்புள் தெரிந்தது. அதிசயத்தோடு வாய் பொத்திய மேனகாவை அவள் ஒரு தனியறைக்கு அழைத்துப் போனாள். புடவையைத் தொப்புளுக்குக் கீழே வரும்படி அவளே கட்டிவிட்டாள். மேனகா போட்டிருந்த சாதாரண பாடியைக் கெஞ்சிக் கழற்றவைத்து ஸ்கின்கலர் பாயிண்ட் பிரா மாட்டிவிட்டாள். ஸ்லீவ்லெஸ் ப்ளவுஸை அணிவித்தாள். கையில் சிவப்பு ரோஜா மலரைக் கொடுத்தார்கள். அதைக் கன்னத்தில் வைத்துக் கொண்டு அவளிடம் எங்கேயோ பார்த்தபடி நிற்கச் சொன்னார்கள். மேனகா நின்று கொண்டாள்.

போட்டோகிராபர் மேனகாவின் கூந்தலைச் சரி செய்துவிட்டு, "அப்படி வெறுமே பார்த்தால் போறாதும்மா. விருப்பமான நபரை நினைச்சிகிட்டு நிற்பதுபோல் நிக்கணும்" என்றார் சிரிப்புடன்

மேனகாவின் கண் முன்னால் ஹரிகிருஷ்ணா மின்னினான். போதாதா? அவள் கண்கள் கனவில் மிதப்பது போல் பரவசமாகிவிட்டன.

"வெரிகுட்! எக்ஸலெண்ட். மார்வலெஸ்!" டக் டக் என்று விதவிதமான கோணங்களில் அவள் நிற்க - ஃபிளாஷ் மின்ன போட்டோ எடுத்துக் கொண்டார் புகைப்படக்காரர்.

போட்டோக்கள் எடுத்து முடிப்பதற்குள் மாலை நேரமாகிட்டது. ராமநாதன் இருநூறு ரூபாய் கொண்டு வந்து மேனகாவிடம் கொடுத்துட்டு, "இது அட்வான்ஸ்மா. உன் அதிர்ஷ்டமும், என் அதிர்ஷ்டமும் நல்லா இருந்து, இந்த போட்டோக்கள் நம் மேனேஜ்மெண்டுக்குப் பிடிச்சிட்டா என் வேலையும் தங்கும். உனக்கும் நிறையப் பணமும் வரும்" என்றார்.

மறுநாள் மேனகா கம்பெனிக்கு வந்தாள். ராமநாதன் அவளைக் கூப்பிட்டு முந்தைய நாள் பிடித்த அந்த போட்டோக்களைக் காட்டினார். மேனகாவே ஆச்சரியமடைந்து விட்டாள். விலையுயர்ந்த

புடவையில் ரோஜா மலரைக் கையில் வைத்துக் கொண்டு நிற்கும் இந்தப் பெண் யார்? அவள் நான் தானா? அவளால் நம்பவே முடிய வில்லை.

ராமநாதன் மேனகாவிடம் ஒரு ஸ்டாம்ப் பேப்பரில் கையொப்ப மிட்டுத் தரச்சொன்னார். மேனகா அதை அவசரமாக வாங்கிக் கையொப்பமிட்டாள்.

''ஏம்மா காகிதத்தில என்ன இருக்குன்னு படிக்காமலே கையெழுத்துப் போடலாமா?'' என்று உரிமையோடு கடிந்து கொண்டார்.

''நீங்கள்... நீங்க கூட என்னை ஏமாத்துவீங்களா?'' என்றாள் அவள்.

''என் மேல இருக்கும் நம்பிக்கையைப் பத்தி நான் கேட்கலை. யாரா இருந்தாலும் கையெழுத்துப் போடும்போதும், பணத்தைக் கணக்கிட்டுப் பார்க்கும்போதும் கூச்சப்படக் கூடாது. இது ஜாக்கிரதை சம்பந்தப்பட்ட விஷயம். காலம் கெட்டுப்போய் கிடக்கு. இப்பவாச்சும் படிச்சுப் பாரு'' என்றார்.

டைப் செய்யப்பட்டிருந்த அதை வாங்கி மேனகா படித்தாள். மேனேஜ்மென்ட் மேனகாவை மாதத்திற்கு இரண்டாயிரம் ரூபாய் கொடுத்து, இரண்டு வருஷங்களுக்கு மாடலாக எடுத்துக் கொள்வதற்கான ஒப்பந்தப் பத்திரம் அது. மேனகாவின் கண்கள் வியப்பால் பெரிதாக விரிந்தன.

ராமநாதன் சொன்னார். ''இனிமேல புடவையைக் கட்டிக் கொண்டு போட்டோ எடுத்துக்கறது மட்டும் தான் உன் வேலைன்னு வைச்சிக்க. ஆனா இந்த வேலை அப்படியொண்ணும் அதிகமா இருக்காது. ஆனா ஒண்ணு உடற்கட்டு ரொம்ப ரொம்ப முக்கியம். சாயங்காலம் உன்னை அழகு நிலையத்திற்கு அழைச்சிட்டுப் போறேன். அவங்க உடலை நீ எப்படி பேணிக் காப்பதுன்னு சொல்லித் தருவாங்க. மாதத்திற்கு நூறோ இருநூறோ கட்டி மெம்பரா சேர்ந்துக்க.''

''நூறோ இருநூறோ பணம் கட்டணுமா? அதற்கு அவ்வளவு பணமா?''

''இவ்வளவு செலவாகுதுன்னெல்லாம் நினைக்காத. ஒவ்வொரு வியாபாரத்திற்கும் கொஞ்சம் முதலீடு தேவைப்படும். உன் உடலை அழகாக வச்சிக்க நீ கொஞ்சம் செலவு செய்தேயாகணும். தினமும் பால், பழம்னு சாப்பிடு. நல்லா ஓய்வு எடுத்துக்க. தூக்கத்தைக் கெடுத்துக்கிட்டு எந்த வேலையையும் செய்யாதே.''

மேனகா தலையசைத்தாள். ராமநாதன் மேனகாவுக்குப் பாக்கி ஆயிரத்து எண்ணூறு ரூபாயைக் கொடுத்தார். மேனகா அவரை வணங்கி அதை வாங்கினாள்.

கையில் அந்தப் பணத்துடன் மேனகா ஜாக்பாட் அடித்த நபரைப் போல் கன கம்பீரமாக வெளியே வந்தாள். அவளால் தன் அதிர்ஷ்டத்தை நம்பவே முடியவில்லை. கனவில் நடப்பது போல் ஸ்லோ மோஷனில் அவள் அப்போது நடந்து கொண்டிருந்தாள்.

31

அன்று முதல் அதிர்ஷ்டம் படிப்படியாய் மேனகாவை உயர உயர ஏணியில் ஏற்றிக் கொண்டிருந்தது. பின்னால் திரும்பிப் பார்க்க வேண்டிய தேவையோ, அவகாசமோ அவளுக்குக் கொஞ்சமும் இருக்கவில்லை. மாதந்தோறும் ஒப்பந்தத்தின்படி கணிசமான தொகை அவளுக்கு வந்து கொண்டிருந்தது. உடலைப் பேணிக் காப்பதைத் தவிர மேனகாவுக்கு வேறு எந்த வேலையும் இருக்கவில்லை.

வீட்டில் எதற்கும் குறை இல்லாததால் மங்களம் உற்சாகமடைந்தவளாய் தினமும் விருந்து சமையலும், நாளுக்கொரு பட்சணமுமாகத் தயாரித்து வந்தாள். அந்த பட்சணங்களை எவ்வளவு சாப்பிட்டாலும் இன்னும் சாப்பிட வேண்டும் போல் இருக்கும்.

மேனகாவுக்கு ஐஸ்கிரீம், சாக்லேட் என்றால் உயிர். கடைக்குப் போகும் போதெல்லாம் மங்களமே அவற்றை வாங்கி வருவாள்.

இரண்டே மாதங்களில் மேனகா நன்றாகப் பருத்துவிட்டாள். ஜாக்கெட் அளவே மாறிவிட்டது. அதைப் பார்த்து ராமநாதன் கண்டபடி அவளைத் திட்டினார்.

''இதோ பாரும்மா. நீ இப்படி நாளுக்கு நாள் எடை கூடிக் கொண்டே போனால் எப்படி? இன்னும் இரண்டு மாதங்கள் இப்படியே போனால் உன் வேலை போய்டும். உன்னை மாடலாக யாரும் எடுத்துக்க மாட்டாங்க. உன் போக்கைப் பார்த்தால் வர்ற பணத்தை எல்லாம் சாப்பாட்டுக்கே செலவு செய்றதா தெரியுது. நீ மாடலா நீடிச்சிருக்கணும்னா உயரத்திற்கு ஏற்ற பருமனுடன் இருப்பதற்கு வேண்டிய ஜாக்கிரதையை எடுத்துக்கனும்'' என்று கூறி அவள் இருக்க வேண்டிய எடை, மற்ற அங்க அளவுகளைக் குறிப்பிட்டு இருந்த காகிதத்தைக் மேனகாவிடம் கொடுத்தார்.

மேனகா அந்தக் காகிதத்தை கவனமாக எடுத்துக் கொண்டு வீட்டிற்கு வந்தாள்.

மங்களம் சுடச் சுட நான்கு மைசூர்பாக் துண்டுகளைத் தட்டில் வைத்து எடுத்து வந்தாள் அவளுக்கு. ''மின்னு! மைசூர்பாக் ரொம்ப நன்றாக வந்திருக்கு. உனக்கு ரொம்பப் பிடிக்குமே வாயில் போட்டால் கரைந்து போறது. சாப்பிடு...'' என்றாள்.

மேனகா மைசூர்பாகை ஆசையோடு பார்த்தாள். தன் கையிலிருந்த காகிதத்தையும் பார்த்தாள். பிறகு ''பாட்டி! இன்னைலேருந்து ஸ்வீட், சாக்லேட்டு, ஐஸ்க்ரீம் எல்லாம் க்ளோஸ். நான் சாப்பிட மாட்டேன்'' என்றாள்.

''என்னது? சாப்பிட மாட்டியா? என்னம்மா நீதானா பேசுறே?'' என்றாள் மங்களம்.

''ஆமாம் பாட்டி! இப்பவே நான் பருத்துட்டேன். இன்னும் கொஞ்சம் குண்டாயிட்டா வேலையே போய்டுமாம்.''

''ஐயோ கடவுளே! இதென்ன கூத்து? என்ன வேலை மின்னு இது? சம்பாதிக்கிறது நிம்மதியா சாப்பிடுவதற்காகத்தானே?''

''இந்த வேலை அப்படி இல்லை பாட்டி. நீங்கள்லாம் வயிறார சாப்பிடுங்க. எனக்கு வேணாம்'' என்று சொல்லிவிட்டு, அந்த பிளேட்டைத் திரும்பவும் கண்ணெடுத்தும் பார்க்காமல் உள்ளே போய் விட்டாள் மேனகா.

அறையில் தன் கட்டிலுக்கு எதிரே சுவரில் ராமநாதன் கொடுத்திருந்த அளவுகளைப் பெரிதாகக் காட்டும் அந்தக் காகிதத்தை ஒட்டினாள்.

''அப்படின்னா நாளை முதல் வீட்டில் பட்சணம் எதுவும் செய்யக் கூடாதா மின்னு?'' மங்களம் கேட்டாள் ஏமாற்றத்துடன்.

''செய்யாம ஏன் இருக்கணும்ங்கிறேன்? நீங்க சாப்பிடுங்க பாட்டி.''

''நீ சாப்பிடாமல் நாங்க எப்படி சாப்பிடுறது?'' என்றாள் நொந்துகொண்டே.

''பரவாயில்லை. என்ன செய்றது? சிலரோட ஜாதகம் அப்படித்தான். அப்போ பணம் இல்லாமல் கஷ்டப்பட்டோம். இப்போ பணம் இருந்தாலும் திருப்தியா உன்னால சாப்பிடக் கூடாத நிலைமை.'' விரக்தியுடன் சொன்னாள்.

எந்த விஷயத்தையும் உடனுக்குடன் புரிந்து கொள்ளும் மேனகா ப்யூட்டி பார்லருக்கு இரண்டு மூன்று முறை போய் விட்டு வந்ததும், சாதாரணமாக இருந்த தன்னுடைய தோற்றத்தை அழகாக மாற்றிக் கொள்ளும் நெளிவு சுளிவுகளையெல்லாம் கற்றுக் கொண்டு விட்டாள்.

எல்லா பத்திரிகைகளிலும் மேனகா கட்டிய புடவைகளின் விளம்பரம் பல வண்ணங்களில் வெளிவரத் தொடங்கியது. அந்தப் படங்கள் ரொம்பவும் கவர்ச்சியாக, யார் இந்தப் பெண்ணு என்று எல்லோரும் கவனிக்கும்படியாகவும் ஏதோ ஒரு புது நடிகையின் படங்கள் போலவும் இருந்தன.

மேனகாவின் விளம்பரத்திற்குக் கிடைத்த வரவேற்பைப் பார்த்து அம்பை மில்காரர்களுக்கு உற்சாகம் வந்தது. மேனகாவை வைத்து ஒரு விளம்பரப் பட டிரெய்லர் எடுத்தார்கள். அதை தியேட்டர்களில் சினிமாவுக்கு முன்னால் ஒளிபரப்பினார்கள்.

அதில் மேனகா ஒரு பார்ட்டிக்குச் செல்கிறாள். அந்தப் பார்ட்டிக்கு வந்திருந்த இளைஞர்கள் எல்லோரும் மேனகாவைப் பார்த்துட்டு ''யார் இந்த சொப்பன சுந்தரி?'' என்று ஆர்வத்துடன் வந்து சூழ்ந்து கொள்கிறார்கள். மேனகா கட்டிக் கொண்டிருக்கும் புடவையைப் பார்த்து அவளைக் கல்யாணம் செய்துகொள்ளப் போட்டிப் போடுகிறார்கள். கடைசியில் ஒரு கோடீஸ்வரரின் மகன் அவளைக் கல்யாணம் செய்து கொள்கிறான். என் மனைவி எப்போதும் அம்பை மில் புடவைகளைத்தான் கட்டிக் கொள்ள வேண்டும் என்று அவன் சொல்கிறான்.

அந்த விளம்பரம் எல்லோருக்கும் பிடித்துவிட்டது. அந்த விளம்பரம் வெளிவரத் தொடங்கியது முதல் மேனகாவுக்கு ''சொப்பன சுந்தரி'' என்ற பெயரே நிலைத்து விட்டது. விளம்பரத்தில் தன்னை சொப்பன சுந்தரி என்று பார்க்கும் போதெல்லாம் மேனகா உள்ளூர சிரித்து மேனியைக் குலுங்கிக் கொள்வாள். தன்னுடைய வாழ்க்கையே ஒரு கனவுபோலத்தான் என்று நினைத்துக் கொள்வாள்.

இந்த விளம்பரம் புகழ் பெற்றதும் ஹார்லிக்ஸ் கம்பெனிக்காரர்கள் மேனகாவைத் தேடி வந்தார்கள். அவர்கள் கொடுப்பதாகச் சொன்ன தொகை மேலும் அதிகமாக இருந்தது. மேனகாவுக்குக் கிடைத்த இந்த வாய்ப்பு கைநழுவிப் போகக் கூடாது என்று ராமநாதன் மேனேஜ்மெண்டுடன் நயமாகப் பேசி, மற்றவர்களுக்குத் தம் அனுமதியுடன் நடிக்கலாம் என்றும் சம்பளம் தனிப்படக் கூட்டப்படும் என்றும் ஒப்பந்தத்தில் மாற்றங்கள் செய்ய வைத்தார்.

ஹார்லிக்ஸ் விளம்பரத்தைத் தொடர்ந்து இருமல் மருந்து கம்பெனிக்காரர்கள் வந்தார்கள். இந்தவிதமாக சொற்ப காலத்திற்குள்ளேயே மேனகா பிரபலமான மாடல் ஆகிவிட்டாள். கிடைத்த வாய்ப்புகளில் தனக்குப் பிடித்தமானதைத் தேர்ந்தெடுக்கும் அளவுக்கு அவளுக்குத் தெளிவு வந்துவிட்டது.

கை நிறையப் பணம்! கண்ணுக்குப் பிடித்த உடைகள்! ஒரு வருடம் போவதற்குள் மேனகா வீட்டின் நிலைமையே மாறி விட்டது. வருவோர் போவோர் எண்ணிக்கை கூடியது. நாற்காலிகள், சோபாக்கள், கண்ணாடி டம்ளர்கள், தட்டுகள் வந்து சேர்ந்தன. போன் வந்தது. யார் என்ன சொன்னாலும் மேனகா மட்டும் அந்த வீட்டை மாற்றுவதற்குச் சம்மதிக்கவில்லை. ராமநாதன் வீட்டுச் சொந்தக்காரர்களிடம் சொல்லி இன்னும் இரண்டு அறைகளைச் சேர்த்துக் கட்டுவதற்கு ஏற்பாடு செய்தார். மேனகா வாடகையைக் கூட்டிக் கொடுத்ததுடன், கட்டுவதற்கும் முன்பணம் கொடுத்தாள்.

மேனகாவின் வருமானம் கூடியது. உலகம் அவளை மதிக்கத் தொடங்கியது. உறவினர்களும் அவளை மதிக்க ஆரம்பித்தார்கள்.

பலராமன் தன் மகளின் பிறந்தநாள் விழாவுக்கு வரச்சொல்லி மனைவியிடம் சொல்லியனுப்பினான். மேனகா வெள்ளி டம்ளர் ஒன்றை வாங்கி மங்களத்திடம் கொடுத்துவிட்டு போய் நீயே கொடுத்துட்டு வா பாட்டி என்று சொன்னாள்.

போகும் முன் விரலை கண்டிப்புடன் அவளைப் பார்த்து சுட்டிக்காட்டிக் கொண்டே ''பாட்டி! இதோ பார். அங்கிருந்து சாப்பிடன்னு எதைனா மடில கட்டிக்கிட்டு வரக்கூடாது பார்த்துக்க. அப்படி ஏதாவது கொண்டு வந்தா உன்னை இந்த வீட்டு வாசப்படி ஏற விடமாட்டேன் ஆமா!'' என்றாள்.

''நான் எதுக்காகம்மா கொண்டாரப் போறேன்? என்னை தரித்திரம் பிடிச்சவனு நினைச்சிட்டியா? அப்போ இருந்த

தரித்திரத்தில் உங்களுக்காக அப்படிச் செய்தேனே தவிர, இப்போ எனக்கு என்ன தலையெழுத்து கடவுள் இவ்வளவு தரும்போது'' என்றாள்.

அன்று காலையில் மேனகா ப்யூட்டி பார்லருக்குப் போய்விட்டு வந்து ஓய்வெடுத்துக் கொண்டிருந்தாள். ராமநாதன் வந்தார். அவருடன் குள்ளமாக, கருப்பாக இருந்த ஒருவரும் வந்தார். ராமநாதன் அவரை காந்திமதி பிக்சர்ஸ் டைரக்டர் என்று அறிமுகப்படுத்தி வைத்தார்.

அந்தக் கம்பெனியின் பெயர் மேனகாவுக்கு நன்றாகவே தெரியும். அந்தக் கம்பெனியின் மூலமாக வெளிவந்த சினிமாக்கள் மாதக் கணக்கில் ஓடி நல்ல வசூலைப் பெற்று தருவது வழக்கம்.

''இவர் பெயர் ஷண்முகம். உன்கிட்ட தொழில் விஷயமா பேசுவதற்காக வந்திருக்கார்'' என்றார்.

மேனகா வணக்கம் தெரிவித்தாள். உட்காரச் சொல்லி உபசரித்தாள். உள்ளே போய் மங்களத்திடம் இரண்டு காபி கொண்டு வரச் சொல்லிவிட்டு வந்தாள்.

''சொல்லுங்க சார்'' என்றாள்.

''நீரே விஷயத்தைச் சொல்லுங்கள் ஓய்'' என்றார் ஷண்முகம் அவரிடம்.

ராமநாதன் சொன்னார். ''இவங்க புதுசா ஒரு சினிமா எடுக்கப் போறாங்களாம். நீ அதில நடிக்க வேண்டுமாம்.'' அவ்வளவுதான்.

''நானா?'' மேனகா வியப்படைந்தாள்.

''ஆமாம்மா. நீயேதான். நாங்கள் எழுதி வச்சிருக்க கதைக்கு நீதான் பொருத்தமா இருப்பேன்னு முடிவு பண்ணிட்டோம். இதில் ரகசியம் எதுவும் இல்லை. நடந்த விஷயத்தை அப்படியே சொல்கிறேன். எங்களுக்குக் கதை ரெடியாயிட்டது. எல்லா ஆர்ட்டிஸ்டுகளையும் புக் செய்துட்டோம். ஹீரோவாக பாலசங்கரனைக் கூட புக் செய்துட்டோம். அவன் எங்களுக்கு கால்ஷீட் கூட கொடுத்துட்டான். ஒரு சோலோ பாட்டும் ரிக்கார்ட் செய்துட்டோம். அதுக்குள்ள எங்கள் எதிரி கம்பெனிக்காரர் ஒருவர் நம் ஹீரோவை வைத்து வெளிநாட்டில் ஷூட்டிங் எடுக்கப் போறதாகச் சொல்லி தங்களுடைய படத்திற்கு புக் பண்ணிட்டதால, நமக்குக் கொடுத்த கால்ஷீட்டை கேன்சல் செய்துட்டு அவர்களுக்குக் கொடுத்துவிட்டான். அந்தப் படத்தின் ஷூட்டிங் தொடங்கிவிட்டது. நாங்கள் புதைகுழியில் சிக்கித் திணறும்படி ஆயிட்டுது... அதான்மா சமாச்சாரம்.

''இந்த பாலசங்கரன் எங்கேயிருந்து வந்தான்? சாப்பாட்டுக்கு வழியில்லாமல் தெருவுல சுத்திக்கிட்டிருந்தவனை நாங்கதான் முதலில் மாத சம்பளத்தில் வச்சிக்கிட்டோம். அதெல்லாம் மறந்துட்டது அவனுக்கு. நன்றிங்கிறதே இல்லை.''

அவர் பேச்சு மேனகாவிற்கு என்னவோ போலிருந்தது.

''அப்படியிருக்கும்போது நீங்க கோர்ட்டுக்குப் போகலாம் இல்லே என்றார்?'' ராமநாதன்.

''போகலாம்தான். ஆனால் அது லேசில முடியாது. இப்போ ஷூட்டிங்கை இந்த மாதத்திலேயே தொடங்கிடணும்கிறான். அவனுக்கு நாங்க போன சினிமாவுக்கே முழுப்பணம் தரலை. அப்புறமா வாங்கிக்கறேன்னு அவனே சொன்னதால பேசாம இருந்துட்டோம். அது இப்ப ஒரு சாக்காயிட்டது அவனுக்கு. ஏற்கெனவே எங்க தயாரிப்பாளருக்கு பிளட்பிரஷர். கோபம் வந்துட்டா பெற்ற தாய்னு என்று கூடப் பார்க்காம வாய்க்கு வந்தபடி பேசுவார். இந்தப் படம் நின்னுடக்கூடாதுன்னு கண்டிப்பா சொல்லிட்டார்.

இரண்டு நாட்களுக்கு முன்னால பொழுது போகாம ஏதோ சினிமா பார்க்கப் போனப்பதான் சினிமாவுக்கு முன்னால 'சொப்பன சுந்தரி' விளம்பரப்படம் பார்த்தோம். தயாரிப்பாளருக்கு பொண்ணை பிடிச்சிடுச்சி. என்னைக் கூப்பிட்டு முடிவைச் சொல்லிட்டார். ''ஷண்முகம்! நம் கதையில் ஹீரோவுக்குப் பதிலா ஹீரோயின்னு மாத்திடு. நம் சினிமா நின்னு போகக்கூடாது. அவர்களுடைய படம் ரிலீஸ் ஆகிற அன்னைக்கே நம்ம சினிமாவும் ரிலீஸ் ஆகணும்யான்னார்!'' இரவு முழுவதும் விழித்திருந்து கதாசிரியர் கதையை ஹிரோயினுக்குத் தகுந்தாப்ல மாத்திட்டார். ரொம்ப நல்லாவே வந்திருக்கு. கதையில வேற எந்த மாற்றமும் பெரிசா இல்லை. அந்தக் கதையைச் சொல்றேன். கேளுங்க'' என்று சாவகாசமாக சொல்லத் தொடங்கினார் ஷண்முகம். அந்தக் கதை மேனகாவின் வாழ்க்கையுடன் ஒத்திருந்தது.

ஒரு ராஜா வேட்டைக்குப் போன பொழுது அங்கே வேடுவப் பெண் ஒருத்தியிடம் காதல் வயப்பட்டு அவளுடன் சந்தோஷமாக மகிழ்ச்சிகரமாகப் பொழுது போக்குகிறார். பிறகு அவர் தன் நாட்டுக்குத் திரும்பிப் போய் விடுகிறார். வேடுவப்பெண் கர்ப்பம் தரிக்கிறாள். ராஜாவிடம் வருகிறாள். ராஜா தனக்கும் அந்தக் குழந்தைக்கும் சம்பந்தம் இல்லை என்று சொல்லி விடுகிறான்.

வேடுவப்பெண் ஏமாற்றமடைந்து மலையடிவாரத்திற்குத் திரும்புகிறாள். அவளுக்குப் பெண் குழந்தை பிறக்கிறது. அங்கே ராஜாவுக்கும் மகள் பிறக்கிறாள். அங்கே இளவரசி சகல வசதி களுடன் வளர்ந்து வரும்போது, இங்கே வேடுவச் சிறுமி படாத கஷ்டங்களைப் பட்டுக் கொண்டு தைரியசாலியாய் வளர்ந்து வளருகிறாள்.

பக்கத்து நாட்டின் இளவரசன் தன் மகளைத் திருமணம் செய்துகொண்டால் அந்த நாடும் தங்களுக்குத் சொந்தமாகிவிடும் என்று ராஜா ஆசைப்படுகிறான். மந்திரிக்கோ தன் தங்கை மகனுக்குத் அவளை மணமுடிக்கவில்லையே என்ற கோபம். மந்திரியும் வேடுவப் பெண்ணும் காட்டில் சந்தித்துக் கொள்கிறார்கள். அவளைத் தன்னுடன் அழைத்துப் போகிறார். இளவரசனுக்கு வேடுவப் பெண்ணிடம் ஈர்ப்பு ஏற்படும் விதமாக மந்திரி செய்கிறார். இளவரசன் இளவரசியை மறுத்துவிட்டு வேடுவப் பெண்ணை மணம் செய்து கொள்கிறான்.

ராஜா போர் தொடுக்கிறார். இளவரசன் போரில் ஜெயிக்கிறான். வேடுவப்பெண் இரண்டு நாடுகளுக்கும் மகாராணியாகிறாள். மந்திரியின் சபதம் நிறைவேறுகிறது. இதுதான் அந்தப் படக் கதை.

மேனகா இந்தக் கதையைக் கேட்டுவிட்டு யோசனையில் ஆழ்ந்தாள். ''முதல் படம்கிறதால... வீட்ல கேட்டுட்டு... நாளைக்கு சொல்றேனே'' என்றாள்.

''அம்மாம்மா! நீங்க மறுக்கக் கூடாது; இதோ இப்பவே ஐம்பதாயிரம் தர்றோம். படம் நல்லா ஓடினா மேலும் ஐம்பதாயிரமோ மேலயோ தர்றோம்மா'' என்றார் ஷண்முகம்.

''ஐம்பதாயிரம்... ஒரு லட்சம் போன்றதையெல்லாம் கேட்டதுமே மேனகா உடம்பிலிருந்த இரத்தமெல்லாம் ஒரே அடியாகத் தலைக்கு ஏறிவிட்டாற்போல் உணர்ந்தாள். அப்படியொரு வியப்பு அவளுக்கு. ஆனால் அவள் எதையும் வெளிக்காட்டிக் கொள்ளவில்லை. இல்லைங்க எங்க அம்மாவையும், பாட்டியையும் கேட்கணும் முதல் படமாச்சேன்னு தான்'' என்றாள் மேனகா.

டைரக்டர் செக்கை எடுத்து மேனகாவின் முன்னால் வைத்தார். ''உங்களுக்குப் பிடிச்ச எண்ணை இப்பவே போட்டுக்கோங்க. மாட்டேன்னு மட்டும் சொல்லிடாதீங்க'' என்று கும்பிட்டுட்டு ஒரு செக் - லீஃபை அவள் முன் எடுத்து வைத்துவிட்டுப் போய் விட்டார்.

மேனகா சினிமாவில் நடிக்கப் போவதாகச் சொன்னதுமே ரஞ்சனி தீவிரமாகத் தடை சொன்னாள். ''மின்னு! கடவுள் கிருபையால சந்தோஷமா வாழ்ந்துட்டு இருக்கோம். நீ இதுக்கு மேல அகலக் கால் வைக்காதே. வேணாம்டி. நமக்கு இந்த சுகமே போதும். பணத்துக்கு எல்லை ஏது? நீ கல்யாணம் ஆக வேண்டியவ. சினிமாவில சேரணும்ணா ஆண் துணை வேணும். என்னாலும், பாட்டியாலும் உனக்கு என்ன உதவிடி செய்துட முடியும்? வேண்டவே வேண்டாம், என் பேச்சைக் கேளு'' என்றாள்.

''ஐம்பதாயிரம்! எவ்வளவு பணம்! அம்மாடியோவ்! மின்னு.. இருக்கட்டும். நீ கேட்கலே... அவங்களா கூப்பிடறாங்க. அதனால... இந்த ஒரு சினிமாவ மட்டும் நடிச்சிட்டு விட்டுவிடு'' என்றாள் மங்களம்.

''அம்மா! நீ பணத்தைப் பார்க்காதேம்மா. அவள் வாழ்க்கையைப் பாரு. அவ சினிமாவில் சேர்ந்தால் அப்புறமாக அவளை யார் கல்யாணம் செய்துப்பாங்க?'' என்றாள் ரஞ்சனி.

''எனக்குக் கல்யாணமே வேண்டாம் விடும்மா'' என்றாள் மேனகா வேகமாக.

''இப்போ அப்படித்தான்டி தோணும் உனக்கு. எவ்வளவு நாள் இப்படியே இருப்பே... சொல்லு? என்னோட தலையெழுத்துதான் இப்படியாயிட்டது. நீயும், மாதவியுமாவது லட்சணமா கல்யாணம் செய்து கொண்டு குடித்தனம் செய்றதை பார்க்கணும்கிறது என்னோட விருப்பம். மின்னு! என் பேச்சைக் கேளேன். நமக்கு இதெல்லாம் ஒத்து வராது. முடியாதுன்னு போன் பண்ணி இப்பவே சொல்லிடு. பெண்ணுக்கு வேண்டியது பணம் மட்டும் இல்லைடி. நல்ல கணவன், வீடு, குழந்தைங்கதான். நீ அப்படி இருக்கணும்னு தான் நான் விரும்பறேன். உனக்கு நல்ல கணவன் கிடைக்கணும்னு நான் கடவுள்கிட்ட தினமும் வேண்டிக்கிட்டிருக்கேன் தெரியுமா? தயவு பண்ணி என் பேச்சைக் கேளு.'' ரஞ்சனி கைகளைக் கூப்பியபடி அழுதாள்.

மேனகா தாயின் கைகளைப் பிடித்துக் கொண்டாள். ''அம்மா! இவ்வளவு ஆவேசம் ஏன்மா உனக்கு? யார் தலையெழுத்து எப்படி இருக்குமோ நமக்கு எப்படித் தெரியும்? எனக்குக் கல்யாணம் ஆகணும்னும், நல்ல கணவன் வேணும்னும் நீ நினைச்சிட்டா போதுமா? என் தலையெழுத்துன்னு ஒண்ணு இருக்கு இல்லியா? அதை என்னாலும் உன்னாலும் மாத்திட முடியாது. சினிமாவில

நடிச்சா கல்யாணம் பண்ணிக்கக் கூடாதுன்னு எங்கே இருக்கு... அது மாதிரி உனக்கு யாரு சொன்னாங்க அம்மி?'' அவங்களா முதமுதலா... என்றாள் நயமாக.

முதலாவது கடைசியாவது...பாட்டி சொல்றாங்களேன்னு நீயும் பேசாதே. முதல் கோணல் முற்றும் கோணலாயிடும். நெனைப்பு வச்சிக்க. ரஞ்சனி அவளை வாயையடைத்தாள்.

மேனகா அன்று இரவு தூங்கவில்லை. தாயின் பயம் என்னவென்று அவளுக்குத் தெரியும். இப்பொழுதே வீட்டிற்கு யார் யாரோ ஆண்கள் வருவது வழக்கமாகி விட்டது. மேனகாவின் வாழ்க்கைப் பாதை மாறிப் போய் விடுமோ, திரும்பவும் தன்னைப் போல் பாவப்பட்ட வாழ்க்கையாக அது அமைந்து விடுமோ என்ற பயம். அம்மி சொன்னதும் உண்மைதான். எந்தப் பெண்ணுக்காக இருந்தாலும் அனுகூலமாக இருக்கும் கணவன், வீடு, குழந்தைகளை விட வேறு பாக்கியம் இல்லை. ஆனால் எத்தனைப் பேருக்கு அந்த பாக்கியம் கிட்டும்? இத்தனை நாளா எந்த நாதியும் இல்லாம, ஏச்சுப் பேச்சுகளையும், அவமானங்களையும் பட்ட பிறகு தான் நமக்கே பணத்தின் அருமை நன்றாகப் புரியத் தொடங்கிற்று. வாழ்க்கையில் வேறு எந்தத் துணை இல்லாவிட்டாலும் பணம் இருந்துட்டா போதும். எல்லாத் துணைகளையும் அந்தப் பணமே தானா கொண்டு வந்து சேர்த்து விடும்.

அவளுக்கும், அவள் குடும்பத்திற்கும் சமுதாயத்தில் நல்ல பெயரும், மதிப்பும் வேண்டும். எல்லோரையும் விட தாம் உயர்வாக இருக்க வேண்டும். ஒரு நல்ல சந்தர்ப்பம் வந்து கதவைத் தட்டிக் கொண்டு இருக்கிறது. தயங்கிக் கொண்டிருந்தால் அந்த வாய்ப்பு கை நழுவிவிடும் என்று தோன்றியது மேனகாவுக்கு.

திருமணம் செய்து கொள்ள வேண்டும் என்று அவள் நினைக்க வில்லை. அவள் விரும்பிய நபருக்குத் திருமணம் முடிந்து விட்டது. மனைவி, குழந்தைகளுடன் வெளிநாட்டில் எங்கேயோ வாழ்ந்து கொண்டிருக்கிறான் அவன். தன்னுடைய நினைவுகூட அவனுக்கு இல்லாமல் போயிருக்கலாம். ஆனாலும் மேனகாவுக்கு வருத்தமில்லை. இந்த உயிர் அவன் கொடுத்த பிச்சை. இந்த வாழ்க்கை அவனுடையது. அவன் நினைவுகளில் தன்னால் வாழ்ந்து விட முடியும். இன்னொருத்தனைக் கல்யாணம் பண்ணிக் கொள்வதா? அந்த நினைப்பே அவளுக்கு அருவருப்பாக இருந்தது. டாக்டர் ஹரிகிருஷ்ணாவைத் தன்னால் மறக்க முடியாது. இன்னொருத்தனை தன் வாழ்க்கையில் இதய சுத்தியோடு வரவேற்க அவளால் முடியாது. இதையெல்லாம் அம்மியிடம் சொல்லவும் முடியாது. அம்மாவின்

கனவுகள் நிறைவேறும்படி மாதவி பார்த்துக் கொள்வாள். அவள் பணம் சம்பாதித்தால் மாதவிக்கு நல்ல வரன் பார்த்துக் கல்யாணம் செய்து வைக்கலாம். அம்மாவைப் போல் அவளும் மாதவியின் குடித்தனத்தைப் பார்த்து சந்தோஷப் படலாம்.

அவளுக்குப் பணம் வேண்டும். இதுவரை வந்த பணமெல்லாம் செலவுகளுக்குச் சரியாக இருந்தது. இனிமேல் கொஞ்சம் சேர்த்து வைத்துக் கொள்ள வேண்டும். அம்மா, பாட்டி, தங்கை எல்லோரும் வசதியாக இருக்க வேண்டும் என்றால் பணத்தைச் சேர்த்து வைக்க வேண்டும். வாழ்க்கையில் திரும்பவும் பணத் தட்டுப்பாடு வராமல் இருப்பதற்காக ஜாக்கிரதைகளை மேற்கொள்ள வேண்டும். பணத்தை நாம பாதுகாத்தா பணம் நம்மைப் பாதுகாக்கும்.

சினிமா என்றால் என்ன? அதுவும் ஒரு வேலைதானே? அங்கே புத்திசாலித்தனத்தை விட தோற்றத்திற்குத்தானே முக்கியத்துவம் வேண்டியிருக்கும். அவ்வளவுதான் வித்தியாசம். ஆனா இந்த வயசும் தோற்றமும் எவ்வளவு காலம் நிலைத்திருக்கும். இவ்வாறான யோசனைகளின் முடிவில் மேனகா அந்த ஒப்பந்தத்தில் கையொப்பமிட முடிவு செய்து விட்டாள்.

"அம்மாவுக்கு நான் என்னவாயிடுவேனோன்னு பயம். நான் ஒன்றும் வழி தவறி விட மாட்டேன். எனக்கு வாழ்க்கை கற்றுத் தந்த பாடம் இருக்கிறது. யாரையுமே நம்ப மாட்டேன். பெரும் துணையாக ராமநாதன் இருக்கிறார். அதற்குமேல் ஏதாவது தேவைப்பட்டால் பலராமன் மாமாதான் இப்பொழுதெல்லாம் வந்து போய்க் கொண்டிருக்கிறானே. மாமாவின் உதவியை நாடுவேன்" என்றெண்ணிக் கொண்டாள்.

மேனகாவுக்குத் தான் இந்தச் சினிமா வாழ்க்கையில் பணத்திற்காக மட்டும்தான் நுழைகிறோம் என்று நன்றாகத் தெரியும். அதைக் கனவிலும் மறந்து போய்விடக் கூடாது என்றெண்ணிக் கொண்டாள். அவள் மன அலைகள் ஒருவாறாக ஓய்ந்தன.

32

அந்தச் சினிமா ஒப்பந்தத்தில் கையொப்பமிட்டதுமே மேனகாவின் வாழ்க்கை அமாவாசையன்று வந்த தீபாவளிப் பண்டிகையைப் போல் ஒளிமயமாக மாறிவிட்டது. அவர்கள் எடுத்த சினிமா மளமளவென்று முடிவடைந்தது. அவள் நடிகையானபின் ஏற்பட்ட அவசியத்தால் கார் டிரைவிங் எல்லாம் கற்றுக் கொண்டாள்.

சினிமா ஷூட்டிங் நடக்கும்போதே மேனகா அடுத் தடுத்து மேலும் மூன்று படங்களுக்கு ஒப்பந்தம் செய்யப்பட்டாள். இன்னும் பெரிய தொகைக்கு!

பிரபல நடிகர் பாலசங்கரன் நடித்த ''போக்கிரி பையன்'' சினிமாவும், மேனகா நடித்த ''ராணி ரத்னமஞ்சரி'' சினிமாவும் ஒரே நாளில் பக்கத்துப் பக்கத்துத் தியேட்டர்களில் வெளியாயின. முதல்நாள் மேனகாவின் சினிமாவுக்கு மக்கள் யாரும் வரவில்லை. ''போக்கிரிப் பையன்'' சினிமாவுக்கு எக்கச்சக்கமான டிக்கெட்டுகள் பிளாக்கில் விற்பனை செய்யப்பட்டன. அந்த சினிமாவுக்கு டிக்கெட் கிடைக்காதவர்கள், வீட்டிற்குத் திரும்பிப் போக விரும்பாமல் ஏதோ ஒரு சினிமாவைப் பார்ப்போம் என்று இந்தத் தியேட்டருக்கு வந்தார்கள்.

முதல்நாள் ''ராணி ரத்னமஞ்சரி'' ஓடிய தியேட்டரில் பெரும் கூட்டம். ஆனால் இவள் நடித்த படத்திற்கோ எண்ணி நூறுபேர் கூட இல்லை. ஒரு வாரம் ஆயிற்று. இந்த சினிமா பரவாயில்லை. ஹீரோயின் நன்றாக இருக்கிறாள் ரொம்ப நல்லா நடிக்கிறா என்ற பேச்சு அடிபட்டது. இரண்டாவது வாரத்தில் தியேட்டர் நிரம்பத் தொடங்கியது. மூன்றாவது வாரத்தில் ஹவுஸ்புல் ஆகி விட்டது. நாலாவது வாரத்தில் க்யூ அதிகமாகிவிட்டது. டிக்கெட்டுகள் பிளாக்கில் எல்லாம்

விற்கப்பட்டன. "போக்கிரி பையன்" சினிமாவுக்கு கூட்டமே இல்லை. ராணி ரத்னமஞ்சரி பல வாரங்கள் ஓடிய பிறகும் கூட்டம் குறையவில்லை. இருபத்தைந்து வாரங்கள் கியாரண்டி என்று எண்ணியிருந்த போக்கிரிப் பையன் நாலாவது வாரத்திலேயே தூக்கப்பட்டு விட்டது.

ராணி ரத்னமஞ்சரி வெற்றி பெற்றதும் யார் இந்த மேனகா என்ற கேள்வி பரவலாக எங்கும் எழுந்தது.

சினிமா ரிலீஸ் ஆகி நூறு நாட்கள் ஆகிவிட்டன. இருபத்தைந்து வாரங்கள் தாண்டி விட்டன. எங்கு பார்த்தாலும் இந்த சினிமாவின் பாடல்கள்தான் கேட்டன. மேனகாவின் புகைப்படங்கள் பலவித போஸ்களில் எல்லா பத்திரிகைகளிலும் அட்டையில் பிரசுரிக்கப் பட்டன. சினிமா நிருபர்கள் பேட்டி எடுத்து வெளியிட்டார்கள். மேனகாவுக்கும், அந்த சினிமா யூனிட்டுக்கும் பல இடங்களில் நூறாவது நாள் விழா நடந்தது.

மேனகாவின் சினிமா வாழ்க்கை திடீரென்று வானளாவ உயர்ந்துவிட்டது. அபிமானிகள் பெருகிவிட்டார்கள். வீட்டில் இரண்டு மூன்று போன்களாயிற்று. அவை மாறி மாறி ஒலித்துக் கொண்டே இருந்தன. பேட்டிக்காக வருபவர்கள், கதை சொல்கிறோம் என்று வரும் தயாரிப்பாளர்கள், தம் படத்தில் நடிக்கச் சொல்லி கேட்கும் டைரக்டர்கள், பாராட்டுவிழா நடத்துகிறோம் என்று அழைக்கும் அசோசியேஷன்காரர்கள்! எத்தனை எத்தனை பேர்கள்!

போன் வந்த புதிதில் அது மணியடித்தபோது அந்த வீட்டிலிருந்த எல்லோரும் கைவேலையை விட்டுவிட்டு போனை எடுக்க வேண்டும் என்று துடிப்புடன் ஓடி வருவார்கள். இப்பொழுதோ எல்லோருக்கும் அந்த போனைக் கண்டாலே அலுப்பு!

'ராணி ரத்னமஞ்சரி' இருபத்தைந்து வாரங்கள் ஓடியதை முன்னிட்டு படத் தயாரிப்பாளரே மேனகாவுக்கு கார் ஒன்றைப் பரிசாக வழங்கினார். அவர் ஒரு விழாவில் அந்தக் கார் சாவியை அவளிடம் தந்தபோது மேனகாவால் நம்பவே முடியவில்லை. "நிஜமாவா? கார் எனக்கா?" என்றாள்.

"நிஜமாகத்தான்மா. அந்த பாலசங்கரனின் திமிரை அடக்க ஒரு நல்ல சந்தர்ப்பத்தை உருவாக்கித் தந்தே. ஆஃப்டர் ஆல் நடிகன்னா யாரு? தயாரிப்பாளரின் கையில் ஒரு மெழுகு பொம்மை. எல்லாம் என்னுடைய திறமைதான் என்று தலைக்கனம் பிடிச்சி அலைபவர்களுக்கு இப்படித்தான் பாடம் கத்துத் தருவோம்" என்றார்.

யத்தனபூடி சுலோசனாராணி | 241

மேனகாவுக்கு அவர் சொன்னது எதுவும் புரியவில்லை. எதிரே படியிறக்கத்தில் சூரிய வெளிச்சத்தில் பளீரென்று மின்னிக் கொண்டிருந்த அந்த இளம் நீலவண்ண ஜென் காரின் மீதே அவள் பார்வை நிலைத்திருந்தது.

தயாரிப்பாளர் மேலும் சொன்னார். ''இதோ பார்மா! எப்போதாவது உனக்குப் பெயரும் புகழும் நிறைய வந்தா அது உன் சொந்த முயற்சியாலதான் என்று கனவிலும் நினைச்சிக்காதே. உன் திறமைக்கு மற்ற தொழில்நிபுணர்களின் சாமர்த்தியமும், என்னைப் போன்ற தயாரிப்பாளர்களின் பணமும் முதலீடாக சேரணும். அப்புறம் ரசிகருங்க கூட்டம் வரணும். எல்லாம் ஒண்ணு சேர்ந்தா தான் எதுவுமே நடக்கும். அதனால எப்போதும் தயாரிப்பாளர்களையும் உன் சக ஆர்ட்டிஸ்டுகளையும், டெக்னீஷியன்களையும் மதிப்புக் குறைவாப் பேசாதே. வெற்றி உன் ஒருத்திக்குத்தான் சொந்தம்னு பெருமையடிச்சிக்காதே. சினிமா என்பது, இதோ இருக்கே, இந்தக் கார் போலதான். அதில் எத்தனையோ விதமான பாகங்களைச் சேர்த்து இயக்கினால்தான் அந்தக் கார் ஓடும். நீயும் சுகமா ஏறிக் கிட்டு எங்கே வேணும்னாலும் போக முடியும். உன் சுயமதிப்பைக் காப்பாற்றிக் கொள். எதிராளியை மதிக்கக் கற்றுக்கொள். நாளைக்கு நீ அடையப் போகும் பெயருக்கும், புகழுக்கும் இதுதான் தொடக்கம்னு நினைக்கிறேன் போய்ட்டு வா. சீக்கிரமே அடுத்த படத்துக்கு... உனக்கே உனக்காகக் கதை தயார் பண்றோம்.''

மேனகா அந்தக் காரைப் பார்த்துச் சின்னப் பெண்ணைப் போல் மகிழ்ந்து போய்விட்டாள். காரைச் சுற்றிச் சுற்றி வந்தாள். தொட்டுப் பார்த்தாள். கடைசியில் காரில் ஏறி உட்கார்ந்து அவளே ஸ்டார்ட் செய்தாள்.

''எப்படிம்மா இருக்கு?'' என்று கேட்டார் தயாரிப்பாளர்.

''சூப்பரா இருக்கு!'' என்றாள் அவள்.

''போ. நிற்காதே. பின்னால திரும்பிப் பார்க்காதே.'' டாடா கூறுவதுபோல் அவர் கையை அசைத்தார்.

காரை ஓட்டிக் கொண்டிருந்த மேனகாவுக்குத் தாங்க முடியாத சந்தோஷமாக இருந்தது. இந்தக் கார் தன்னுடையதா? தனக்கே சொந்தமா? இன்னும் அவளால் நம்ப முடியவில்லை. அதே சமயம் கடைசியாக அவர் சொன்ன வார்த்தைகளையும் ஒன்று விடாமல் நினைத்துப் பார்த்தாள்.

வீட்டிற்கு வந்ததுமே வெளியிலே அதை நிறுத்தி ஹாரன் அடித்தாள். ரஞ்சனி வந்து கதவைத் திறந்ததுமே மேனகா ஓடி வந்து தாயைக் கட்டிக் கொண்டு விட்டாள். கையில் இருந்த சாவிக்

கொத்தை தாய் கண்முன்னால் ஆட்டிக் கொண்டே "அம்மி! உன்னோட மகள் இப்ப ஒரு காருக்குச் சொந்தக்காரியாகிட்டாள்" என்றாள். மாதவியும், மங்களமும் வந்தார்கள். காரைப் பார்த்துவிட்டு நினைவுதப்பி விடும் அளவுக்கு ஆச்சரியமடைந்தார்கள். அவர்கள் காலைத் தொட்டு வணங்கினாள் மேனகா. மாதவி திகைப்போடு நின்றாள்.

"வா அம்மி! எல்லாருமா இதுல எங்கேயாவது போகலாம்" என்று அடம் பிடித்தாள் மேனகா. தாய் எப்பொழுதுமே வீட்டை விட்டு நகர மாட்டாள். ரஞ்சனி மாட்டேன் என்று சொன்னபோதும் கேட்டுக் கொள்ளாமல் வலுக்கட்டாயமாக இழுத்து வந்து முன் சீட்டில் தன் பக்கத்தில் உட்கார வைத்தாள். மங்களம் வேகமாகப் போய் வீட்டைப் பூட்டிவிட்டு வந்தாள். மங்களமும், மாதவியும் பின் சீட்டில் ஏறிக் கொண்டார்கள்.

மேனகா காரை ஓட்டிக் கொண்டிருந்தாள். "அம்மி! எங்கே அழைத்துப் போகட்டும் சொல்லு?"

"மொதல்ல நீ நிதானமா ஓட்டும்மா! நேரா பிள்ளையார் கோவிலுக்கு" என்றாள் ரஞ்சனி. மேனகா அம்மாவைக் கோவிலுக்கு அழைத்துச் சென்றாள். கோவிலில் ரஞ்சனி சிரத்தையுடன் கைகளைக் குவித்து கண்களை மூடிக் கொண்டு பிரார்த்தனை செய்தாள்.

வீட்டிற்குத் திரும்பி வந்ததுமே அம்மாவின் தோளைச் சுற்றிக் கையைப் போட்டுக் கொண்டே "அம்மி! கோவில்ல சுவாமிகிட்ட என்னன்னு வேண்டிக்கிட்ட?" என்று கேட்டாள் மேனகா.

"எங்க மின்னுவுக்கு சீக்கிரமே ஒரு நல்ல கணவன் கிடைக்கும்படி செய்னு வேண்டினேன்மா."

மேனகா அம்மாவின் தோளை உதறிவிட்டாள். "போம்மா! உனக்கு எப்பவும் அதே நினைப்புதான். இப்ப நீ சந்தோஷமா இல்லியா அம்மி?" என்றாள் முகத்தைத் தொங்கப் போட்டுக் கொண்டவளாய்.

"இல்லை மின்னு! உனக்குக் கார்களும், பங்களாக்களும் வந்தாலும் அவ்வளவா எனக்கு சந்தோஷமா இருக்காது. சொத்து சேர்த்துட்டாய் என்று சந்தோஷமாக இருக்காது. நீ நல்லப் பையனைப் பார்த்துக் கல்யாணம் பண்ணிக்கிட்டு கணவன், குழந்தைகளுடன் குடித்தனம் நடத்திக் கொண்டிருந்தா அதைப் பார்க்கத்தான் சந்தோஷமா இருக்கும்." ரஞ்சனியின் கண்கள் குளமாயிட்டன. "சில சமயம் எனக்கு உன்னை அப்படிப் பார்க்கிற அதிர்ஷ்டம் இருக்கோ இல்லையோன்னு தோணும்மா!"

''வாயை மூடும்மா மொதல்ல. கண்ணைத் துடை. புதுக் கார்ல சந்தோஷமா சுத்திகிட்டிருக்கோம்.'' மங்களம் அவளைக் கடிந்து கொண்டாள். ''என் மின்னுவுக்கு இப்போ ஏன் கல்யாணம் ஆகாதுன்னு கேட்கறேன்? அவளுக்கு இவ்வளவு நாளா ஏன் கல்யாணம் ஆகலைன்னு எனக்கு இப்பதான் புரியுது. என் கண்மணிக்கு ராஜாவாட்டம் நல்ல வரன் கிடைப்பான். விமரிசையா கல்யாணம் நடக்கும். என் பேத்திகளுக்குக் கல்யாணம் ஆகுமோ ஆகாதோங்கிற கவலை இப்போ எனக்கு இல்லவே இல்லை. முந்தா நாள் நம்ம வீட்டுக்கு கதை சொல்றேன்னு வந்தானே ஒரு இளம் கதாசிரியன்! அவனுக்கு நம் மேனகாவை ரொம்பப் பிடிக்குமாம். அவன் கூட பார்க்க லட்சணமாகத்தான் இருக்கான். அவங்கப்பா ஜட்ஜா இருக்காராம். இந்தப் பையன்தான் சினிமா பைத்தியம். மேனகாவை அவன் பண்ணிக் கொண்டா நல்லா இருக்கும்குது மனசு. அடிக்கடி வந்து கொண்டிருன்னு நான் அவன்கிட்டே சொன்னேன்'' என்றாள்.

அதைக் கேட்டதும் மேனகா திகைத்துப் போனாள். ''பாட்டி! நீ இனிமே இந்தக் கல்யாணப் பேச்சை எடுக்க மாட்டேன்னு சொல்லு. எனக்குத் தெரியாம யாருகிட்டயாவது இதைப் பத்திப் பேசுனேன்னா, பாட்டிக்கு புத்தி சுவாதீனம் இல்லைன்னு சொல்லிடுவேன். அப்புறம் உன்னிஷ்டம்'' என்று பயமுறுத்தினாள்.

அன்றிரவு மங்களம் மேனகாவுக்கும் காருக்கும் திருஷ்டி கழித் தாள். மேனகாவைப் பார்த்து நெட்டி முறித்துவிட்டு ''என் தங்கமே! நீ சின்னவளா இருக்கறப்ப ஒருத்தர் உன் ஜாதகத்தைப் பார்த்தார். இந்தப் பெண்ணோடது ஆண்பிள்ளை ஜாதகம். வீட்டுக்கு இவதான் ஆண்பிள்ளை போல் பொறுப்பேத்து நடத்துவான்னு சொன்னாரு. அந்த மகான் எங்கே இருந்தாலும் கையெடுத்துக் கும்பிடணும்டி. அவர் சொன்னது அப்படியே பலிச்சிட்டது'' என்றாள்.

மாதவி மேனகாவிடம் வந்தாள். ''அக்கா! இன்றைக்கு எங்க பிரின்ஸிபால் என்னைக் கூப்பிட்டார். கல்லூரி ஆண்டு விழாவின் போது உன்னை சீஃப் கெஸ்டாக அழைக்கப் போறாங்களாம். உன்னைக் கண்டிப்பாக ஒப்புக் கொள்ளும்படி சொல்லச் சொன்னார். நாளைக்கு நீ எப்ப ப்ரீயா இருப்பியோ அப்ப வந்து அழைக்கிறேன்னு சொன்னார்.''

''என்னது? உங்க பிரின்ஸிபாலா? என்னையா?''

''ஆமாங்க்கா!'' மாதவி நெருங்கி வந்து மேனகாவின் இடுப்பைச் சுற்றிக் கைகளைப் போட்டாள். ''அக்கா! கல்லூரியில இப்போ எனக்கு உன்னால எவ்வளவு மதிப்பு தெரியுமா? நிறையப் புள்ளைங்க என்னோட ஃப்ரண்ட்ஷிப் வேணும்னு துடிக்கிறாங்க. அந்த ரஜனி

மாத்திரம் எம்மேல எவ்வளவு ஆத்திரமா இருக்கா தெரியுமா?'' என்று சொல்லி முகத்தை உம்மென்று வைத்துக் கொண்டாள்.

மேனகாவின் கண்கள் கசிந்து விட்டன. மாதவியின் தலையைத் தடவிக் கொடுத்தாள். ''ஏய். மாதவி! நீ சந்தோஷமா இருக்கேல்ல?'' என்றாள்.

''ஆமா! இருக்கேன்கா... ரொம்ப ரொம்ப! தாங்க முடியாத அளவுக்கு! உன்னைப் பார்த்தா எனக்கு எவ்வளவு பெருமையா இருக்கு தெரியுமா? அக்கா! நான் எவ்வளவு அதிர்ஷ்டசாலி?''

''மாதவி!'' மேனகா மாதவியை மார்புடன் அழுத்திக் கொண்டாள். அவள் கண்கள் கலங்கிவிட்டன. ''நீ இப்படி நினைச்சிட்டிருக்கறது எனக்கு எவ்வளவு சந்தோஷமா இருக்கு தெரியுமா? என் இதயத்தில் ஆனந்தம் பொங்கி வழியுதுடி. ஆனா அம்மாவுக்குத்தான் கொஞ்சமும் சந்தோஷமே இல்லையாம். அதான் எனக்கு வருத்தமா இருக்கு.'' உதட்டைக் கடித்து துக்கத்தை அடக்கிக் கொண்டே சொன்னாள்.

''அம்மா ஒரு பைத்தியங்கா. அம்மாவுக்கு என்ன தெரியும்? எப்போ பார்த்தாலும் கல்யாணம் கல்யாணம்...அதான் தெரியும். நீ அந்த வார்த்தைகளைப் பொருட்படுத்தாதே'' என்றாள் மாதவி.

33

மாதவியின் கல்லூரி ஆண்டு விழா மிகவும் விமரிசையாக நடந்தது. மேனகாவை பிரின்ஸிபால் மதிப்புடன் நடத்தியதுடன் அவள் கலைச் செல்வி என்றும், தான் கூப்பிட்டதுமே கல்லூரி விழாவுக்கு வந்ததைப் பெரும் அதிர்ஷ்டமா எண்ணுவதாகவும் சபையில் சொற்பொழிவாற்றும்போது குறிப்பிட்டாள்.

மேனகா தன் பொற்பொழிவை முன்கூட்டியே தயாரித்துக் கொண்டு வந்திருந்ததால் அதை சினிமா வசனம் பேசுவது போல் ஒப்புவித்தாள்.

"நானும் என் தங்கையோட இதே காலேஜ்ல படிக்கணும்னு எவ்வளவோ ஆசைப்பட்டேன். ஆனால் அப்ப இருந்த எங்க குடும்பச் சூழலின் காரணமா என்னால் படிக்க முடியவில்லை. இன்று இந்த மாதிரி உங்கள் முன்னால் நிற்பதும், உங்கள் வாழ்த்துக்களைப் பெற முடிந்ததும் என்னோட அதிர்ஷ்டம். மனிதனாகப் பிறந்த ஒவ்வொருத்தருமே நிறைய படிக்கணும். நல்லா படிக்க வேண்டும். படிப்புதான் வளர வளர மனிதனுக்கு வாழ்க்கையைப் புரிந்து கொள்ளும் நெளிவு சுளிவுகளைக் கற்றுத் தரும். நிறையப் பேர் படிப்பு பட்டம் பதவி வேலைக்காகத்தான் என்று நினைப் பார்கள். அது ரொம்பவும் தவறு. படிப்பு உங்கள் லட்சியத்தை மேம்படுத்தும். தனித்தன்மையை உங்களுக்குள் மெருகேற்றும். உலகத்தைப் புரிந்துகொள்ள படிப்பு பயன்பட வேண்டும். மன தளவிலும் மனிதனை உயர்த்தக் கூடியது கல்வி ஒன்றுதான்" என்று சொல்லி முடித்தாள்.

கல்வியைப் பற்றி மேனகா இவ்வளவு அழகாகப் பேசியதைக் கேட்டு எல்லோருமே பிரமித்துப் போய் விட்டார்கள். விழா நல்ல படியாக முடிந்தது. விழா முடிந்ததும் மாணவ, மாணவியர் ஆட்டோகிராபுக்காகச் சூழ்ந்து கொண்டு விட்டார்கள். மேனகா களைக்காமல் சலிக்காமல் கையெழுத்துப் போட்டுத் தந்தாள்.

ராமநாதன் முன்பு ஒரு தடவை சொல்லியிருந்தார். "எப்ப கையெழுத்துப் போட்டுத் தந்தாலும் அதற்கு முன்னால் ஒரு நல்ல 'கொடேஷனை' எழுதுவதை மறந்துடாதேன்னு" மேனகா பல புத்தகங்களில் வரும் கொடேஷன்களை ஒரு நோட்டுப் புத்தகத்தில் எடுத்தெழுதி வைத்துக்கொண்டு அடிக்கடி படித்து வந்தாள். யார் எப்போ ஆட்டோகிராப் கேட்டாலும் தடுமாறாமல் வாழ்க்கையைப் பற்றி, நட்பைப் பற்றி, ஏதாவது ஒரு தியாகத்தைப் பற்றிய கொடேஷன் ஒன்றை எழுதித்தான் கையெழுத்திடுவாள்.

மேனகாவிடம் ஆட்டோகிராப் வாங்கியவர்களுக்கு அவளிடம் மேலும் அதனால் அபிமானம் கூடும்.

மேனகா கையெழுத்துப் போட்டுக் கொண்டு இருக்கும்போது மாதவி அங்கே வந்தாள். "அக்கா!" என்று அழைத்தாள். பிரியத்துடன்.

மேனகா நிமிர்ந்து பார்த்தாள். மாதவிக்குப் பக்கத்தில் சிவப்பாக, உயரமாக ஒரு இளைஞன் நின்று கொண்டிருந்தான்.

"அக்கா! இவர் சுரேஷ். எம்.காம். படிக்கிறார். என் கிளாஸ்மேட் வீணாவோட அண்ணா" என்று அறிமுகம் செய்து வைத்தாள்.

மேனகாவுக்கு அவன் வணக்கம் தெரிவித்தான். ''மதூ எப்பவும் உங்களைப் பற்றியே வீட்ல சொல்லிக்கிட்டிருப்பா. இவளுக்கு இவ்வளவு நல்ல அக்கா இருப்பதைப் பார்க்கும்போது அவள்மீது எனக்குப் பொறாமைய்யா இருக்கு'' என்றான் முறுவலுடன்.

மேனகா அவனையும் மாதவியையும் கூர்ந்து கவனித்தாள். அவன் மாதவியை மதூ என்று உரிமையுடன் கூறுகிறான். மாதவி அவனைப் பார்க்கும் பார்வையில் வெட்கம் கலந்திருக்கிறது.

மேனகா அந்த சுரேஷைக் கூர்ந்து கவனித்தாள். அவன் தாய் தந்தையைப் பற்றி அக்கறையோடு விசாரித்தாள். தந்தை வக்கீலாக இருக்கிறாராம். அண்ணன், தம்பி ரெண்டுபேராம். ஒருத்தன் வெளிநாட்டில் இருக்கிறானாம். இரண்டு தங்கைகளாம். மேனகா அவன் தந்தையின் பெயரை ஏற்கனவே கேள்விப்பட்டிருக்கிறாள். பிரபலமான லாயர். பெயரும், புகழுமாக இருப்பவர். நல்ல வருமானமும் உள்ளவர் என்றார்கள்.

அன்று இரவு வீடு திரும்பிய பிறகு படுக்கப் போகும் முன் மேனகா மாதவியிடம் கேட்டாள். ''இந்த சுரேஷ் விவகாரம் என்ன? என்கிட்ட இதுவரை நீ சொன்னதே இல்லியே? மதூன்னு உன்னை அவன் அழைக்கிற அளவுக்கு உங்களுக்குள் நெருக்கம் எப்படி ஏற்பட்டது?''

''அக்கா! நான் வீணா வீட்டிற்கு அடிக்கடி போய் வருவேன். அவ மூலம்தான் அறிமுகம். நாங்க மூணு பேரும் சினிமாவுக்குப் போவோம். அவ்வளவுதான் அக்கா! நீ ஏன் கேக்கறேன்னு புரியுது. அம்மா மீது ஆணை. அதைவிட வேறு எதுவுமே இல்லைக்கா'' என்றாள் பயந்தவளாக.

''எதற்காக இப்போ ஆணை பூனைன்னுல்லாம் பேசற நீ?'' என்றாள் மேனகா சிரித்துக் கொண்டே.

''நீதான் சொல்லியிருக்கியே அக்கா. நான் கல்லூரிக்குப் போறது படிக்கத்தானே தவிர வெளில கண்டபடி எல்லாம் நடந்துக்கக் கூடாதுன்னு. அதை நான் ஒருநாளும் மறக்கலை.மறக்கவும் மாட்டேன்.''

''கிழிச்சே போ. தகுந்த பையன் கிடைத்து, அவனுக்கும் உன்னைப் பிடிச்சிருந்தா, நான் பேசக் கூடாதுன்னு சொன்னேனா? அதுசரி, சுரேஷ்க்கு உன்னைப் பிடிச்சிருக்கா இல்லையா? அதைச் சொல்லு மொதல்ல'' என்றாள்.

''பிடிச்சிருக்கு அக்கா'' என்றாள் நாணிக்கோணியவளாக!

''உனக்கு அது எப்படித் தெரியும்?'' துருவித் துருவிக் கேட்டாள்.

''நான் பேசாம இருந்தாலும் என்கிட்ட எதுனா பேச பார்ப்பான். போன் பண்ணுவான். நான் எதுக்கோ பயப்படறேன்றது அவன் எண்ணம்.''

''வாடி என் செல்லமே! ராட்சசியான இந்த அக்காவை நினைச்சிதான் பயப்படுறேன்னு அவன்கிட்ட சொல்ல வேண்டியது தானே.'' மேனகா தன்னையே விரலால் காட்டிக் கொண்டே சிரிப்புடன் சொன்னாள்.

''அக்கா! நீ என்னைப் பொறுத்தவரை ராட்சசி இல்லைக்கா, தேவதை'' என்றாள் மாதவி.

''இந்த முகஸ்துதியெல்லாம் எங்கேருந்து கத்துக்கிட்டே ?எனக்கே ஐஸா!''

மாதவி முகம் கவிழ்ந்தாள். கடைசியில் மேனகா சொன்னாள். ''மாதவி! அந்தக் குடும்பம் ரொம்ப நல்ல குடும்பம்னுதான் சொன்னாங்க. கொஞ்சம் எனக்கும் தெரியும். சுரேஷைப் பார்த்தா ராஜாவாட்டம் மட்டுமில்லை, புத்திசாலியாவும் தெரியறான். ஆனா அவனைப் பத்தி தெரிஞ்சிக்க ஒரு நான்கு மாச அவகாசமாவது வேண்டும். அவன் பழக்க வழக்கங்கள் என்ன, நண்பர்கள் யார் யாரெல்லாம்னு தெரிஞ்சிக்கணும். எனக்குத் திருப்தி ஏற்பட்டா உங்க ரெண்டு பேரு கல்யாணத்தையும் முடிச்சிடறேன். திருப்திதானே?''

''அக்கா!'' என்ற மாதவி அவளை இறுக்கமாகக் கட்டிக் கொண்டு முத்தமிட்டாள்.

''அசடு! அசடு. இதைப் போய் பெரிசு பண்றியே. உனக்கு ஞாபகம் இருக்கா? சின்ன வயசுல நாம பேசிக்குவோம், நான் உன் கல்யாணத்தைப் பண்ணி வைப்பேன்னு. மாதவி! உன் கல்யாணத்தை ரொம்ப ரொம்ப விமரிசையாகப் பண்ணனும்னு நினைக்கிறேன். யாருமே பண்ணாத அளவுல பெரிய அளவில ஜாம் ஜாம்னு நடத்தணும். நான் எப்படியும் கல்யாணம் பண்ணிக்கப் போறதில்ல. உன் கல்யாணத்தின் மூலமாவது அம்மாவுக்குப் பரிபூரண மனத் திருப்தியை ஏற்படுத்தணும். ஆனா! நீ கொஞ்சம் பொறுத்திருக்கணும். இந்த நாலஞ்சி மாசங்களும் அவனை நம்ம வீட்டிற்கு வரச் சொல்லுவோம். அருகில் இருந்து அவனைக் கவனிப்போம். மாதவி! கல்யாணம்கிறது பெண்ணின் வாழ்க்கையில் மூச்சுக்காத்து போல. கணவனா வரப் போறவனுக்கு முன்னால மற்ற விஷயங்கள் எல்லாம் ஒருவருக்குத் திருணமாவே தென்படணும்டி'' என்றாள்.

மாதவிக்கு அக்கா தன் திருமணத்தைப் பண்ணி வைக்கப் போவதாகச் சொன்ன வார்த்தையைத் தவிர வேறு எதுவும் காதில் விழவில்லை. அவள் காதல் மனம் இறக்கை கட்டி எங்கெல்லாமோ பறக்கத் தொடங்கிவிட்டது.

34

மேனகா நடித்துக் கொண்டிருந்த இரண்டு சினிமாக்கள் மிக வேகமாகத் தயாராகிக் கொண்டிருந்தன. மேலும் நான்கு சினிமாக்களில் அவள் ஒப்பந்தம் செய்யப்பட்டாள்.

தொடக்கத்தில் மேனகாவைக் கதாநாயகியாகப் போட்டால் அந்த சினிமாவில் தான் நடிக்க மாட்டேன் என்று சொல்லி, தனக்கு வேண்டிய ஹீரோயினைப் போடச் செய்த பாலசங்கரன், அந்த சினிமாவெல்லாம் தோல்வி அடைந்ததும், மேனகாவையே புக் செய்யச் சொல்லி தயாரிப்பாளரிடம் சொல்லிவிட்டான். மேனகாவுக்கு யார் மீதும் கோபமோ, ஆவேசமோ இல்லை. அவன் வேண்டாமென்று சொன்னபோது வருத்தப்படவும் இல்லை. வேண்டும் என்று சொன்னபோது மகிழ்ந்து பொங்கிப் போகவும் இல்லை.

அவளுடைய சேமிப்புக் கணக்கு கணிசமாக உயர்ந்தது. வாழ்க்கையில் இனி ஒரு போதும் தானோ, தன் வீட்டாரோ இந்த ஜென்மத்தில் பட்டினி கிடக்க வேண்டிய நிலைமை வராது என்றெண்ணி மகிழ்ந்தாள். இரவு நேரத்தில் வங்கி பாஸ்புக்கை தலையணைக் கடியில் வைத்துக் கொண்டு காலையில் எழுந்து கொண்டதுமே எடுத்துப் பார்ப்பாள். அப்படி இருந்தும்

அவளுக்குச் சில சமயம் வேண்டாத கனவுகள் வந்து கொண்டிருந்தன.

தெருவில் ராஜாத்தி வந்து சண்டைபோடுவது போலவும், பழக்கடையில் தந்தை அடித்தபோது ஆரஞ்சுப் பழங்கள் மீது போய் விழுந்த டப்பாவிலிருந்த மாவெல்லாம் தரையில் கொட்டி விட்டது போலவும், கவுன் கிழிந்து போய் தொங்குவது போலவும், தனக்கு யாருமே இல்லை என்று அழுது கொண்டிருப்பது போலவும் கனவுகள் வரும்.

வயிற்றுப் பசி தாங்க முடியாமல் அழுவது போல் திடீரென்று மேனகா எழுந்து உட்கார்ந்து கொள்வாள். கொஞ்ச நேரத்திற்குப் பிறகுதான் அது கனவு என்று புரியும். நெற்றி முழுவதும் வியர்வை அரும்பிவிட்டிருக்கும். தலையணைக்கு அடியில் கையால் தடவி பாஸ்புக்கை எடுத்துப் பார்த்துக் கொள்வாள். ''என்னிடம் பணம் இருக்கிறது. கணிசமாகவே இருக்கிறது'' என்ற நிம்மதியோடும் இனிமே பழைய நிலை எப்போதும் வராது என்ற மனஉறுதியோடு தூங்கப் போவாள். இவ்வளவு சம்பாதித்தாலும் கூட இது போன்ற கனவுகள் தன்னைத் துரத்திக் கொண்டிருப்பதை நினைக்கும்போது மேனகாவுக்கு வேடிக்கையாகவும் வேதனையாகவும் இருந்தது.

ராமநாதன் ஒரு முறை அவளை அழைத்து ''மேனகா! உன் வங்கி சேமிப்பில் பணம் நிறைய சேர்ந்து விட்டது. அரசாங்கத்திற்கு வரிப்பணம் செலுத்திட்டியா?'' என்று கேட்டார்.

''அரசாங்கத்திற்கு நான் ஏன் அதைத் தெரியப்படுத்தணும்?'' என்றாள் அவள் விவரம் புரியாமல்.

''அதுதான் சட்டம். சம்பாதிக்கிற ஒவ்வொருத்தரும் தான் சம்பாதிக்கிற பணம் ஒரு எல்லையைத் தாண்டிவிட்டால் அரசாங்கத்திடம் தெரிவித்து டாக்ஸ் கட்டணும். அதாவது வரிப்பணம் கட்டணும்.''

''நான் எதுக்காகக் கட்டணும்கிறேன்? இது என் பணம். நான் இரவு பகலா கஷ்டப்பட்டு சம்பாதிச்ச பணம். நான் சாப்பாடு இல்லாமல் பட்டினி கிடந்தப்ப இந்த அரசாங்கம் கண்டுக்கலியே! அப்ப எனக்கு சாப்பாடு போட்டுதா? காப்பாத்துச்சா?'' என்று அவரிடம் மேனகா கேட்டாள் கோபமாக.

அவர் பொறுமையாக மேனகாவுக்கு விவரமாக வரி பற்றி எடுத்துச் சொன்னார். ''இதோ பாரும்மா. உனக்கே தெரியாமல் அரசாங்கம் பண்ணிக் கொடுக்கும் எத்தனையோ வசதிகளை நீ அனுபவிச்சிக்கிட்டுதான் வர்றே. உன் வீட்டில் லைட் இருக்கிறது.

குழாய்ல தண்ணீர் வரவும், வீட்ல விளக்கு எரியவும் அரசாங்கம் எவ்வளவு செலவு செய்யணும் தெரியுமா? அது மட்டுமில்லே? நீ சாப்பிடணும்னா தானியங்கள் விளையணும். அந்த தானியத்திற்கு நீர் பாய்ச்சணும்னா அணைகளைக் கட்டணும். நாம் போகும் பஸ், ரயில் எல்லாம் அரசாங்கம் ஏற்பாடு செய்தவைதான். வீட்டில் நாம் நிம்மதியாக இருக்கணும்னா நாட்டை ராணுவம் காப்பாத்தணும். ராணுவ வீரர்களை அரசாங்கம் போஷிக்கணும். நீ தெருவில் நடக்கணும்னா ரோடுகளை போடணும். அவை சுத்தமா இருக்கணும். மாணவர்கள் படிக்க கல்வி நிலையங்கள், நோயாளிகளுக்கான ஆஸ்பத்திரி இதையெல்லாம் அரசாங்கம்தானே நடத்தணும். இதுக்கெல்லாம் நிறையப் பணம் தேவை. அதற்கெல்லாம் வேண்டிய பணத்தை அரசாங்கம் இப்படிப் பல விதமாத்தான் வசூல் செய்யும். சம்பாதிக்கும் ஒவ்வொருத்தரும் அதன் ஒரு பகுதியை அரசாங்கத்திற்கு செலுத்த வேண்டியிருக்கும். வருமானம் இல்லாதவங்ககிட்ட அரசாங்கம் வரி கேட்காது. அந்த வருமானமும் கூட ஓரளவிற்கு மேற்பட்டால் மட்டுமே அதற்கு வரி செலுத்த வேண்டியிருக்கும். நீ ஏன் வரி ஏன் கட்டணும்னு இப்போ புரியுதா?''

மேனகா நீண்ட பெருமூச்சுடன் புரிந்தது என்ற வகையில் தலையசைத்தாள். ''நாட்டிலிருக்கிற மத்த எல்லோரும் வரி கட்டுறபோது, நான் ஒருத்தி மட்டும் கட்டலைன்னா பெரிசா என்னவாயிடும்?''

''ஒவ்வொருத்தரும் உன்னாட்டமே அப்படி நினைச்சிட்டா?''

''நான் பணம் சம்பாதிச்சது அவர்களுக்கு எப்படித் தெரியும்கிறேன்? நான் அரசாங்கத்திடம் சொல்லவேயில்லையே?''

''நீ சொல்லலைன்னா உனக்குப் பணம் கொடுத்தவங்க, அவங்களோட கணக்குகளில் உனக்குக் கொடுத்திருப்பதை காட்டுவாங்கல்ல. அப்போ அரசாங்கத்துக்கு அது தெரிந்துபோயிடும். நீ வரிப் பணம் செலுத்தலைன்னா உன்னை ஏமாத்தினதா கைது பண்ணவும் சட்டமிருக்கு மேனகா. அது மட்டுமில்லை, உன் பணத்தை எல்லாம் பறிமுதல் செய்யக்கூட அரசாங்கத்திற்கு அதிகாரம் இருக்கு.''

''அடக் கடவுளே! நாளைக்கே கட்டிடறேன். ஆனால் அந்த கணக்கு வழக்கெல்லாம் எனக்கொண்ணும் தெரியாதே சார்? என்ன செய்றது?''

''இப்போதைக்கு உனக்கு அதற்கு நான் வழிமுறை சொல்றேன். ஆனா நீ என் பேச்சைக் கேளு. ஒரு செகரெட்ரியை வைச்சிக்க.

அவனே இந்த வேலைகளை எல்லாம் பார்த்துக்குவான். அவனுக்கு ஒரு சம்பளம் போட்டுத் தந்தால், உனக்கு அப்புறம் இந்தத் தலைவலி எல்லாம் இருக்கவே இருக்காது.''

''செகரெட்ரியா? சம்பளமா?'' மேனகா பிரமிப்புடன் மார்பில் கையை வைத்துக் கொண்டாள்.

''இதோ பார். நீ இப்படியெல்லாம் நாம பணத்தைச் செலவழிக்கணுமேன்னு பயந்து போறதை விட்டுடு. உனக்கு ஆயிரக்கணக்குல பணம் வரும்போது நூற்றுக்கணக்கில் செலவு செய்யறது என்ன தப்புங்கறேன்?'' அவர் கண்டிப்பதுபோல் சொன்னார். ''நீ ஒரு நடிகை. உன்னுள் இருக்கும் நடிப்புத் திறமையை எப்படி மெருகேறச் செய்யறதுங்கிறதில கவனம் செலுத்தறதுக்குதான் உனக்கு நேரம் சரியா இருக்கும். அதோட வெளி உலகத்தோட உனக்குத் தொடர்புகள் கூடிக்கிட்டே இருக்கும். உன் சம்பந்தப்பட்ட வேலைகள் மட்டும் ஒழுங்கு முறையுடன் நடப்பது போலப் பார்த்துக்க ஒரு ஆள் அவசியம் தேவைம்மா. பணத்தைச் சம்பாதிப்பதை விட அதை மேனேஜ் செய்யறதுதான் ரொம்பக் கஷ்டம். உனக்கு செகரெட்ரி ரொம்ப ரொம்ப முக்கியம்'' என்றார் அவர்.

மேனகா சரியென்று தலையை அசைத்தாள். ''ஆனால் எனக்கு யாரை சார் தெரியும்? நம்பிக்கையானவங்க எப்படி கிடைப்பாங்களா?''

''எனக்குத் தெரிஞ்ச ஒருத்தன் இருக்கறான். நேற்று வரையில் சினிமாத் துறையில் ஹீரோயினா ஆட்சி செய்து கொண்டிருந்த வனஜாவுக்கு செகரெட்ரியாக இருந்தவன். அவனிடம் டிசிப்ளின் அதிகம். பெயர் பரசுராமன். அவனுக்குன்னா நானே போன் செய்து விசாரிக்கிறேன்'' என்றார்.

மேனகா சரியென்று சம்மதம் தெரிவித்தாள்.

அதன்படி பரசுராமன் மேனகாவுக்கு செகரெட்ரியாக வந்தான். நடுத்தர வயதைத் தாண்டியவன். வழுக்கைத் தலை. எப்போதும் தும்பைப் பூவைப் போன்ற வெள்ளை ஆடைகளையே உடுத்தியிருப்பான்.

அவன் வந்ததுமே மேனகாவின் விவகாரங்களை எல்லாம் தெளிவாகக் கேட்டுத் தெரிந்துகொண்டு அதற்கெல்லாம் தானே பொறுப்பேற்றுத் தன் கையில் எடுத்துக் கொண்டான். ''முதல்ல நீங்க வீடு மாறணும். இது உங்கள் ஸ்டேடசுக்குத் தகுந்த இடமா இல்லை'' என்றான். முதலில் மறுத்த அவள் அவன் தகுந்த காரணங்களைச் சொன்ன பிறகு ஒப்புக் கொண்டாள். அவனே

எல்லா வசதிகளும் கொண்ட ஒரு பெரிய வீட்டைப் பார்த்தான். விரைவிலேயே மேனகா அந்த வீட்டிற்குக் குடி போனாள்.

பரசுராமன் மேனகாவின் அன்றாட வேலைகளுக்கு ஒரு டைம் டேபிளைப் போட்டுக் கொடுத்து அதன்படி நடக்கச் செய்தான். அவனுக்கு டிசிப்ளின் முக்கியம். எதிரே இருப்பவர்களையும் அதைப் பின்பற்றச் சொல்லுவான். மங்களம் எதற்காவது பெரிதாகக் குரல் எடுத்துக் கத்தினால் பின்னால் வந்து "உஷ்! கத்தாதீங்க. நீங்க இப்படிக் கத்தினா உங்க அந்தஸ்து என்னவாகும்? நீங்க இப்ப பிரபலமான நடிகை மேனகாவோட பாட்டிங்கிறதை மறந்துடாதீங்க" என்று அவ்வப்போது அவளை எச்சரிப்பான்.

மேனகா மதிய நேரத்தில் பாட்டியிடம் உட்கார்ந்து சிரித்துப் பேசி அரட்டையடித்துக் கொண்டிருந்தால் பரசுராமன் வந்து விரலால் கதவைத் தட்டி "மேடம்! இப்போ நீங்க ரெஸ்ட் எடுத்துக்கற நேரம். போய் ஓய்வு எடுத்துக்கங்க. சாயங்காலம் ஷூட்டிங் இருக்கு" என்பான்.

ஒரு முறை போன் கணகணவென்று ஒலித்தது. மேனகா ஓடி வந்து எடுக்கப் போனபொழுது அவன் வந்து தடுத்தான். "மேடம்! நீங்க இப்படியெல்லாம் வரக்கூடாது. நான் இங்கே அதுக்குத்தானே இருக்கேன்" என்று கூறியபடி தானே டெலிபோன் ரிசீவரை எடுத்துக் கொண்டான்.

மறுமுனையில் யாரோ மேனகா வேண்டும் என்று கேட்டார்கள். "மேடம் ரெஸ்ட் எடுத்துக்கிட்டிருக்காங்க. இப்போ பேச முடியாது. மாலையில் திரும்பவும் பண்ணுங்க" என்று அவர்களின் பதிலுக்காகக் காத்திருக்காமல் போனை வைத்து விட்டான்.

"யாரு போன் செய்தாங்க?" என்றாள் மேனகா.

"முதலமைச்சரின் பி.ஏ.வாம் ஏதோ டின்னருக்குக் கூப்பிடணுமாம்."

"ஐயோ! அவர் கூப்பிட்டா இல்லைன்னு சொல்றதா?"

"யாராக இருந்தா எனக்கென்னம்மா? மேடம் ஓய்வு எடுத்துக் கொள்ளும் நேரத்தில் ஜனாதிபதியே கூப்பிட்டாலும் பேசமாட்டாங்கன்னு மக்களுக்குப் புரியணும். அதிர்ஷ்டவசமாக உங்களுக்கு நல்ல பெயரும், புகழும் கிடைச்சிருக்கு. அதை ரொம்ப ஜாக்கிரதையா காப்பாத்திக்கணும். போங்க, போங்க! போய் ரெஸ்ட் எடுத்துக்கோங்க" என்றான்.

மங்களத்திற்கு அவனைக் கண்டாலே உதறல் என்ற நிலை. பக்கத்தில் யார் இருக்கிறார்கள் என்று கூடப் பார்க்காமல் எரிந்து

விழுவான். "இந்தக் கடன்காரனை என் உயிரை எடுக்கன்னு எங்கேயிருந்து பிடிச்சிக் கொணாந்தே மின்னு? அந்தண்டை இந்தண்டை நகர விட மாட்டேங்கிறான். எப்போ பார்த்தாலும் வாத்தியார் பிரம்பை எடுத்துக்கிட்டு மிரட்டுறாப்ல மிரட்டிக்கிட்டே இருக்கான்'' என்று சொல்லித் தலையில் அடித்துக் கொண்டாள்.

மேனகா தொடக்கத்தில் தானும் அவனுக்குப் பயந்து கொண்டுதானிருந்தாள். பிறகு யோசித்துப் பார்த்தாள். அவனுக்கு அவள் ஏன் பயப்பட வேண்டும்? அவன் தன்னிடம் சம்பளத்திற்காக வேலை செய்யும் ஊழியன். அவள் தன் ஸ்டேட்டஸை மறந்து அனாவசியமாக அவனுக்குப் பயப்படுகிறாள் என்று புரிந்தது. அவளுக்குக் கொஞ்சம் தைரியம் வந்தது.

ஒரு முறை ரசிகர் சங்கத்தைச் சேர்ந்த சிலர் வந்தார்கள். பரசுராமன் அவர்களை விரட்டிக் கொண்டிருந்தான். மேனகா உள்ளே இருந்து திரைச்சீலையை விலக்கிக் கொண்டு வெளியே வந்தாள். அவர்களுக்குப் பதில் வணக்கம் தெரிவித்து விட்டு உட்கார்ந்து கொண்டாள். அவர்களின் ஊர், பெயர், படிப்பு போன்ற விவரங்களையெல்லாம் விசாரித்துப் பேசிக் கொண்டிருந்தாள்.

"மேடம்!" என்று செகரெட்ரி ஏதோ சொல்ல வந்தான். மேனகா மிடுக்காகக் கால்மேல் கால்போட்டு உட்கார்ந்தபடியே இடது கையை நீட்டி அவனை இரு இரு என்பது போல் மையமர்த்தினாள்.

மேனகா அவர்களை அனுப்பி விட்டுத் திரும்பி வந்தாள் அவள். அங்கே பரசுராமன் சிவந்த கண்களுடன் ஆவேசமாக நின்றிருந்தான். "மேடம்! நீங்க என்னை ரொம்ப அவமானப்படுத்திட்டீங்க. நீங்களே மற்றவர்களுடன் பேசிக் கொள்ளும்போது நான் ஒருத்தன் இங்கே எதுக்கு?'' என்றான் தரையைப் பார்த்தவாறே.

மேனகா அமைதியான குரலில் சொன்னாள். "இதோ பாருங்க சார். செகரெட்ரின்னா எங்களுக்கும் வெளி உலகத்திற்கும் ஒரு பாலமா இருக்கணுமே தவிர குறுக்குச் சுவராக இருக்கக் கூடாது. நேத்து சுந்தர் பிலிம் பிரொட்யூசர் வந்திருந்தார். நீங்க பார்க்கவே விடலை. ஏன்னா அவருக்கும் உங்களுக்கும் ஒத்துவராது. கடந்த காலத்தில் அவர்மீது இருந்த விரோதத்தைக் காட்டிக்கிட்டீங்க. உங்களுக்குப் பிடித்தவர்களுக்கும், உங்களை மதிக்கிறவர்களுக்கும் மட்டுமே நீங்க என்னோட கால்ஷீட் கிடைக்கும்படி செய்றீங்க. உங்க விருப்பு வெறுப்புகளை முன் வைத்துத்தான் இப்போது என் தொழில் முடிவாகிட்டு வருது. நான் உங்களை வேலைக்கு எடுத்துக் கொண்டது எனக்கு உதவி செய்வதற்காகத்தானே தவிர, சாவி

கொடுத்த பொம்மையைப் போல் நீங்க சொல்றபடியெல்லாம் ஆடுறதுக்காக இல்லை. உங்களுக்குப் பிடிச்சவங்க வந்தாதான் என்னைப் பார்க்க அனுமதிக்கிறீங்க. இதையெல்லாம் உணராத முட்டாள் நான் என்று நினைச்சிடாதீங்க சார். உங்களால எனக்கு நிம்மதி கிடைக்க வேண்டியது போக, வேண்டாத பிரச்னைகளும், அமைதியின்மையும்தான் வந்து சேர்ந்து இருக்கு... நானே மாசச் சம்பளம் கொடுத்து என் தலைவலியை விலைக்கு வாங்கிக்கறேன்னுதான் இதுக்கு அர்த்தம்.''

''மேடம்!''

''கத்தாதீங்க. நேத்து மயூரா ஹோட்டலில் பிரபல டைரக்டர் கொடுத்த பார்ட்டியில நீங்களும் கலந்துகிட்ட காரணம் என்ன? நான் கொடுக்கும் சம்பளத்தை விட அதிகமா உங்களால வீட்டு வாடகையை எப்படித் தர முடியுது? பெண்பிள்ளைதானே? ஆட்டி வச்சிடலாம்னு நினைச்சிட்டீங்க. அப்படித்தானே?'' கோபமாகக் கேட்டாள் அவள்.

பரசுராமன் வாயடைத்துப் போய் விட்டான்.

''இதுக்கெல்லாம் என்ன பதில் சொல்லப் போறீங்க?'' உலுக்கி எடுத்தாள் மேனகா.

''நான்... நான் வேலையை ராஜினாமா செய்துடறேன் மேடம்'' என்றான்.

''தாங்க்யூ. தாங்க்யூ வெரி மச்'' என்றாள் மேனகா.

அடுத்த சிறிது நேரத்திலேயே கணக்கு வழக்குகளையும் சாவிக்கொத்தையும் ஒப்படைத்து விட்டு பரசுராமன் போய் விட்டான். மேனகா ஒரு வாரத்திற்குள் நாகலிங்கம் என்பவனை செகரெட்ரியாக வைத்துக் கொண்டாள். நாகலிங்கம் குழந்தை, குட்டி உள்ளவன். பொறுமைசாலி. எதிராளியின் மனம் நோகாமல் தன் காரியத்தைப் பார்த்துக் கொண்டு போவதில் மன்னன். அவன் வந்த பிறகுதான் மேனகாவுக்கு நிம்மதியாக இருந்தது.

35

மேனகா உணவு மேஜையின் முன்னால் வந்து உட்கார்ந்து கொண்டாள். அங்கே அம்மா, பாட்டி இருவரும் மட்டும்தான் இருந்தார்கள். மாதவியைக் காணவில்லை. மேனகா சாப்பாட்டு நேரத்தில் வீட்டில் இருப்பதே குறைவு. இருக்கும்போது எல்லோரும் சேர்ந்துதான் சாப்பிடுவார்கள்.

''மாதவி எங்கேம்மா?'' என்று கேட்டாள் மேனகா.

''படுத்துக்கிட்டிருக்கா'' என்றாள் மங்களம்.

''ஏன் அவள் சாப்பிட வரலை?''

''பசி இல்லையாம்.''

''பசி இல்லாமல் போவானேன்?''

''வேலை வெட்டி எதுவும் இல்லாததாலயோ என்னமோ'' எரிச்சலுடன் சொன்னாள் மங்களம். கடவுள் கிருபையால் பணத்திற்குக் குறையில்லாமல் இருக்கிறது. இல்லாத தலைவலியை வரவழைத்துக் கொண்டு, வீட்டில் மற்ற எல்லோருடைய உயிரையும் வாங்குவதென்பது மங்களத்திற்குப் பிடிக்காத விஷயம்.

மேனகா நேராக மங்களம் முகத்தை ஒரு வினாடி பார்த்தாள். மேற்கொண்டு எதுவும் பேசாமல் எழுந்து நேரே உள்ளே போனாள்.

மாதவி கட்டிலில் படுத்தபடி அழுது கொண்டிருந்தாள்.

''மாதவி! ஏய் என்ன இது? என்னவாச்சு? உனக்கு'' கவலையுடன் கட்டிலில் வந்து உட்கார்ந்தாள் மேனகா.

''ஒண்ணுமில்லைக்கா.''

''என்கிட்ட மறைப்பானேன்? என்ன நடந்தது சொல்லுடி?'' மாதவியை வலுக்கட்டாயமாக எழுப்பி உட்கார வைத்தாள்.

மாதவி அக்காவைப் பார்த்தாள். ரொம்ப நேரமாக அழுது கொண்டிருந்தாற்போல் அவள் கண்கள் சிவந்திருந்தன. முகம் வீங்கினாற்போல் தெரிந்தது.

''மதூ!'' துக்கத்தால் குமுறிக் கொண்டிருந்த தங்கையைப் பார்த்ததும் மேனகாவின் மனம் நொறுங்கிக் கரைந்துவிட்டது. ''என்னடி நடந்தது? நான் ஒருத்தி இருக்கறப்ப என்கிட்ட சொல்லாம ஏன் இப்படி அழுதுகிட்டிருக்கே? என்னால் முடியாத காரியமா இருந்தா கூட சொல்லிட்டு அப்புறமா அழுதுக்க. என்ன நடந்தது மாதவி?'' கலவரமடைந்தவளாகக் கேட்டாள் மேனகா.

''அக்கா... சுரேஷ் என்னை... என்னை ஏமாத்திட்டான்கா.''

''மைகாட்!'' மேனகா திக்பிரமை பிடித்தவள் போலானாள். தன்னையும் அறியாமல் மாதவியின் வயிற்றைக் கூர்ந்து பார்த்தாள். அவர்கள் இருவரும் ஒருவரை ஒருவர் புரிந்து கொள்ள வேண்டும் என்பதற்காக இவளே அடிக்கடி அவர்கள் சந்தித்துக் கொள்வதற்கு ஏற்பாடுகளைச் செய்தாளே? மாதவி அவனிடம் தன்னை இழந்து விட்டாளா? தாயாகப் போகிறாளா? மேனகாவின் இதயம் படபடத்தது.

''ஏண்டி இப்படிச் சொல்றே?'' என்று கேட்டாள் மேனகா.

''என்னைக் கல்யாணம் பண்ணிக்கிறதா வாக்குறுதி கொடுத்தான் இல்லையா? இப்போ என்ன சொல்றான் தெரியுமா? அவனோட அப்பாவுக்கு இந்த சம்பந்தத்துல இஷ்டமில்லையாம். அது மட்டுமில்ல.... பூஷணத்தின் மகள் ரஜனியுடன்தான் அவனுக்குக் கல்யாணம் நடக்கணும்னு அவர் நினைக்கிறாராம். அவர்களுக்குள் தூரத்து சொந்தமும் இருக்காம். சுரேஷின் அம்மாவுக்கு அவன் என்றால் உயிராம். பெற்றோர்களை மீறிக் கொண்டு அவனால் பதிவுத் திருமணம் செய்துக்கவும் முடியாதாம். நான் அவன்கிட்ட நல்லா சண்டை போட்டேன். நம்பிக்கைத் துரோகின்னெல்லாம் மானம் போறாப்ல திட்டினேன்.'' மாதவி தங்கள் இருவருக்கும் நடுவில் நடந்த உரையாடலை ஒன்று விடாமல் ஒப்புவித்தாள்.

மேனகா எல்லாவற்றையும் கவனமாகக் கேட்டுக் கொண்டாள். இதை எல்லாம் கேட்ட பிறகு அவள் இதயத்தின்மீது இருந்த பாரம் இறக்கி விட்டாற்போல இருந்தது. இவ்வளவுதானே! என்று நினைக்கத் தோன்றியது.

''மதூ! இவ்வளவு சின்ன விஷயத்திற்கே நீ இப்படிக் கலங்கிடலாமா? என்கிட்ட ஒரு வார்த்தை சொல்லியிருக்கக் கூடாதா? அவன் சொன்னதுல எந்தத் தவறும் இருப்பதா எனக்குத் தெரியலை. அவன் சொன்னதும் நிஜம்தான். கல்யாணம்னா அவனுடைய தாய் தந்தையரின் சம்மதத்துடன்தான் நடக்கணும். நீ அந்த வீட்டுக்கு மருமகளாப் பெருமையுடன் தலை நிமிர்ந்து போகணும். இந்தக் கல்யாணம் நடந்தால் அவங்க குடும்பத்துடன் உன் உறவு பலப்பட வேண்டுமே தவிர அறுந்து போகக் கூடாது. உன்னால அப்பா அம்மாவை விட்டு தான் தூரமாப் பொயிட்டோங்கிற வேதனை அவனுக்குக் கனவிலும் ஏற்படக்கூடாது. இந்த விஷயத்தில் நான் அவன் சொன்னதுதான் சரி என்கிறேன்.''

''அக்கா! நீ கூடவா அவன் பக்கம் பேசறே? என் மனநிலை உனக்குப் புரியலியே. அவன் வேற ஒரு பெண்ணைத் திருமணம் செய்து கொண்டால் என்னால் தாங்கிக்கொள்ள முடியாது. அதற்குப் பிறகு உயிருடன் இருக்க முடியாது என்னால்.''

ஆவேசமாகச் சொல்லிக் கொண்டிருந்த தங்கையின் கையைப் பிடித்து இழுத்தாள் மேனகா. ''அவனுடன் உன் கல்யாணம் நடக்காது என்று யார் சொன்னது உனக்கு? அவனுடன்தான் உன் திருமணம் நடக்கும். அவன் பெற்றோரின் சம்மதத்துடன் உங்கள் கல்யாணம் நடக்கும். தெரிந்துகொள்.''

''எப்படிக்கா நடக்கும்?'' மேனகாவின் கைகளைப் பிடித்தாள் மாதவி.

''அதெல்லாம் உனக்குத் தேவையில்லை. அக்கா மீது உனக்கு நம்பிக்கை இருக்கா இல்லையா?'' கேட்டபடி தன் கைகளை அவளிடமிருந்து விடுவித்துக் கொண்டாள் மேனகா.

''இருக்கு.''

''அப்படின்னா எழுந்து எங்களோட சாப்பிட வா.''

''அக்கா!''

''வேறு எதுவும் பேசாதே எழுந்து வா!'' ஆணையிட்டாள். மாதவி மறுபேச்சுப் பேசாமல் எழுந்து வந்தாள்.

மேனகா மறுநாள் காலையில் நேராக பெரிய மாமா வீட்டிற்குப் போனாள். பலராமன் சாப்பிட்டு விட்டு ஆபீசுக்குப் புறப்படும் முயற்சியில் இருந்தான். மேனகா காரிலிருந்து இறங்கவில்லை. நாகலிங்கத்திடம் சொல்லி அனுப்பினாள்.

மேனகா வந்தது தெரிந்ததும் ஓட்டமாக ஓடி வந்தான் பலராமன். நீளமான அந்தக் காரையும், அதில் உட்கார்ந்திருந்த மேனகாவையும் அந்தத் தெருவில் இருந்த எல்லோரும் ஆர்வத்துடன் பார்த்தார்கள்.

''மேனகா! என்ன இது? இறங்கி உள்ளே வா. இங்கேயே உட்கார்ந்திருக்கே! ஏன்?'' என்றான் பலராமன்.

''உன்னிடம் கொஞ்சம் பேசணும். காரில் ஏறிக்க'' என்றாள்.

''ஊஹுʼம். நீ உள்ளே வந்தால்தான் நான் வருவேன். நான் யாரு? உன் பெரிய மாமாதானே?'' என்றான்.

மேனகா 'அப்படியா' என்பது போல் பார்த்துவிட்டு, இறங்கி உள்ளே வந்தாள்.

பலராமனின் மனைவி ஓடி வந்து நாற்காலியைக் கொண்டு வந்து போட்டாள்.

''உட்காரு. இப்ப என்ன விஷயம்னு சொல்லு?'' என்றான்.

''நீ போய் சுரேஷின் தந்தையிடம் எனக்காக ஒரு சேதி பேசணும்.''

''மாதவியைக் கல்யாணம் பண்ணிக் கொள்வதாகச் சொன்னானே. அந்த சுரேஷ்தானே?''

''ஆமாமாம்.''

''என்ன பேசணும். சொல்லு?''

''மாதவியை சுரேஷுக்குத் தந்து கல்யாணம் முடிக்க விரும்புவதாகவும், வரதட்சிணை, சீர்வரிசை என்ன வேண்டுமென்று சொல்லச் சொல்லியும், ஒரு சரியான நடுவரா இருந்து பேச்சு வார்த்தை நடத்தி இந்தக் கல்யாணத்தை நீதான் செட்டில் பண்ணனும்.''

''சரி.''

அதற்குள் அவன் மனைவி வெள்ளி டம்ளரில் சூடாகக் காபி கொண்டு வந்தாள். மேனகா கையை ஆட்டி மறுத்துவிட்டாள்.

''எடுத்துக்க மேனகா. ஏதோ நாங்க ஏழைங்க. திடீர்னு வந்திருக்கிற தேவதை நீ. இதைவிட வேறு எதையும் எங்களால தர முடியாதும்மா'' என்றான் மாமன்.

"நான் இப்பதான் மாமா ஜூஸ் குடிச்சிட்டு வந்தேன். இப்பல்லாம் என் சாப்பாடு டயம் பிரகாரம் நடந்தாகணும்" என்றாள்.

"கேட்டியா? அவள் நம்மைப் போல் சாதாரண மனுஷி இல்லடி. இஷ்டப்பட்டப்ப காபியை எடுத்து தொண்டையில ஊத்திக் கொள்ள! ஜூஸ் குடிச்சாளாம். நீ கேள்விப்பட்டிருக்கியா எப்போதாவது?" என்றான் தன் மனைவியிடம் பெருமையாக.

அதற்குள் அக்கம் பக்கத்தில் இருந்த தன் சிநேகிதிகளை எல்லாம் மேனகாவைப் பார்ப்பதற்காகக் கூப்பிட்டிருந்தாள் அவள். ஆண்களும் பெண்களுமாகப் பத்து பேர் கூடி விட்டார்கள். மேனகா கிளம்பும்போது பலராமனின் மனைவி குங்குமம் கொடுத்து, பழத்துடன் தாம்பூலம் கொடுத்தாள். "உனக்கு நேரம் கிடைக் காதுன்னாலும், நாம் எல்லாம் நெருங்கிய உறவினர்கள். அடிக்கடி வந்து போய்ட்டிரும்மா" என்றாள்.

மேனகா வெளியே வரும்போது அந்தத் தெருவில் இருந்த மக்கள் அத்தனைப் பேரும் அங்கே கூடியிருந்தார்கள்.

நடிகை மேனகாடா என்றான் ஒருவன். நாகலிங்கம் அவர் களையெல்லாம் தள்ளிக் கொள்ளும்படி சொல்லிவிட்டு வழி ஏற்படுத்திக் கொடுத்தான். மேனகா வந்து காரில் உட்கார்ந்து கொண்டாள். பலராமனும் வந்து உட்கார்ந்து கொண்டான். யாரோ ஒரு ரசிகன் பெரிதாக விசில் அடித்தான்.

"நீ பேங்கிற்கு லீவு போட வேண்டியிருக்குமோ என்னவோ? மாமா!" என்றாள்.

"நீ எங்க வீட்டிற்கு வந்ததே எனக்குப் பெரும் பாக்கியம். நீ சொன்ன வேலையை விட அந்த உத்யோகம் ஒரு பொருட்டா என்ன?" என்றான் அலட்சியமாக.

கார் மக்களை விலக்கிக் கொண்டு மெதுவாக ஊர்ந்தபடி நகர்ந்து கொண்டிருந்தது. மேனகா கடைத்தெருப் பக்கம் பார்த்தாள். "அதோ! அந்தக் கடைக்குப் பக்கத்தில்தானே அன்றைக்கு பாட்டி பொரி வாங்கினாள்!" மேனகாவின் கண்களில் நீர் தளும்பியது. கடந்த காலத்தில் நடந்ததை மாமா மறந்துவிட்டான். ஆனால் அதையெல்லாம் அவளால் மறக்கத்தான் முடியுமா? மேனகாவுக்கு அந்த வாழ்க்கையை நினைத்துப் பார்க்கும்பொழுது அது ஒரு கனவுபோல் தோன்றியது.

வழியில் மேனகா பலராமனிடம் சுரேஷ் தந்தையிடம் எப்படிப் பேச வேண்டும் என்று விளக்கமாகச் சொன்னாள். அவள்

ஸ்டுடியோவில் இறங்கிக் கொண்டு பலராமனுக்குக் கார் கொடுத்து அனுப்பி வைத்தாள்.

ராத்திரி ஷூட்டிங்கிலிருந்து மேனகா திரும்பி வரும் வரையில் பலராமன் அங்கேயே இருந்தான்.

''என்ன மாமா? போன காரியம் என்னவாச்சு?'' என்றாள்.

''எல்லாத்தையும் பேசிட்டேன். எல்லாமே ஃப்ரூட்ஃபுல் நியூஸ் தான்! நான் போன பிறகு வேலை ஆகாமல் இருக்குமா? நான் யாரு? மேனகாவோட மாமா இல்லையா?''

''த்சொ. என்ன சொன்னார் அவரு?'' என்று கேட்டாள் மேனகா.

''முதலில் கொஞ்சம் பிகு பண்ணினார். என்னவானாலும் சரி, இந்தக் கல்யாணம் நடந்தே தீரணும்னு நீயே சொல்லச் சொன்னதா தெரிவித்தேன். கொஞ்சம் சமாதானமடைந்தார். பூஷணம் தர்றதா சொன்ன வரதட்சிணை தொகை மாதிரி ரெண்டு மடங்கு தர்றதா சொன்னேன். ஏதோ சீர் வரிசைப் பட்டியல் சொன்னார். எல்லாத்துக்கும் சரின்னேன். கடைசியில ஒரு வழியா ஒப்புக் கொண்டு விட்டார். நல்லநாள் பார்த்து முகூர்த்தம் வச்சிக்கலாம்னு அவரே சொன்னார்.''

''அவங்களுக்கு என்ன பதில் சொல்லப் போறாராம்?'' இவ்வாறு கேட்டுவிட்டுச் சிரித்தாள் மேனகா.

''என்ன சொல்லப் போறாரோ எனக்குத் தெரியாது. அது பத்தி நமக்கென்ன?''

''சரி, சாஸ்திரிகளைக் கூப்பிட்டு நல்ல நாளா பார். எவ்வளவு சீக்கிரத்தில் முடியுமோ அவ்வளவு சீக்கிரத்தில் முகூர்த்தத்தை வைக்கணும்னு சொல்லிடு.''

''நீ இவ்வளவு தூரம் சொல்லணுமா? மேனகா நான் கூடவே இருந்து என் கையால இந்தக் கல்யாணத்தை எந்தக் குறையும் இல்லாமல் நடத்தி வைக்கிறேன். போதுமா?'' என்றான்.

''தேங்க்ஸ். என்ன இருந்தாலும் மாமா இல்லியா?'' என்றாள் மேனகா கிண்டலாக.

36

மாதவி சுரேஷ் திருமணம் நிச்சயமாயிற்று. நிச்சயதார்த்தமும் முறைப்படி ஒரு பெரிய ஓட்டலில் நடந்து முடிந்தது. பலராமனின் தலைமையில் எந்தக் குறையும் இல்லாமல் அதி விமரிசையாக நடந்தது அவர்கள் நிச்சயதார்த்தம். மேனகா உற்சாகத்துடன் எல்லாத்தையும் முன்நின்று குறையில்லாமல் நடத்தி வைத்தாள். மேனகா காட்டிய மரியாதைகளுக்கு சுரேஷின் தாய் தந்தை இருவரும் மகிழ்ந்து போனார்கள்.

சுரேஷ் கிளம்பும் முன்பாக மேனகாவிடம் ''அண்ணி! உங்களுக்கு என் நன்றியை எப்படித்தான் தெரிவிப்பதுன்னு தெரியலை. நடக்கவே நடக்காதுன்னு எண்ணியிருந்த காரியத்தை சுலபமா சாத்திய மாக்கிட்டீங்க. பூஷணம் அங்கிள் அப்பாவுக்கு நண்பர். அப்பா அவர் பேச்சை எப்படி மீறினாரோ, அதான் ஆச்சரியமா இருக்கு. எது என்னவா இருந்தாலும் நானும், மாதவியும் வாழ்நாள் முழுக்க உங்களுக்குக் ரொம்ப ரொம்பக் கடமைப்பட்டிருப்போம்'' என்றான்.

மாதவி அப்படியே அக்காவைக் கட்டிக் கொண்டு விட்டாள். ''நான் ரொம்ப அதிர்ஷ்டசாலி அக்கா'' என்றாள்.

மேனகா வீட்டில் நடக்கும் முதல் சுபகாரியம் இது. திருமணத்திற்கு நடிகைகள், நடிகர்கள், இயக்குனர்கள், தயாரிப்பாளர்கள், ரசிகர்கள் எல்லோரும் வருவாங்க என்பதால், மேனகா நாகலிங்கத்திடம் ஏற்பாடுகள் எல்லாம் பெரிய அளவில் இருக்க வேண்டும் என்று சொல்லிவிட்டாள். பலராமன் மேனகா கேட்காமலேயே லீவு போட்டுவிட்டு கல்யாணத்திற்கு வேண்டிய ஏற்பாடுகளையெல்லாம் கவனித்துக் கொண்டான்.

சிவராமன் "எனக்கும் ஏதாவது வேலை இருந்தால் சொல்லுங்கள்" என்றபடி வந்தான். அவனுக்கு இப்பொழுதெல்லாம் மேனகாவைப் பார்த்தாலே பயம். அவள் கண்ணில் தென்பட்டாலே ஒதுங்கிப் போய் விடுவான். இரண்டு மாதங்களுக்கு முன்னால் அவன் சூதாட்டம் ஆடிக் கொண்டிருந்தபோது போலீசார் கைது பண்ணிட்டாங்க. பலராமன் தலையில் அடித்துக் கொண்டு வந்து மேனகாவிடம் அழமாட்டாக் குறையாகச் சொன்னபோது, மேனகா தனக்குத் தெரிந்த ஒரு உயர் போலீஸ் அதிகாரிக்குப் போன் செய்து, அவனை விடுவிக்கச் செய்தாள். அதிலிருந்தே அவனும் மேனகாவின் வீட்டிற்கு வந்து போய்க் கொண்டிருந்தான்.

மங்களம் அவனுக்குச் சாப்பாட்டைப் பரிமாறிக் கொண்டே "டேய்! நீ இப்படி தறுதலையாய் சுத்திக்கிட்டிருந்தா மேனகாவின் மானம் போய்டும். அவளுடைய மாமன் நீ. கண்டபடி அலையாதே" என்று கண்டிப்பாள். அவனுடைய மனைவி சமீபத்தில்தான் இறந்து போனாள். அவனுடைய உத்தியோகமும் பெயரளவுக்குத் தான் இருந்தது. அடிக்கடி வந்து மங்களத்திடமிருந்து ஐம்பதோ நூறோ வாங்கிக் கொண்டு போவான்.

மேனகா மாதவியின் கல்யாணப் பத்திரிகையை மிக அழகாக, விலை உயர்ந்ததாக அச்சிடுமாறு செய்ய வைத்தாள். அவளுக்காக நகைகள் வாங்கினாள். கையோடு தாய்க்கும் வைரத் தோடும், வளையல்களும், கழுத்திற்குச் சங்கிலியும், மோதிரமும் வாங்கினாள்.

மங்களம் பட்டுப்புடவைகளைப் பார்த்துக் கொண்டு இருக்கும் போது மேனகா அருகில் வந்தாள். "பாட்டி! கண்ணை மூடிக்க" என்றாள்.

"எதுக்குடி சொல்றே?" என்றாள் மங்களம்.

"சொன்னாக் கேளேன்."

மங்களம் கண்களை மூடிக் கொண்டாள். மேனகா பின்னால் மறைத்து வைத்திருந்த காசுமாலையை எடுத்துப் பாட்டியின் கழுத்தில் போட்டாள். கழுத்தில் என்னவோ சில்லென்று பட்டதும் மங்களம் கண்களைத் திறந்தாள். கழுத்தில் பளபளவென்று மின்னிக் கொண்டிருந்தது காசுமாலை.

"மின்னு! என்னம்மா இது? எனக்கு இப்ப ஏன் இதெல்லாம்?" என்றாள்.

"மேனகாவின் பாட்டி வெறும் கழுத்தோட இருக்கலாமா? காசு மாலையைப் போட்டுக் கொண்டதும் உன் முகம் இப்ப எவ்வளவு களையாய் இருக்கு பார்த்தியா?" என்றாள் குறும்புடன்.

''என் கண்ணே!'' மங்களம் அவளை இறுகக் கட்டிக்கொண்டாள். எல்லோரிடமும் அதை எடுத்து எடுத்துக் காட்டினாள்.

மேனகா தாயை எப்பொழுதும் விலை உயர்ந்த புடவைகளை உடுத்திக் கொண்டு நகைகளை அணிந்து கொள்ளச் சொல்லுவாள்.

''எனக்கு எதுக்கும்மா? வயதுசுப் பொண்ணு, நீதான் போட்டுக்கணும்'' என்பாள் ரஞ்சனி.

''அப்படிச் சொல்லாதேம்மா. நீ நல்ல புடவையைக் கட்டிக்கிட்டு நகைகளையெல்லாம் போட்டுக்கிட்டு என் கண்முன்னால நடமாடிக் கொண்டிருந்தால் என் மனதிற்கு அதுவே எவ்வளவு சந்தோஷமா இருக்கும் தெரியுமா?'' என்பாள்.

''அசடு போடி!'' ரஞ்சனி இவ்வாறு சொல்லி சிரித்துக் கொள்வாள்.

திருமண நாள் நெருங்கிக் கொண்டிருந்தது. சுரேஷின் தந்தை ஒரு நாள் திடீரென்று வந்து ''யாரு பொண்ணை தாரை வார்த்துக் கொடுக்கப் போறாங்க?'' என்று கேட்டார்.

''வேற யார்? எங்க பெரிய மாமாவும், மாமியும்தான்'' என்றாள் மேனகா.

''தந்தை இருக்கும்போது அவங்க எதுக்கு கன்னிகாதானம் செய்யணும்?'' என்றார் அவர்.

''தந்தையா? எங்களுக்குத் தந்தை இல்லை என்பது ஊர் அறிந்த உண்மையாச்சே? சார்!'' என்றாள் மேனகா, யோசனையுடன்.

''உலகத்திற்கு என்னம்மா தெரியும்? கண்ணுக்குத் தென்படறதுதான் நிஜம்னு நினைக்கும். இந்தாம்மா.. உங்க அப்பா யாரோ இல்லை. அவரு என் நண்பர்தான். அதனாலதான் அவர் மகளை மருமகளாக்கிக் கொள்ளலாம் என்று நினைச்சேன். அதுக்குள்ள நீ உன் தங்கையைத் தருவதாகச் செய்தி அனுப்பினாய். நான் அவருக்கு வாக்குக் கொடுத்திருந்தேன். சுரேஷ் மாதவியைத் தவிர வேறு யாரையும் பண்ணிக்கொள்ள மாட்டேன்னு பிடிவாதம் பிடித்தான். என்ன செய்யறது என்று எனக்குத் தெரியலை. உங்க அப்பாவிடமே போய் விஷயத்தைச் சொன்னேன். அவன் ரொம்ப நல்லவன்மா. என்ன சொன்னான் தெரியுமா? எனக்கு ரஜனியும் ஒன்றுதான். மாதவியும் ஒன்றுதான். இருவருமே என் மகள்கள்தான். நீ சுரேஷுக்கு மாதவியைப் பண்ணிக் கொண்டால் அதுலயும் எனக்குச் சந்தோஷம்தான்னான். ரொம்ப உண்மையில் அவன் உங்களை வந்து சந்திக்கத் தவித்துக் கொண்டு இருக்கிறான்மா

மேனகா. உங்க அப்பா இருக்கும்போது யாரோ வந்து எதுக்குக் கன்னியாதானம் செய்யணும்கிறேன்?''

மேனகா இதழ்களை இறுக்கிக்கொண்டாள். அவளது முகம் சிவந்தது. ''யார் அப்பா? யார் மகள்? அவர் என் தந்தையும் இல்லை. நாங்க அவரோட மகள்களும் இல்லை.'' வெடுக்கென்று இப்படிச் சொன்னாள் மேனகா.

''இப்படியெல்லாம் வீணா ஆவேசப்பட்டா எப்படி? ஏதோ சூழ்நிலைக் கோளாறு. அவனுக்கு இருக்கும் பிரச்னைகளால உங்களை ஆதரிக்க முடியாம போய்ட்டது என்றே நினைப்போம். அதுக்காக நீங்க ரெண்டு பேரும் தந்தை மகள் இல்லைன்னு ஆயிடுமா?''

''உங்ககிட்ட எங்க உறவுமுறைகளைப் பத்தியெல்லாம் வாதாடிக்கிட்டிருக்கும் பொறுமை எனக்கு இல்லைங்க. இந்தக் கல்யாணத்தில் எங்க மாமாதான் கன்னியாதானம் பண்ணுவார். இதில் மறுபேச்சுக்கு இடம் கிடையாது. இப்போதே சொல்லிட்டேன்'' என்றாள் மேனகா திடமான குரலில்.

அவருக்கு ரொம்பவே கோபம் வந்து விட்டது. ''பேசுவதற்குக் கூட நேரம் இல்லாத பெரிய மனுஷி நீன்னு எங்களுக்கும் தெரியும். நீ ஒண்ணும் மேலே சொல்லத் தேவையில்லை. நான் இப்பொழுதே சொல்லிடறேன். உங்க அப்பா வந்து கன்னியாதானம் செய்தால்தான் இந்தக் கல்யாணமே நடக்கும். இல்லாட்டா நடக்காது. இந்த முகூர்த்தத்தில் இந்தக் கல்யாணம் நடக்குமா இல்லையான்னு எனக்கு இருபத்தி நாலு மணி நேரத்திற்குள்ள முடிவா சேதி சொல்லி அனுப்புங்க. வர்றேன்'' என்று கடகடவெனச் சொல்லிவிட்டுக் கிளம்பிவிட்டார்.

அவர் போகும்போது பின்னாலிருந்து மேனகா குரலை உயர்த்திச் சொன்னாள். ''கொஞ்சம் நில்லுங்க. இந்தக் கல்யாணம் நடக்கப் போவதில்லை. இப்பொழுதே சொல்லிட்டேன். உங்க மகனுக்கு வேற பெண்ணைப் பார்த்துக் கொள்ளுங்கள்.''

''சரிம்மா சரி. பெண்பிள்ளை உனக்கே இவ்வளவு ராங்கி இருக்கும்போது ஆண்மகனான, எனக்கு எவ்வளவு துணிச்சல் இருக்கும்? இதோ பார். உன் தங்கைக்கு உன்னால கல்யாணம் பண்ண முடியாமல் போகலாமோ என்னவோ, என் மகனுக்கு என்னால் நிமிட நாழிகையில் பண்ணிட முடியும். உன் பிச்சைக் காசைப் பார்த்து உங்கள் சம்பந்தத்திற்கு ஒப்புக்கொள்ளலை. என் மகன் விரும்புகிறான் என்றுதான் கொஞ்சம் தலை குனிந்தேன். உங்க அப்பாவை எனக்கு ரொம்ப நல்லாவே தெரியும்கிறதாலதான் சரின்னு சொன்னேன். நீ உன்னைப் பெத்த தந்தையையே மறுக்கிறே.

இனி எங்களை எப்படி மதிப்பே? இப்படி திடீர்னு வந்த பணத்தால கண்ணுமண்ணு தெரியாம நடந்துக்கிற பல பேரை நானும் பார்த்திருக்கேன்ல.'' என்று சொன்னதோடு தன் தலைமுடியைக் கொத்தாகப் பிடித்துக் காண்பித்தார்.

''என் மகனிடம் இந்த இடம் நமக்கு வேண்டாம்ப்பா. அங்கே எல்லாமே பொம்பளைங்க நாட்டாமையா இருக்குன்னு ஆதியிலிருந்தே தலையில அடிச்சிக்கிட்டேன் நான். அவன் என் பேச்சைக் கேட்கவில்லை. இப்ப புதைகுழியில் விழுந்ததுடன் எங்களையும் அந்தக் குழிக்குள்ளே இழுத்துட்டான். சீ... சீ..'' அவர் பெரிதாகக் கத்திக் கொண்டே போய்விட்டார்.

அந்த வீடு முழுவதும் திடீரென்று நிசப்தமாகிவிட்டது. மேனகா சலனமில்லாமல் அப்படியே சிலை போல் நின்று கொண்டிருந்தாள். ஒரு பக்கம் அடுத்த அறையில் படத் தயாரிப்பாளரும், இயக்குனரும் இருந்தார்கள். பார்க்க வந்திருந்த ரசிகர்கள் சிலர் இருந்தார்கள். மேனகாவுக்கு நாக்கைப் பிடுங்கிக் கொண்டு சாகலாம் போல் இருந்தது. விருட்டென்று உள்ளே போகத் திரும்பினாள். அங்கே மாதவி, ரஞ்சனி, மங்களம் எல்லாம் நின்று கொண்டிருந்தார்கள். அவர்களைப் பார்த்ததும் மேனகாவுக்கு ஒரு வினாடி வாயிலிருந்து ஒரு வார்த்தைகூட வரவில்லை. பிறகு ''கேட்டீங்க இல்லையா நீங்கள்ளாம்?'' என்றாள். உடனே தன் அறைக்குள் விரைந்தாள்.

அங்கே மேனகா மேஜையில் சாய்ந்து கொண்டு சலனமற்றவள் போல் அப்படியே நின்றிருந்தாள். அதற்குள் நாகலிங்கம் வந்தான். ''அம்மா! சமையல்காரங்க வந்திருக்காங்க. ஸ்வீட் என்னென்ன பண்ணனும்? பதார்த்தம் என்னல்லாம் செய்யணும் டின்னருக்கு எத்தனைப் பேர் வருவாங்கன்னு கேட்கிறாங்க என்ன சொல்ல?'' என்றான்.

மேனகா அவன் பக்கம் திரும்பாமலேயே சொன்னாள்.''இந்தக் கல்யாணம் நடக்கப் போறதில்லைன்னு சொல்லிடுங்க.''

''அம்மா! நிச்சயமாயிட்டு... கல்யாண அழைப்பிதழெல்லாம் கூட அனுப்பிட்டோம். இப்போ... என்னம்மா இது!'' பதற்றத்துடன் கேட்டான் அவன்.

''எத்தனையோ கல்யாணங்க மணமேடை வரைக்கும் வந்துட்டு நின்று போயிருக்கே. அதுல இதுவும் ஒண்ணு. இதோ பாருங்க. முன் அறையில் எனக்காக வந்தவங்களெல்லாம் இருப்பாங்களே.''

''அவங்க எல்லாரும் கொஞ்சம் முன்னாடியே போய்ட்டாங்கம்மா. அம்மா மூடு சரியில்லை போலிருக்கு, அப்புறமா வர்றம்னு சொல்லச் சொன்னாங்க'' என்றான்.

மேனகா பெருமூச்சு விட்டுக் கொண்டாள். "சரி. சரி"

நாகலிங்கம் போய் விட்டான். சமையல்காரனிடம் "அம்மா இப்ப ரொம்ப பிசியா இருக்காங்க. அப்புறமா வாங்க" என்று சொல்லி அனுப்பிவிட்டான்.

இரவு வந்தது. மேனகா கட்டிலில் உட்கார்ந்திருந்தாள். அந்த வீட்டில் மாலையிலிருந்தே பயங்கரமான நிசப்தம் சூழ்ந்து கொண்டிருந்தது. மேனகாவை நெருங்குவதற்கு யாருக்குமே துணிச்சல் இருக்கவில்லை.

கடைசியில் மாதவி கதவைத் திறந்து கொண்டு உள்ளே வந்தாள். மேனகா காலடியோசை கேட்டு நிமிர்ந்து பார்த்தாள்.

மாதவி எதிரே நின்றிருந்தாள். "என்ன மாதவி?"

"அக்கா!" மாதவியின் குரல் துக்கத்தால் பலவீனத்தோடு நடுங்கிக் கொண்டிருந்தது.

"என்ன?"

"இந்தக் கல்யாணத்தைப் பத்தி நீ என்னதான்கா முடிவு செஞ்சிருக்கே?"

"என் முடிவைத்தான் சொல்லிட்டேனே." அமைதியாக பதிலளித்தாள்.

"அதை மாத்திக்க முடியாதாக்கா?"

"ஊகூம். முடியாது."

"அக்கா... எனக்கு ... எனக்கு உன் கையால நீயே கொஞ்சம்... விஷத்தைக் கொடு." நடுங்கும் குரலில் சொல்லி அழுதேவிட்டாள் அவள்.

"மாதவி!"

"இவ்வளவு நடந்த பிறகு நான் எந்த முகத்தை வைச்சுக்கிட்டு வாழ முடியும் சொல்லு. என்வேதனை உனக்குப் புரியமாட்டேன்குதே. அப்பா வந்தா என்ன தவறுக்கா? அப்பாவே இவ்வளவு தூரம் இறங்கிவந்து சொன்னது கூட நம் அதிர்ஷ்டம் இல்லையா?"

"மாதவி!!" மேனகா குரல் வெடிச் சத்தமாக ஒலித்தது. கட்டிலை விட்டு சரேலென்று எழுந்து கொண்டாள். "என்ன சொன்னே நீ? இப்படிப் பேசறது நீதானா?" மாதவியைப் பிடித்து ஆவேசமாக உலுக்கினாள்.

"ஆமாம். நானேதான் சொல்றேன். இதில் நீ இந்த அளவுக்கு மறுக்க வேண்டிய காரணம்தான் என்ன என்றுதான் எனக்குப் புரியலை. இன்னும் சொல்லப் போனா இந்த விதத்திலேயாவது

நாமெல்லாம் ஒண்ணா சேரப்போறதற்குச் சந்தோஷப்படணும்கா நீ.''

மேனகா மாதவியை வேகமாகத் தள்ளிவிட்டாள். ''ச்சே! நீங்கள் எல்லோரும் அவர் செய்த அவமானத்தையெல்லாம் அடியோட மறந்துட்டீங்க போலிருக்கு. இல்லை இல்லை. நீங்க யாரும் அவமானப்படவே இல்லையே. ஆமா!... அவர்கிட்ட அவமானப்பட்டதெல்லாம் நான்தானே. அதை என்னால கடைசி மூச்சு வரை மறக்கவே முடியாது. மறக்கவும் மாட்டேன். என் அடி மனசுல அந்தக் காயம் இன்னும் ஆறவே இல்லைடி.''

''அவமானம்! அவமானம்! எப்ப பார்த்தாலும் இதே பேச்சுதானா. அப்படிப் பார்த்தா மாமாங்க மட்டும் நம்மை அவமானப் படுத்தலையா? அவருடன் மட்டும் நீ எதுக்குச் சமாதானமானே? அவங்களிடம் ஒண்ணுமே நடக்காதது போல் சாதாரணமா இப்ப ஏன் பேசறே? உலகம் உன்னை அவமானப்படுத்தலியா? உலகத்துடன் நீ ஏன் சமாதானம் செய்துகிட்டே? இது எல்லாத்தையும் விட அப்பா எந்த விதத்துல குறைஞ்சி போய்ட்டார்?''

மாதவி உலுக்கி எடுத்தபோது மேனகா பதில் சொல்ல முடியாதவளாகக் கட்டிலில் சரிந்தாள். ''உனக்குத் தெரியாதுடி மாதவி! என் வேதனை என்னவென்று உனக்குத் துளி கூடப் புரியாது. அதுக்கெல்லாம் காரணம் யாருன்னு யோசி! என்னால மாமாவை, உலகத்தை மன்னிக்க முடியும். ஆனா அவரைக் கன விலும் என்னால மன்னிக்க முடியாது. அவர் எனக்கு அப்பாவுமில்ல. நானும் அவருக்கு மகளும் இல்லை.''

''சரி, இதைவிட எங்க கல்யாணம் உனக்குப் பிடிக்கலைன்னு ஒரே வார்த்தையில சொல்லிவிட்டுப் போயேன். என் சந்தோஷம், என் வாழ்க்கை இதெல்லாம் உனக்குத் தேவையேயில்லை. அப்படித்தானே. உன்னோட பிடிவாதம்தான் உனக்கு முக்கியம். ஆக நீ ஜெயிக்கணும்? நீ உண்மையாவே என்னைக் கூடப்பிறந்த தங்கையா நேசிச்சிருந்தா இந்தக் கல்யாணத்திற்கு எப்படியோ ஒருவழியா பல்லைக் கடிச்சிகிட்டு, கண்ணை மூடிக்கிட்டு கொஞ்சம் பொறுத்துக் கொண்டிருப்பே'' என்றாள் மாதவி ஆவேசத்துடன். ''இப்போ புரியுது அக்கா. இந்தக் கல்யாணத்தை நீ எனக்காகப் பண்ண ஒத்துக்கலை. தங்கைக்குக் கல்யாணம் பண்ணி வைக்கிறோம்னுற உன் பெருமையைக் காட்டிக்கிறதுக்குத்தான் தொடங்கியிருக்கே.''

''மாதவி!'' கத்தினாள் மேனகா.

''இந்தக் கல்யாணத்தை எனக்காவ நீ செட்டில் பண்ணலைக்கா. அவருக்குப் பாடம் கற்பிக்கத்தான் பண்ணினே! நீ பணக்காரின்னு

அவர் முகத்திற்கு முன்னால் எள்ளி நகையாடத்தான் இதையெல்லாம் செய்திருக்கே? அப்படிப்பட்ட எண்ணத்தில் ஏன் இதைத் தொடங்கினே? நானும் சுரேஷும் நிம்மதியா பதிவுத்திருமணமே செய்துகிட்டிருப்போம் இல்லையா? உன் பிடிவாதத்திற்காக எங்களை ஏன் நாசமாக்கறே. நான் ரொம்ப அதிர்ஷ்டசாலின்னு நினைச்சேன். எவ்வளவு துரதிர்ஷ்டசாலின்னு இப்பத்தான் புரியுது.'' மாதவி ஓ!... வென அழுதுகொண்டே அங்கிருந்து வெளியே போய்விட்டாள்.

சட்டென எழுந்த மேனகா அந்த இடத்திலேயே தலை நிமிராமல் நின்றுகொண்டிருந்தாள். மாதவியைத் தொடர்ந்து ஓடவும் சக்தியில்லாதவளாய் அப்படியே மறுபடியும் கட்டிலில் சாய்ந்தாள். மாதவிதான் என்னென்ன வார்த்தைகளைப் பேசிவிட்டாள்! மேனகாவின் இதயம் சுக்குநூறாகிவிட்டது.

கொஞ்ச நேரம் கழித்து ரஞ்சனி அங்கே வந்தாள். ''மின்னு!'' என்று மெல்லிய குரலில் அழைத்தாள்.

மேனகா திரும்பிப் பார்த்தாள். ''வாம்மா! நீ என்ன சொல்லப்போறே... உம் சொல்லு?''

ரஞ்சனி மேனகாவின் அருகில் வந்தாள். ''மின்னு! நான் இதுநாள் வரையில உன்னை எதுவுமே கேட்டதில்லை. இன்னைக்கு உன்கிட்ட யாசிக்கிறேன்.''

''அம்மி!'' ஆச்சரியத்துடன் நிமிர்ந்தாள், மேனகா.

''மாதவியின் கல்யாணம் சுரேஷுடன் நடக்கட்டும். வேண்டாம்னு மறுத்துடாதே. அவர்...அவரா மனம் திருந்தி வர்றார்னா அதைவிட வேண்டியது வேற என்னம்மா இருக்கு? இவ்வளவு நாட்களா நான் பட்ட துன்பத்திற்கெல்லாம் இப்பதான் பரிகாரம் கிடைக்கப் போவுது. அவர் உங்களைத் தன்னோட குழந்தைகளா ஏத்துக்கிட்டு நாலு பேருக்கு முன்னால அந்த உண்மையை ஒப்புக்கொள்ளப் போறார். இத்தனை நாளும் என்னை இந்த உலகம் ஒழுக்க மில்லாதவள்னு பழிச்சது. நான் வாழ்ந்து கெட்டவதானே தவிர கற்பிழந்தவள் இல்லைங்கறது இப்போது ருசுவாகப் போகிறது. அவருக்குப் பக்கத்தில் உட்கார்ந்துகிட்டு மாதவிக்குக் கல்யாணம் செய்து, தாரைவார்த்துக் கொடுக்கும் நாள் என் வாழ்க்கையில் வரப் போவுதுன்னா பைத்தியம் பிடிச்சிடுமோங்கிற அளவுக்கு எனக்கு சந்தோஷமா இருக்கு மின்னு!.

எனக்கும் கணவன் இருக்கான். மனதாலும், வாக்கினாலும் ஒருத்தனுக்கு மனைவி நான். என் குழந்தைகள் முறைகெட்டுப் பிறந்தவங்க இல்லே. தன்னோட குழந்தைகள்தான் என்று தந்தையே

அவர்களை ஒப்புக்கொள்ற ஒரு நல்ல சந்தர்ப்பம் வந்திருக்கு. ஒரு நாளாவது பெருமையுடன் நிமிர்ந்து நின்னு இந்த உலகத்தைப் பார்க்கக் கூடிய அந்த நல்வாய்ப்பை எனக்குக் கொடு மின்னு! என் ஜென்மம் கடைத்தேறிவிட்டதுன்னு நினைச்சிக்கறேன். இதன் மூலமா உன்னைப் பெத்ததனால் என் ஜென்மம் சாபல்யமடைஞ் சிட்டதுன்னு நினைப்பேன்மா.''

''அம்மி!'' என்றுமே அதிகமாகப் பேசியிராத ரஞ்சனி இவ்வளவு தூரம் கடகடன்னு பேசியதைக் கேட்டு, மேனகா திகைத்துப் போனவளாக அவளையே உற்றுப் பார்த்துக் கொண்டிருந்தாள்.

''மின்னு! எந்தத் தாயுமே பெத்த குழந்தைகளிடமே பிச்சை கேட்கக் கூடாது. ஆனா நான் கேட்கிறேன்மா. இவ்வளவு நாளா நடைபிணமா வாழ்ந்துவந்தேன் நான். அவர் வந்து குடித்தனம் வைச்சா தவிர வெளி உலகத்திற்கு என் முகத்தைக் காட்டக் கூடாதுன்னு இருந்தேன். கடவுள் என்னோட வேண்டுகோளுக்குச் செவி சாய்ச்சிட்டதுபோல இந்த சந்தர்ப்பம் வந்திருக்கு. அவருக்கு இப்ப அந்த எண்ணம் வந்ததே என் பாக்கியம். அன்றைக்குப் பலராமன் மாமா கூட சொல்லிக் கொண்டிருந்தான், இப்பல்லாம் அவர் எல்லோரிடமும் உன்னைத் தன்னோட மகள்தான்னு சொல்லிக்கிட்டிருக்காராம்.''

மேனகாவின் இதழ்களில் விரக்தி கலந்த வறட்சியான முறுவல் ஒன்று நெளிந்தது. ''பைத்தியக்கார அம்மா'' என்று அவள் தனக்குள் நினைத்துக்கொண்டாள்.

''மின்னு! நீ மாதவிக்காக இல்லைன்னாலும், எனக்காகவாவது இந்தக் கல்யாணத்தை மறுக்காதேம்மா. என்ன சொல்றே?''

அந்த வினாடியில் தாயின் தீனமான முகத்தைப் பார்த்ததும் மேனகாவின் கோபம், பிடிவாதம் எல்லாம் பனிக்கட்டி போல் கரைந்து விட்டது. அவள் இடுப்பைச் சுற்றிலும் மெதுவாகக் கைகளைக் கோத்துக்கொண்டு சின்னப் பெண் போல் அவளையே பார்த்தாள்.

''உன்னோட பேச்சை என்னால தட்ட முடியுமா அம்மி?'' என்றாள் நா தழுதழுக்க!

''என் தங்கமே!'' என்று குனிந்து அவள் நெற்றியில் முத்தமிட்டாள் ரஞ்சனி.

விலைமதிப்பு வாய்ந்த ஒரு பெரிய பட்டம்... விருது... பரிசு எல்லாமே ஒரு சேரக் கிடைத்து விட்டாற்போல மேனகா தன் தாயின் கழுத்தைச் சுற்றிலும் தன் கைகளைப் போட்டாள்.

37

மாதவியின் திருமணம் சுரேஷுடன் மிக விமரிசையாகத் திட்டமிட்டபடி நடந்தேறிவிட்டது. மாதவியின் தாயும் தந்தையும் மணப்பலகையில் உட்கார்ந்துகொண்டு சாஸ்திரோக்தமாக மகளைக் கன்னியாதானம் செய்து கொடுத்தார்கள். மேனகா செய்திருந்த ஏற்பாடுகள் ஒரு குறையுமின்றி ரொம்ப நன்றாக இருந்ததாக எல்லோரும் அவளைப் பாராட்டினார்கள்.

மணமேடையில் அமர்ந்து மாதவியை தாரைவார்த்துக் கொடுக்கப் போகிறோம் என்று பூரித்துப் போன பலராமனுக்கு, அந்த வாய்ப்பைக் கடைசி நிமிஷத்தில் பூஷணம் தட்டிக் கொண்டு போய் விட்டது கொஞ்சம் கடுப்பாகத்தான் இருந்தது. சாதாரணமான நேரமாக இருந்திருந்தால் அவன் மறுபடியும் இந்த வீட்டு வாசற்படியை மிதித்திருக்கமாட்டான். ஆனால் இப்பொழுது அது போன்ற பிடிவாதங்கள் எதையுமே பெண்டிங் வைத்துக் கொள்ள அவன் விரும்ப வில்லை.

மேனகாவிற்குத் தந்தையின் வருகையில் கொஞ்சம் கூட விருப்பம் இல்லை என்றும், தாய்க்காகவும், தங்கைக்காகவும்தான் எல்லாவற்றிற்கும் ஒப்புக் கொண்டிருக்கிறாளே தவிர, இல்லாவிட்டால் இந்தக் கல்யாணத்தை நிறுத்தவும் தயாராக இருந்தாள் என்றும் மங்களத்தின் மூலமாகக் கேள்விப்பட்ட போது அவன் மனம் கொஞ்சம் சமாதானமாயிற்று.

கல்யாணத்திற்காக மட்டுமே அவர் வருகையை அவள் ஏற்றுக் கொண்டிருக்கிறாள். இப்பொழுது தான் பிடிவாதம் பிடித்து வராமல் இருந்துவிட்டால், தன்னை வீட்டு வாசற்படி ஏறவிடாமல் செய்து விடுவாள்

என்றும் பயந்தான். அதனால்தான் மனைவி சுணங்கினாலும், வந்துதான் ஆகணும் என்று கட்டாயப்படுத்தி அவளையும் கல்யாணத்திற்கு அழைத்து வந்தான். மேனகா பணத்தைச் செலவழிக்கும் பொறுப்பை அவனிடம் ஒப்படைத்தாள். "நீ வெறும் பொம்மை மட்டும்தான். உண்மையான அதிகாரி நான்தான்'' என்பது போல் பூஷணத்தைப் பார்த்தான் பலராமன்.

கல்யாணத்தன்று மேனகா மாதவியைத் தன் கையாலேயே அலங்கரித்தாள். தாயின் தலையில் பூச்சரத்தைச் சூடிவிட்டு "அம்மி! இப்ப நீ சந்தோஷமா இருக்கியா?" என்றாள்.

"ரொம்ப! ரொம்படி! உன்னைப் பெற்றதற்கு என் ஜன்மம் சாபல்யமாகிவிட்டது'' என்றாள்.

மேனகாவின் கையிலிருந்த நோட்டுக் கத்தை கைதவறிக் கீழே விழுந்தது. சட்டென்று அதை எடுத்துத் தன் கண்களில் ஒற்றிக் கொண்டாள். தாயின் கண்களிலும், பாட்டியின் கண்களில் அதை ஒத்தினாள்.

"என்ன மின்னு இது?" என்றாள் மங்களம்.

"என் இஷ்ட தெய்வம் பாட்டி! என்னைக் காலால எட்டி உதைச்ச வங்களையெல்லாம் என் காலடிக்கு இது இழுத்துக் கொண்டு வந்து விட்டதே'' என்றாள்.

மாதவி கௌரி பூஜை செய்வதைப் பார்ப்போம் என்று அங்கே வந்த பூஷணத்தின் முகம் கறுத்துப் போய் விட்டது.

மேனகா அவருடன் நேருக்கு நேர் சந்திக்கவில்லை. அப்படியே அவர் எதிர்பட்ட சமயங்களிலும், அவராகவே பேசுவதற்கு முன் வந்தபோதும் காதில் விழாதது போல் நகர்ந்து விட்டாள்.

திருமணம் நடந்து கொண்டிருந்த போது மணமேடைக்கு அருகில் இருக்க வேண்டிய மேனகா, பூஷணத்தின் காற்றுக்கூடத் தன் மேல் படுவதை விரும்பாதவளாகத் தொலைவிலேயே இருந்து கொண்டாள். அழகாக அலங்கரிக்கப்பட்டிருந்த மண்டபத்தில் மாதவியும் சுரேஷும் மணமக்களாக உட்கார்ந்திருந்தார்கள். அவர்களுக்கு அருகில் ரஞ்சனியும், பூஷணமும் உட்கார்ந்து திருமணச் சடங்குகளை நடத்திக் கொண்டிருந்தார்கள்.

அதையெல்லாம் பார்த்ததும் மேனகாவுக்குத் திடீரென்று தனிமை வந்து சூழ்ந்து கொண்டாற்போல் இருந்தது. அன்பு ததும்பும் கண்களுடன், வெட்கம் கலந்த பார்வையுடன் சுரேஷையே பார்த்துக் கொண்டிருந்த தங்கையைத் தன்னை மறந்துப் போய் பார்த்துக் கொண்டிருந்தாள் மேனகா. மாதவியின் முகம் மகிழ்ச்சியால் ஜொலித்துக் கொண்டிருந்தது.

அவள் வாழ்க்கையில் என்றுமே இப்படிப்பட்ட அதிர்ஷ்டம் வராதோ? மேனகாவுக்கு எப்பொழுதும் போல் ஹரிகிருஷ்ணா பற்றித்தான் அப்போதைக்கு நினைவுக்கு வந்தது. இதெல்லாம் அவன் போட்ட பிச்சைதான் என்றெண்ணிக் கொண்டாள். அவன் அவளை மரணவாயிலிருந்து தப்பிக்க வைத்தது மட்டுமல்ல வாழ்க்கையை நடத்திச் செல்வதற்கு நல்ல வழியையும் காட்டிவிட்டவன். அவன் இப்பொழுது அவளுக்குப் பக்கத்தில் இருந்தால் எவ்வளவு நன்றாக இருக்கும் என்று அவளுக்குத் தோன்றியது.

மங்கள வாத்தியங்கள் முழங்கின. தாலி கட்டியாகிவிட்டது. பெண்ணின் வாழ்க்கையில்தான் இது எவ்வளவு அபூர்வமான நிகழ்ச்சி! மேனகாவுக்கு மாதவியைப் பார்க்கும்போது மிகவும் மகிழ்ச்சியாக இருந்தது. நமக்குக் கிடைக்காத இந்த பாக்கியம் அவளுக்காவது கிடைத்ததே. மேனகா அட்சதை போட்டு ஆசிகளை வழங்கினாள் பூரிப்புடன்.

ஆனால், மேனகாவுக்கு மாதவியைவிடத் தாயைப் பார்க்கும் போது சந்தோஷம் இன்னும் இரு மடங்காகியிருந்தது. விளக்கு வெளிச்சத்தில் அவள் மேனியில் அணிந்திருந்த ஆபரணங்கள் ஒளி வீசிக் கொண்டிருந்தன. காதோரத்தில் கொஞ்சம் நரைத்திருந்த போதிலும் பூச்சூடிக் கொண்டு, பெரிய பொட்டுடன், பட்டுப்புடவை உடுத்திக் கொண்டிருந்த தாய் இதுவரைக்கும் என்றுமில்லாத தெம்புடன், உற்சாகத்துடன், அழகுடன் தென்பட்டாள். தாயின் கண்களில் திருப்தியை, பெருமையைக் கண்டபோது மேனகாவுக்குத் தான் பிறந்ததற்கான பாக்கியம் கிடைத்துவிட்டது போல் தோன்றியது. தாய் இதுபோல் நாலுபேருக்கு முன்னால் வெளியில் வந்ததும், அதுவும் இதுபோன்ற விழாவில் சந்தோஷமாகப் பங்கெடுத்துக் கொண்டதும் மேனகாவுக்குப் பெரும் திருப்தியை அளித்தது.

திருமணம் முடிந்து விட்டது. தனியாக உட்கார்ந்திருந்த மேனகாவிடம் ரஞ்சனி வந்தாள். "அம்மி! உன் விருப்பம் நிறைவேறிட்டதா? இப்போ நீ சந்தோஷமா இருக்கியா?" என்று கேட்டாள் அவள் தோள்களைப் பற்றியபடி.

ரஞ்சனி முக மலர்ச்சியுடன் தலையைக் குறுக்கே அசைத்துக் கொண்டே சொன்னாள். "மின்னு! நான் சந்தோஷமா இருக்கற விஷயம் உண்மைதான். மாதவியின் கல்யாணம் இவ்வளவு விமரிசையாக நடந்தது அவள் அதிர்ஷ்டம் இல்லை. என்னோட அதிர்ஷ்டம். ஆனா... எனக்கு முழுமையான சந்தோஷம் எப்போ கிடைக்கும் தெரியுமா?"

"எப்போ அம்மி?"

''உனக்கும் எங்க கையால இதே போல் கல்யாணம் நடத்தறபோதுதான்மா கிடைக்கும்!''

''அது பேராசை அம்மி! ஒரு நாளும் அது நடக்காது.'' தெளிவற்ற குரலில் சொன்னாள் மேனகா. அவள் அம்மா விக்கித்துப்போய் தலைகுனிந்தாள்.

மாதவி, சுரேஷ், ரஞ்சனி, பூஷணம் நாலு பேரும் திருப்பதிக்குப் புறப்பட்டார்கள். மேனகாவே நாகலிங்கத்தின் மூலமாக எல்லா ஏற்பாடுகளையும் அதற்கும் செய்து கொடுத்தாள். மாதவி ஊருக்குக் கிளம்பும் முன் மேனகாவிடம் வந்தாள். அவள் உற்சாகத்தைப் பார்க்கும்போது எந்தப் பெண்ணுக்கும் விரும்பியவனுடன்தான் கல்யாணம் நடக்க வேண்டும்! என்று சொல்லும்படியாக இருந்தது.

''அக்கா! நான் போய்ட்டு வர்றேன்'' என்றாள் மாதவி.

''ஜாக்கிரதையா போய்ட்டு வாங்க'' என்றாள் மேனகா. அவள் முகவாயைக் கரங்களில் ஏந்தி.

''ஒரு வாரத்துல திரும்பி வந்துடுவோம். நீயும் கூட வந்தா நல்லா இருந்திருக்கும்.''

''எனக்குத் தொடர்ந்தாப்ல ஷூட்டிங் இருக்கேம்மா.''

''ஆமாமாம். ஷூட்டிங்கிற்கு அடுத்தபடிதான் உனக்கு எல்லாமே. எனக்கும் உன்னுடைய தொழில்னா உயிர். அதனால்தானே நாமெல்லாம் இவ்வளவு சந்தோஷமா இருக்கோம்.''

மேனகா சிரித்துக் கொண்டே மாதவியின் கன்னத்தில் தட்டினாள்.

''வர்றேன் அக்கா'' என்றாள்.

மேனகா வாசல் வரையிலும் வந்து தங்கையை வழியனுப்பினாள். மாதவி ஏறியதும் கார் கிளம்பிவிட்டது,

''அம்மா! ஷாட் ரெடிம்மா.'' நாகலிங்கம் ஓடி வந்தான்.

மேனகா செட்டிற்குத் திரும்பி வந்தாள்.

டைரக்டர் வசனங்களை எப்போதும்போல் சொல்லிக் காண்பித்தார். கேமிரா தயாராக இருந்தது. விளக்குகள் எரிந்தன.

மேனகா சொன்னாள். டைரக்டர் ''கட்'' என்று கத்தினார். ''என்ன நீங்க டைலாக்கை மாத்திச் சொல்றீங்க'' என்றார்.

சாரி! மேனகா திரும்பவும் அதைச் சொன்னாள். மறுபடியும் ''கட்'' என்றார் அவர். மேனகாவால் அன்று முழுவதும் சரியாகவே வசனம் பேச முடியவில்லை. ''தலை வலிக்குது சார் விட்டுடுங்க

நாளைக்குப் பார்த்துப்போம்!" என்று சொல்லிவிட்டு வீட்டிற்கு வந்து விட்டாள்.

வீடு முழுவதும் நிசப்தமாக இருந்தது. மங்களம் எல்லாமே மனம்போல் நடந்துவிட்ட திருப்தியில் உறங்கிக் கொண்டிருந்தாள். மேனகா கட்டிலில் வந்து படுத்தாள். வீட்டில் தாய் இல்லை. மாதவியும் இல்லை. இந்நேரம் அவர்கள் திருப்பதிக்குப் போகும் வழியில் இருப்பார்கள். ரஞ்சனி போக மாட்டேன் என்றுதான் முதலில் சொன்னாள். ஆனால் இவள்தான் கட்டாயப்படுத்தி அவளை அவர்களோடு அனுப்பி வைத்தாள்.

மேனகாவுக்குத் தனிமை வாட்டியது. "இந்தப் பணம் தன் வீட்டாரையெல்லாம் தன்னிடமிருந்தே பிரித்து விடுமோ?" என்று தோன்றியது. ஏனோ அன்று மாலையிலிருந்தே வெறுமையாக உணர்ந்தாள். இதுவரை தன் வீட்டாரை விட்டுப் பிரிந்திருந்தது இல்லை. மாதவியும், சுரேஷும் அவளை வரச்சொல்லி வற்புறுத்திக் கூப்பிட்டிருந்தால் அவளும் போயிருப்பாள்தான். ஆனால் அவர்கள் அப்படிக் கூப்பிடவில்லை. அவர்கள் அவளையும்விட அவள் தொழிலைத்தான் முக்கியமாகக் கருதுகிறார்கள். காரணம் பணம்... பணம்... பணம்!

மறுநாள் ஹீரோ கீழே விழுந்ததில் கால் பிராக்சர் ஆகிவிட்டதாம். ஷூட்டிங் ஒரு வாரத்திற்குக் கேன்சலாகிவிட்டது. அந்த ஒரு வாரமும் என்ன செய்வதென்று மேனகாவுக்குப் புரியவில்லை.

மாதவியைச் சீக்கிரமாக வந்துவிடச் சொல்லி போன் பண்ணலாம் என்று நினைத்தாள். ஆனால் அவர்கள் ஓரிடத்திலிருந்து இன்னொரு இடத்திற்கு மாறி விட்டிருந்ததால் தொடர்பு கிடைக்கவில்லை.

மேனகாவுக்குப் பொழுது போவதே கஷ்டமாக இருந்தது.

ராமநாதன் திடீரென்று மாரடைப்பால் இறந்து விட்டாராம். மேனகா ஆஸ்பத்திரிக்கு ஓடினாள். அவருடைய பசங்களைத் தேற்றுவதும், அவருடைய தகன காரியங்களுக்கு ஏற்பாடு செய்வதும் மேனகாவின் பொறுப்பாகி விட்டது. தன் வாழ்க்கையில் ஒரு நல்ல மனிதரை இழந்து விட்டோம் என்று தோன்றியது.

மேனகா வீட்டிற்குத் திரும்பி வந்தபோது மாதவியும், சுரேஷும் ஊரிலிருந்து திரும்பி வந்து விட்டிருந்தார்கள்.

ரஞ்சனி மேனகாவிடம் வந்தாள். "மின்னு! இந்தா இந்தக் குங்குமத்தை இட்டுக்கொள். என் மின்னுவுக்கு அவ மனசுக்குப் பிடிச்சவன் கணவனா வரணும் என்று எல்லாக் கோவில்களிலும் வேண்டிக்கிட்டேன். ஒரு சாமியார் என் ஆசை சீக்கிரத்திலேயே நிறைவேறும்னு சொன்னார்" என்று உற்சாகமாகக் கூறினாள்.

''அங்கே போயும் சாமியார்தானா. சரி. அவருக்கு எவ்வளவு கொடுத்தே அம்மி?'' என்றாள் மேனகா.

''என் மோதிரத்தையே கொடுத்துட்டேன்'' என்றாள் ரஞ்சனி.

''அப்படிச் சொல்லு. எனக்குக் கணவன் கிடைச்சாலும் கிடைக்கலைன்னாலும் அவருக்குத் தங்க மோதிரம் கிடைக்கிற யோகம் இருந்திருக்கு'' என்றாள் சிரித்துக் கொண்டே.

''அப்படில்லாம் சொல்லாதே மின்னு! சிலபேரின் வாக்குப் பலிச்சிடும்'' என்றாள்.

''பைத்தியக்கார அம்மி'' மேனகா விரக்தியோடு சிரித்துக் கொண்டாள். ''எனக்கு நீ இருந்தாப் போதும்மா. வேற யாருமே தேவையில்லை.'' தாயின் இடுப்பைக் கட்டிக் கொண்டு மார்பில் தலைசாய்த்தாள். அந்த நிலையில் தாயைப் பார்க்கும்போது மேனகாவுக்குச் சந்தோஷமாக இருந்தது.

38

மேனகா நகரின் ஒதுக்குப்புறமாகக் கிடைத்த இடத்தில் வீட்டைக் கட்டத் தொடங்கியிருந்தாள். பிளான்படி ஐந்தாறு லட்சத்தில் முடியும் என்று இருந்த வீடு, ஆரம்பித்து பாதி கட்டி முடிப்பதற்குள் ஐம்பது அறுபதைத் தாண்டி விட்டது. முடிவடைகிறபோது அதையும் தாண்டும்போலாகிவிட்டது.

மேனகா தன் இருபத்தைந்தாவது பிறந்த நாள் அன்றைக்குக் கிரகப்பிரவேசம் செய்தாள். அதே நாளில் அவள் நடித்த இரண்டு படங்கள் ரிலீஸ் ஆயின. இரண்டுமே பாக்ஸ் ஆபீஸ் ரிகார்டைச் சிதறடித்துப் பெரும் வெற்றியைச் சாதித்து விட்டன. மேனகாவின் பெயர் இருந்தால்தான் சினிமா வெற்றி பெறும் என்று சொல்லும் அளவிற்கு ரசிகர்களிடையே நிலைமை உருவாகியிருந்தது.

மேனகா புதுவீட்டில் எல்லா வசதிகளும் ஏற்படுத்திக் கொண்டாள். கீழ்ப் பகுதியில் பார்வையாளர் அறை,

அதையொட்டி பிரம்மாண்டமான ஹால். அதில் இருக்கும் அலங்காரப் பொருட்களுக்கே நிறைய செலவாயிற்று. மேனகா எங்கே என்ன விலையில் அழகான பொருள் கண்ணில் பட்டாலும் விலையைப் பொருட்படுத்தாமல் வாங்கி வந்தாள். மாடியில் மேனகாவின் படுக்கை அறை, அதற்குப் பக்கத்தில் தாயின் அறை, அதற்கு அடுத்ததாக மாதவி, சுரேஷின் அறை என்று ஏற்பாடு செய்யப்பட்டிருந்தது.

வீட்டைச் சுற்றிலும் விசாலமான பூந்தோட்டம் இருந்தது. அதில் விதவிதமான பூச்செடிகளுடன் பல பழ மரங்களும் இருந்தன. மாலை வேளையில் பல வண்ணங்களுடன் நீரை வாரி அடிக்கும் ஃபௌன்டென் முன்புறம் இருந்தது.

மேனகா அந்த வீட்டிற்கு வரும் முன்பே நாகலிங்கத்திடம் சொல்லி வீட்டை சுற்றிலும் ஐந்தாறு நைட்க்வீன் செடிகளை வைக்கச் சொன்னாள்.

''அவ்வளவு செடிகள் எதுக்கும்மா?'' என்றான் அவன் வியப்புடன்.

''உனக்குத் தெரியாது. என்னுடைய விருப்பம் அது. நான் வீட்டில் எந்த மூலையில் இருந்தாலும் நைட்க்வீன் மலரின் நறுமணம் குப்பென்று எனக்கு வந்தாகணும். எனக்கு அது ரொம்பவே பிடிக்கும்.''

மேனகாவின் அறையில் வலது பக்கத்து கதவைத் திறந்தால் கண்ணாடிக் கதவுகள் கொண்ட வராண்டா இருக்கும். அதற்குப் பக்கத்திலேயே ரூஃப் கார்ட்டன் இருந்தது.

வீடு பெரியதாகி விட்டதால் வேலைக்காரர்களும் பெருகினார்கள். சமையல்காரன் வந்து சேர்ந்தான். எப்பொழுது பார்த்தாலும் யாரோ ஒருத்தர் வந்து போய்க் கொண்டிருந்ததால் கேட் அருகில் காவல் காக்க கூர்க்கா நியமிக்கப்பட்டான். அதைத் தவிர கார் டிரைவர், மேனகாவின் சொந்த வேலைகளைக் கவனித்துக் கொள்வதற்குக் கலா. எல்லோரும் மேனகாவின் மீது ஆதாரப்பட்டு இருந்தார்கள். எல்லாரும் தன்னை நம்பியிருப்பதால் அவர்களுடைய நல்லது கெட்டதைப் பார்க்கும் பொறுப்பு மேனகாவிற்கு இருந்தது. நாளில் முக்கால் பங்கு தன்னுடைய தொழிலுக்காக ஒதுக்கினால் மீதி கால் பங்கு இவர்களுடைய நலனைப் பார்ப்பதிலேயே கழிந்து கொண்டிருந்தது.

சுரேஷ் குடும்ப அங்கத்தினராக வந்து சேர்ந்து விட்டதால் வீட்டில் சந்தடி ஏற்பட்டது. மாதவி என்றாலும், சுரேஷ் என்றாலும்

மேனகாவுக்குப் பிரியம் என்று எல்லோருக்குமே தெரியும். அதனால் வேலைக்காரர்கள் எல்லாம் மேனகாவைவிட அந்த இருவருக்குத்தான் அதிகமாகப் பயப்பட்டார்கள்.

ஒரு முறை மாதவி மேனகாவிடம் வந்து முகத்தைத் தொங்க விட்டபடி சொன்னாள். ''அக்கா! அவர் தனியா போய்டலாம்னு சொல்றார்.''

அதைக் கேட்டதும் மேனகா தலையில் இடி விழுந்தது போல் பார்த்தாள். ''ஏன்? என்ன நடந்தது?'' இங்கே என்ன அவருக்குக் குறையாம்?

''அவருக்குச் சும்மா வெறுமனே உட்கார்ந்து சாப்பிட வெட்கமா இருக்கிறதாம். வேலை வெட்டி இல்லாமல் மனைவியோடு அவங்க அக்கா வீட்ல உட்கார்ந்து தொப்பையை வளர்க்கிறியேன்னு நண்பர்கள், உறவினர்கள் கேலி பண்றாங்களாம். அதான்கா.''

''கிழிச்சாங்க. யார் என்ன சொன்னாலும் அதையெல்லாம் பொருட்படுத்த வேண்டியதில்லைனு அவர்கிட்ட சொல்லு.''

''அது இல்லைக்கா! உண்மையைச் சொன்னா அதையெல்லாம் அவர் இப்படி... வேலை எதுவும் இல்லாம சும்மா இருப்பது எனக்கும் வெட்கமாத்தானிருக்கு. அவருடைய திறமைக்கு என்ன குறைச்சல்? முந்தாநாள் அவருடைய நண்பனுக்கு இரண்டாயிரம் ரூபாய் பணம் தேவைப்பட்டு இவர்கிட்ட கடன் கேட்டானாம். இவர் தன்னிட்ட இல்லாம என்கிட்ட பணம் கேட்டார். பணம் இல்லைன்னேன். நண்பனிடம் பணமே இல்லைன்னு சொல்ல அவருக்குத் தலை குனிவாக இருக்கு.''

''அடடா! என்கிட்ட நீ கேட்டிருக்கலாமே? ஏன் அப்படி சொன்னே?'' என்றாள் மேனகா.

''அதெப்படிக் கேட்பேன்? ஏற்கெனவே உன் தயவுல வாழ்ந்துகிட்டிருக்கோம் இதுல...'' என்றாள் மாதவி.

''மதூ! என்ன பேச்சுடி இது? நான் எப்பனா அப்பிடி சொன்னேனா? இதெல்லாம் உன்னோடதா என்னோடதா? உன்னைத் தவிர எனக்கு வேற யாருடி இருக்காங்க? உன் வயித்துல மகளோ, மகனோ பிறந்தா நானே வளர்த்து இதையெல்லாம் அவங்ககிட்ட ஒப்படைச்சிட்டு அடியோடு போக வேண்டியவள் தானே?'' என்றாள்.

''அக்கா!'' மாதவி மேனகாவை அணைத்துக் கொண்டாள். ''உன்னைப் புரிந்து கொள்ளாமல் போய் விட்டேன். என்னை

மன்னித்துவிடு. ஆனால் அவருக்கு ஏதாவது வியாபகத்தை ஏற்படுத்திக் கொடு. வீட்டில் சும்மா இருந்தால் பொழுது போகவில்லை அவருக்கு. சும்மா உட்கார்ந்து சாப்பிடுவது கஷ்டமாக, அவமானமாக இருக்கிறதாம். நீ ஏதாவது வழி ஏற்படுத்திக் கொடுத்தால் நாங்கள் எங்கே போகப் போகிறோம்? உன் காலடியிலேயே விழுந்து கிடப்போம்.''

''என்ன பேச்சுடி இது மதூ? என்ன செய்யலாம்னு நீயே சொல்லு.''

''அவருக்கு ஏதாவது வியாபாரம் தொடங்கணும்னு இருக்கு அக்கா. பொழுதும் போகும். கைச் செலவுக்காவது பணமும் கிடைக்கும்ல.''

''அப்படியே செய்தாப் போச்சு'' என்றாள் மேனகா.

மறுநாள் பலராமன் வந்தான். அவனும் ''மின்னு! ரொம்ப நாளா உன்கிட்ட ஒரு வார்த்தை சொல்லணும்னு நினைக்கிறேன். ஆனா நீ ஏதாவது நினைச்சிக்குவியோங்கிற பயம் எனக்கு'' என்றான்.

''என்னிடம் உனக்கு பயம் எதுக்கு மாமா? நீ இல்லாம வேறு யார் என்ன சொல்லப் போறாங்க சொல்லு?'' என்றாள்.

''அப்படி நினைச்சா நல்லதுததான். நான் இந்தக் காலத்து மனுஷங்களைப் போல சுயநலம் பிடிச்சவன் இல்லை. உனக்கு நல்ல பேரும், புகழும் வந்திருக்கு. லட்சம் லட்சமா சம்பாதிக்கிறே. ஆடம்பரமா கடவுள் புண்ணியத்துல செலவு செய்யறே. நல்லாதான் இருக்கு. ஆனா பெரியவன்கிற முறையில உன்கிட்ட ஒரு வார்த்தை சொல்லணும்.''

''என்ன மாமா சும்மா சொல்லு?''

''இந்த சினிமாத் துறையில... நடிக்கிறதிருக்கே, இது வயசோட சம்பந்தப்பட்டது. எத்தனைப் பேர் நம் கண் முன்னாலேயே ஓகோன்னு வாழ்ந்து சரிஞ்சி விழலை? அந்த பாலசங்கரைத்தான் இப்ப யாராவது நினைச்சிப் பார்க்கிறாங்களா? காத்துள்ளபோதே தூத்திக்கணும். நீ உன் பணத்தைக் கொண்டு ஏதாவது ஒரு நல்ல பிசினெஸ் தொடங்கினா நல்லதுங்கறது என் உத்தேசம். காலம் எப்பவும் ஒரே மாதிரியா இருக்காதில்லையா?''

தேடிப் போன மூலிகை காலில் தட்டுப்பட்டாற்போல் இருந்தது மேனகாவுக்கு. ''என் நினைப்பு கூட அதுதான் மாமா! ஏதாவது யோசனை இருந்தா நீயே சொல்லு பார்ப்போம்'' என்றாள்.

அதைக் கேட்டதும் பலராமனுக்குப் பெரும் உற்சாகம் வந்து விட்டது. ''நீ ஊம் என்று சொல்லணுமே தவிர ஆயிரம் வழி இருக்கு. நம் ஸ்டேடசுக்குத் தகுந்தபடி பெரிய வியாபாரமா இருக்கணும். எல்லா முதலீட்டையும் உன்னையே போடச் சொல்லுவேன்னு நினைச்சியா? எங்க பேங்க்ல கடன் வாங்கித் தர்றேன். அங்கே வேலை செய்றதால என்னால கடன் வாங்கித் தரமுடியும். ஒரு பங்கு நீ போட்டால் மூன்று பங்கு கடனை நான் வாங்கித் தர்றேன்'' என்றான்.

பலராமன், சுரேஷ் இருவரையும் கலந்து ஆலோசித்தாள் மேனகா. சுரேஷ் ஏ.சி. தியேட்டர் கட்டலாம் என்றான். பலராமன் கெமிகல் ஃபேக்டரி ஒன்று விற்பனைக்கு வந்திருப்பதாகவும், அதை வாங்கறது நல்லது என்றான். இருவரின் கருத்துகளும் மேனகாவிற்கு ஒத்துப் போகவில்லை.

கடைசியில் குளிர்பான பேக்டரி தொடங்குவதாக ஒப்பந்தம் ஏற்பட்டது. மேனகா கூல்டிரிங்க்ஸ்னு பேரு வச்சா அற்புதமாக இருக்கும் என்றார்கள். மேனகாவுக்குத் தன் பெயரை வைப்பது சரியாகப்படவில்லை. மறுத்தாள். ஆனால் அதை சுரேஷ் ஒப்புக்கொள்ளவில்லை.

குளிர்பான பேக்டரியின் தொடக்கவிழா நடந்தது. மேனகா வங்கியிலிருந்து கடன் பெற்றுக் கொண்டாள். கியாரண்டி கையெழுத்துப் போட்டாள். ஃபேக்டரியில் மேனகாவுடன் பலராமன், சுரேஷ் இருவரும் கூட்டாளியாக இருந்தார்கள்.

சுரேஷ் பலராமனைப் பார்த்து ''இந்தக் கழுத்தறுப்பு வேற ஏன் வந்து சேர்ந்தது?'' என்று முகத்தைச் சுளித்தால், பலராமனும் எள்ளும் கொள்ளும் வெடிக்கும் முகத்துடன் ''இவனை எதற்காகச் சேர்த்தாள்? என்னை வேவு பார்க்கவா?'' என்று எரிச்சலடைந்தான்.

ஆரம்பகாலத் தடைகளை எல்லாம் தாண்டி பேக்டரி நன்றாகவே வேலை செய்யத் தொடங்கியது. இதற்கிடையில் மாதவிக்கு மகன் பிறந்தான். மேனகா மகிழ்ந்து போனாள். அந்த வீட்டில் அந்தச் சிறுவனை எல்லோருமே உயிராக நினைத்தார்கள்.

மேனகாவின் வாழ்க்கை வேலை, பணம், பெயர், புகழ், உறவினர்கள், இன்கம்டாக்ஸ், பாராட்டு விழாக்கள், நன்கொடை கள், விருந்துகள், பரிசளிப்புகள் ஆகிய இவற்றின் நடுவில் சுழன்று கொண்டிருந்தது.

மங்களம் இந்த வீட்டையும், அதன் வைபவத்தையும் பார்த்துவிட்டு ''இதையெல்லாம் பார்க்கும்போது என்

இளமைக்காலம் நினைவுக்கு வருகிறது. மேனகாவுக்கு அவள் தாத்தாவைப் போல் யோகம் இருக்கிறது. அவர் இருக்கும்போது வீடு இதேபோல் வந்து போகும் உறவினர், வேலைக்காரர்கள் என்று சந்தடியாகத்தானிருந்தது'' என்று நினைத்துக் கொள்வாள்.

பூஷணம் அடிக்கடி வந்து போய்க் கொண்டிருந்தார். மேனகா சில சமயம் ஷூட்டிங்கிலிருந்தோ, ஏதாவது விழாவிலிருந்தோ வீடு திரும்பும்போது அவர் உணவு மேஜைக்கு முன்னால் உட்கார்ந்து, ரஞ்சனி பரிமாறிக் கொண்டிருக்கையில் சிரித்துப் பேசிக் கொண்டே சாப்பிட்டுக் கொண்டிருப்பது கண்ணில் படும். மாதவியும், சுரேஷும் அங்கேயே இருப்பார்கள். சுரேஷின் தந்தையும், பூஷணமும் நண்பர்கள் என்பதால் சுரேஷுக்கு அவரிடம் பிரியமும், உரிமையும் அதிகம். மாதவி தந்தையின்மீது இருந்த கோபத்தைக் கொஞ்சம் கொஞ்சமாக மறந்து விட்டாள்.

அவர் மாதவியின் மகனைத் தூக்கி வைத்துக் கொண்டிருக்கும் போது, அவன் அவருடைய நரை விழுந்த மீசையைப் பிடித்து இழுப்பான். ''போக்கிரிப் பயலே'' என்று அவர் சிரிப்பதைப் பார்த்து மாதவியும், சுரேஷும் சேர்ந்து சிரிப்பார்கள்.

அவர்கள் எல்லோரும் அப்படிச் சிரித்துப் பேசி மகிழ்ந்து கொண்டிருக்கும்போது மேனகா மட்டும் தொலைவிலேயே இருந்து கொள்வாள். அவர்களை அப்படிப் பார்க்கும்போது மேனகாவின் மனதில் விநோதமான உணர்வுகள் தோன்றும். அவர்கள் எல்லோரும் ஒன்றாகிவிட்டது போலவும், தான் மட்டும் தனியாகத் தொலைவில் ஒதுக்கி வைக்கப்பட்டிருப்பது போலவும் நினைத்துக்கொள்வாள். இந்த உணர்வு மேனகாவின் இதயத்தை ஓரளவு குன்றிப் போகச் செய்யும்.

மேனகா எத்தனையோ முறை நினைத்துக் கொள்வாள். அவர்... அவர் குறைந்தபட்சம் ஒரு தடவையாவது தன்னை அருகில் அழைத்து ''மின்னு! உன் சின்ன வயசுல என்னால் ஒரு தவறு நேர்ந்துட்டது. நீ அந்தச் சம்பவத்தையெல்லாம் மறந்துடும்மா. உன்மேல் எனக்குப் பிரியம்தான். நீ என் மகளா இருப்பதில் பெருமைப்படறேன்'' என்று சொல்லியிருந்தால் எவ்வளவோ நன்றாக இருந்திருக்கும். அவள் மனதில் கரடு தட்டிப் போயிருந்த அந்த அவமானம் சிறிதளவாவது கரைந்து போயிருக்கும். ஆனால் பூஷணம் வாய்விட்டு ஒரு நாள் கூட மேனகாவிடம் வலிய வந்து பேசியதில்லை. அதோடு மேனகா தன்னைத் தந்தையாகவே மதிக்கவில்லை என்பதிலும், அவள் சொந்த விஷயங்களில் தலையிடும் அதிகாரத்தைத் தனக்கு வழங்கவில்லை என்பதிலும் லேசான கோபமும் அவருக்கு இருந்தது.

ஒரு முறை மாதவியே அதை அவளிடம் சொல்லவும் செய்தாள். "அக்கா! அப்பாவும் இருக்கார், சுரேஷும் பார்த்துக்குவார். அப்படி இருக்கும்போது பலராமன் மாமா இன்னும் எதுக்காக உன் பண விவகாரங்களைக் கவனிச்சிக்கணும்?"

"இந்த வார்த்தைகளை நீயே சொல்றியா இல்லே யாராவது சொல்லச் சொன்னாங்களா மதூ?"

"அம்மாகிட்ட இது பத்தி அப்பாவே ஒரு முறை சொல்லிக்கிட்டிருந்தப்ப நானே கேட்டிருக்கேன்."

"என் விஷயத்தை என்னால பார்த்துக்க முடியும். எனக்கு யாரோட தலையீடும் அவசியமில்லை" என்றாள் எரிச்சலுடன்.

"அதுக்காக இல்லைக்கா. நீ சங்கடப்படுறியேன்னுதான் சொன்னேன். வேற எந்த உத்தேசமும் இல்லை. உனக்குக் கோபம் வந்தா மன்னிச்சிடு" என்றாள் மாதவி.

"எனக்கு கோபம் எதுவும் இல்லை மாதவி" என்றாள் மேனகா.

மேனகாவுக்குத் தாயின் முகத்தைப் பார்த்தால் மட்டும் போதும் இதையெல்லாம் தாங்கிக் கொள்ளும் சக்தி வந்து விடும். எத்தனை வருஷங்கள் கழித்து அவள் தாயின் முகத்தில் சந்தோஷத்தைப் பார்க்கிறாள்? அது போதும் தனக்கு என்று தோன்றும். "அம்மாவுக்காக நான் இதையெல்லாம் விழுங்கிக்கிறேன். இல்லைன்னா அவருடைய நிழலைக் கூட என் வாழ்க்கையில் அனுமதிச்சிருக்க மாட்டேன்" என்று நினைத்துக் கொள்வாள்.

மெல்ல மெல்ல பூஷணத்தின் குழந்தைகளும் அந்த வீட்டுக்கு வரத் தொடங்கினார்கள். ரஜனியின் தம்பி, தங்கை மாதவியை அக்கா என்றும், ரஞ்சனியைப் பெரியம்மா என்றும் கூப்பிடத் தொடங்கினார்கள்.

மேனகாவுக்கு எப்படித்தான் அது பழக்கப்பட்டதோ தெரியாது. பண விஷயத்தை மட்டும் தன் கைக்குள்ளேயே வைத்துக் கொண்டிருந்தாள். நாகலிங்கம் மேனகாவிடம் ரொம்ப விசுவாசமாக இருந்தான். மற்ற வேலைக்காரர்களும் "அம்மா.. அம்மா" என்று பாசத்துடன் பழகி வந்தார்கள். மேனகா அவர்களுக்குப் பொங்கல், தீபாவளி, புது வருஷம் வரும்போதெல்லாம் அடிக்கடி பரிசுகளை வழங்கி வந்தாள். பிறந்த நாளுக்குப் புத்தாடைகளை வழங்குவாள்.

''சாப்பிடுங்கடா.. வயிறு புடைக்கச் சாப்பிடுங்க. சாப்பிட்டுட்டு கொழுத்துக் கிடக்கீங்க'' சுரேஷ் ஒருமுறை அவர்களைப் பார்த்து இப்படி ஏளனம் செய்தான்.

சமையல்காரன் கொஞ்சம் ஒரு மாதிரி. ஏச்சு பேச்சுகளைக் சகித்துக் கொள்ள மாட்டான். குறையிருந்து சொன்னால் ஏற்றுக் கொள்வான். அதனால் அவன் எரிச்சலுடன் ''உங்களை விடவா தம்பி?'' என்றான்.

''என்னடா உளர்றே?'' சுரேஷ் உடனே தாவி அவனுடைய தலை முடியைப் பிடித்துக் கொண்டான்.

''மரியாதையா விடுங்க சார். நான் ஒன்னும் இல்லாத வார்த்தையைச் சொல்லலியே? எனக்கும் கையிருக்கு. பதிலுக்கு என்னாலும் உங்க முடியைப் பிடிச்சி உலுக்க முடியும்'' என்று அவனை எதிர்த்து நின்றான்.

சுரேஷ் அவனை அடித்தான். ''உட்கார்ந்து சாப்பிட்டுச் சாப்பிட்டு கொழுப்பு ஏறிட்டது உனக்கு'' என்றான்.

''அந்த வார்த்தை உங்களுக்குத்தான் பொருந்தும். நான் ஒன்றும் சும்மா உட்கார்ந்து சாப்பிடவில்லை. வேலை செய்யறேன் சார். உழைத்துச் சாப்பிடறேன்.'' சுரேஷைத் தள்ளிவிட்டுவிட்டுச் சொன்னான்.

மாலையில் மேனகா வந்தபோது வீட்டில் பெரிய ரகளை நடந்து கொண்டிருந்தது.

''அவனை இந்த நிமிஷமே கழுத்தைப் பிடிச்சி வெளியே தள்ளுங்கள். நான் கெட் அவுட்ன்னு சொன்னா, என்னைப் போகச் சொல்ல நீ யார்? எங்க எஜமானியம்மா சொல்லட்டும்ன்றான்'' சுரேஷ் கத்தினான்.

மேனகா பொறுமையாக நடந்ததை எல்லாம் கேட்டுக் கொண்டாள். சமையல்காரனுடன் மோதிக் கொள்ளக் கூடாது என்ற இங்கிதம் கூட சுரேஷுக்கு இல்லையே. அதே சமயம்... சமையல்காரனை மேலும் தங்க வைத்தால் சுரேஷை அவமதிச்சது போலாகிடும் என்றெண்ணினாள்.

உண்மையில் பார்த்தால் சமையல்காரன்மீது எந்தத் தவறும் இல்லை. அவன் ஏற்கனவே பலமுறை ''சுரேஷ் ஐயா ரெம்பவும் எல்லைமீறிப் பேசறார். நீங்கதான் எனக்கு எஜமானி. தாயைப்

போல பார்த்துக்கிறீங்க. என் மேல ஏதாவது தவறு இருந்தா நீங்க அதை எடுத்துச் சொல்லலாம். அடிச்சாலும் தாங்கிக்குவேன். ஆனா யாரோ வந்து என்னைக் கண்டபடி பேசினா பொறுத்துக்க மாட்டேன். நீங்க தர்ற சம்பளத்தை எங்கே போனாலும் என்னால சம்பாதிச்சுக்க முடியும்...'' என்று ஜாடைமாடையாக எச்சரித்திருந்தான்.

மேனகா மாதவியிடம் சுரேஷை சமையல்காரரின் ஜோலிக்குப் போக வேண்டாம் என்று சொல்லச் சொன்னாள். அதைக் கேட்டதும் மாதவிக்குக் கோபம் வந்து விட்டது.

''அவருக்கு அந்த அளவுக்குக் கூட தெரியாதா அக்கா? அந்த சமையல்காரன் பெரிய திருடன். உனக்கும் எனக்கும் சண்டை மூட்டி வைக்கப் பார்க்கிறான். அவனுக்கு நீயே கொஞ்சம் புத்தி சொல்லு'' என்றாள்.

மேனகாவின் நிலைமை சங்கடமாகிவிட்டது. மாதவி, சுரேஷ், பூஷணம் இவர்கள் ஒரு கட்சி, மங்களம் பலராமன் இன்னொரு கட்சி! இந்த இரண்டு கட்சிகளுக்கும் என்றுமே ஒத்துப் போகாது. வீட்டிலிருக்கும் வேலைக்காரர்கள் எல்லோரும் சேர்ந்து இன்னொரு கட்சி. இவர்கள் சமயத்திற்குத் தகுந்தபடி இந்தப் பக்கமோ அந்தப் பக்கமோ சேர்ந்து ரகளையை அதிகமாக்கிக் கொண்டிருப்பார்கள்.

சுரேஷுக்குக் கோபம் அதிகம்தான். அதனால் வீடு எப்போதும் ரணகளமாக இருந்து வந்தது. இவர்கள் எல்லோரையும் சமாதானப் படுத்திக் கொண்டு ஒரு வழியில் கொண்டு போவது இருக்கிற வேலை களுக்கு மத்தியில் மேனகாவுக்குப் பெரும்பாடாகிவிட்டது.

சமையல்காரனின் ரகளைக்குப் பிறகு மேனகா நன்றாக யோசித்துப் பார்த்தாள். இதில் அவன் தவறு எதுவும் இல்லாமல் இருக்கலாம். ஆனால் அவனை நீக்காவிட்டால் சுரேஷ் மற்ற வேலைக்காரர்களுக்கு முன்னால் இளப்பம் ஆகி விடுவான். தானோ வாழ்நாள் முழுவதும் மாதவி, சுரேஷின் நிழலில் வாழ வேண்டியவள். அவர்களைச் சிறுமைப் படுத்தக் கூடாது. அவர்களைத் தவிரத் தனக்கு யாரும் நெருக்கமில்லை என்று உறுதிப்படுத்த வேண்டும் என்று நினைத்தாள்.

வேறு வழியில்லாத நிலையில் மேனகா சமையல்காரனுக்குத் தரவேண்டிய சம்பளத்தைக் கணக்குப் பார்த்துக் கொடுத்து அனுப்பிவிட்டாள். அன்று மாலையே சுரேஷ் வேறு ஒரு சமையல்காரனை ஏற்பாடு செய்தான். அவன் சுரேஷைச் சேர்ந்தவன்.

மற்ற வேலைக்காரர்களையெல்லாம் லட்சியம் செய்ய மாட்டான். சரியாக சாப்பாடும் போட மாட்டான். ஆனாலும் அவர்கள் மேனகாவிடம் சொல்வதற்குப் பயந்தார்கள். போகப் போக அவர்களும் சுரேஷ் பக்கம் சேர்ந்து கொண்டார்கள்.

இவர்கள் எல்லோருடைய சச்சரவுகளையும் பொறுமையாகக் கேட்டுக் கொண்டு தீர்வு காண்பதற்கு முயற்சி செய்து கொண்டிருப்பான் நாகலிங்கம். மேனகா அமைதியாக இருக்க வேண்டும் என்பதற்காக நிதானத்தோடு அவன் செய்யும் எந்த முயற்சியும் பலிக்கவில்லை.

சுரேஷுக்கு நாகலிங்கத்தைக் கண்டால் அறவே பிடிக்கவில்லை. முதலில் இந்த வீட்டை விட்டு நாகலிங்கத்தைத் துரத்த வேண்டும் என்று எண்ணமிடத் தொடங்கினான்.

39

இன்டியன் அமெரிக்கன் கல்சுரல் அம்பாசிடர்ஸ் எக்ஸ் சேஞ்ச்'' நிகழ்ச்சிக்காக இந்திய அரசாங்கம் மேனகாவை ஆறு வாரம் அமெரிக்காவுக்கு அனுப்புவதற்கு முடிவு செய்தது.

மேனகா ஷூட்டிங்கில் இருந்தபோது அரசாங்கம் அனுப்பிய இந்த உத்தரவு கிடைத்தது. ஷூட்டிங்கை இடையிலேயே நிறுத்தி விட்டார்கள். எல்லோரும் மேனகாவைப் பாராட்டினார்கள். பொறாமை கொண்ட சில நடிகைகள், நடிகர்கள் மேனகா அரசியல் கட்சியில் இருக்கும் சில பிரமுகர்களின் மூலமாகத் தனக்கு இந்த வாய்ப்பு கிடைக்கும்படி செய்து கொண்டாள் என்று தாறுமாறாக வதந்திகளைப் பரப்பினார்கள்.

மேனகாவுக்கு என்றுமே இராத அளவுக்குச் சந்தோஷம் ஏற்பட்டது. எங்கு பார்த்தாலும் விருது! பாராட்டு விழாக்கள்! இதையெல்லாம் பார்க்கும்போது சிலசமயம் மேனகாவின் கண்களில் கண்ணீர் பொங்கி வரும். இந்த அதிர்ஷ்டத்திற்கு நாம் தகுந்தவள்தானா என்று தோன்றும். ''நான் பெரிசா என்ன சாதிச்சுட்டேன்? வயிற்றுப்பாட்டுக்காக எனக்குக் கிடைச்ச வாய்ப்பைப் பயன்படுத்திக்கிட்டேன். சினிமா நடிகை ஆயிட்டேன். என்னைப் போல எத்தனையோ பேர் இந்தத் தொழிலில் இருக்கிறார்கள். என்னைவிட சீனியர்கள், அனுபவம் வாய்ந்தவர்கள் பல பேர்? அவர்கள் யாருக்கும் கிடைக்காத இந்த வாய்ப்பு தன்னைத் தேடி வந்திருக்கிறது. அதிர்ஷ்டம்னா இதுதான் போலிருக்கிறது.''

மேனகாவிடம் இயற்கையிலேயே மேனிப்பொலிவோடு மனவலிமையும் இருந்தது. உள்ளூர பயம், சந்தேகங்கள் இருந்தாலும் அதை வெளியில் காட்டிக் கொள்ளமாட்டாள். இதழ்களில் புன்முறுவல் மறையாது. மேனகா இதை ஒரு கேடயமாகத் தரித்தே உலகத்தின் முன்னால் பவனி வருகிறாள் என்று நிறையப் பேருக்குத் தெரியாது.

மேனகா கல்சுரல் அம்பாசிடராக அமெரிக்காவுக்குப் போகிறாள் என்று தெரிந்ததும் ஏராளமான தமிழ் - ஆங்கிலப் பத்திரிகைகளில் இந்தச் செய்தியை பெருமளவில் வெளியிட்டார்கள். பயணத்திற்கான ஏற்பாடுகள் நடக்கத் தொடங்கின.

மேனகாவுடன் துணைக்கு யார் போவது என்ற கேள்வி எழுந்தது. பலராமன் தான் போக வேண்டும் என்று விரும்பினான். ஆனால் சுரேஷ், மாதவி இந்த வாய்ப்பை நழுவ விடுவதாக இல்லை.

''அப்போ குழந்தை?'' என்றாள் மேனகா.

''அம்மாவும், பாட்டியும் இருக்கும்போது குழந்தைக்கு என்ன கவலை?'' என்றாள் மாதவி.

மேனகாவைவிட மாதவிக்கும், சுரேஷுக்கும் தான் உற்சாகம் அதிகமாக இருந்தது எனலாம். ''சனியன் பிடிச்ச உடம்பு சரியா இல்லை. இல்லாட்டா நானே வர்றேன்னிருப்பேன்'' என்றாள் மங்களம்.

''நான் அடுத்ததாக நடிக்கப் போற சினிமா ஷூட்டிங் வெளிநாட்லதான். அப்போ நீ எங்கூட வரலாம் மாமா'' என்றாள் மேனகா.

''ஆகட்டும்மா. என்ன இருந்தாலும் நாங்க வேத்து மனிதர்கள்தானே'' என்றான் பலராமன்.

மேனகாவுக்குச் சிறிது வருத்தமாகத்தானிருந்தது.

பயணத்திற்கான ஏற்பாடுகள் முடிந்துவிட்டன. செகரெட்ரி நாகலிங்கமும் கூட வந்தான்.

மறுநாள் பம்பாய்க்குக் கிளம்பும் முன் மேனகா ஒரு பிரபல ஹோட்டலில் நிருபர் கூட்டத்திற்கு ஏற்பாடு செய்தாள். எல்லா பத்திரிகை நிருபர்களும் வந்திருந்தார்கள்.

மேனகா கூட்டத்திற்கு வந்தாள். அவள் நடையிலேயே ஒரு தனிப்பட்ட கம்பீரம் இருந்தது. நிருபர்களிடம் சகஜமாக, சுவாரசியமாகப் பேசுவதை பழக்கப்படுத்திக் கொண்டிருந்தாள். மேனகா வந்து உட்கார்ந்து கொண்டதும் நிருபர்கள் அடுக்கடுக்காகக் கேள்விகளைக் கேட்கத் தொடங்கினார்கள்.

''மேடம்! இந்த அழைப்பு உங்களுக்கு மதிப்புச் சேர்க்கும் விஷயமாக இருக்கும்னு எண்ணுறோம். நீங்க என்ன நினைக்கிறீங்க?'' என்று கேட்டார் ஒரு நிருபர்.

''என்னுடைய அதிர்ஷ்டமாகவே இதை நான் கருதுகிறேன். இது வெறும் அதிர்ஷ்டம் மட்டும்தான்.'' என்று வலியுறுத்திச் சொன்னாள் மேனகா.

''இந்த அதிர்ஷ்டத்திற்கு உங்களோட திறமையும் ஒரு காரணம்தானே?''

''இருக்கலாம். நாட்டில் திறமைசாலிகள் எத்தனையோ பேர் இருக்காங்க. அவர்களையெல்லாம் இந்த அதிர்ஷ்டம் தேடிப் போகலையே?'' முறுவலுடன் சொன்னாள் மேனகா.

''நீங்க மத்த நடிகை, நடிகர்களுடன் கலந்து பழகமாட்டீங்கன்னும், ரொம்ப ரிசர்வ்டு ஆக இருப்பீங்கன்னும் சொல்லுவாங்க அதுதான் காரணமா?'' குறும்பாகக் கேட்டான் ஒரு நிருபர்.

மேனகா ஒரு நிமிடம் யோசிப்பது போல் நிறுத்தினாள். ''இந்த நாட்டில் எத்தனையோ பெண்கள் வேலைக்குப் போய்க் கொண்டிருக்கிறார்கள். அப்படிப் போகிறவர்கள் எல்லோரும் கூட வேலை பார்ப்பவர்களுடன், மேலதிகாரிகளுடன் பேசிக் கொண்டோ, உறவு கொண்டாடிக் கொண்டோ இருப்பாங்கன்னு நான் நினைக்கலை.''

''அதாவது நீங்க இதை ஒரு வேலையாக நினைக்கிறீங்க. அப்படித் தானே?''

''கரெக்ட்! நிச்சயமா அதைவிட அதிகமும் இல்லை. குறை வானதும் இல்லை. என் நேரம் முழுவதும் என் தொழிலுக்கே சரியாக இருக்கும். கொஞ்சம் ஓய்வு கிடைச்சாலும் என் குடும்பத் தாருடன் கழிப்பதற்குதான் நான் தவிச்சிக்கிட்டிருப்பேன்.''

''நீங்க முறையற்ற வழியில் பிறந்தவர் என்று பேசிக் கொள்கிறார்களே. உண்மைதானா?'' நிருபர் ஒருவர் துணிச்சலுடன் இப்படிக் கேட்டுவிட்டார்.

மேனகா பொங்கி வந்த கோபத்தைக் கட்டுப்படுத்திக் கொண்டாள். ஒருமுறை உள்ளங்கையைப் பார்த்துக் கொண்டாள். பிறகு எந்தவிதமான தடுமாற்றமும் இல்லாமல் மிகவும் பொறுமை யுடன் சொன்னாள். ''நீங்க சொல்றத நான் மறுக்கமாட்டேன். ஆனா நான் என்றுமே அதற்காக வெட்கப்பட்டதில்லை, அதுக்குத் தேவையும் இல்லை. ஒரு மனிதன் எப்படிப் பிறந்தான் என்பதைவிட எப்படி வாழ்ந்து கொண்டிருக்கிறான் என்பதுதான் ரொம்ப முக்கியம்.'' சேத்துல பொறந்துட்டாலே செந்தாமரை மதிப்பில்லாம போயிடுமா சார்?

''ப்ரேவோ!'' யாரோ பின்னாலிருந்து கத்தினார்கள். தொடர்ந்து கைத்தட்டல்கள் ஒலித்தன.

ஒருத்தன் போட்டோ எடுத்துக்கொண்டே கேட்டான். ''உங்களுக்கு விருப்பமான கடவுள் யாரும்மா?''

''பணம்!'' தயங்காமல் அவள் உடனே சொல்லி விட்டாள்.

''ஏன் அப்படிச் சொல்றீங்க?''

''தேசம், ஞானம், கல்வி, ஈசன் பூசையெல்லாம் காசுக்குப் பின்னா லேங்கிற பாட்டை நீங்க கேட்டதில்லே! இந்த உலகத்தில் எதற்கும் இல்லாத மதிப்பு பணத்திற்குத்தானிருக்கு. பணம் மனிதனுக்குச் சக்தியைத் தரும். வாழ்க்கையை அழகான கனவாக அனுபவிக்கும் வாய்ப்பை உருவாக்கித் தரும். அதனால்தான் பணத்தின் முன்னால மனிதனின் உயிர் கூட மிகத் துச்சமாக மதிக்கப்படுது.''

''வாழ்க்கையில் உங்களுக்குக் கிடைத்த அபூர்வமான வரம் அல்லது வைராக்கியம் ஏதாவது இருக்கா மேடம்?''

''இருக்கு.'' மேனகா பரவலாக எல்லோரையும் பார்த்துக் கொண்டே சொன்னாள். ''நம்பர் ஒன்... பயங்கரமான ஏழ்மையில நான் பிறந்தது. நம்பர் டூ நான் புத்திசாலியாக இருப்பது. ஏழ்மை, புத்திசாலித்தனம் இரண்டும் வாழ்க்கையில கடவுளால எனக்குக்

கிடைத்த அபூர்வமான வரங்கள். இந்த இரண்டையும் கொண்டு வாழ்க்கையைச் சோதிக்கும் வாய்ப்பு எனக்குக் கிடைச்சிருக்கு. கடைசி மூச்சுவரை வாழ்கையில ஜெயிச்சுக் காட்டணும்கிறது வைராக்கியம் எனக்குள்ளே இருக்கு!''

''மற்ற மொழிகளில் வாய்ப்புக் கிடைத்தபோதும் நீங்கள் ஏன் சம்மதிக்கலை?''

''இங்கயே ஏகப்பட்ட பொறாமை - பகைங்களைச் சமாளிக்க வேண்டியிருக்கு. இதுல அது வேற ஏன்? உலகம் முழுவதும் ஒருத்தனின் கைக்குள் அடங்கி விடாது. நாம் இருக்கும் இடத்திலேயே ராணியைப் போல் வாழ்ந்தால் போதும்கிறது என்பது என் உத்தேசம். தட்ஸ்-ஆல்!''

''மேடம்! நீங்க எப்பொழுதாவது யாரையாவது காதலிச்சிருக்கீங் களா?''

''இந்த வயசுவரை... யாரும் காதல் வயப்படாமலே இருக்க முடியாது சார்! '' ஒரு வினாடி நிறுத்தி சிரித்தாள்.

''நானும் காதலித்தேன்.''

''யார் அந்த நபர்?'' ஆர்வத்துடன் கேட்டான் அந்த நிருபன்.

''எங்க அம்மா.''

ஓ! அவன் உற்சாகம் வடிந்துபோய் விட்டது. ''கல்யாணத்தைப் பத்தி உங்கள் அபிப்பிராயம் என்ன மேடம்?''

''மனதிற்குப் பிடிச்சவனுடன் வாழ்க்கையை சரியான முறைல பிணைச்சிக்கிறதுதான் கல்யாணம்.''

''உங்களுக்கு வரப்போற கணவன் எப்படிப்பட்டவரா இருக்க வேணும்னு...?''

''சொல்றேன். என்னை ஒரு சக மனுஷியாக நடத்தணும். நான் ஒரு நடிகைங்கிற எண்ணத்தையே மறந்து போகும்படி செய்பவனா யிருக்கனும்.''

''வாழ்க்கையில் இவ்வளவு உயரத்திற்கு வந்துட்டீங்க இல்லையா? அப்போதைய வாழ்க்கைக்கும், இன்றைய வாழ்க்கைக்கும் ஏதாவது வித்தியாசம் தெரிகிறதா?''

''எந்த வித்தியாசமும் இருப்பதாக எனக்குத் தெரியவில்லை. அன்று பணம் இல்லாமப் பட்டினி கிடந்தேன்; இப்பொழுது கண்

முன்னால் சாப்பாடு இருந்தாலும் சாப்பிட நேரமில்லை. டயட்டிங்ல வேற சாப்பிடாம இருக்கேன். பசியின் கொடுமை அன்றும் இன்றும் என்னைப் பொருத்தவரையில் ஒரே மாதிரிதானே இருக்கு.'' வேண்டுமென்றே உதட்டைப் பிதுக்கியபடி அவள் சொன்னதைப் பார்த்து எல்லோரும் சிரித்துவிட்டார்கள்.

''மேடம்! உங்களுக்குப் பிறகும் அடுத்த தலைமுறையினர் உங்களை நினைவு வைத்துக் கொள்ளும் விதமாக ஏதாவது செய்யப் போறீங்களா?''

''செய்தேயாகணும்! ஆனா ஒண்ணு எந்த ஒரு கலைஞனுக்கும் இறந்து போன பிறகைவிட, உயிருடன் இருக்கும்போதே மற்றவர்களால் சரியா அடையாளம் காணப்பட்டாதான் திருப்தியும், சந்தோஷமும் இருக்கும். நானே இல்லாதபோது என் பெயர் நினைவில் இருக்க வேண்டும் என்று நினைக்க மாட்டேன்.''

''மேடம்! இந்தியாவின் பிரதர் பதவியில நீங்கள் இருக்க நேர்ந்தால், நீங்கள் செய்யும் முதல் காரியம் என்னவா இருக்கும்?'' எல்லோரும் சிரித்தார்கள்.

''மீடியா நிருபர்கள் எல்லோரையும் முதல் காரியமா வெளிநாட்டுக்கு அனுப்பிட்டு, இங்கே நான் செய்யற தில்லுமுல்லுகள் வெளியில தெரியாதபடி பார்த்துக்குவேன்.'' அவள் சிரித்தாள்.

உடனே தொடர்ந்து கொல்லென்ற சிரிப்புச் சத்தத்தால் அந்த ஹால் முழுவதும் எதிரொலித்தது.

''நிருபர்கள்னா நிறையப் பேர் கொஞ்சம் விலகியே இருப்பாங்க. நீங்கள் அப்படி இல்லையே. காரணம் என்ன?'' ஒருத்தன் கேட்டான்.

''எதற்காகப் பயப்படணும்கிறேன்? நான் எப்படி என் வயிற்றுப் பாட்டுக்குத் தவிக்கிறேனோ, பாவம்! ஓரளவாவது அவங்களும் அதேபோல் தவிக்கிறாங்க இல்லியா.''

''உங்கள பத்தி வதந்திகளைப் பரப்பி பிரசாரம் செய்பவர்களைப் பத்தி என்ன சொல்றீங்க?''

''உலகத்தின் போக்கே அவ்வளவுதான்னு நினைச்சிக்குவேன். என் காது வரையில் எதுவும் வராது. அப்படியே வந்தாலும் கவலைப்பட மாட்டேன். பாவம்! இவர்களுக்கு வேறு வேலை இல்லை போலிருக்குன்னு இரக்கப்படுவேன்.''

''நீங்கள் இவ்வளவு பெரிய நடிகையா ஃபீல்டுல தனிப்பட எப்படி கிளாமரை ஏற்படுத்திக்கிட்டீங்க?''

"கிளாமர்ங்கறது ஒரு மாயை வலை. அதுல சப்புன்னு சிக்கிக் கொள்றவங்க அப்பாவிகள். என்னை ஒரு நடிகையாக என்றுமே நான் எண்ணியதில்லை. நான் எப்போதுமே மேனகாதான்.''

"இந்தப் பெயரும் புகழும் உங்களுக்குச் சும்மா கிடைக் கலையே?"

"நல்ல கேள்வி. ஆமா! சும்மா கிடைக்கலைதான்.'' மேனகாவின் குரல் கம்பீரமாக மாறியது. "நான் இதை தக்க வெச்சிக்கறதுக்கு நிறைய உழைச்சிக்கிட்டிருப்பது உண்மைதான். ஆனா என்னைவிட அதிகமா உழைப்பவங்க அதிகம் பேர் இருக்காங்களே. சைன்டிஸ்டு கள், டாக்டர்கள், இன்ஜினியர்கள்... இராணுவ வீரர்கள் இவங் கல்லாம் நாட்டுக்கு எத்தனையோ நல்லது செய்துகிட்டிருக்காங்க. ஆனா இவர்களுக்கெல்லாம் அடையாளம் இருக்காது. ஏன் என்றால் இவங்களைச் சுத்தி கிளாமர் என்ற மாயவலை ஒண்ணும் இல்லை. அதனாலேயேதான் அவங்கள்லாம் எங்களைவிட நிம்மதியா வாழ்ந் துட்டிருக்காங்க. இந்த கிளாமர் சகமனிதர்களிடம் பொறாமையை ஏற்படுத்தும். சம்பந்தப்பட்ட நபருக்கு மற்றவர்களைவிட தான் உயர்வானவன் என்ற திமிரை ஏற்படுத்தும். எங்க வீட்ல இருக்கிற சமையல்கார அம்மாக்கும் எனக்கும் எந்த வித்தியாசமும் பெரிசா இருக்கறதா நான் நினைக்கலை. அவள் சமையல் செஞ்சி எங்க வீட்டாரை சந்தோஷப்படுத்தினா, நான் சினிமாவில் நடிச்சி ஆயிரக்கணக்கான மக்களை நீங்கள்லாம் உட்பட மகிழ்விக்கச் செய்றேன். இந்த உலகத்தில் எந்த மனிதனும் சக மனிதனைவிட உயர்வானவன் இல்லைன்னு நான் நம்பறேன்.''

மேனகா தடுமாறாமல், தெளிவாகச் சொன்ன பதில்களைக் கேட்டு நிருபர்கள் எல்லோரும் தம்மையே மறந்து விட்டவர்களைப் போல் ஒரு வினாடி நிசப்தமாக இருந்தார்கள். மறு நிமிடம் அந்த ஹாலில் கைத்தட்டல்கள் மழையாய்ப் பொழிந்தன. எல்லோரும் மேனகாவைப் பாராட்டுவதுபோல் பார்த்தார்கள்.

அவளிடம் அழகு மட்டுமே இல்லை. வாழ்க்கையைச் சோதித்து தெரிந்து கொண்ட புத்திசாலித்தனம் இருந்தது. பட்டைத் தீட்டிய வைரம்போல் அவள் தனித்தன்மை ஒளிவீசிக் கொண்டிருந்தது. அதற்கு முன்னால் சினிமா உலகம் ஏற்படுத்திய வெறும் கிளாமர் அங்கே வெலவெலத்துப் போய் விட்டது. நடிகையாய் விட தனி மனுஷியாய் உயர்வாக இருப்பதுபோல் அவள் தோற்றமளித்தாள்.

"ஓ.கே. எனக்கு நேரமாகிவிட்டது. விடைபெற்றுக் கொள்கிறேன். திரும்பி வந்ததும் மறுபடி பார்க்கிறேன்!'' என்று கைகளைக் குவித்தாள்.

"விஷ் யு ஆல் தி சக்ஸெஸ்! என்றான் ஒருவன்.

"விஷ் யு பான் வாயேஜ்!'' என்று எல்லோரும் ஏகமனதாக வாழ்த்துக்களைத் தெரிவித்தார்கள்.

"தேங்க்யூ ஆல்! '' என்று வலக்கரத்தை மேலே உயர்த்திப் பரவலாக ஆட்டினாள்.

காரில் வரும்போது பலராமன் மேனகாவை வாழ்த்திக் கொண்டே "மின்னு! ஒரேயடியாக அசத்திட்டே போ. இவ்வளவு நல்லா எங்கே? எப்படி...எப்ப நீ தயாரானே? பதில்கள் ரொம்பப் பிரமாதம் போ!'' என்றான்.

"வாழும் நடிகையர் திலகம் அவங்க. அவங்களுக்குச் சொல்லிக் கொடுக்கணுமா? என்ன?'' என்றான் சுரேஷ்.

"நடிப்பா? நான் நடிக்கலை. என் மனசுல பட்டதை அப்படியே கொட்டினேன். அவ்வளவுதான்!'' என்றாள் மேனகா.

"நடிப்பவர்களுடன் இருக்கிற சிக்கலே இதுதான். எப்பொழுதெல்லாம் நடிப்பாங்க, எப்ப உண்மையைப் பேசுவாங்கன்னு சொல்லவே முடியாது'' என்றான் சுரேஷ்.

40

அன்னப்பறவை சிறகுகளை விரித்து தொலை தூரத்திற்குப் பறந்து போய்... சில நாட்களில் புறப்பட்ட இடத்திற்கே திரும்பி வந்தாற்போல் மேனகாவின் அமெரிக்கப் பயணம் எந்தச் சிரமமும் இல்லாமல் இனிதே நடந்து முடிந்தது. கூடவே நாகலிங்கம் இருந்தால் மேனகாவுக் குக் கொஞ்சம் கூடக் கஷ்டமாக இருக்க வில்லை.

சுரேஷ், மாதவி இருவரும் விடுமுறையைக் கழிக்க வந்த மாணவர்களைப்போல் சந்தோஷமாக இருந்தார்கள். மாதவி தாய்க்கு, பாட்டிக்கு, மாமனார், மாமியாருக்கு, நாத்தனார்களுக்கு என்று விதவிதமாகப் பல பொருட்களை வாங்கிவிட்டாள். சுரேஷ் நண்பர்களுக்குப் பரிசுகளை வாங்கி அன்பளித்தான்.

பம்பாயிலிருந்து நள்ளிரவு நேரத்தில் 707 போயிங்கில் புறப்பட்ட மேனகாவுக்கு நியூயார்க்கில் கென்னடி விமான நிலையத்தில் அடியெடுத்து வைத்ததுமே அபூர்வ உலகத்தின் கதவுகள் திறந்து கொண்டு விட்டாற்போல் இருந்தது. அங்கிருந்த நாட்களில் ஓய்வு என்பதே இல்லாமல் சுற்றியலைந்து கொண்டிருந்தாள்.

மேனகா சிகாகோவில் நிறைய இந்தியர்களைச் சந்தித்தாள். சிலருக்கு நடிகை மேனகா தெரிந்திருந்தாள். கனடாவிற்குப் போய் நயாகரா நீர் வீழ்ச்சியைப் பார்த்தாள். சான்ஃபிரான்ஸிஸ்கோ, லாஸ் ஏஞ்சல்ஸ், ஹுஸ்டன், ஃப்ளோரிடா எங்கு போனாலும் தமிழர்கள் தென்பட்டதைப் பார்த்து வியப்படைந்தாள். அவர்களில் வேலை பார்க்க வந்தவர்கள்தான் நிறையப் பேர் இருந்தார்கள். நிறைய பேர் இந்தியா திரும்பி வருவதில் ஏனோ விருப்பம் காட்டவில்லை. அவர்களுடைய குழந்தைகள் பார்ப்பதற்கு இந்தியர்கள் போல் இருந்தாலும் பேச்சிலும், நடவடிக்கையிலும் அந்த

ஊரின் தனித் தன்மை அவர்களிடம் பலமாகத் தொற்றிக் கொண்டிருப்பது நன்றாக வெளியில் தெரிந்தது. இன்னும் இரண்டு தலைமுறைகள் போனால் தாம் இந்தியர்கள் என்ற உண்மையையே அவர்களெல்லாம் மறந்து விடுவார்களோ என்னவோ!

மேனகா ஹாலிவுட்டிற்குப் போனாள். எம்.ஜி.எம். ஸ்டுடியோவைப் பார்த்தாள். அதைப் பார்த்த பிறகுதான் சினிமா எடுக்கும் விதத்தில், தொழில்நுட்பத்தில் இந்தியா ரொம்பவும் பின் தங்கியிருப்பது போல் அவளுக்குத் தோன்றியது.

எல்லா ஊர்களையும் சுற்றிவிட்டுத் திரும்பவும் நியூயார்க் வந்தாள். ஊருக்குத் திரும்பிப் போவதற்கு இன்னும் நான்கு நாட்களே இருந்தன. சுரேஷும், மாதவியும் இந்த நான்கு நாட்களும் நியூயார்க்கில் தங்கியிருந்து சுரேஷின் உறவினர்களைப் பார்த்து விட்டு வருவதற்காக முன்கூட்டியே எற்பாடு செய்திருந்தார்கள்.

ஆனால், மேனகாவுக்கு ரொம்பவும் களைப்பாக இருந்தது. ஜலதோஷம் வேறு பிடித்துக் கொண்டுவிட்டது.

''மேடம்! நீங்க ரொம்பக் களைச்சிப் போய்ட்டீங்க. ஓய்வு எடுத்துக்கோங்க. இல்லைன்னா திரும்பிப் போறப்ப லண்டன்ல தங்க முடியாமப் போய்டும்'' என்றான் நாகலிங்கம்.

''இந்த நான்கு நாட்களும் நான் வேற எங்கேயுமே நகரப் போவதில்லை'' என்றாள் மேனகா.

அன்று மாலை வாஷிங்டனிலிருந்து பிரகாஷ் என்று ஒருத்தர் வந்தார். அவருக்குச் சொந்த ஊர் மதுரையாம். இந்தியாவிலிருந்து அப்பளம், ஊறுகாய், கைத்தறிப் புடவைகள் போன்றவற்றை இறக்குமதி செய்து விற்கும் வியாபாரமாம். அவர் குடும்பத்தில் எல்லோருமே மேனகாவின் ரசிகர்கள்தானாம்.

மேனகா மூன்று வாரங்களுக்கு முன்னால் வாஷிங்டனுக்கு வந்திருந்தபொழுது தான் ஊரில் இல்லை என்றும், தொழில் ரீதியாக சான்ஃபிரான்சிஸ்கோவுக்குப் போயிருந்ததாகவும் அவர் சொன்னார். மேனகா தன்னுடன் வாஷிங்டனுக்கு வந்து தங்களுடைய குடும்பத்தாருடன் இரண்டு நாட்கள் தங்கியிருக்க வேண்டும் என்று திரும்பத் திரும்ப வற்புறுத்தினார். அவருடன் மனைவி, மகன் மற்றும் மகளும் வந்திருந்தார்கள்.

''நீங்க என் வேண்டுகோளை மறுக்கக்கூடாது. எங்கள் விருந்தோம்பலை ஏற்றுக் கொண்டுதான் ஆகணும்'' என்று

பிடிவாதம் பிடித்ததால் மேனகாவால் மறுப்புச் சொல்ல முடியவில்லை. ''நாங்கள் உங்களுக்கு எந்த இடைஞ்சலும் கொடுக்க மாட்டோம். நிகழ்ச்சிகள் எதுவும் ஏற்பாடு செய்ய மாட்டோம். சும்மா வந்து எங்க குடும்பத்துல ஒருத்தரா எங்களோட இருங்க'' என்றார் அவர்.

மேனகாவால் மறுக்க முடியவில்லை. சுரேஷும், மாதவியும் ஏற்கெனவே வாஷிங்டனைப் பார்த்து விட்டதால் இப்பொழுது வர மறுத்துவிட்டார்கள்.

''அக்கா! அதற்குள் நாங்கள் சுரேஷ் சொந்தக்காரங்களைப்போய்ப் பார்த்து விடுகிறோம்'' என்றாள் மாதவி.

மேனகா சரி என்று சொல்லிவிட்டு நாகலிங்கத்தை அழைத்துக் கொண்டு பிரகாஷ் குடும்பத்தாருடன் கிளம்பிப் போனாள்.

பிரகாஷ் மேனகாவை வெறுமனே அழைக்கவில்லை என்பது அங்கே போன பிறகுதான் தெரிந்தது. இந்தியாவிலிருந்து மேனகாவின் உதவியுடன் சினிமாக்களை வாங்கி இங்கே வாரத்திற்கு ஒரு முறை தமிழ்ப்படங்களைக் காட்ட வேண்டும் என்ற உத்தேசத்தில் அவர் இருந்தார். அந்த விவரங்களைப் பற்றிப் பேச வேண்டும் என்பது அவருடைய முக்கிய நோக்கமாம்.

மேனகா அவருக்கு வேண்டிய உதவிகளைச் செய்வதாக வாக்குக் கொடுத்தாள். மாலை நேரம் வந்தது. பிரகாஷ் தங்களுக்குத் தெரிந்தவர்களைத் தேநீருக்காக அழைத்திருந்தார். எல்லோரும் வந்திருந்தார்கள். அவர்கள் மேனகாவிடம் ஏதேதோ கேள்விகள் கேட்டுக் கொண்டிருந்தார்கள்.

மேனகாவுக்குத் தலை சுற்றுவது போல் இருந்தது. காபி குடிக்கும் போது வாய்க்கு ருசியே தெரியவில்லை. அந்த இடத்தில் உட்கார்ந்திருப்பதே பெரும்பாடாக இருந்தது.

''மேனகாம்மா! என்ன ஆச்சு?'' அவள் தள்ளாடி விழப் போனதைப் பார்த்து பிரகாஷின் மனைவி தாவிப் பிடித்துக் கொண்டே கேட்டாள்.

''தலை சுத்துது.'' எழுந்துகொள்ளப் போன மேனகா துவண்டுபோய் சோபாவில் சரிந்து விழுந்தாள். அதற்குப் பிறகு என்ன நடந்தது என்று மேனகாவுக்குத் தெரியாது. கண்களுக்கு முன்னால் இருள் திரை படிந்திருந்தது.

மேனகாவுக்குத் திரும்பவும் நினைவு வரும்போது எங்கிருந்தோ பேச்சுக் குரல்கள் மிகவும் மெலிதாகக் கேட்டுக் கொண்டிருந்தன.

சிரமத்தோடு மெதுவாகக் கண்களைத் திறந்தாள். ஒரு வினாடி தான் எங்கே இருக்கிறோம் என்றே தெரியவில்லை.

''அம்மி!'' என்றாள் மெல்லிய குரலில்.

''விழிப்பு வந்துட்டதா?'' யாரோ கேட்டார்கள்.

மேனகாவின் கண்ணிமைகள் துடிப்புடன் பிரிந்து கொண்டன. எதிரே ஒரு ஆள் பேன்ட் ஜேபியில் கையை விட்டுக்கொண்டு நின்றிருந்தான். அவளையே அவன் உற்றுப் பார்த்தபடி இருந்தான்.

''எப்படி இருக்கு?'' மெதுவாகக் கேட்டான் அவன். அருகே ஒரு புதிய ஆளைப் பார்த்ததும் மேனகா எழுந்துகொள்ள முயன்றாள். தலை பாரமாக இருந்ததால் ''அம்மா!''என்று மறுபடியும் முனகினாள். அவன் மேனகாவின் தோளைப் பற்றி மெதுவாகப் பின்னால் சாய்த்துப் படுக்கவைத்தான்.

மேனகா கண்களை மீண்டும் இறுக மூடிக் கொண்டாள். தலை வெடித்துவிடும் போல் பாரமாக இருந்தது. கொஞ்ச நேரத்தில் வலி குறைந்திருந்தது. திரும்பவும் கண்களைத் திறந்தாள். எதிரே இருந்த ஆள் இன்னும் அப்படியே கண் இமைக்காமல் அவளையே பார்த்துக் கொண்டிருந்தான்.

மேனகாவுக்கு நன்றாக விழிப்பு வந்து விட்டது. பிரகாஷ் வீட்டிற்குத் தான் வந்தது, மாலையில் விருந்தினர்கள் எல்லோருடனும் காபி குடித்துக் கொண்டே பேசிக் கொண்டிருந்தபோது நினைவு தப்பி விழுந்து விட்டது எல்லாமே இப்போது அவளுக்கு நினைவுக்கு வந்தது. சுய நினைவு வந்ததும் எழுந்து கொள்ளப் போனாள்.

''வேண்டாம். எழுந்து கொள்ளாதே'' என்றான் அவன். ''கொஞ்ச நேரம் படுத்தேயிரு!'' பிறகு மேனகாவின் கையைப் பிடித்து அவனே நாடியைப் பரிசோதித்துக் கொண்டிருந்தான்.

அவனை எங்கேயோ பார்த்தாற்போல் இருந்தது. மேனகா கொஞ்ச நேரம் மேற்கூரையைப் பார்த்துக் கொண்டிருந்தாள். பிறகு திரும்பவும் அவனைப் பார்த்தாள். அவன் மேனகாவையே வெறித்துப் பார்த்துக் கொண்டிருந்தான். மேனகா தடுமாற்றத்துடன், பதறிப் போய் எழுந்தாள்.

''நீங்க... நீங்க..'' தெளிவற்ற குரலில் சிறிது மயக்கத்துடன் புலம்பினாள்.

"என்னை உங்களுக்கு அடையாளம் தெரியல்லே?" என்றான் அவன் தாழ்ந்த குரலில்.

அதற்குள் பிரகாஷும் அவன் மனைவியும் அங்கே வந்தார்கள். "விழிப்பு வந்துட்டதா டாக்டர்? வெரிகுட்! நாங்கள்லாம் பயந்துபோய்ட்டோம். நீங்க தலை சுற்றிக் கீழே விழுந்துட்டீங்க. நினைவும் தப்பிவிட்டது. எனக்குக் கையும் ஓடலை காலும் ஓடலை. ஏற்கனவே எனக்கு பி.பி. இருக்கு. உடனே ஓடிப் போய் இவனை இழுத்துக் கொண்டு வந்தேன்." ஹரிகிருஷ்ணாவைச் சுட்டிக்காட்டினார் அவர். "எங்க டாக்டர் ஃபிரண்ட். பெயர் ஹரிகிருஷ்ணா" என்று அவளுக்கு அவனை அறிமுகம் செய்து வைத்தார்.

"கிருஷ்ணா! மிஸ் மேனகா இவங்க! தமிழர்களின் அபிமான திரைநட்சத்திரம். ரொம்ப ரொம்ப ஃபேமஸ்" என்றார் பிரகாஷ்.

"இவங்கள எனக்கு ஏற்கெனவே தெரியும்னு நினைக்கிறேன்" என்றான் வாஷ்பேசினில் கை கழுவிவிட்டு வந்து துடைத்துக் கொண்டே ஹரிகிருஷ்ணா.

அதற்குள் தொலைவில் போன் மணியடித்தது. பிரகாஷ் எழுந்து போனார். அவன் மனைவியும் மகன் கூப்பிட்டதால் அங்கிருந்து போய் விட்டாள்.

அறையில் கட்டிலில் உட்கார்ந்திருந்த மேனகாவும், கட்டில் அருகில் நின்று கொண்டிருந்த கிருஷ்ணாவுமே இப்போதிருந்தார்கள் தனியாய்.

ஹரிகிருஷ்ணா தாழ்ந்த குரலில் சொன்னான். "எனக்குத் தமிழ்நாட்டுல மின்னுன்னு ஒரு பெண்ணைத் தெரியும். அந்த மின்னுதான் இந்தப் பெண் என்றால் என்னால் நம்பவே முடியவில்லை. நீங்க... என்றபடி" சந்தேகத்துடன் அவன் அவளைப் பார்த்தான்.

மேனகா சட்டென்று முன்னால் குனிந்து கையை நீட்டிக் கொண்டே ஆவேசமாக "நான் மின்னுதான். உங்களோட மின்னுதான்... அந்த மின்னுவேதான்" என்றாள் உரத்த குரலில்.

ஹரிகிருஷ்ணா சட்டென்று ஆதரவாக மேனகாவைத் தாங்கிக் கொண்டான். மேனகாவின் உடல் ஜுரத்தால் கொதித்துக் கொண்டிருந்தது. மேனகா இருமடங்கு ஆவேசத்துடன் அவனுடன் சண்டை போடுவதுபோல் சொல்லத் தொடங்கினாள்.

"மின்னுன்னு ஒருத்தி இருக்கறது உங்களுக்கு நினைவிருக்கா? அவள் இன்னும் உயிரோட இருக்கறது உங்களுக்குத் தெரியுமா டாக்டர்? இந்த மேனகாவுக்கு ஒரு முறை உயிரை மீட்டுக் கொடுத்ததெல்லாம் உங்களுக்கு நினைவிருக்கா? மைகாட்! இது.. இதெல்லாம் உண்மைதானா? உண்மையாவே நான் நேர்ல உங்களைத்தான் பார்த்துக்கிட்டிருக்கேனா? அல்லது ஜுரத்தால் உளர்றேனா... இல்லே... கனவா இது?" பாதி ஜுரவேகத்தாலும், பாதி உணர்ச்சி வசத்தாலும் அவளிடமிருந்து பிசிர் பிசிராக வெளி வந்த வார்த்தைகள் இவை. ஹரிகிருஷ்ணா மேனகாவைச் சமாதானப்படுத்துவதுபோல் தலை மீது மெல்ல கையை வைத்தான்.

அவள் சட்டென்று முன்னுக்கு வந்து அவன் இடுப்பைச் சுற்றிலும் கைகளைக் கோத்துக் கொண்டு வயிற்றில் முகத்தைப் புதைத்துக் கொண்டாள் அவள். "என்னை விட்டு விட்டுப் போய்டாதீங்க டாக்டர். ப்ளீஸ்..." என்றாள் அழுகுரலில்.

அவன் எதுவுமே பேசவில்லை. அவன் தொண்டையை ஏதோ அடைத்தாற்போல் இருந்தது. "உன்னை.. உன்னை இங்கே இப்படிப் பார்த்தது எனக்கு ரொம்ப ரொம்ப சந்தோஷமா இருக்கு மின்னு. இவ்வளவு ஆனந்தமா நான் என்னைக்குமே உணர்ந்ததில்லை" என்றான் நடுங்கும் குரலில். அவனது விழிகள் கலங்கின.

கொஞ்ச நேரத்தில் அவனுடைய இதமான வார்த்தைகளால் அமைதியடைந்தவளாக மேனகா தலையணையில் மீண்டும் சாய்ந்து படுத்துக் கொண்டாள். மேனகாவின் கைகள் மட்டும் அவன் கையை விடாமல் கெட்டியாகப் பிடித்துக் கொண்டிருந்தன.

பிரகாஷ் மறுபடியும் அறைக்குள் வந்தார். கட்டிலுக்குப் பக்கத் தில் உட்கார்ந்திருந்த ஹரிகிருஷ்ணா மேனகாவின் கையிலிருந்து தன் கையை விடுவித்துக் கொண்டு எழுந்துகொள்ளப் போனான். ஆனால் மேனகா விடவில்லை. ஹரிகிருஷ்ணா கூச்சத்துடன் சொன்னான்.

"இந்த மேனகா யாரோ இல்ல டாக்டர். எனக்கு நல்லாத் தெரிஞ்ச வங்கதான்."

"ஈஸிட்? வெரிகுட்! அப்படின்னா உனக்கு ஃபீஸ் கொடுக்க வேண்டியதில்லைன்னு சொல்லு" சிரித்துக் கொண்டே சொன்னார் பிரகாஷ் அவன் முதுகில் செல்லமாகத் தட்டியபடி.

41

தொடர்ந்து இரண்டு நாட்கள் மேனகா வாஷிங்டனிலேயே இருந்தாள். ஹரிகிருஷ்ணா மறுநாள் வந்து அவளைத் தன் வீட்டிற்கு அழைத்துச் சென்றான். மேனகாவை விட்ட ஜுரம் நாகலிங்கத்தைத் கடுமையாகப் பற்றிக் கொண்டதால் அவன் படுத்துவிட்டான். ஹரி கிருஷ்ணாவே அவனுக்கும் மருந்துகளைக் கொடுத்து நன்றாக ஓய்வெடுத்துக் கொள்ளும்படி சொன்னான்.

ஹரிகிருஷ்ணா தங்கியிருந்தது மிகச் சின்ன அபார்ட்மெண்ட். ஜாம்பியாவிலிருந்து வந்த ஒரு நீக்ரோ இளைஞன் அவனுடன் தங்கியிருந்தான். அவன் பெயர் சாமுவேல். அவன் ஏதோ டிபார்ட்மெண்ட்டல் ஸ்டோரில் வேலை செய்து கொண்டிருந்தான்.

மேனகாவை அழைத்துக் கொண்டு ஹரிகிருஷ்ணா போன பொழுது அவன் கிளம்பும் மும்முரத்தில் அவசரமாக இருந்தான். ஹரிகிருஷ்ணா மேனகாவை அறிமுகம் செய்து வைத்தான். சாமுவேல் இரண்டு நிமிடங்கள் பேசிவிட்டு, ''போய் வருகிறேன்'' என்று உள்ளே காபி தயாரித்துக் கொண்டிருந்த ஹரி கிருஷ்ணாவைப் பார்த்துக் குரல் கொடுத்து விட்டு வெளியே போய் விட்டான்.

சோபாவில் உட்கார்ந்த மேனகா பரவலாக அந்த அறையைக் கவனித்தாள். அவள் கண்கள் சட்டென்று ஓரிடத்தில் நின்று விட்டன. அங்கே ஹரிகிருஷ்ணா, ரேகாவின் போட்டோவுக்குப் பக்கத்தில் முயல் பொம்மை ஒன்று கண்ணாடிப் பெட்டிக்குள் இருந்தது. அதன் கழுத்தில் ''எங்களைப் போன்றவர்களுக்குத்

தீங்கு இழைக்காதீர்கள்- மின்னு'' என்ற அழகிய வட்டவடிவ அட்டை தொங்கிக் கொண்டிருந்தது. பிரமிப்போடு எழுந்தவள் சிலையாக நின்று விட்டாள். அவள் ஹரிகிருஷ்ணாவுக்கு அந்த பொம்மையைக் கொடுத்த அந்தச் சம்பவம் நினைவுக்கு வந்தது. அவள் இமைகள் கண்ணீரால் ஈரமாகிவிட்டன.

ஹரிகிருஷ்ணா ஒரு மக்கில் காபி கலந்து கொண்டு வந்தான்.

''எனக்கு இங்கே வந்த பிறகு காபி போடறது, சமைப்பதெல்லாம் ரொம்ப நல்லா வந்துட்டது மின்னு. சாமுவேலிடம் அடிக்கடி சொல்லிக் கொண்டிருப்பேன். டாக்டரா இங்கே இருப்பதை விட எந்தப் பணக்காரன் வீட்டிலாவது சமையல்காரனா இருந்தாப் போதும் வாழ்க்கை இங்கே நிம்மதியா கழிந்து விடும் என்று.'' சிரித்தவாறே காபியை அவளிடம் நீட்டிய அவன் அப்படியே நின்று விட்டான்.

மேனகாவின் கண்ணில் கண்ணீரைப் பார்த்துவிட்டுப் பதற்றத்துடன் ''மின்னு... ஏய்! என்ன ஆச்சு?'' என்றான் தன்னையும் அறியாமல்.

மேனகா முயல் பொம்மையைக் காட்டினாள். ''இந்த முயல் பொம்மையால என்னை அதிசயப்பட்டு அதிரவெச்சிட்டீங்க. அதான்... எந்த சூழ்நிலையில நான் அதைக் கொடுத்தேன்னு நினைவுக்கு வந்தது. அந்த வாழ்க்கையை நினைச்சிப் பார்த்தா அது நான்தானான்னு ஆச்சரியமா இருக்கு. இந்த எட்டு வருஷத்துல நான் வாழ்க்கையில பல மைல் தூரத்தைக் கடந்துட்டாற்போல இருக்கு.

ஹரிகிருஷ்ணா வியப்புடன் அவளையும், முயல் பொம்மையையும் மாறி மாறிப் பார்த்தான். அவன் முகம் மலர்ந்தது.

''நானும் நீ எனக்குத் தெரிஞ்ச அதே மின்னுதான்னு நம்ப முடியாம இருக்கேன். இந்த முயல்பொம்மை நான் எங்கே போனாலும் என்னோட வந்துடும். தற்கொலை செய்துக்க முயற்சி பண்ணி... என்னால காப்பாற்றப்பட்ட பத்துப் பேருக்காவது நான் இதைக்காட்டி... உன்னைப் பத்தி சொல்லியிருப்பேன்'' என்றான்.

''என்னவென்று சொன்னீங்க ஹரி?'' ஆர்வத்துடன் கேட்டாள் அவள்.

''நீ கல்யாணம் செய்துகிட்டு குழந்தை குட்டியோட இருப்பாய்னு நினைச்சேன். ஆனா... என் ஊகம் இவ்வளவு தலைகீழா மாறும்னு

Saai

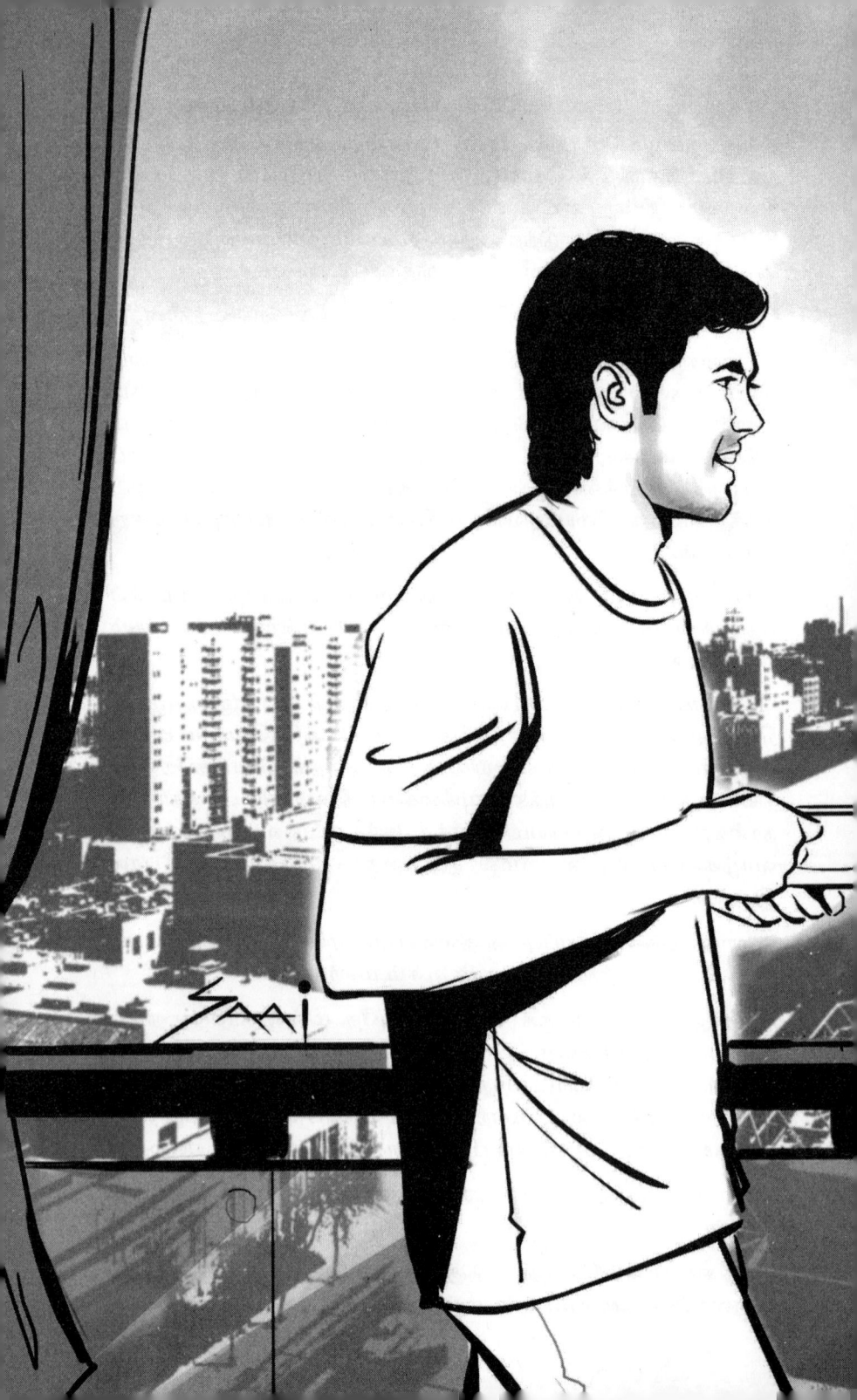

துளியும் நினைக்கலை'' என்றான் தோள்களைக் குலுக்கிக் கொண்டே.

"நீங்கள்... அதுக்கப்பறம் இந்தியாவுக்கு ஒரு தடவைகூட வரவே இல்லையா?'' மேனகா கேட்டாள்.

"வராம என்ன? இந்த எட்டு வருஷத்துல இரண்டு முறை வந்தேன். வந்தபோதெல்லாம் ஏதேதோ பிரச்னை, அவசரம்னு அதுக்கே சரியா இருந்தது. அதனால அவசர அவசரமாத் திரும்பிட்டேன்!''

ஹரிகிருஷ்ணா மேனகாவை பால்கனிக்கு வரச்சொல்லி அழைத்தான். அது ஒன்பதாவது மாடியாக இருந்ததால் பால்கனியிலிருந்து பார்த்தால் தெருவில் போகும் கார்கள், மக்கள் நடமாட்டம் எல்லாம் துளித் துளியாய்த் தெரிந்தன. ஹரிகிருஷ்ணா அக்கம் பக்கத்து மனிதர்களைப் பற்றிச் சொல்லிக் கொண்டிருந்தான். மேனகா காபி குடித்தபடி அவனையே பார்த்துக்கொண்டிருந்தாள். முன்னை விட அவன் கொஞ்சம் பருத்திருந்தான். அவன் இவ்வளவு உயரம் என்பது மேனகாவின் நினைவில் இருக்கவில்லை. அவன் கன்னத்தில் இருந்த மச்சத்தையே பார்த்துக் கொண்டிருந்தாள்.

"உனக்கு ஜுரம் இப்ப விட்டிருக்கு. அதனால வெளியே ஹோட்டலில் சாப்பிடுவது நல்லது இல்லை. வீட்டில் நானே சமைக்கிறேன். என்ன சொல்றே?'' என்றான்.

மேனகா சரி என்பதுபோல் தலையை அசைத்தாள்.

அவன் சமையல் அறைக்குள் போனான். சின்ன வீடாக இருந்தாலும் வசதியாக இருப்பதுபோல் தெரிந்தது. ஹரிகிருஷ்ணா ஃபிரிஜ்ஜிலிருந்து பட்டாணியைக் கொண்டு வந்து உரிக்கத் தொடங்கினான். மேனகா தானும் வந்து உதவி செய்தாள். கேரட்டைத் துண்டுகளாக வெட்டினான். சாதம் வடித்தான். தக்காளியைப் போட்டு சூப் தயாரித்தான். அலமாரியிலிருந்து ஊறுகாய் பாட்டிலை எடுத்தான். மேனகா தட்டுகளை அலம்பி மேஜையில் எடுத்து வைக்கும்போது தடுத்தான். "நீ இரு மின்னு.. நான் பார்த்துக்கறேன்.''

"ஏன் தடுக்கிறீங்க? நான் உதவக்கூடாதா?'' என்றாள்.

"நீங்க இப்போ எனக்கு விருந்தாளி. கடவுளுக்குச் சமம். உங்களைக் கொண்டு வேலை செய்ய வச்சா எனக்குப் பாவம் வந்து சேரும்.''

மேனகா வந்தது முதல் பார்த்துக் கொண்டிருக்கிறாள். அவன் மேனகாவை கொஞ்ச நேரம் நீ என்றும், கொஞ்ச நேரம் நீங்கள் என்றும் அழைத்துக் கொண்டிருந்தான்.

மேனகா அவன் அவஸ்தையைப் பார்த்துவிட்டுச் சொன்னாள். ''இதோ பாருங்க. நான் கடவுளோ, பிசாசோ இல்லை. இந்த டாக்டரோட பழைய நோயாளி நான். நீங்க என்னை எப்பவும்போல நீ நான்னே கூப்பிடலாம். நீங்கள் என்று மதிப்புக் கொடுத்துப் பேசினா அந்தப் பாவம் எனக்கு வந்து சேரும். உங்களுக்கு உதவி செய்வது எனக்குச் சந்தோஷமா இருக்கு. வேண்டாம்னு மரியாதையெல்லாம் குடுத்து என் சந்தோஷத்தைக் கெடுத்து விடாதீங்க. ப்ளீஸ்!''

மேனகா சொன்ன விதத்தைப் பார்த்து அவன் பளீரென சிரித்து விட்டான். ''ஆல் ரைட் மின்னு! நான் உன்னை முன்போலவே நீ நான்னே இனிமே கூப்பிடறேன். ஆனா ஒரு நிபந்தனை.''

''என்ன அது?''

''நீயும் என்னை டாக்டர்னெல்லாம் கூப்பிடக்கூடாது. கிருஷ்ணான்னே பேர் சொல்லிக் கூப்பிடு. உன்னை இப்படிப் பார்த்துக் கொண்டிருந்தா... எப்படியோ இருக்கு! உண்மையைச் சொல்லட்டுமா, ஒரு சிறுவயதுத் தோழியைப் பார்ப்பது போலவே இருக்கு.''

''தாங்க்யூ'' என்றாள் மேனகா, சிரிப்புடன்.

இருவரும் சாப்பிட உட்கார்ந்து கொண்டார்கள். சாப்பிட்டுக் கொண்டு இருக்கும்போது ஹரிகிருஷ்ணா சொன்னான். ''ரேகா போன ரெண்டு வருஷமா அங்கே இந்தியாவுலதான் இருக்கா! நானும் கூட ஒரு மாசத்துல அங்கேயே போய்டப் போறேன். இங்கே என்னோட காண்டிராக்ட் முடிஞ்சிட்டது. புதிய காண்ட்ராக்டில் கையொப்பமிடப் போவதில்லை. நான் என்றாவது இந்தியாவுக்குத் திரும்பி வந்து விட வேண்டியவன்தான். அங்கே நவீன வசதிகள் கொண்ட க்ளினிக் ஒண்ணு சொந்தமா நிறுவத் தேவையான பணத்தைச் சம்பாதிக்கத்தான் இவ்வளவு நாளா இங்கே வேலை செஞ்சேன். அங்கே இருந்தவரைக்கும் எனக்கு வேலை கிடைக்கிறதே பெரும்பாடா இருந்ததே. வீட்லயே க்ளினிக் தொடங்கியபோதும் பிராக்டீஸ் அதிகமாக வரலை.

ஒரு நாள் ஒரு நோயாளி வந்தான். சமயத்திற்கு அவனுக்கு ஆக்சிஜன் கொடுக்க முடியலை. அந்த நோயாளி இறந்துவிட்டான். அன்றிரவே என் லட்சியம் அடியோடு மாறிட்டது. நான் ஒரு

க்ளினிக்கைத் தொடங்கினால் அது நவீன கருவிகளோட, நோயாளிகளுக்கு வசதியானதா இருக்கணும்னு நினைச்சேன். அந்த மாசமே அமெரிக்காவுக்கு வந்துட்டேன். நான் இங்கே வந்த பிறகு ஒருநாளும் எதுக்கும் வருத்தப்பட்டதில்லை. தாய் நாட்டுக்குத் திரும்பிப் போகணும்கிற எண்ணத்தை எப்பவுமே மறந்துடலை. எதனாலயோ... ரேகாவுக்கு என்னோட போக்குப் பிடிக்கலை.''

''ஏன்? என்னவாம்?'' என்றாள் அவள். பதில் இல்லை.

மேனகா அவன் சொன்னதையெல்லாம் கவனமாகக் கேட்டுக் கொண்டிருந்தவள், ''அம்மா எப்படி இருக்காங்க?'' என்று பேச்சைத் திருப்பும் வகையில் பாக்கியத்தைப் பற்றி விசாரித்தாள்.

''சௌக்கியம்தான்! முதலில் நான் இங்கே வந்து வேலையில் சேர்ந்ததுமே அம்மாவையும் ரேகாவையும் அழைத்து வரச் செய்தேன். அம்மா என்னுடன் ஒரு வருஷம் இருந்தாங்க. ஆனா சாப்பாடெல்லாம் ஒத்துக்காம அலர்ஜி வந்துட்டதால இந்தச் சூழ்நிலையில இருக்க முடியாம திரும்பிப் போய்ட்டாங்க. ரேகா அம்மாவை நல்லாத்தான் பார்த்துக்கிட்டா. இந்த வயசுல அம்மாவைத் தனியா விட்டு வைக்கறது கவலையா இருந்தது. அம்மா நான் கவலைப்பட வேண்டாம்னும், ரேகாவிடம் தான் சௌக்கியமாக இருப்பதாகவும் கடிதம் எழுதினாள். ஒரு முறை இந்தியாவுக்குப் போனேன். அம்மா நல்லாவே இருந்தாங்க. அப்புறம் நான் திரும்பி வர்றப்ப ரேகா என்னோட வந்துட்டா.''

அவன் ஒரு வினாடி நிறுத்திவிட்டுச் சொன்னான். ''எங்கள் துரதிர்ஷ்டம். எங்களுக்குக் குழந்தை குட்டிங்க இல்லை. ரேகா அந்த விஷயத்தில் அதிருப்தியா இருக்கா. சில நாட்கள் இங்கேயும், சில நாட்கள் அங்கே இந்தியாவில் பெற்றோர் வீட்டிலுமாகத் தனக்குப் பிடிச்சாப்ல இருப்பாள். வர்றதா எழுதியிருந்தா, ஆனா தந்தைக்கு உடம்பு சரியாக இல்லாததால வர முடியலை. அவருக்கு ரேகா ஒரே மகள்ங்கிறதால அவளை விட்டுட்டு அவரால இருக்க முடியாது.''

இருவரும் சாப்பிட்டார்கள். ஹரிகிருஷ்ணா புதிதாக வெளிவந்த ரிக்கார்டுகளைப் போட்டுக் கேட்கச் செய்தான். மேனகாவை பால்கனியில் நிற்க வைத்து போட்டோ எடுத்தான்.

மாலை நேரம் வந்தது. ஹரிகிருஷ்ணா காரை எடுத்துக் கொண்டு வந்தான். மேனகா அவன் பக்கத்தில் அமர்ந்து கொண்டாள்.

ஹரிகிருஷ்ணாவே ஓட்டினான். ஒளிவிளக்குகளுக்கு இடையில் இரவு நேரத்தில் வாஷிங்டன் ரொம்பவும் அழகாக இருந்தது. ஹரிகிருஷ்ணா தெருக்களின் பெயர்களையும், ஹோட்டல்களைப் பற்றியும் சொல்லிக் கொண்டே வந்தான். மேனகா மௌனமாகக் கேட்டுக் கொண்டிருந்தாள்.

அவனுக்குப் பக்கத்தில் உட்கார்ந்தபடி, அவன் சொன்னதைக் கேட்டுக் கொண்டிருந்தபோது மேனகாவுக்குத் தன்னுடையது என்று ஒரு உலகம் ஏற்பட்டு விட்டாற்போல் இருந்தது. இது கனவா அல்லது நினைவா என்று ஒரு தடுமாற்றம் தோன்றியது.

கனவாகவே இருந்தால் இந்த நிமிஷத்தில் இந்தச் சந்தோஷத்தை முழுவதுமாக அனுபவித்துக் கொண்டு கண்களை மூடியபடியே உட்கார்ந்திருக்க வேண்டும். உண்மையாக இருந்தால் இந்த இனிமையான நினைவிலேயே எஞ்சிய வாழ்க்கையெல்லாம் வாழ்ந்து விடலாம் என்கிற தைரியம் ஏற்பட்டது.

வாஷிங்டனில் இருந்த இரண்டு நாட்களும் இரண்டு பெரும் சேர்ந்தே இருந்தார்கள். சேர்ந்தே சாப்பிட்டார்கள். சேர்ந்தே சுற்றினார்கள்.

நாகலிங்கத்திற்கு ஜுரம் குறைந்தது. அவனும் ஹரிகிருஷ்ணா இருந்த அபார்ட்மெண்டிற்கு வந்து சேர்ந்தான். விருந்தினர் இருந்ததால் சாமுவேல் வீட்டிற்கு அடிக்கடி வரவில்லை. உடை மாற்ற வந்து போவதோடு சரி.

இரவு ரொம்ப நேரம் பேசிக் கொண்டே இருந்தார்கள். ''மின்னு! போயி படுத்துக்க. திரும்பவும் உடம்புக்கு எதாவது வந்துவிடும்'' என்றான்.

''உடம்புக்கு வந்தால் எனக்கென்ன பயம்? டாக்டர்தான் என் பக்கத்திலேயே இருக்காரே'' என்றாள் அவள் சிரிப்புடன்.

''என்னால் இன்னமும் நம்பவே முடியலை, நீ பழைய மின்னுதானான்னு. நீ வாழ்க்கையில் இவ்வளவு முன்னுக்கு வந்தும், பெயரும் புகழும் அடைந்தும், இவ்வளவு பணக்காரியா இருந்தும் கொஞ்சம் கூட மனசால கொஞ்சமும் மாறாதது சந்தோஷமாவும், பெருமையாவும் இருக்கு மேனகா!''

''எனக்கும் கூட உங்களைப் பார்த்தா அப்படித்தான் நினைக்கத் தோணுது ஹரி.''

''நானா? நான் என்ன பெரிசா சாதிச்சிட்டேன்?''

''நீங்கள் ஒரு கனிவான டாக்டர். எனக்குத் தெரிஞ்ச அந்தக்கால ஹரிகிருஷ்ணாவைப் போலவே இருக்கீங்க. எல்லா டாக்டர்களைப் போலவும் பணத்தைத் துரத்தும் நோய் உங்களையும் பிடிச்சிக்கலைங்கறது அதிசயம்தான்!''

''மின்னு! நான் இங்கே சம்பாதிச்சேன். இந்தியாவில சேர்த்து வைக்கிறேன்.''

''இருக்கலாம். ஆனால் அதொன்றும் சுயநலத்திற்காக இல்லையே. சாமுவேல் காலையிலகூட சொன்னான், நீங்க செலவுகளில் எவ்வளவு சிக்கனமாக இருக்கீங்கன்னு. யாருக்காக? நோயாளிகளுக்காகத்தானே? நீங்க விரும்பினா இன்னும் வசதியாக இருக்க முடியாதா? இந்தியாவுல இந்தப் பணத்தை சம்பாதிக்க முடியாதா ஹரி... இப்ப அங்கெல்லாம் எம்.பி.பி.எஸ். சீட்டுக்கே எழுபது எண்பது லட்சமாம். எம்.டி. சீட்டுன்னா ரெண்டு கோடிக்கு மேலயாம்! வெளில டாக்டரா வர்றவங்க நோயாளிங்ககிட்ட நிறைய வசூல் பண்ண ஆரம்பிச்சிட்டாங்க! இப்ப அது பழைய இந்தியாவே இல்லே ஹரி!''

''சரி. சரி. மின்னு! இனி நீ போய் படுத்துக்க.'' தலையணையைச் சரியாக வைத்தான். மேனகா கட்டிலில் வந்து படுத்தாள். அவன் போர்வையை எடுத்துப் போர்த்தி விட்டான். ''எப்படி இருக்கு? உனக்கு ஜுரம் வந்து குறைஞ்சிருக்கும் விஷயத்தை நானும் சேர்ந்து மறந்து போய் சுத்திட்டோம். ரொம்ப களைப்பாக இருக்கா? ஒரு கப் ஹார்லிக்ஸ் கலந்து தர்றேன் குடிக்கிறியா?'' என்றான்.

''வேண்டாம்'' என்றாள் அவள்.

''தூக்கம் வரவில்லையா?''

''ஊஹூம்.''

''ஏன்?'' நாற்காலியை அந்தக் கட்டிலருகே இழுத்துப் போட்டுக் கொண்டு உட்கார்ந்து கொண்டான்.

''தூங்கிட்டா இந்த அருமையான கனவு கலைஞ்சிடுமேன்னு பயம்.''

''பைத்தியம்! கனவே தூக்கத்துலதானே வரும்?'' அவன் சிரித்தான். ''நீ மாறவே இல்லை மின்னு. அப்பிடியே இருக்க!''

அவன் நாற்காலியில் பின்னால் சாய்ந்தபடி கால்களை வசதியாக நீட்டிக்கொண்டான். இருவருக்கும் இடையே திடீரென்று கொஞ்சம் கொஞ்சமாக நிசப்தம் நிலவத் தொடங்கியது.

ரொம்ப நேரம் கழித்துத் தூக்கம் கலையவே, திடீரென்று கை பாரமாகத் தோன்றியதால், கண்களை மூடியிருந்த ஹரிகிருஷ்ணா திடுக்கிட்டுக் கண்விழித்துப் பார்த்தான். எதிரே மேனகா அயர்ந்து தூங்கிக் கொண்டிருந்தாள். ஆனால் அவள் கை மட்டும் அவன் கையை அழுத்தமாகப் பிடித்தவாறு இருந்தது.

அவன் மெதுவாகத் தன் கையை விடுவித்துக் கொண்டு கட்டிலில் சரியாக வைத்தான்.

அவனுக்கு அந்தச் சமயத்தில் தூங்கிக் கொண்டிருந்த மேனகாவைப் பார்த்தால் அப்பாவியாகவே காட்சி தந்தாள். இளமையின் பொலிவுடன் இருந்த அந்த முகத்தைப் பார்க்கப் பார்க்க அவன் மனம் பரவசமடைந்தது. இவளுடையது எவ்வளவு அற்புதமான வாழ்க்கை என்று தோன்றியது.

மேனகாவுடன் சேர்ந்து ஹரிகிருஷ்ணா நியூயார்க் வந்தான். சுரேஷுக்கு அவனை அறிமுகம் செய்து வைத்தாள். மாதவி ஹரிகிருஷ்ணாவுடன் சுருக்கமாகப் பேசினாள். ஹரிகிருஷ்ணாவை ஏற்கெனவே தெரியும் என்றாலும் கடந்த கால வாழ்க்கையை நினைவுபடுத்திக் கொள்வதில் அவளுக்கு அவ்வளவாக விருப்பமில்லை. காரணம் அதைப் பற்றித் தெரிந்தால் சுரேஷுக்கு முன்னால் சிறுமையாகி விடுவோம் என்ற பயம். சுரேஷுக்கு அதைப் பற்றி எதுவும் தெரியாது. அவர்கள் ஆதியிலிருந்தே பணக்காரர்கள் என்ற எண்ணம் அவனுக்கிருந்தது.

மேனகாவை வழியனுப்புவதற்கு அரசாங்க அதிகாரிகளே வந்திருந்தார்கள். மேனகா அவர்களுடன் கம்பீரமாக, மிடுக்குடன் நடந்து கொண்ட விதத்தைப் பார்த்து ஹரிகிருஷ்ணா மிகவும் மகிழ்ந்து போனான். பெருமூச்சுவிட்டான். எவ்வளவு கஷ்டத்தில் இருந்த மேனகா!

விமான நிலையத்திற்கு வந்தார்கள். மேனகா விமானத்தில் ஏறும் முன் திடீரென்று ஹரிகிருஷ்ணாவின் பக்கம் திரும்பிக் கேட்டாள். "நீங்க கடிதம் போடுவீங்க இல்லையா?"

அவன் போடுவேன் என்பதுபோல் தலையை அசைத்தான்.

"இந்தியாவுக்கு வந்தால் எனக்குத் தெரியப்படுத்தணும். நான் பம்பாய், டில்லி எந்த இடமாக இருந்தாலும் சரி. நீங்கள் வந்து இறங்கப் போகும் இடத்திற்கு வந்து உங்களை வரவேற்கத் தயாராக இருப்பேன்."

''ஆகட்டும் மின்னு!''

''நான் போனதுமே அம்மாவைப் போய்ப் பார்க்கிறேன். கடிதம் போடறேன்.'' அவனுக்கு அவள் வாக்குறுதி கொடுத்தாள்.

''சரி.'' அவன் கவலையுடன் சொன்னான். ''மின்னு! இந்த இரண்டு நாளும் நீ என்னிடம் சூறாவளிபோல் வந்துவிட்டுத் திரும்பிப் போய்க் கொண்டிருக்கிறாய். என்னால இன்னமுமே இதையெல்லாம் நம்பவே முடியலை'' என்றான்.

''எனக்குக் கூட அப்படித்தான் இருக்கு.''

''நேரமாகிறது, வா அக்கா'' என்றாள் மாதவி.

மேனகா ஹரிகிருஷ்ணாவிடமிருந்து விடை பெற்றுக் கொண்டு முன் நோக்கி நடந்தவள் திரும்பிப் பார்த்தாள். ஹரிகிருஷ்ணா முறுவலுடன் கையை அசைத்தான். அவனைப் பார்த்தால் மேனகாவுக்குப் பாதி உயிரை அவனிடத்திலேயே விட்டு விட்டுப் போவதுபோல் இருந்தது.

மேனகா விமானத்தில் ஏறி உட்கார்ந்தாள். மாதவி ஏதோ சொல்லிக் கொண்டிருந்தாள். ஆனால் மேனகாவின் காதுகளில் அது விழவில்லை. பின்னுக்குச் சாய்ந்து கண்களை மூடிக் கொண்டாள் அவள். பிளேன் ரன்வேயில் ஓடி, மெதுவாக மேலே காற்றில் எழும்பிக் கொண்டிருந்தது. மேனகாவுக்கு உடலே மிக லேசாகி விட்டாற் போன்ற உணர்வு ஏற்பட்டது.

மேனகாவின் கண்களில் மெல்ல மெல்ல ஈரம் கசிந்தது. இந்த அமெரிக்கப் பயணம் ஒரு அற்புதம் என்றால், அமெரிக்காவில் ஹரிகிருஷ்ணாவைச் சந்தித்ததும், அவனுடன் சில நாள்களைக் கழித்ததும் இன்னொரு பெரிய அற்புதம்தான். மேனகாவின் மனம் முழுவதும் அவன் அருகாமையால் திருப்தியாலும், பெருமகிழ்ச்சியாலும் நிரம்பியிருந்தது. இப்போது அது தாங்க முடியாத தனிமையுடனும், சூனியத்துடனும் இருந்தது. அடுத்தடுத்து நேர் எதிர்மறை உணர்வுகளால் அலைக்கழிக்கப்பட்டுக் கொண்டிருந்தாள் அவள்.

42

மேனகா இந்தியாவுக்கு வந்ததுமே ஹரிகிருஷ்ணாவுக்குக் கடிதம் எழுதினாள். கடிதத்தில் சங்கோஜத்தை விட்டு விட்டு ''டியர் கிருஷ்ணா'' என்றே அவனை விளித்தாள். ''ஏறக்குறைய எட்டு வருஷங்களுக்குப் பிறகு நாம் இப்படிச் சந்தித்துக்கொண்டது என் வாழ்க்கையில் என்றென்றும் மறக்க முடியாத அபூர்வமான ஒரு நிகழ்ச்சி. கண்களை மூடிக் கொண்டால் இன்னும் அங்கே உங்கள் பக்கத்தில் இருப்பது போலவே உணருகிறேன். என் மனம் அங்கிருந்து முற்றிலுமாகப் பிரிந்து வரவேமாட்டேன் என்கிறது. நான் வந்ததுமே ஷூட்டிங்கில் கலந்து கொள்ள வேண்டியிருந்தது. ஆறு வாரங்கள் நான் இங்கே இல்லாமல் போனதால் வேலைப் பளு அதிகமாக இருக்கிறது. கொஞ்சம் ஓய்வு கிடைத்ததும் ஹைதராபாதுக்குச் சென்று உங்க அம்மாவைப் பார்க்கிறேன். உடனே கடிதம் எழுதுவீங்க இல்லையா?.... மின்னு'' என்றே எழுதினாள்.

ஹரிகிருஷ்ணா உடனே பதில் போட்டான். ''மின்னு! நீ எழுதிய லெட்டர் கிடைத்தது. நான் இங்கிருந்து வருவதற்கு இன்னும் நான்கைந்து மாதங்கள் ஆகலாம். எனக்கும் கூட உன் வருகை கனவுதானோ என்று தோன்றுகிறது. ஆனால் என்னிடம் உள்ள போட்டோக்கள் அதெல்லாம் நிஜம் என்று தெரிவிக்கின்றன. நீ பால்கனியில் நிற்கிற போட்டோ ரொம்பவும் அழகாக வந்திருக்கிறது. இத்துடன் அனுப்பியிருக்கிறேன்'' என்று எழுதியிருந்தான்.

மேனகா அந்த போட்டோக்களைப் பார்த்தாள். உடனே பதில் எழுதினாள். இருவருக்கும் இடையே கடிதங்களின் போக்குவரத்து தொடர்ந்து நடந்து

கொண்டிருந்தது. நாகலிங்கத்திடம் மேனகா சொல்லிவிட்டாள், ஹரிகிருஷ்ணாவிடமிருந்து வரும் கடிதங்களை அப்படியே பிரிக்காமல் தன்னிடம் கொடுக்கச் சொல்லி. இதைச் சொல்லும் போது சுரேஷ் அங்கேதான் இருந்தான். அடுத்த முறை ஹரிகிருஷ்ணாவின் கடிதம் வந்தபோது அவனே அதை எடுத்துக் கிழித்துப் பார்த்தான். அதில் தனிப்பட்ட விஷயமோ, காதல்வயப்பட்ட வசனங்களோ எதுவும் இல்லை. சுரேஷ் கடிதத்தைத் திரும்பவும் ஒட்டி வைக்க முயன்றபோது முடிய வில்லை.

திறந்து படித்தாற்போல் தெரிந்து விடும் என்ற பயத்தில் கிழித்துப் போட்டுவிட்டான். மேனகா இரண்டு தடவை ''எனக்கு லெட்டர் எதுவும் வரவில்லையா?'' என்று கேட்கவும் செய்தாள். ஹரிகிருஷ்ணாவுக்கு ''ஏன் கடிதம் எழுதவில்லை?'' என்று கேபிள் தந்தாள். அதற்கும் பதில் இல்லை. ஹரிகிருஷ்ணா இருந்த வீட்டில் போன் இல்லை. மேனகாவுக்கு வேலை பளு அதிகமாக இருந்தது. தினமும் இரண்டு கால்ஷீட்டில் வேலை செய்து கொண்டிருந் தாள்.

ஹரிகிருஷ்ணாவிடமிருந்து முற்றிலும் எந்த விஷயமுமே தெரியாமல் போய் விட்டது. அவனுக்கு என்னவாயிற்று என்றும் தெரியவில்லை. பிரகாஷிற்குப் போன் செய்தாள். அவன் ஒரு மாதத் திற்கு முன்னால் இந்தியாவுக்குப் போய் விட்டான் என்று பிரகாஷ் தெரிவித்தார்.

மேனகா அதிர்ச்சியடைந்தாள். ஹரிகிருஷ்ணா இந்தியாவுக்கு வந்து ஒரு மாதம் ஆகிறதா? அவளுக்குத் தெரியவே தெரியாதே? இந்தியாவுக்கு வந்தவன் அவளுக்கு அதைத் தெரியப்படுத்திக் கடிதம் எழுதாதது விநோதமாக இருந்தது. ஹைதராபாதுக்கு நாகலிங்கத்தை அனுப்புவதா, தானே போவதா என்று யோசனையில் ஆழ்ந்தாள். நாகலிங்கம் தங்கையின் மகளுக்குக் கல்யாணம் என்று ஒரு வாரம் விடுப்பு எடுத்துக் கொண்டு போயிருந்தான்.

மேனகாவுக்கு நிதானமாக யோசித்துப் பார்க்க நேரமில்லை. ஷூட்டிங்! ஷூட்டிங்! நாளை மறுநாள் கிளம்பி பெங்களூருக்குப் போக வேண்டும். அங்கே அவுட்டோர் ஷூட்டிங் பத்து நாட்கள் ஷெட்யூல் இருந்தது.

மேனகா அன்றைக்குத் தாமதமாக வீட்டிற்கு வந்தாள். கலா மேனகாவின் கூந்தலை வாரிக் கொண்டே, ''உங்களைத் தேடிக் கொண்டு ஒருத்தர் வந்திருக்கிறார்மா. ரொம்ப நேரமாச்சு. விசிட்டர்ஸ் அறையில் உட்கார்ந்திருக்கார்'' என்றாள்.

''இப்போ என்னால யாரையும் சந்திக்க முடியாது. எனக்கு உடம்பு சரியா இல்லைன்னு சொல்லிடு'' என்றாள் அலுப்புடன்.

''அதை முன்னாடியே சொல்லிட்டேன். விசிட்டர்ஸ் யாரையும் அனுமதிக்க வேண்டாம்னு ஏற்கெனவே சொன்னீங்க இல்லையா? அவர் போகலை. ஒரே ஒரு நிமிஷம் பேசிவிட்டுப் போய்டுவேன் என்கிறார்.''

''எனக்கு உடம்பு சரியாக இல்லைன்னு சொன்னேனா இல்லையா?'' எரிந்து விழுந்தாள் மேனகா.

விசிட்டர்ஸ்! விசிட்டர்ஸ்! மேனகாவுக்கு அலுப்பாக இருந்தது. அவர்கள் எத்தனையோ தூரத்திலிருந்து வருவார்கள். ஏதேதோ பேச வேண்டும் என்று ஆசைப்படுவார்கள். மனம் அமைதியாக இருந்து, அவள் ஓய்வாக இருந்தால் பரவாயில்லை.

காலையிலேயே டூரிஸ்ட் பஸ் வந்து நின்று விடும். மக்கள் அவள் வீட்டிற்கு முன்னால் வந்து இறங்கிக் கொண்டு ''மேனகா! மேனகா வாழ்க! மேனகாவைப் பார்க்க வேண்டும்'' என்றெல்லாம் கத்துவார்கள். முதல்நாள் இரவு தாமதமாக வந்து நன்றாகத் தூங்கிக் கொண்டிருந்தால் கூட எழுந்தாக வேண்டும். தூக்கக் கலக்கமாக இருக்கும். சில சமயம் அவள் வீட்டில் இல்லாதபோது, இல்லை என்று சொன்னாலும் நம்ப மாட்டார்கள். வீட்டிலேயே இருந்து கொண்டு இல்லை என்று சொல்ல வைக்கிறாள் என்று கூச்சல் போடுவார்கள்.

மேனகாவின் வாழ்க்கையில் ஒவ்வொரு வினாடியும் அவர்களுக்குச் சொந்தம் என்பதுபோல் நடந்து கொள்வார்கள். அவர்கள் பேசும் பேச்சாவது நன்றாக இருக்குமா என்றால் அதுவும் இல்லை. வெட்டிப் பேச்சுக்கள். அதனால்தான் இப்பொழுதெல்லாம் செட்டில் இருக்கும்போது விசிட்டர்களை அனுமதிக்க வேண்டாம் என்று கச்சிதமாகச் சொல்லிவிட்டாள். அவர்களுக்கு ஆட்டோகிராப்புகள், போட்டோக்கள், பேச்சு என்று நேரம் விரயமாகிக் கொண்டிருந்தது. தொழிலில் சரிவர கவனத்தைச் செலுத்த முடியாமல் போகிறது.

மேனகா வந்து பொத்தென்று கட்டிலில் சாய்ந்தாள். கொஞ்சம் தனிமை கிடைத்துவிட்டாலும் போதும், ஹரிகிருஷ்ணாவின் நினைவு வந்து விடும். கலா திரும்பி வந்தாள். மேனகாவிடம் நைட் கவுனைத் தந்தாள்.

''போய்ட்டாரா அந்த ஆள்?'' என்று கேட்டாள்.

''போய்ட்டார் அம்மா. நான் எரிந்து விழுந்த பிறகுதான் போனார். எவ்வளவு நேரமாக உட்கார்ந்திருந்தார் தெரியுமா? இரண்டு மணி நேரமாவது இருக்கும்.''

''மாதவி, சுரேஷ் ரெண்டு பேரும் எங்கே போனாங்க?'' வீடு முழுவதும் நிசப்தமாக இருந்ததைப் பார்த்து கேட்டாள்.

''சுரேஷ் அய்யாவோட தங்கைக்குப் பிறந்த நாளாம். அங்கேயே சாப்பாடுமாம். அம்மா வரலைன்னு சொன்னாலும் கட்டாயப்படுத்தி அழைச்சிட்டுப் போனாங்க. உங்க அப்பாவும் போயிருக்கார்.'' மேனகா கேட்டுவிட்டுப் பேசாமல் இருந்தாள். அவர்கள் எல்லோரும் ஒன்று என்ற உணர்வு சுருக்கென்று மனதில் தைத்தது. இது உண்மைதானா? அல்லது அவள்தான் தவறாகப் புரிந்து கொள்கிறாளா? அவளால் எந்த முடிவுக்குமே வர முடிய வில்லை.

கலா சிவப்பு ரிப்பனைக் கொண்டு வந்து மேனகாவின் கூந்தலை வாரிக் கட்டிவிட்டாள். மேனகாவின் காரியங்களை கவனித்துக் கொண்டே, மாதவி தன் நாத்தனாருக்காக வாங்கிய தங்கச் சங்கிலியைப் பற்றிச் சொல்லிக் கொண்டிருந்தாள். பாட்டி வீட்டில் இல்லையாம். ராமாயண சொற்பொழிவு கேட்கப் போயிருக்காங் களாம். வீடு முழுவதும் நிசப்தமாக இருந்தது.

மேனகாவுக்குச் சூடாக பால் கொண்டு வருவதற்காகக் கீழே போனாள் கலா. மேனகா அறையிலேயே நடை பயின்று கொண்டிருந்தாள். வீட்டிற்குத் திரும்பி வரும்போது தாயோ, மாதவியோ, பாட்டியோ தென்படாமல் போனால் எப்படியோ இருக்கும் மேனகாவுக்கு. இதுவரையில் ஆயிரம் தடவையாவது சொல்லியிருப்பாள், இப்படி எல்லோருமாகப் போக வேண்டாம் என்று. ஆனாலும் அவர்கள் கேட்க மாட்டார்கள்.

அவர்கள் காரியம்தான் அவர்களுக்குப் பெரியது.

கைகளைப் பின்னால் கட்டிக் கொண்டு அங்குமிங்கும் சுற்றி வந்து கொண்டிருந்த மேனகா மறுநாளைய புரோகிராம்களைப் பார்ப்பதற்காக டைரியை எடுக்க மேஜை அருகில் வந்தாள். அதற்குப் பக்கத்தில் விசிட்டிங் கார்ட் ஒன்று இருந்தது. மேனகாவின் கண்கள் தீட்சண்யமாயின. அதைக் கையில் எடுத்துப் பார்த்தாள். அதில் டாக்டர் ஹரிகிருஷ்ணா எம்.டி. என்று இருந்தது. கார்டுக்குப் பின்னால் ''மேனகா! நான் காலையில் இந்த ஊருக்கு வந்தேன். இன்று இரவே திரும்பவும் பம்பாய்க்குப் போகிறேன். உன்னைச் சந்திக்க முயன்றேன். முடியவில்லை.. ஹரிகிருஷ்ணா'' என்று இருந்தது. பதறிப்போனாள் அவள்.

''கலா! கலா!'' மேனகாவின் கத்தல்களால் அந்த அறையே அதிர்ந்தது.

பால் டம்ளரை எடுத்துக் கொண்டு மாடிக்கு வந்த கொண்டிருந்த கலா, அந்தக் கத்தலுக்கு மிரண்டே போய்விட்டாள். அதற்குள் மேனகாவே ஓட்டமாக ஓடி வந்து கலாவுக்கு எதிரே நின்றாள்.

''இந்தக் கார்டை எப்போ கொடுத்தாங்க?''

''அவர்தாம்மா கொஞ்ச நேரத்திற்கு முன்னால நான் போகச் சொன்னவர்.''

''இவரா? உனக்குப் புத்தியில்லையா? என்கிட்ட ஏன் சொல்லலை?''

''உங்ககிட்ட சொன்னேனே அம்மா.''

''மூடுடி வாயை!'' கத்தினாள் மேனகா. கலா மறுபேச்சுப் பேசாமல் சென்று விட்டாள்.

மேனகா கையிலிருந்த கார்டை இன்னொரு முறை பார்த்தாள்.

''மைகாட்!'' மேனகா திரும்பி அறைக்கு ஓடி வந்தாள். நைட்கவுனைக் களைத்தெறிந்து விட்டுப் பீரோவைத் திறந்து கைக்கு அகப்பட்ட புடவையையும் ஜாக்கெட்டையும் எடுத்து அணிந்து கொண்டாள். உடனே கார்சாவியை கையில் எடுத்துக் கொண்டு கீழே ஓடினாள்.

டிரைவர் இருக்கவில்லை. வீட்டிற்குப் போய் விட்டான். மேனகாவே கேராஜிலிருந்து காரை வெளியே எடுத்தாள்.

கார் விர்ரென்று பறந்தது. மேனகா நேரத்தைப் பார்த்துக் கொண்டாள். அவளால் நேரத்திற்குள் ஸ்டேஷனுக்குப் போக முடியுமா? அவனைப் பார்க்க முடியுமா? அவள் வீட்டில் இருந்து கொண்டே பார்க்க மறுத்துவிட்டாள். கடவுளே! மேனகாவுக்கு கார் எதன் மேலேயாவது போய் மோதி விடுமோ என்று தோன்றியது.

காரை ஸ்டேஷனுக்கு வெளியே நிறுத்தி வைத்து விட்டு உள்ளே ஓடினாள். ரயில் பிளாட்பாரத்தில் புறப்படத் தயாராக இருந்தது. மேனகாவுக்கு அழுகை வந்தது. இந்த ஜனசமுத்திரத்தில் எங்கே இருக்கிறானோ? எங்கே என்று தேடுவாள்? அவளுக்கு அதைரியம் ஏற்படவில்லை. அந்தக் கோடியிலிருந்து இந்தக் கோடி வரையிலும் பெட்டிகளில் தேடிக் கொண்டே வந்தாள். ரயில் புறப்படுவதற்கு அறிகுறியாகக் கூவியது.

அதோ நடிகை மேனகாடா! ஆக்டர்ஸ் மேனகாடி! யாரெல்லாமோ பிளாட்பாரத்தில் உற்சாகக் குரல் கொடுத்தார்கள்!

மேனகா தேடிக் கொண்டே முன்னுக்குப் போய்க் கொண்டிருந்த போது, திடீரென்று தாண்டி வந்துவிட்ட பெட்டியிலிருந்து "மின்னு!" என்ற குரல் கேட்டது. மேனகா விருட்டென்று திரும்பினாள். அங்கே பெட்டியில் கதவுக்கு அருகில் ஹரிகிருஷ்ணா நின்று கொண்டிருந்தான். மேனகா திரும்பி அவனிடம் ஓடி வந்தாள்.

"எனக்கு நீங்கள்... நீங்கதான்னு தெரியலை." மேனகாவுக்கு அதற்கு மேல் வார்த்தைகள் வெளிவருவது கஷ்டமாகிவிட்டது. அவள் கம்பியைப் பிடித்துக் கொண்டு ஏற முயன்றபோது அவன் கையைக் கொடுத்தான்.

"நீங்க எப்போ வந்தீங்க? ஹரி?"

"இன்னைக்குக் காலையிலதான் மின்னு!"

"நேரா என்னிடம் ஏன் வரலை? வர்றதா எனக்கு ஏன் முன்கூட்டியே செய்தி அனுப்பலை?"

அவன் பதில் பேசவில்லை.

"உங்களுக்கு நான் மன்னிக்க முடியாத குற்றம் செய்துட்டது உண்மைதான். ஆனா எனக்கு நீங்கன்னு தெரியாது ஹரி. தெரிந்தும் உங்களுக்கு அப்படிப்பட்ட தப்பைச் செய்வேன்னு எப்படி நினைச்சீங்க?" ரோஷத்துடன் கேட்டாள்.

"தட்ஸால் ரைட்!"

அதற்குள் ரயில் நகர்ந்தது. ஹரிகிருஷ்ணா கலவரத்துடன் சொன்னான். "ரயில் புறப்படுது மின்னு. நீ இறங்கிடு." சீக்கிரம் இறங்கு!

"நீங்க இறங்குங்க. ப்ளீஸ்!"

"நானா? நான் போயாகணும்."

"எங்கே?"

"பம்பாய்க்கு. அங்கிருந்து நாளை இரவு அமெரிக்காவுக்குப் போறேன்."

"மைகாட்!" மேனகா தன்னையும் அறியாமல் சட்டென்று அவன் கைகளைப் பிடித்துக் கொண்டாள். "உண்மையாவா? ஹரி?"

"உண்மைதான் மின்னு! நீ இறங்கு. ரயில் ஸ்பீடு எடுக்கப்போவுது."

"ஊகூம். நான் இறங்கமாட்டேன். உங்களுடனேயே வரப்போறேன்." அந்தக் கண்களில் உறுதி தென்பட்டது.

43

மேனகா பம்பாய்க்கு வந்ததுமே சென்னைக்கு, நாகலிங்கத்திற்குப் போன் செய்து, தான் பம்பாயில் குறிப்பிட்ட ஹோட்டலில் தங்கி இருப்பதாகவும், பணத்தை எடுத்துக் கொண்டு அவனை உடனே அங்கே வரச் சொல்லியும், ஒரு பிரண்டுடன் எதிர்பாராமல் பம்பாய்க்கு வந்து விட்டதாகவும், வீட்டாரிடம் கவலைப்பட வேண்டாம் என்று சொல்லும்படியும் கேட்டுக் கொண்டாள்.

மேனகாவும், ஹரிகிருஷ்ணாவும் பக்கத்துப் பக்கத்து அறைகளை எடுத்துக் கொண்டார்கள். ஹரிகிருஷ்ணா ஏனோ மிகவும் குன்றிக் குறுகிவிட்டவன் போல் தென்பட்டான். அவன் கண்களில் மகிழ்ச்சியோ, உற்சாகமோ சிறிதும் இல்லை. இந்தியாவில் செட்டி லாகி விடவேண்டும் என்று முடிவு செய்திருந்தவன் திரும்பவும் அமெரிக்காவுக்குப் போகிறான்.

இனி திரும்பி வரப் போவதில்லை என்றும், அங்கேயே செட்டிலாகி விடப் போவதாகவும் சொன்னான்.

''ஏன்? என்ன நடந்தது ஹரி?'' மேனகா கலங்கிப் போனவளாகக் கேட்டாள். ஹரிகிருஷ்ணா பதில் சொல்லவில்லை. சிகரெட்டை புகைத்துவிட்டு அதன் சாம்பலை ஆஷ்ட்ரேயில் தட்டிக் கொண்டே ''என் கனவெல்லாம் இதுபோல் சாம்பலாகி விட்டது. நான் இப்ப... வெறும் நடைப்பிணம்தான்மா!'' என்றான்.

''என்ன நடந்தது? என்னிடம் சொல்லக் கூடாதா?'' என்றாள் மேனகா.

''சொல்லக் கூடாதுன்னு எதுவுமே இல்லை மின்னு. இதில் ரகசியம் எதுவும் இல்லை.'' ஹரிகிருஷ்ணா சொல்லத் தொடங்கினான்.

மேனகா போன பிறகு அவன் அடிக்கடி கடிதங்கள் எழுதி வந்தானாம். ஆனால் அவை ஏன் மேனகாவுக்குக் கிடைக்கவில்லை என்றுதான் புரியவில்லையாம். தாய் இறந்து போய்விட்டதால் அவன் எதிர்பாராமல் நினைத்ததை விட முன்னதாகவே இந்தியாவிற்கு வந்திருக்கிறான்.

ஹைதராபாதுக்கு வந்தவனுக்குத் தன் அம்மாவுக்கு நான்கு மாதங்களாகவே உடல்நலம் சரியாக இல்லை என்றும், அந்த விஷயத்தை ரேகாவோ, மாமனாரோ தனக்குத் தெரியப்படுத்தவில்லை என்றும் அறிய வந்தபோது அதிர்ச்சி அடைந்தான். தாய் கடந்த இரண்டு மாதங்களாக மருந்து இல்லாமலும், சரியான சாப்பாடு இல்லாமலும் எவ்வளவு மோசமான நிலையில் இருந்தாள் என்பதை வேலைக்காரி மூலமாகவும், அக்கம் பக்கத்தார் மூலமாகவும் தெரிந்துகொண்டவன் மேலும் திகைத்துவிட்டான். ரேகா தன் தாயை மிக நன்றாகப் பார்த்துக் கொள்வதாகத் தெரிவித்து எழுதியிருந்த கடிதங்கள் எல்லாமே பொய். அவன் எழுதிய கடிதங்களையும் தாயிடம் தரவே இல்லை. தாயார் எழுதிய கடிதங்களையும் தனக்குப் போஸ்ட் செய்யவில்லை. தாய் ''மகன் வந்து விடுவான். வந்ததும் என் கஷ்டங்கள் எல்லாம் கரையேறிவிடும்'' என்றெண்ணிக் கொண்டு அவன் வரவுக்காக நாட்களை எண்ணிக் கொண்டே காத்திருந்திருக்கிறாள்.

பாக்கியம் தங்கையின் மகளுக்கு எழுதிய கடிதத்தைப் படித்த போது ஹரிகிருஷ்ணாவின் இதயம் சுக்கு நூறாகிவிட்டது. அதை எடுத்துக் காண்பித்தான். மேனகா அதைப் படித்தாள்.

''சுசீலா...... நீ எழுதிய கடிதம் கிடைத்தது. உன்னிடம் வந்து இருக்கச் சொல்லி எழுதியிருக்கிறாய். இந்தச் சூழ்நிலையில் எனக்கு எங்கேயும் போக வேண்டும் என்று தோன்றவில்லை. நான் கஷ்டங்களை அனுபவித்துக் கொண்டிருப்பது உண்மைதான். கிருஷ்ணாவுக்கு ஒரு வார்த்தை எழுதக் கூடாதா பெரியம்மா என்று நீ சண்டை போடுவாய். எழுதினால் என்ன நடக்கும் தெரியுமா? அவன் அங்கே வேலையை விட்டுட்டு உடனே கிளம்பி வந்துடுவான். அவன் ஒரு லட்சியத்துடன் அமெரிக்காவுக்குப் போயிருக்கிறான். அந்த லட்சியம் என்னால் பாழாவதில் எனக்குக் கொஞ்சமும் விருப்பம் இல்லை. கொஞ்சம் பொறுமையாக இருந்தால் நாட்கள் தானே கழிந்து விடும். சுனிதா போனதைவிட இதொன்றும் பெரிய வேதனை இல்லை. நான் வீட்டில் இருப்பவள் தானே. என் புடவை பழசாக இருந்தாலோ, கிழிந்து போனாலோ பரவாயில்லை. நீ எனக்காகப் புடவைகளை அனுப்பியது நன்றாக

இல்லை. இது போன்ற காரியங்களை இனி ஒரு போதும் செய்யாதே. ரேகாவை நான் குறை சொல்லவில்லை. அந்தப் பெண்ணின் சுபாவம் அது. தாய் இல்லாமல் தந்தை அதிகமாகச் செல்லம் கொடுத்துவிட்டார். வேலைக்காரர்களின் வளர்ப்பினால் வந்த கோளாறு இது. நீ இங்கே வந்திருந்தபோது உன்னை அவமானப்படுத்தியதும் எனக்குத் தெரியும். அதனால்தான் நான் யார் வீட்டுக்கும் போவதையோ, யாரும் என்னைப் பார்க்க வருவதையோ விரும்பவில்லை. ஏன் என்றால் இது என் வீடு இல்லை. என் மருமகளுடையது. அவர்கள் தயவில் நான் இருக்கிறேன்.

கிருஷ்ணா வந்து விடுவான். என் கஷ்டங்கள் தீர்ந்து விடும். நீயும் குழந்தைகளும் நலம் என்று கருதுகிறேன். தப்பித்தவறிப் போய் கூட உன் அண்ணாவுக்கு இந்த விஷயங்களை எழுதி விடாதே. என் மீது ஆணை. என்னை மேலும் வருத்தப்படுத்தாதே.... ஆசிகளுடன் உன் பெரியம்மா."

அந்தக் கடிதத்தைப் படித்துவிட்டு வியப்புடன் அவனை நிமிர்ந்து பார்த்தாள் மேனகா. "அம்மா இவ்வளவு கஷ்டப்பட்டுக் கொண்டிருந்தது உங்களுக்குத் தெரியவே தெரியாதா?"

ஹரிகிருஷ்ணா சிகரெட் புகைத்தபடியே பின்னால் சாய்ந்திருந்தான். அவன் பார்வை எங்கேயோ சூனியத்தில் நிலைத்திருந்தது.

"ஊகூம். தெரியாது. ரேகாவும், மாமனாரும் சேர்ந்து நாடகமாடி மறைத்து விட்டார்கள். நான் அவர்களை நம்பினேன். அம்மா அவர்கள் வீட்டில் சுகமாக இருப்பதாக நினைத்துவிட்டேன். நிம்மதியாக வெளிநாட்டில் இருந்து விட்டேன். மின்னு! யாரா இருந்தாலும் சரி. வயோதிகத்தில் தாய் தந்தையரைப் பராமரிக்காமல், அவர்கள் நிம்மதியாக இருப்பதற்கு வழி வகுக்காமல் போனால் அவங்க கொலைக்காரனைவிட மிகப்பெரிய பாவிகள். நான் என்ன செய்திருக்கேன் பார்த்தியா? அம்மாவை வயோதிகத்தில் தனியா விட்டுவிட்டேன். ஏற்கெனவே சுனிதாவின் மரணத்தால் அவள் குன்றிப் போயிருந்தாள். இதில் இன்னும் மோசமான விஷயம் என்னவென்றால் கடைசியாக நோயால் பாதிக்கப்பட்டு, எனக்காக அவள் தவித்துக் கொண்டிருக்கும்போது டாக்டராயிருந்தும் நான் வந்து உதவாமல் போயிட்டேன். வந்து ஒரு தடவைகூடப் பார்க்க முடியாமல் போய்ட்டேன்." அவன் தாங்க முடியாத துக்கத்தில் முகத்தைக் கைகளால் பொத்திக் கொண்டான். "எவ்வளவு பெரிய மடையன் நான்? பணத்தை சம்பாதிக்க வேண்டும் என்பதிலேயே

குறியாய் இருந்துட்டேன். அம்மா எப்படி இருக்கிறாள் என்று நான் யோசித்துப் பார்க்கக்கூட இல்லை. அம்மாவை அலட்சியம் செய்துட்டேன் என்ற எண்ணம் தூக்குக் கயிறா மாறி என் கழுத்தை நெறித்துக் கொண்டிருக்கிறது. எனக்குப் பைத்தியம் பிடிச்சிடும்போல இருக்கு.''

மேனகா எழுந்து வந்தாள். அவன் தலைமீது கையை வைத்தாள். ''கிருஷ்ணா! இதுல உங்க தவறுன்னு எதுவுமே இல்லை. அவங்க உங்களை ஏமாத்திட்டாங்க.''

''அப்படி நினைச்சிக்கிட்டு என் மனதை சமாதானப்படுத்திக்க என்னால முடியல மின்னு.''

''நம் துரதிருஷ்டம். சில சமயம் அப்படி ஆகிடுது. ஏன் அவங்களைக் கேட்டுட வேண்டியதுதானே?''

''கேட்காமலா இருப்பேன்?'' அவன் கைப்பிடிகள் இறுகின. கண்கள் சிவந்தன. ''கேட்காமல் விடுவேனா? வேலைக்காரர்கள் குறுக்கே வந்து தடுத்துவிட்டார்கள். இல்லாவிட்டால் அன்றைக்கே அவள் உயிர் போயிருக்கும். அவ கழுத்தைப் பிடிச்சி அந்த அளவுக்கு நெறிச்சிட்டேன். கொன்னு போட்டிருந்தாலும் நல்லா இருந்திருக்கும். எனக்குக் கொஞ்சம் நிம்மதியாவது கிடைச்சிருக்கும்.''

''ரேகா ஏன் அப்படி செஞ்சா? தந்தைக்கு இல்லாட்டாலும்... அவ படிச்சவதானே... அவளுக்காவது புத்தியிருக்க வேணாமா? வாழ்நாள் முழுதும் சேர்ந்து இருக்க வேண்டியவ இல்லையா?''

ஹரிகிருஷ்ணாவின் முகத்தில் சொல்ல முடியாத ஏதோ ஒரு வேதனை பரவியது. ''வாழ்நாள் முழுதுமா? ரேகா என்னை அடிமுட்டாளாக்கி விட்டாள். அவளைக் குறை சொல்றது சரியில்லை. இந்த உலகத்தில் எந்த மனிதனாவது ஏமாந்துட்டான்னா அது அவனுடைய முட்டாள்தனம்தான் அதற்குக் காரணம். எதிராளியின் புத்திசாலித்தனம் அதற்குக் காரணம் இல்லை. கல்யாணம் ஆன புதுசுலயே அவ சுபாவமும் என் சுபாவமும் ஒத்துவராம போய்ட்டது. அவ ரொம்ப செல்லமா வளர்ந்தவள். அதனால் அகம்பாவம் அதிகம். எப்போ பார்த்தாலும் மற்றவர்கள்தான் அவளைச் சந்தோஷப்படுத்தணும். இல்லாட்டா அந்த வீடே நரகமாயிடும். நான் அவகிட்ட கோபமோ, எரிச்சலோ அடையாம நடந்துக்கணும்னுதான் முயற்சி பண்ணினேன். அமெரிக்காவுக்கு அழைச்சிட்டுப் போனேன். கூட அவ அப்பா இல்லாமப் போயிருந்தால் ரேகாவை என் அன்பால் வெல்ல முடியும்னு நினைச்சேன்.

ரேகா அங்கே இருக்கவே விரும்பல. அவள் விரும்பும் சுதந்திரம் விபரீதமானதாக இருந்தது. நண்பர்களுடன் சேர்ந்து ஊர் சுத்துவா. யாரும் அவளைக் கேள்வி கேட்கக் கூடாது. எதுவும் மாட்டேன்னும் சொல்லவே கூடாது. ஓரிருமுறை நயமா எடுத்துச் சொல்லப் போன அம்மாகிட்ட எரிஞ்சி விழுந்தா. பெரியவங்ககிட்ட மரியாதையே இல்லை. அப்படியும் நான் பொறுத்துக்கிட்டேன். குழந்தை பிறந்தா பெண்கள் மாறுவாங்கம்பாங்க. என் துரதிர்ஷ்டம். எங்களுக்குக் குழந்தைகளே இல்லை. ரேகாவை நான் கல்யாணம் செய்துகிட்டேன். அன்பு செலுத்த முயற்சி செஞ்சேன். என்ன செய்தாலும் பொறுத்துக் கொண்டு சமாதானமாப் போக முயற்சித்தேன். இந்தியாவுக்குத் திரும்பிப் போறேன்னு சொன்னப்பவெல்லாம் சரின்னேன்.

மனைவி இருந்தும் நான் பிரம்மச்சாரியாதான் அங்கே வாழ்ந்தேன். ரேகா இந்தியாவுக்குப் போய்ட்டா. அப்பாவுக்கு உடம்பு சரியா இல்லைன்னு சொன்னதெல்லாம் வெறும் சாக்குன்னு இப்பதான் புரியுது எனக்கு. கடிதங்கள் மட்டும் எனக்கு அன்பு சொட்டச் சொட்ட எழுதுவா. அம்மாவும் தானும் ரொம்பவும் ஒற்றுமையா இருப்பதாகவும், அம்மாவைக் கோவிலுக்கு, சினிமாவுக்கெல்லாம் வெளியில அழைச்சிப் போவதாகவும் எழுதுவா. அம்மாவும் ரேகா தன்னை இழிவா நடத்துறதைப் பத்தி தெரிவிக்கவே இல்லை. இத்தனை நாட்களும் நான் மாயத் திரைக்குப் பின்னால இருந்துட்டேன்.

மின்னு! இது மட்டுமே இல்லை. தந்தையும், மகளுமா என்ன செய்தாங்க தெரியுமா? நான் மாசா மாசம் ரேகாவின் பெயருக்கு நிறையப் பணம் அனுப்புவேன். அந்தப் பணம் க்ளினிக்கிற்காக என்றும், அதிலிருந்து பெரிசா எதுவும் செலவு செய்ய வேணாம்னும் எத்தனையோ முறை சொல்லியிருக்கேன், எழுதியிருக்கேன். செலவழிக்காம அப்படியே வச்சிருப்பதாக அவளும் எனக்கு எழுதியிருந்தா. ஆனா எல்லாமே பொய். நான் அனுப்பிய பணத்தை எல்லாம் நண்பர்களுடன் ஊர் சுற்றுவதற்கும், உல்லாசமா பொழுதைக் கழிப்பதற்கும் செலவு செய்திருக்கா. ரேகாவின் அப்பாவுக்கு ரேசுக்குப் போற பழக்கம் உண்டு. அது ரேகாவையும் தொற்றிக் கொண்டு விட்டது. நான் அனுப்பிய பணமெல்லாம் விருந்துகளுக்கும் வீண் உல்லாசங்களுக்கும் செலவாகியிருக்கு. வங்கியில் ஒரு பைசா இல்லை. நில் பேலன்ஸ். என் கனவுகளை எல்லாம் ரெண்டு பேருமா கிள்ளி எறிஞ்சிட்டாங்க. எட்டு வருஷங்களுக்கு முன்னால இருந்த நிலைமைக்கே நான் திரும்பவும் வந்துவிட்டேன் மின்னு.

அமெரிக்காவில் வேலையை விட்டுவிட்டு வந்துட்டதால எனக்கு இப்பொழுது அங்கே வேலையும் இல்லை. தங்கிக்க இடமும் இல்லை. என் எதிர்காலம் என்னன்னு எனக்கே தெரியல. எப்படியோ வாழ்ந்தாகணும். க்ளினிக் வைக்கணும்கிற ஆசை வேரோட சமாதியாயிட்டது. வயிற்றுப்பாட்டுக்காக ஏதோ ஒரு மூலையில் டாக்டரா வேலை பார்க்க வேண்டியதுதான்!

மின்னு! மனிதர்கள் ஏன் தற்கொலை செய்துக்க நினைப்பாங்கன்னு இப்போதான் எனக்கும் புரியிது. வாழ்க்கையில மனிதனுக்குச் சில சூழ்நிலைகள் எதிர்ப்படும். எந்தப் பக்கம் போனாலும் ஆபத்துதான். நான் டாக்டரா இருந்து எத்தனையோ பேருக்குத் தற்கொலை செய்து கொள்றது பாவம்னு சொல்லியிருக்கேன்.

அந்தக் காரியத்தை நானே செய்யக் கூடாது. லட்சியம் எதுவும் இல்லாமல் வெறுமே வாழ்க்கையைக் கழிச்சாகணும். நான் வேலை பார்த்த ஆஸ்பத்திரி அதிகாரிகள்கிட்ட நான் திரும்பி வந்துடுவதாகவும் அங்கேயே இருக்கப் போவதாகவும் தெரிவிச்சேன். அவங்களும் வரச்சொல்லித்தான் தெரியப்படுத்தினாங்க.

என் பயண ஏற்பாடுகள் எல்லாம் இங்கே முடிந்து விட்டன. இந்த நாட்டோட எனக்கு இனிமே சம்பந்தமே இல்லை. நான் இனிமே திரும்பி வரவே போறதில்லை. போவதற்கு முன்னால உன்னை ஒரு தடவை பார்க்கணும்னு தோணிச்சி. உன் வீட்டுக்குப் போன் செஞ்சேன். இல்லைன்னாங்க. ஸ்டுடியோவுக்குப் போனா விசிட்டர்களை அனுமதிக்க மாட்டோம்னிட்டாங்க. திரும்ப உன் வீட்டுக்கு வந்தேன். வேலைக்காரி வந்து நீ ரொம்ப களைச்சிப் போயிருப்பதாகவும், பார்க்க முடியாதுன்னும் சொன்னப்ப ஒரே ஒரு நிமிஷம் பார்த்துப் பேச விரும்பறதா சொன்னேன். ஆனா அவ எரிச்சலுடன் துரத்தாத குறையாகப் போகச் சொல்லிட்டா.

என் பெயரையாவது சொல்லும்படி விசிட்டிங் கார்ட்டைக் கொடுத்துட்டு வந்தேன். நீ இப்படிக் கண்ணில் படாமல் போயிருந்தேன்னா நம்ம நட்புகூட ஒரு கானல் நீர்னு நினைச்சிருப்பேன். நீ வந்து ரொம்பவும் நல்ல காரியம் செய்தாய். மின்னு! உன்னிடம் இதை எல்லாம் சொன்ன பிறகு என்னை இந்த ஒரு மாத காலமா வாட்டிக்கிட்டிருந்த துக்கம் கொஞ்சம் தணிந்தாற்போல இருக்கு.''

மேனகா எப்பொழுது வந்து அவனுக்குப் பக்கத்தில் உட்கார்ந்து கொண்டாளோ, எப்பொழுது அவன் தலையைத் தன் மார்போடு அழுத்திக் கொண்டாளோ தெரியாது. மேனகாவுக்கு அந்தச் சமயத்தில் அவனைப் பார்த்தால் வழி தவறிவிட்ட சிறுவனைப்

போல் இருந்தது. அவன் கண்ணீரின் ஈரம் சில இடங்களில் அவள் மார்பில் தெரிந்தது.

ரேகா அவன் வாழ்க்கையை, கனவுகளை சமமாகப் பங்கிட்டுக் கொள்ள வேண்டிய மனைவி. அவன் ஆசையோடு ஏற்றிவைத்த விளக்கை அணைத்துவிட்டாள். அது இப்பொழுது உயிருக்கு மன்றாடியபடி படபடத்துக் கொண்டிருக்கிறது. மேனகா அது அணைந்து விடாமல் தன் கைகளைக் குறுக்கே வைக்கத் தீர்மானித்தாள். மேனகா செல்லமாக அவன் தலையை வருடிவிட்டாள். அந்த ஸ்பரிசத்தில் அவளது பரிவும் இரக்கமும் வெளிப்பட்டது. அதில் கருணை தெரிந்தது. எல்லாவற்றையும் விட தூய நட்பு என்ற அமிர்தம் அதில் இருந்தது.

அதற்குள் கதவை யாரோ தட்டிய சத்தம் கேட்டது. மேனகா மெதுவாக ஹரிகிருஷ்ணாவை விட்டு நகர்ந்து எழுந்து போய் கதவைத் திறந்தாள். எதிரே நாகலிங்கம் ப்ரீப்கேசுடன் நின்று கொண்டிருந்தான். ஹோட்டல் பையன் அவனுக்குப் பின்னால் பெட்டியைப் பிடித்துக் கொண்டு நின்றிருந்தான்.

"குட் ஈவினிங் மேடம்" என்றான் நாகலிங்கம். முகத்தில் பயணக் களைப்புத் தெரிந்தது.

"உள்ளே வாங்க நாலிங்கம்" என்றாள் மேனகா.

"உங்கள் உடைகளைக் கொண்டு வந்திருக்கேன்ம்மா." என்று கைப்பெட்டியைக் காட்டிச் சொன்னான்.

"தாங்க்யூ நாகலிங்கம்!" என்றாள். நாகலிங்கம் வந்து விட்டால் இனி மேனகாவுக்குக் கவலை இல்லை. எல்லா ஏற்பாடுகளையும் அவனே பார்த்துக் கொள்வான்.

இரவு வந்தது. மேனகாவும் அவனும் சேர்ந்து சாப்பிட்டார்கள். ஹரிகிருஷ்ணா மணியைப் பார்த்துக் கொண்டே "என் ப்ஃளைட் டுக்கு நேரமாகிவிடும். நான் கொஞ்சம் முன்னாடியே போகணும் மின்னு" என்றான்.

"நீங்கள் போகப் போறதில்லை ஹரி" என்றாள் மேனகா. அவன் வியப்புடன் நிமிர்ந்து பார்த்தான் அவளை.

மேனகா உறுதியான குரலில் சொன்னாள். "உங்க ஃபிளைட் டிக்கெட்டை நான் கேன்சல் பண்ணிட்டேன். நீங்க அமெரிக்கா போகப் போறதில்லை."

"மின்னு! என்ன சொல்றே" அவன் சரேலென்று எழுந்து கொண்டான். "உனக்கு புத்தி பிசகிவிட்டதா என்ன? நான் அவசியம் போகணும்."

''தவறு செய்தது ஒருத்தர்னா தண்டனையை இன்னொருத்தருக்கு விதிப்பதுல நியாயமே இல்லை. உங்க மனைவி உங்களை ஏமாத்திட்டதால, நீங்க இந்த நாட்டை விட்டுப் போறது சரியில்லை ஹரி. இங்கே பல அனாதைகளுக்கு உங்களால ஆக வேண்டிய உபகாரங்கள் நிறைய இருக்கறதை நீங்கள் மறந்துட்டீங்க.''

''நான் என்ன செய்றது? என்கிட்ட பணம் இல்லையே? என் வயிற்றுப் பிழைப்புக்கே நான் வேலை தேடிக்க வேண்டிய நிலைமையில் இருக்கேன்.''

''பணம்... பணம்... அது ஒரு பிரச்னையே இல்லை. வங்கிகளெல்லாம் தருது. பணம் இருப்பவர்கள் பலர் முதலீடு செய்யத் தயாரா இருக்காங்க.''

''என்னைக் கொல்லாதே மின்னு. என் வேதனை என்னன்னு உனக்குப் புரியாது. என்னால இங்கே இருக்க முடியாது. இருந்தா ரேகாவோட அப்பா என்னை விட்டு வைக்க மாட்டார். இந்த ஒரு மாசகாலமாவே நான் அவங்ககிட்ட நரகத்தை அனுபவிச்சிட்டேன். எனக்குப் பைத்தியமே பிடிக்க வச்சிட்டாங்க மின்னு. என்னால அவர்களை எதிர்த்து நிற்க முடியாது'' என்றான் தழுதழுத்த குரலோடு இயலாமையுடன்.

''நீங்க அவ்வளவு மோசமான கோழைன்னு நான் நினைக்கவேயில்லை.''

''ஆல்ரைட்! அவங்களை நான் பொருட்படுத்தலை. ஆனா நான் எங்கே தங்கியிருக்க முடியும்? எந்த ஆஸ்பத்திரியில எனக்கு வேலை கிடைக்கும்? இங்கே இருந்தா எனக்கு க்ளினிக் நினைவுதான் வந்துகிட்டேயிருக்கும். வேதனையா இருக்கும். இங்கே இருந்தா என்னால வேலை பார்க்க முடியாது, மின்னு. வேலைதான் என்றால் இங்கே பார்க்கிறதை விட அமெரிக்காவே மேல்.''

''உங்களை இங்கே வேலை பார்க்கச் சொல்லி யார் சொன்னது?''

''பின்னே நான் என்ன செய்யட்டும்?''

''ஒரு க்ளினிக் தொடங்குங்க.''

''ஆனா அது எப்படி? பணம் எங்கேருந்து வரும்?'' பொறுமையற்றவனாகக் கேட்டான் ஹரி.

''பணத்தைப் பற்றிய கவலையே உங்களுக்கு வேண்டாம்.'' மேனகா சற்று நிறுத்திச் சொன்னாள். ''ஒரு காலத்தில நீங்க எனக்கு உயிர்ப்பிச்சை கொடுத்தீங்க. அன்னைக்கு நான் உங்களுக்கு ஒண்ணுமே பதிலுக்குத் தரலை. ஏழ்மையில் இருந்த என்னிடம்

இரக்கம் காட்டினீங்க. இன்னைக்கு வாழ்க்கையில நான் ரொம்ப நல்லா முன்னுக்கு வந்துட்டேன். அனாதை இல்லங்களுக்கு, இன்னும் எத்தனையோ நிறுவனங்களுக்கெல்லாம் அப்பப்ப கொடுத்து உதவுகிறேன். அப்படி இருக்கும்போது உங்களுக்கு, என்னைப் போன்ற ஆதரவற்ற எத்தனையோ பேருக்கு உபகாரம் செய்யும் உங்களுக்கு நான் உதவி செய்றதில தப்பில்லைன்னு நினைக்கிறேன்.''

''மின்னு!'' அவன் அதிசயம்போல் அவளைப் பார்த்தான்.

''பொறுங்க ஹரி. அவசரப்படாதீங்க. நான் இனாமாக எதுவும் உங்களுக்குத் தரப் போறதில்லை. எனக்கு நன்றிக்கடன் பட்டுடுவேனோங்கிற பயமும் உங்களுக்கு வேணாம். க்ளினிக் வைத்துக் கொள்வதற்கு எங்கிருந்தாவது கடன் வாங்கித் தர்றேன், அந்த உதவியை என்னால செய்ய முடியும்னு நினைக்கிறேன். நீங்க கடன் வாங்கிக்கிட்டு மெதுவா சில ஆண்டுகளில் தீர்த்துடலாம். சொல்லுங்க. இப்படிச் செய்தா நான் உங்களை அவமானப்படுத்தியது போல் ஆயிடாது இல்லையா? உங்களுக்கு நினைவு இருக்கோ இல்லியோ. எத்தனை தடவை நான் கடிதங்களில் எழுதியிருப்பேன், நீங்கள் சென்னையிலேயே க்ளினிக் தொடங்கலாம்னு?''

ஆம்! என்பது போல் தலையை அசைத்தான்.

''அது இந்த விதமா நடக்கும்னு நான் நினைக்கவேயில்லை. எனக்கு... எனக்கு ரொம்ப சந்தோஷமாவே இருக்கு ஹரி'' என்றாள்.

அவன் திகைப்புடன் அப்படியே அவளைப் பார்த்துக் கொண்டிருந்தான். ''மின்னு! நீ வருவதற்குள்ளேயே நான் ஏறிய ரயில் கிளம்பி விட்டிருந்தா எவ்வளவு நல்லா இருந்திருக்கும்? இந்நேரம் ஏர்போர்ட்ல இருந்திருப்பேன்'' என்றான்.

''உண்மைதான். ஆனால் தெய்வ சங்கல்பம் வேறு விதமா இருக்கே. அவருக்கு நீங்க சென்னையைவிட்டு இங்கேருந்து போறது பிடிக்கலை. அதனால்தான் ரயில் கிளம்பறதுக்கு முன்னால நான் வந்துட்டேன்'' என்றாள் மேனகா.

அவன் மேனகாவையே பார்த்துக்கொண்டிருந்தான். மேனகா மனதளவில் விஸ்வரூபம் எடுத்தாற்போல உயர்ந்து விட்டாள் என்று அவனுக்குத் தோன்றியது.

44

மேனகா சென்னைக்கு வந்துசேர்ந்தாள். விமான நிலையத்தில் இறங்கி, காரில் நேராக வீட்டுக்கு வந்து, உள்ளே போய்க் கொண்டிருந்தபோது ஹாலில் உட்கார்ந்திருந்த பூஷணமும், சுபாஷும் மேனகாவை ஏறயிறங்கப் பார்த்தார்கள். பிறகு ஒருவரையொருவர் பார்த்துக் கொண்டார்கள்.

மேனகா நேராகத் தன் அறைக்குப் போய்விட்டாள். மாதவியும் கூடவே வந்தாள்.

''அக்கா! ஏன் அப்படிப் போறே? நீ நல்லா இருக்கேன்னு தெரிஞ்ச பிறகுதான் எங்களுக்கெல்லாம் உயிரே வந்தது தெரியுமா?'' என்றாள்.

மேனகா மாதவியிடம் எதையும் மறைக்கவில்லை. நடந்ததை எல்லாம் ஒன்றுவிடாமல் சொல்லி விட்டாள். ''மாதவி! நான் போகாம இருந்திருந்தா ஹரிகிருஷ்ணா வெளிநாட்டுக்குப் போயிருப்பார். தேங்க் காட்! அந்த ரயில் கிடைத்தது என்னோட அதிர்ஷ்டம்தான்னு வச்சிக்க'' என்றாள்.

மாதவி உள்ளூர ஏற்பட்ட அதிருப்தியை வெளியில் காட்டிக் கொள்ளவில்லை. நயமாக எடுத்துச் சொல்வது போல் ''அக்கா! மற்றவர்கள் பிரச்னைகள்ல தலையிடுறது நல்லதில்லை. இந்த நாட்ல இருப்பதும், போறதும் அவருடைய சொந்த விஷயம். உனக்கு நான் சொல்ல வேண்டியது இல்லை'' என்றாள்.

''இல்லைதான் மாதவி! ஆனா, ஹரிகிருஷ்ணாவால் சில பேருக்காவது நன்மை ஏற்படும். அவரைத் தடுத்து

நிறுத்தினது நான் செய்த நல்ல காரியம்னு நினைக்கிறேன். அந்த நம்பிக்கை எனக்கு நிறையவே இருக்கு'' என்றாள்.

மாதவி அதற்கு மேல் பதில் பேசவில்லை.

ஹரிகிருஷ்ணாவை சென்னைக்கு அழைத்து வந்தது மேனகாவுக்கு சந்தோஷமாகவும் திருப்தியாகவும் இருந்தது. அவனுக்காக ஒரு வீட்டைப் பார்த்தாள். அவன் தொடக்கத்தில் சில நாட்கள் எங்கேயாவது வேலை பார்த்துக் கொண்டே மாலை வேளையில் க்ளினிக்கைப் பார்த்துக்கொள்வது போல் ஏற்பாடுகள் நடந்தன.

மேனகா அம்பிகா மில் முதலாளியுடன் பேசினாள். அந்தக் கம்பெனிக்கு மெடிகல் அட்வைசராக அவன் வேலையில் சேர்ந்தான். மக்கள் நடமாட்டம் அதிகமாக இருக்கும் இடத்தில் க்ளினிக் வைப்பதற்காக இரண்டு அறைகளைப் பார்த்தார்கள். ஆயாவும், நர்சும் அப்பாயிண்ட் ஆனார்கள். மேனகாவே போயிருந்து விளக்கேற்றி வைத்து தேங்காய் உடைத்து திறப்பு விழாவை நடத்தினாள்.

''முதல் ஊசி எனக்கே போடக் கூடாதா டாக்டர்?'' என்றாள் மேனகா!

''உனக்கா? மாட்டவே மாட்டேன். நான் ஏழைகளின் டாக்டர். நீ என்னுடைய முதல் பேஷண்டானால் நான் பணக்காரர்களுக்கு டாக்டர்னு ஆயிடுவேன்'' என்றான் சிரித்துக் கொண்டே. அவளும் சேர்ந்து சிரித்தாள்.

''ரேகாவுக்குக் லெட்டர் எழுதினீங்களா?'' என்றாள் அவள்.

அவன் முகத்தில் மௌனம் தெரிந்தது. அந்தக் கேள்வி காதில் விழாதது போலவே தன் காரியத்தில் தீவிரமாக ஆழ்ந்தான்.

மேனகா சொன்னாள். ''கிருஷ்ணா! எந்த மனைவியுமே கணவனை இழக்க விரும்ப மாட்டா. ரேகா தன்னை உணர்ந்து... உங்கமேல இந்நேரம் பச்சாத்தாபம் அடைஞ்சிருப்பா. அவளுக்கு இன்னொரு வாய்ப்புப் கொடுங்க. உங்கள் மீது ஏற்பட்டிருக்கும் விரோதம் போவதற்கு இன்னொரு முறை முயற்சி செய்யுங்கள்'' என்றாள். ''ப்ளீஸ் டூ திஸ் ஃபார் மீ?'' என்றாள்.

''மின்னு! அம்மா விஷயம் நினைவுக்கு வந்தா ரேகாவின் நிழலைக்கூட என்னால சகிச்சிக்க முடியாதுன்னு தோணு தும்மா.''

''நடந்ததை மறந்து விட்டு வாழ்க்கையைத் தொடருவதுதான் மனித நேயம். நடந்ததை எல்லாம் மறந்துடுங்க. நடக்க

வேண்டியதைப் பாருங்க. நீங்களும், ரேகாவும் சேர்ந்து சந்தோஷமா இருந்தா அப்போ இது உங்களை அவ்வளவா பாதிக்காமல் போகலாம். அப்போ வாழ்க்கையே உங்களுக்குச் சுவாரஸ்யமா இருக்கும்! ''

''நடக்காது மின்னு. அது நடக்கவே நடக்காது!'' அவன் கைகளால் தன் முகத்தைப் பொத்திக் கொண்டான்.

''மனுஷப் பிறவியில... கணவன் மனைவி உறவு ரொம்பவும் முக்கியமானது. நீங்க இந்த ஊர்ல செட்டில் ஆகணும்னு முடிவு செஞ்சிருக்கீங்க. புதுசா கிளினிக் தொடங்கவும் போறீங்க. மனைவியோட மனஸ்தாபம் கொண்ட டாக்டர்னு சொன்னா உங்கமேல நோயாளிகளுக்கு அவ்வளவு நல்ல மதிப்பும், கௌரவமும் இருக்காது'' என்றாள்.

ஹரிகிருஷ்ணா சிறிது யோசனையில் ஆழ்ந்தான். பிறகு பெருமூச்சு விட்டுக் கொண்டே ''சரி மின்னு! நீ சொன்னாப்ல மனிதன் மனைவியோட ராசியாகாம இருக்க முடியாதுதான். ஆல்ரைட்! ரேகாவுக்கு கடிதம் எழுதுகிறேன்'' என்றான்.

அதுவே மேனகாவுக்குச் சந்தோஷமாக இருந்தது. அவள் வீட்டுக்கு வந்தபோது நாகலிங்கம் காத்திருந்தான்.

''மேடம்!'' அவன் எதையோ சொல்ல முடியாமல் தவிப்புடன் அவளைப் பார்த்தான். அவன் முகத்தில் பதற்றம் தெரிந்தது. மாடிக்குப் போகவிருந்த மேனகா நின்றாள். ''என்னங்க நாகு?'' என்றாள்.

நாகலிங்கம் மென்று விழுங்கினான்.

''சொல்லுங்க. என்ன விஷயம்?'' குரலைச் சற்றே உயர்த்தினாள்.

''மேடம்! நீங்க இப்போ நடிச்சிகிட்டிருக்கிற படத்தோட தயாரிப்பாளர் என்ன செய்திருக்கார் தெரியுமா? நீங்க சொல்லாம பம்பாய்க்குப் போய்ட்டீங்கன்னு உங்களை அந்தப் படத்திலிருந்து நீக்கிட்டு அந்த சாலிகாவை புக் செய்திருக்கார். நீங்க திடீர்னு தன்னிடம் சொல்லாமல் ஷூட்டிங்கிற்கு வராமல் இருந்ததால தனக்குப் பெரிய நஷ்டம் வந்துட்டதா உங்கமேல கேசும் போட்டிருக்கார். இதோ நோட்டீஸ்.'' கையிலிருந்த காகிதத்தைக் காட்டினான் அவன்.

மேனகா அதை வாங்கிப் படித்தாள். பிறகு கடுகளவும் தளர்ந்து போய்விடாமல், தடுமாற்றம் இல்லாத குரலில் ''நாகலிங்கம்!

என்னால் இரண்டேநாள் தானே நஷ்டம் வந்திருக்கு? எவ்வளவுன்னு கேட்டுத் தெரிஞ்சிக்கிட்டு அதைக் கொடுத்துடுங்களேன். செக்ல கையெழுத்துப் போடறேன். அவர் என்னை நீக்கியது உங்களுக்கு ஆச்சரியமாக இருக்கோ என்னவோ. எனக்கு இல்லை. ஏன்னா... அந்தப் படத்தோட டைரக்டருக்கே என்னைக் கதாநாயகியாக நடிக்க வைக்க விருப்பம் இல்லை. அந்த சாலிகாவைப் போட வேணும்னு தொடக்கத்திலிருந்தே பார்த்தார். ஆனா தயாரிப்பாளர்தான் சம்மதிக்கவில்லை. டைரக்டருக்கு இப்போ நல்ல வாய்ப்பு கிடைச்சிடுச்சி. எனக்கு இதில் எந்த வருத்தமும் இல்லை. ஏன்னா அந்தப் படத்தின் கதையை என்னிடம் சொன்னதுக்கும் இப்போ எடுத்துட்டிருக்கிற படக் கதைக்கும் சம்பந்தமே இல்லை. என்னை நீக்கிட்டு என் வயிற்றில் பாலை வார்த்துட்டாங்க. அவங்க பணத்தைத் திருப்பிக் கொடுத்துடுங்க'' என்று சொல்லிவிட்டுப் போய்விட்டாள்.

நாகலிங்கம் மேனகா போன திசையையே பார்த்தபடி தலையைச் சொரிந்து கொண்டான். அந்தப் படத்தின் கதை நன்றாக இல்லாமல் போகலாம். ஆனால் அவர்கள் அட்வான்ஸாகக் கொடுத்த பணம் மிகவும் அதிகம். அந்த ரொக்கத்தைத் திருப்பிக் கொடுப்பது என்றால் சும்மாவா? இப்படிக் கவலையே படாமல் இருக்கிறாளே என்று நினைத்தான்.

மேனகா போனதும் சுரேஷ் அங்கே வந்தான். ''என்ன சொன்னாள்?'' என்று கேட்டான். நாகலிங்கம் நடந்ததைச் சொன்னான். ''ரெண்டே ரெண்டு வார்த்தை பேசி சமாதானம் செஞ்சிக்காம அவ்வளவு பணத்தையும் திருப்பித் தர்றதா? நாகலிங்கம்! உங்க எஜமானிக்கு கொஞ்சம் புத்தி கலங்கிட்டது போலிருக்கு. நீங்க அப்புறமா நயமா எடுத்துச் சொல்லுங்கள்'' என்றான். நாகலிங்கமும் சரி என்றான்.

அதன்படியே சிறிது நேரம் கழித்து மாடிக்குப் போனான்.

''இன்னொரு தடவை யோசிச்சிப் பாருங்க மேடம்'' என்று நாகலிங்கம் சொன்னபோது மேனகா கேட்டுக் கொள்ளவில்லை.

''என்னைப் போய் அவங்க கால்ல விழச் சொல்றீங்களா நாகு? நான் எப்பொழுதாவது செட்டிற்குத் தாமதமாப் போயிருக்கேனா? எத்தனை முறை இரவு நேரத்துல கூட ஓய்வு எடுத்துக்காம வேலை செய்திருக்கேன். அவங்களுக்குக் கொஞ்சமாவது அந்த நன்றி இருக்கா? அப்படிப்பட்டவர்களை விட்டு நாமே கொஞ்சம் தொலை தூரத்தில இருக்கணும். அவங்க என் பெயரைக்

கெடுக்கறதுக்குன்னே என்னை நீக்கியிருக்காங்க. நான் சொன்னபடி செய்யுங்க'' என்றாள்.

மேனகா அந்தப் படத்தில் நடிக்காமல் கைவிட்டது வீட்டில் எல்லோருக்கும் வருத்தத்தை ஏற்படுத்தியது.

மேனகா ஓய்வாக இருந்தபோது அக்கௌண்டென்ட் பைல்களைக் கொண்டு வந்தான். மேனகா கூல் டிரிங்ஸ் கம்பெனியின் வரவு செலவு கணக்குகளைப் பார்த்தாள். கம்பெனி தொடங்கியதிலிருந்து வருஷத்திற்கு மூன்று நான்கு லட்சங்களுக்குக் குறையாமல் நஷ்டம் வந்து கொண்டிருந்தது. கம்பெனிக்காக வாங்கியிருந்த வங்கிக் கடனை மேனகாதான் கட்ட வேண்டியிருந்தது.

அந்தக் கணக்குகளைப் பார்த்தபோது மேனகாவுக்கு தலை சுற்றிக் கொண்டு வந்தது. அவள் என்ன செய்து கொண்டிருக்கிறாள்? இரவும் பகலுமாக, வெயில் மழையிலும் பாடுபட்டுச் சம்பாதித்தப் பணத்தை வங்கி கடனுக்குச் செலுத்திக் கொண்டிருக்கிறாள். ஆனால் கடன் அப்படியே இருந்தது.

மேனகா மாமாவையும், சுரேஷையும் அழைத்து விசாரித்தாள். இருவரும் எனக்குத் தெரியாது என்று சொல்லிவிட்டார்கள். மேலும் இருவரும் சண்டை போட்டுக் கொண்டு அடித்துக்கொள்ளவே தயாராகிவிட்டார்கள். அவர்களைச் சமாதானப்படுத்துவதற்குள் மேனகாவுக்குப் போதும் போதும் என்றாகிவிட்டது.

அன்றிரவு மேனகா குழந்தையுடன் விளையாடிக் கொண்டிருக்கையில் மாதவி அருகில் வந்து உட்கார்ந்தாள். ''அக்கா! அவர்மேல உனக்குச் சந்தேகம் இருந்தால் கம்பெனி விவகாரங்களைப் பார்த்துக்கொள்ள வேற யாரையாவது வைச்சிக்க சொல்றார்.''

அவள் பேச்சால் மேனகாவுக்கு வருத்தமாக இருந்தது. ''இவ்வளவு பேச்சு எதுக்கு மாதவி? கணக்கு வழக்கு பார்த்துக்கறது ஒரு தப்பா? நஷ்டம் வராம ஜாக்கிரதையா இருக்கணும்கிறேன்? கொஞ்சம் கவனமாக இருக்கச் சொல்லு. இதெல்லாம் இந்தப் பயலுக்காகத் தானேடி?'' என்று குழந்தையைக் காட்டினாள்.

''உண்மைதான் அக்கா'' என்றாள் மாதவி சந்தோஷத்துடன்.

45

ஹரிகிருஷ்ணாவின் கடிதம் கிடைத்ததும் ரேகா தந்தையுடன் சேர்ந்து வந்து விட்டாள். ராஜாராமன் வீட்டுக்கு அருகிலேயே வீடு பார்த்துக் கொண்டார்கள். ரேகாவும், ஹரிகிருஷ்ணாவும் மேலுக்கு ஒற்றுமையாக இருப்பது போலவே தோன்றியது.

மேனகா ஹரிகிருஷ்ணாவைக் கொண்டு வங்கிக் கடனுக்கு மனுப் போடச் செய்தாள். தன்னுடைய ஃபிக்ஸெட் டிபாசிட் பணத்தை உத்தரவாதமாக வைத்துக் கொண்டு கடன் தரும் விதமாக ஏற்பாடு செய்தாள்.

நர்சிங் ஹோமுக்கு பஸ் வசதி இருக்கும் இடத்தைத் தேர்வு செய்து பிளாட் வாங்கினார்கள். மேனகா தனக்கு வீடு கட்டிக் கொடுத்த இன்ஜினியரை வரச்சொன்னாள். அவர் நல்ல அனுபவசாலி என்பதுடன் குறைந்த இடத்தில் வசதியாக இருக்கும் விதமாக பிளான் போடுவதில் அவருக்கு நிகர் அவர்தான்.

மேனகா ஒரு நாள் அவரையும், ஹரிகிருஷ்ணாவையும் தன் வீட்டிற்குச் சாப்பிட அழைத்தாள். தன் அறையில் இருவரையும் உட்கார வைத்துப் பேசினாள். நர்சிங் ஹோம் எப்படி இருக்க வேண்டும் என்பதைப் பற்றி இருவரும் பேசிக் கொண்டிருந்தபோது சிரத்தையாக அவளும் கேட்டுக் கொண்டாள். மாடிப் பகுதியில் ஹரிகிருஷ்ணா வசிப்பதாகவும் கீழே நர்சிங் ஹோம் இருப்பது போலவும் கட்டுவதற்கு முடிவு செய்யப்பட்டது. மேனகா ஹரிகிருஷ்ணாவின் கன்சல்டிங் அறை எப்படி நவீனமாக, புதிய வசதிகளுடன் இருக்க வேண்டும் என்று விவரமாகச் சொன்னாள்.

அவளுடைய திறமையைக் கண்டு ஈர்க்கப்பட்டு விட்டது போல் ஹரிகிருஷ்ணா அவளையே பார்த்துக் கொண்டிருந்தான்.

பேச்சு வார்த்தைகள் முடிவடைவதற்குள் மாலைநேரமாகிவிட்டது. டிரைவர் இன்ஜினியரை இறக்கிவிட்டு வருவதற்காகப் போனான். மேனகா போன் வந்ததால் பேசிக் கொண்டிருந்தாள்.

ஹரிகிருஷ்ணா திறந்திருந்த கதவு வழியாக ரூஃப் கார்டெனுக்கு வந்தான். அது விதவிதமான செடி கொடிகள் பூச்செடிகளுடன் பசுமையாக இருந்தது. அந்த வீட்டில் எங்கே பார்த்தாலும் கலைநயம் கொண்ட நபரின் கைவண்ணம் வெளிப்பட்டுக் கொண்டிருந்தது. அங்கிருந்து சூரியன் அஸ்தமிக்கும் காட்சி கண்ணுக்கு விருந்தாக இருந்தது.

மேனகாவிடம் வித்தியாசமான குணம் ஒன்று இருந்தது குறிப்பிடத்தக்கது. அவள் இவ்வளவு செல்வச் செழிப்பில் இருந்தாலும் எளிமையாகவும் அவளால் இருக்க முடியும். மூச்சு விடாமல் வேலைகள் இருந்தாலும் அமைதியைத் தரக்கூடிய நிலைமையை உருவாக்கிக் கொள்ளவும் முடியும். மேனகாவைப் பார்க்கும் போது பெண்கள்கூட ஆண்களுக்குச் சமமாக புத்திசாலித்தனத்துடன், சாமர்த்தியமாக வாழ்க்கையை சீர்திருத்திக் கொள்ள முடியும் என்று தோன்றும். மனோபலம் இருக்கும் எந்த மனிதனுக்கும் வாழ்க்கை அடிபணிந்துவிடும். புத்திசாலித்தனமும், பண்பும் இருந்தால் பணமும், புகழும் ஒருவரை வாழ்க்கையின் உச்சிக்குக் கொண்டு போய் சேர்த்துவிடும்.

''கிருஷ்ணா! அப்படி என்ன யோசிக்கிறீங்க?'' பின்னாலிருந்து வந்த மேனகா அவனிடம் சாதாரணமாகக் கேட்டாள்.

சுவரின் மீது கைகளை ஊன்றிக் கொண்டிருந்த ஹரிகிருஷ்ணா திரும்பிப் பார்த்தான். ''இந்த இடத்தில் எனக்கு எவ்வளவு நிம்மதியா இருக்குத் தெரியுமா?'' என்றான்.

''நீங்க நின்னுக்கிட்டிருக்க இடம் இருக்கே. அதுதான் எனக்கும் பிடித்தமான இடம். வேலை அதிகமாகி மனநிலை கொஞ்சம் சரியாக இல்லாதபோது நான் இங்கே வந்து நின்று தனிமையை அனுபவிச்சிகிட்டிருப்பேன். உங்களை எத்தனையோ முறை நான் பண்ணிப்பண்ணி நினைச்சிப் பார்த்த இடம்கூட அதுதான்'' என்றாள்.

பொழுது இருட்டிவிட்டது, நைட்க்வீன் மலர்களின் நறுமணம் காற்றில் குப்பென்று கலந்து வந்து வீசியது. ''இந்த வாசனை

நினைவுக்கு வந்துட்டாலே எனக்கு உங்க ஞாபகம் வந்துடும். இந்த வீட்டில் தோட்டம் போடும்போது நாகுவிடம் நைட்க்வீன் செடிகளை நாலஞ்சி நடச் சொன்னேன்." மேனகா ராமநாதன் வீட்டு கேட்டுக்கு அருகில் நடந்த உரையாடலை அவனுக்கு நினைவுபடுத்தினாள்.

ஹரிகிருஷ்ணாவுக்கு அந்த நாள் நினைவுக்கு வந்துவிட்டது.

மேனகா அவன் ஆஸ்பத்திரி பற்றியும், அதற்காக வாங்க வேண்டிய கருவிகளைப் பற்றியும் பேசினாள். மேனகா காட்டிய உற்சாகத்தையும், அவன் யோசனைகளையும் பகிர்ந்துகொள்ளும் விதத்தைப் பார்க்கும்போது அவனுக்கு வியப்பாக இருந்தது. ரேகா இப்படித்தான் இருக்க வேண்டும் என்று அவன் விரும்பினான். இருவரும் சேர்ந்து பேசி முடிவெடுக்க வேண்டும் என்றும், சந்தோஷத்தைப் பகிர்ந்து கொள்ள வேண்டும் என்றும் நினைத்தான். ஆனால் அவன் துரதிர்ஷ்டம். ரேகாவுக்கு ஆஸ்பத்திரியைப் பற்றிப் பேச்செடுத்தாலே ஆத்திரம் பொங்கி வரும். "அந்தச் சனியன் பிடிச்ச விஷயமெல்லாம் எனக்கெதுக்கு? வீட்ல கூட இதே பேச்சுதானா?" என்பாள். அவன் பொறுத்துப் போவான்.

ரேகாவுக்குக் கணவன் என்றால் சினிமாவுக்கு அழைத்துப் போய்க் கொண்டும், சீட்டாடிக் கொண்டும், சேர்ந்து ரேசுக்குப் போய்க் கொண்டும், நண்பர்களுடன் உல்லாசமாகப் பொழுது போக்க வேண்டும் என்பதும் அவள் எதிர்பார்ப்பு. ஆனால் ஹரிகிருஷ்ணா வுக்கு ரேகாவின் நண்பர்கள் கும்பலுடன் கொஞ்சமும் ஒத்துப் போகாது. அவர்களைக் கண்டால் எரிச்சல்! தந்தையோ, கணவனோ சம்பாதித்துப் போட்டால் அந்தப் பணத்தைத் தாம் தூம் என்று செலவழித்துக் கொண்டு, தாம்தான் எல்லோரையும் விட உயர்ந்தவர்கள் என்று திமிர்பிடித்து அலைபவர்கள் அவர்கள்.

ஆனால் எட்டு ஆண்டுகள் இருந்தும் அவனை மாற்றிவிடாத வெளிநாட்டு வாழ்க்கை ரேகாவை ஒரே வருடத்தில் மாற்றிவிட்டது. அவளுடைய போக்கு மாறிவிட்டது. சிநேகிதிகள் மாறிவிட்டார்கள். தன் விஷயத்தைத் தவிர மற்றவர்களைப் பற்றி யோசித்துப் பார்க்கும் சுபாவமே ரேகாவிடம் இல்லை. ஆணுக்கு மனைவி என்பவள் ஒவ்வொரு நிமிஷமும் துணையாகவும்,

நிழலாகவும் இருக்க வேண்டியவள். அதிலும் இப்படிப்பட்ட தொழிலுக்காகத் தன்னை அர்ப்பணம் செய்துகொண்டுவிட்ட நபராக இருந்தாலோ கேட்கவே வேண்டாம். சிலபேரின்

துரதிர்ஷ்டம், இப்படிப்பட்ட அனுசரணை வீட்டில் கிடைப்பது அரிதாக இருக்கிறது.

டிரைவர் வந்தான். மேனகா ஹரிகிருஷ்ணாவைக் காரில் அனுப்பிவிட்டுத் திரும்பி வந்தபோது மாமாவும், சுரேஷும் அவளுக்காகக் காத்திருந்தார்கள். இருவரின் பார்வையும் உக்கிரமாக இருந்தன.

''மின்னு! நீ ஓய்வாக இருந்தால் இந்தக் கணக்கு வழக்குகளைப் பார்த்து விடலாம்'' என்றான் பலராமன்.

''இப்போ வேண்டாம் மாமா'' என்றாள் மேனகா.

பலராமன் மங்களத்திடம் ''பேத்திகிட்ட ஒரு கண் வச்சிருக்கணும். இந்த டாக்டர் வலை தவறாக வீசுவது போலத் தோணுது. அவன் க்ளினிக் கட்டிக் கொண்டு இருக்கும்போது நடுவில் இவள் ஏன் வேலையைக் கெடுத்துக் கொண்டு அங்கே போய் நாள் முழுவதும் அவங்களோட உட்கார்ந்திருக்கணும்?'' என்றான்.

சுரேஷ்கூட மாதவியிடம் ''உங்க அக்காவுக்கு அந்த டாக்டர்கிட்ட இவ்வளவு கரிசனம் ஏன்? இருவருக்கும் நடுவில் ஏதாவது புதுசா மாறிகிட்டிருக்கா?'' என்றான்.

''சீ.. சீ.. அதெல்லாம் இல்லை. அக்காவுக்கு அவரை நல்லாத் தெரியும். அவ்வளவுதான்'' என்றாள்.

''இதைவிட தெரிஞ்சவங்களையெல்லாம் பார்த்திருக்கேன். உங்க அக்கா அவங்ககிட்ட எப்படிப் பழகறாங்கன்னு எனக்குத் தெரியாதா என்ன?'' என்றான் சுரேஷ்.

மேனகா கட்டிலில் படுத்துக் கொண்டு குழந்தையுடன் விளையாடிக் கொண்டிருந்தாள். அவனுக்கு வயதாக வயதாகப் பேச்சு நன்றாக வந்து விட்டது. மேனகா வீட்டில் இருந்தால் அவளிடம்தான் இருப்பான். மேனகாவுக்கு அவனுடன் விளையாடிக் கொண்டிருந்தால் மற்ற துன்பங்கள் எல்லாம் மறந்து போய் மனம் நிம்மதியாக இருக்கும்.

அதற்குள் மங்களம் அங்கே வந்தாள். ''மின்னு! அந்தப் பையன் வந்திருக்கான்.'' படியேறி வந்ததால் மூச்சிரைத்துக் கொண்டிருந்தாலும் மலர்ந்த முகத்துடன் சொன்னாள்.

''எந்தப் பையன் பாட்டி?'' என்றாள் மேனகா.

''அன்றைக்கு உன்கிட்ட நான் சொல்லலை? மோகனின் மகன், இன்ஜினியரிங் படிச்சிருக்கான்னு சொன்னேனே? வரபிரசாத்!

ராஜாவாட்டம் இருக்கான். உன்னைக் கண்டால் அவனுக்கு உயிராம். ஒரு சினிமா பாக்கியில்லாமல் பார்த்துடுவானாம். நானே பேச்சுக் கொடுத்து அவனைப் பத்தி எல்லா விஷயங்களையும் தெரிஞ்சி கிட்டேன்.'' மூடுமந்திரமாக சிரித்தாள் அவள்.

''இப்போ இந்த முன்னுரை எல்லாம் எதற்கு?''

''ஒரு தடவை கொஞ்சம் கீழே வாயேன்மா. அவன்கிட்ட பேசு. அவன் தாய் தந்தைக்கும் உன்னை ரொம்பப் பிடித்திருக்காம். உனக்கு அவனைப் பிடிச்சிட்டா அப்புறமா அந்த ஏழுமலையானுக்கு நான் முடிந்து வைத்திருக்கும் காணிக்கையைச் சமர்ப்பிக்கும் யோகம் வந்துடும்.''

குழந்தையுடன் விளையாடிக் கொண்டிருந்த மேனகா எழுந்து கம்பீரமாக நின்று இடுப்பில் கையை வைத்துக்கொண்டே ''பாட்டி! நான் எத்தனை தடவை சொன்னாலும் நீ வரன் பார்க்கிறதை விட மாட்டே போலிருக்கு'' என்றாள்.

மங்களம் மேனகாவின் முகத்தில் தென்பட்ட கோபத்தைப் பார்த்துப் பின் வாங்கினாள். ''அது இல்லை மின்னு! உன் கல்யாணத்தைக் கண்ணால பார்க்காமல் செத்து விடுவேனோன்னு பயமா இருக்கு. வயசாயிகிட்டே வருதில்லே?... உன் கல்யாணம் ஆயிட்டதுன்னா அப்புறம் எனக்கு எந்த ஒரு விருப்பமும் இல்லை. என் உயிர் நிச்சிந்தையா போகும். மின்னு! நீ சரியான அசடு. என்னதான் நீ நல்லா சம்பாதிச்சாலும் கணவன் இல்லாட்டா உனக்கு என்னடி சுகம் இருக்கும் சொல்லு? நீ எவ்வளவு நல்லா இவனைப் பார்த்துக்கிட்டாலும் இவனெப்படி வயிற்றில் பிறந்த மகன் ஆவான்?'' மாதவியின் மகனைக் காட்டிக் கொண்டே சொன்னாள் மங்களம்.

''எல்லாம் நாம நினைச்சிருக்கிறதில்தான் இருக்கு.''

''வாழ்நாள் முழுசும் உன்னால சினிமாவுல நடிச்சிக்கிட்டே இருக்க முடியுமா? உன் கணவன், உன் வீடு, உன் குழந்தைகள்னு உனக்கே உனக்குன்னு இருக்க வேண்டாமா? நீ உன் குழந்தையைத் தூக்கி இப்படிக் கொஞ்சுவதைப் பார்க்கணும்னு நான் தவிக்கிறேன். பைத்தியம்! தங்கையின் குழந்தையைப் பார்த்து இவ்வளவு மெய் மறந்து போறியே? இது உன் மகனாகவே இருந்தால் எவ்வளவு சந்தோஷப்படுவே?''

''சரி போதும். நிறுத்து.''

''கணவன், குழந்தைகள் இல்லாத பெண்ணோட வாழ்க்கை பட்டுப் போன மரம் போலன்னு சொல்லுவாங்க.''

''கிழிச்சாங்க போ. அப்படிச் சொன்னவங்களுக்குப் பெண்களைப் பற்றிச் சரியாவே தெரிஞ்சிருக்காது.''

''சரி போகட்டும் விடு. இது என்னோட கடைசி முயற்சி. இனி ஒரு நாளும் உன்னைக் கேட்க மாட்டேன். போதுமா? ஒரு முறை கீழே வா. என் கண்ணு இல்லியா?'' முகவாயைப் பிடித்துக் கொண்டு கெஞ்சினாள்.

மேனகா சட்டென்று அந்தக் கையைத் தட்டிவிட்டாள். ''இவ்வளவு சம்பாதிக்கிறேன். எனக்கு என்ன குறைச்சல்? இப்போ எனக்குக் கல்யாணம் ஆகலைன்னா என்னவாயிடும்?'' என்றாள் மேனகா.

''அதுதான் என் பயமும். இவ்வளவு பணம் உன் பெயரில் இருப்பதால உனக்குப் புருஷன்னு ஒருத்தன் ரொம்பவும் தேவை. இவர்கள் எல்லாம் வெல்லத்தை மொய்க்கிற எறும்பு மாதிரிடி! உன் தங்கையும், அவள் புருஷனும் உன்னை வச்சிக் காப்பாத்துவாங்கன்னு நினைக்காதே.'' மங்களம் அந்த சுற்று வட்டாரத்தில் மாதவியோ, சுரேஷோ இல்லை என்று உறுதிப் படுத்திக்கொண்டு குரலைத் தாழ்த்தியபடி சொன்னாள்.

''சரி. சுரேஷைப் பார்த்தியா? உன்கிட்ட வந்தப்ப எப்படியிருந்தான்? இப்போ எப்படியிருக்கான்னு பார்த்தியா? அவன் நிறையப் பணம் போட்டு ஒரு வீடு வாங்கியிருக்கான். அப்பா கடன் கொடுத்ததாச் சொல்றான். எல்லாம் பொய்.'' திரும்பவும் குரலை உயர்த்தினாள். ''இதையெல்லாம் நாம வெளியில் சொல்லக் கூடாது. நம்மை நாமே குறை சொல்றது போல் ஆயிடும். இந்த வரப்பிரசாத் இருக்கானே. ரொம்ப புத்திசாலி. நிதானமானவன். படித்தவன். நல்ல குடும்பம். ஒரு தடவை வந்து அவனிடம் பேசிப் பார்.''

''பாட்டி! என்னோட தலைமுடி நரைச்ச பிறகும் நீ வரன் பார்க்கிறத விட மாட்டே போலிருக்கு. இத்தனை வயசான பிறகு இப்போ எனக்குக் கல்யாணமாவது? மண்ணாங்கட்டியாவது பாட்டி!''

மங்களம் கன்னத்தில் இடித்துக் கொண்டாள். ''அப்படி என்னடி வயசு? இருபத்தி ரெண்டுதானே?''

"ஊரார்கிட்ட சொல்ற பொய்யை என்கிட்ட ஏன் சொல்ற? எனக்கு இருபத்தொன்பது.''

"நீ அப்படி இருந்தாதானே? யாருமே எப்படி பார்வையில படறாங்களோ அதுதான் அவங்க வயசு. என் பேச்சை தட்டாதேம்மா! இனி ஒரு போதும் உன்னை இப்படிக் கேட்கவே மாட்டேன்.''

"உண்மையாவா?''

"சத்தியமா. இந்த வரன் எப்படியாவது முடிஞ்சிடாதா? அதுக்கப்பறம் நான் கேட்க வேண்டிய தேவையே இருக்காது. பையன் எவ்வளவு சிவப்பா இருக்கான் தெரியுமா?''

அப்படியா என்பது போல் பார்த்தாள் மேனகா. "சரி வா'' என்றாள். மங்களம் முன்னால் நடந்து கொண்டிருந்தாள். பின்னால் மேனகா ஒயிலாகப் படியிறங்கி வந்தாள்.

ஹாலில் இருந்த சோபாவில் சிவப்பாய், ஒல்லியாக இருந்த ஒருத்தன் கால்மேல் கால் போட்டுக் கொண்டு உட்கார்ந்திருந்தான். மேனகாவைப் பார்த்ததுமே படித்துக் கொண்டிருந்த பேப்பரைப் பக்கத்தில் வைத்துவிட்டுச் சட்டென்று எழுந்து நின்றான். வாத்தியாரைப் பார்த்ததும் மாணவன் எழுந்து நிற்பது போல் இருந்தது அவனுடைய அந்தச் செயல்.

மங்களம் மேனகாவை அறிமுகப்படுத்தி வைத்தாள். "மேனகா இவள்தான் தம்பி. இவளுக்கு இப்போ இவ்வளவு பெயரும் புகழும் வந்திருக்கே தவிர, சின்ன வயசுல எல்லாரும் மங்களத்தம்மா பேத்தின்னு தான் சொல்லுவாங்க'' என்றாள் பெருமையுடன்.

அவன் மேனகாவை வணங்கினான். மேனகா சோபாவில் உட்கார்ந்து கொண்டு அவனையும் உட்காரச் சொன்னாள்.

"நான் இதோ வர்றேன். பேசிக்கிட்டிருங்க.'' மங்களம் வரபிரசாத் பார்க்காதபோது மேனகாவைக் கிள்ளிவிட்டு உள்ளே போனாள்.

"அக்கா!'' உள்ளேயிருந்து மாதவி ஏதோ வேலையாய் அங்கே வந்தாள்.

"நீ இப்படி வா. அவளைக் கொஞ்ச நேரம் தொந்தரவு செய்யாதே.'' மங்களம் மாதவியின் கையைப் பிடித்து உள்ளே இழுத்துக் கொண்டு போனாள்.

மேனகா அவனைப் பார்த்தாள். அவன் நல்ல ஆரோக்கியத்துடன், சிவப்பாகவே இருந்தான். மேனகா தன்னை உற்றுப் பார்ப்பதைக்

கவனித்து வெட்கமடைந்தவனாகப் பார்வையைத் தாழ்த்தினான். நிமிர்ந்து மேனகாவைப் பார்ப்பதற்கு சங்கோஜப்பட்டுக் கொண்டிருந்தான்.

மேனகா அவன் அவஸ்தையைப் பார்த்து சிரித்துக்கொண்டாள். ''என்ன படிக்கிறீங்க?'' தானே அவனை விசாரித்தாள்.

''எம்.ஈ. ஃபைனல் இயர்.''

''வேலைக்குப் போவீங்களா இல்லே... வியாபாரமா?''

''அப்பா வெளிநாட்டுக்கு அனுப்பறேன்னு சொல்லியிருக்கார்.''

''அங்கேயே செட்டில் ஆயிடுவீங்களா அல்லது இங்கே திரும்பி வருவீங்களா?''

''எங்க உறவுக்காரங்க எல்லாரும் அங்கேயேதான் மேடம் இருக்காங்க. அப்பா எப்படிச் சொல்கிறாரோ அப்படிச் செய்வேன்.''

''உங்க ஹாபி என்ன?''

''நீங்க நடிச்ச சினிமாக்களை ஒண்ணுவிடாம... ஒரு தடவைக்கு ரெண்டு தடவை பார்ப்பது.'' டக்கென்று சொன்னான்.

மேனகாவுக்கு அந்த பதில் சந்தோஷத்தைத் தரவில்லை. ''உங்களுக்கு வரப் போகும் மனைவி எப்படி இருக்கணும்?''

அவன் சிரித்துவிட்டு பேசாமல் இருந்தான். அவன் நேராக நிமிர்ந்து உட்காராமல் நாணிக்கோணி உட்கார்ந்திருந்தது அவளுக்கு எரிச்சலை ஏற்படுத்தியது.

மங்களம் காபி கொண்டு வந்தாள். அவன் மங்களத்துடன் நன்றாகவே பேசினான். மேனகா பேசும் போதுதான் வெட்கப்பட்டான். சிறிது நேரம் தான் அவன் போய்விட்டான்.

''எப்படி இருக்கிறான்மா?'' மங்களம் ஆர்வத்துடன் மேனகா அருகில் வந்து கேட்டாள்.

''பாட்டி! அவனுக்கு எவ்வளவு வயசு?''

''இருபத்தி எட்டு.'' ஏன் கேட்கிறே?

''பொய் சொல்லாதே. உண்மையைச் சொல்லு.''

''இருபத்தி ஆறோ என்னமோ. எதற்காகக் கேட்கிறே?''

சிரித்தபடி ''ஒன்றுமில்லை.'' என்றாள் மேனகா.

''உனக்கு அவனைப் பிடிச்சிருக்கா? அதைச் சொல்லு மொதல்ல? ''

''பிடிக்காம என்ன? அவன் அவங்க அப்பாவுக்குக் கைக்குழந்தை. இந்தக் குழந்தையை நான் கல்யாணம் செய்துகிட்டா, அப்புறம் வேற குழந்தையே எனக்குத் தேவையில்லை. இவனையே ஒரு குழந்தையா நினைச்சுக்கலாம் இல்லையா பாட்டி.''

''என்னடி இது? ரொம்பத்தான் வேடிக்கையாப் பேசறதா நினைப்பா.''

''அப்படித்தானே பாட்டி! அந்தப் பெரிய மனுஷன் என்னைப் பார்த்ததுமே நாணிக் கோணிக் கொண்டான். என்னை ஒரு பெண்ணாவே அவன் பார்க்கலை. பிரபல நடிகை மேனகாவாத்தான் பார்த்தான். அவனால் ஜென்மத்திலும் என் முன்னால ஃப்ரீயா இருக்க முடியாது பாட்டி. பாவம் அந்தப் பையன்! உண்மையிலேயே நல்ல பையனாத்தான் இருக்கான். அவனுக்கு நான் எதுக்கு துன்பம் கொடுக்கணும்? அவனுக்குத் தகுந்த பெண்ணைப் பண்ணிக்கிட்டா தான் நிம்மதியா இருப்பான்.''

''அப்படின்னா உனக்குப் பிடிக்கலைங்கிறியா? பையன் அவ்வளவு அழகா இருக்கான். படிச்சிருக்கான் இன்னும் வேற என்னடி வேணும்?''

''எனக்கு என்ன வேணும்னு சொன்னாலும் உனக்குப் புரியாது பாட்டி. நான் கல்யாணம் பண்ணிக்கப் போகிறவன், பெரிய நடிகைன்னும் என்றும், பெயரும் புகழுமா இருப்பவன்னும் என்னை மறந்து போகச் செய்யறவனா இருக்கணும். தன் வாழ்க்கையில அபூர்வமா கிடைச்ச வரம் நான்னு நினைக்கணும். கல்யாணம் பண்ணிக் கொள்ளணும்னு எனக்கு மட்டும் இல்லையா என்ன? நானும் சரியான ஆளைத் தேடிக்கிட்டுதான் இருக்கேன். எல்லாரும் என்னை நடிகை மேனகாவாகத்தான் பார்க்க விரும்புகிறாங்களே தவிர, என்னை எனக்காக விரும்பலை. அவங்களின் கண்ணெல்லாம் நான் சம்பாதிச்ச பணத்தின் மீதும், பெயரின் மீதும்தான் இருக்கே தவிர என் மீது இல்லை. அவர்களுக்கு என்னோட பணம் தான் வேணுமே ஒழிய நான் தேவையில்லை.

பாட்டி! என் கூட நடிக்கிற லலிதாவின் கதி என்னன்னு பார்த்தியா? எவனோ ஒருத்தன காதலிக்கிறேன்னா அவனை கல்யாணம் செய்துகிட்டா. அதுக்குப் பிறகு அவ வாழ்க்கை ஒரு நரகமாயிட்டது. ஒரு நிமிஷம் கூட லலிதா நிம்மதியா இருக்கலை. அவள் கணவன் எல்லாத்திலும் தலையிட்டுக் கொண்டு பணம் கேட்டு பிடுங்கி சாப்பிட்டுகிட்டு இருக்கான். அவ எவ்வளவு நல்ல நடிகை தெரியுமா? கல்யாணம் பண்ணிக்காம இருந்தா இன்னும்

பத்து வருடங்களுக்காவது யாராலும் அவளைத் தோற்கடிச்சிருக்க முடிந்திருக்காது. தாங்க் காட்! பிரபாகர் இந்த வகையில எனக்குத் தெரிஞ்சோ தெரியாமலோ நன்மை செய்திருக்கான். கல்யாணம்னா என்னன்னு எனக்குச் சரியான பாடம் கற்பிச்சிட்டான்.

கல்யாணமானா வாழ்க்கை சந்தோஷமாக இருக்கணும் பாட்டி. இந்த நடிப்பு வாழ்க்கையைத் திருணமா பாவிச்சி விட்டுடணும். அப்படிப்பட்ட சக்தியை அவன் எனக்குக் கொடுக்கணும். இல்லாட்டா என் கஷ்டங்களை நானே மூட்டைக் கட்டிக் கொண்டாற்போல் ஆயிடும். இதுதான் கடைசி முயற்சின்னு சத்தியம் செய்துட்டே. இனிமே கல்யாணப் பேச்சையே என்கிட்ட எடுக்காதே.''

''ரொம்ப அழகாக இருக்குடி நீ பேசறது. அப்போ என்னவோ பணம் இல்லாமல் உன் கல்யாணம் ஆகலை. இப்போ பணம் அதிகமாகிப் போனதால் உனக்குக் கல்யாணம் நடக்கலை. உன் ஜாதகத்தில் கல்யாண யோகமே இல்லியோ என்னவோ'' என்றாள் மங்களம்.

''சரியா சொன்னே பாட்டி! உண்மையைத்தான் சொல்லியிருக்கே. இளம் வயசுலயே பெண்ணுக்குத் திருமணம் முடிஞ்சிடணும். உலகம் புரியத் தொடங்கிட்டா கல்யாணம்னா பயம் வந்துடும். மனசுக்குப் பிடிச்சவன் கிடைக்கிறதே கஷ்டமாகிடும்.'' மேனகா இதை மாடிக்குப் போய்க் கொண்டே சொன்னாள்.

''அந்த திருப்பதி ஏழுமலையானுக்கு நான் முடிஞ்சி வைச்சிருக்கும் காணிக்கையை செலுத்தும் பாக்கியம் இருக்கோ இல்லையோ?'' மங்களம் வருத்தப்பட்டுக் கொண்டாள்.

46

"நாகலிங்கம்! பத்மாலயா கம்பெனியிடமிருந்து வாங்கிக் கொண்ட அட்வான்ஸைத் திருப்பிக் கொடுத்து விடுங்கள். நான் அந்த சினிமாவுல நடிக்கப் போறதில் லைன்னு சொல்லிடுங்க'' என்றாள்.

''என்னம்மா இது?'' என்றான் நாகலிங்கம் வியப்புடன். அந்த கம்பெனிக்காரர்கள் ஷூட்டிங்கை ரோம், பாரிஸ், சுவிட்சர்லாண்ட் போன்ற இடங்களில் நடத்தி, பெரிய பட்ஜெட்டில் சினிமா எடுக்கணும்னு முயற்சி செய்து கொண்டிருந்தார்கள். மேனகா இரண்டு மாதங்களுக்கு முன்னால் அந்தப் படத்தில் நடிக்க ஒப்புக் கொண்டுமிருந்தாள்.

மேனகா அவன் சந்தேகத்தைப் புரிந்து கொண்டாற்போல் ''ஐந்தாறு வருஷங்களா காலில் சக்கரத்தைக் கட்டிக் கொள்ளாத குறையா அவுட்டோருக்காகச் சுத்தி சுத்தி எனக்கு அலுத்துப் போச்சு நாகலிங்கம். கொஞ்ச நாலாவது வீட்டை விட்டு நகராம இருக்கணும் போலிருக்கு. நிறைய அவுட்டோர் ஷூட்டிங் இருந்தா கால்ஷீட் தராதீங்க. இனிமே ஞாயிற்றுக் கிழமைகளில் நான் வேலை செய்யப் போறதில்லை. இதுக்கெல்லாம் ஒப்புக் கொண்டவர்களுக்கு மட்டுமே கால்ஷீட் கொடுங்க. சினிமாக்கள் குறைஞ்சாலும் பரவாயில்லை. வருஷத்திற்கு ரெண்டோ மூணோ வந்தா போதும்.''

''இப்படிச் சொன்னா எப்படிங்க மேடம்?''

''ஏன்? என்ன விஷயம்?''

''ரெண்டோ மூணோ ஒப்புக்கிட்டா உங்க பெயரில் இருக்கும் கடன்களை எல்லாம் எப்படித் தீர்க்கப் போறீங்க?'' என்று நாகலிங்கம் மேனகா கூல்டிரிங்க்ஸ் பேக்டரியில் இருந்த கடனை, கட்ட வேண்டிய வரிகளை ஓரளவு நினைவுபடுத்தினான்.

நாற்காலியை விட்டு எழுந்துகொள்ளப் போன மேனகா, அப்படியே மீண்டும் பின்னால் சாய்ந்து கொண்டு யோசனையில் ஆழ்ந்து விட்டாள். இந்தக் கடன்களை எல்லாம் அவள் ஏன் வாங்கினாள்? இதைத் தீர்ப்பதற்காக அவள் இத்தனைக் கஷ்டப்பட்டு சம்பாதித்துக் கொண்டிருக்கிறாள். எவ்வளவு சம்பாதித்தாலும் ஏதோ ஒன்றிற்குக் கட்ட வேண்டியிருக்கிறது. பணத்திற்குத் தட்டுப் பாடாகவே இருக்கிறது. பார்க்கப் போனால் முன்னை விட இன்னும் அதிகமாகவே படத்திற்கு ரேட்டும் வாங்குகிறாள்.

இந்தப் பணமெல்லாம் என்னவாகிக் கொண்டிருக்கிறது?

மேனகா பத்மாலாயா கம்பெனி படத்தில் நடிக்கப் போவதில்லை என்று அட்வான்ஸைத் திருப்பிக் கொடுத்து விட்டது தெரிந்து வீட்டிலிருந்த எல்லோரும் திகைத்துப் போய் விட்டார்கள். திரும்பவும் வெளிநாட்டுப் பயணம் இருக்கப் போகிறதென்று சப்புக் கொட்டிக் கொண்டு ஏற்பாடுகளை செய்து கொண்டிருந்த மாதவிக்கும், சுரேஷுக்கும் இந்த செய்தியைக் கேட்டதும் இடி விழுந்தது போல் இருந்தது.

அந்தத் தயாரிப்பாளர் மேனகாவை விட்டு விடுவதாக இல்லை. இருமடங்கு பணம் தருவதாகச் சொன்னார். மூன்றுமடங்கு உயர்த்தினார். இறுதியில் படத்தின் லாபத்தில் பங்கும் தருவதாகச் சொன்னார். ஆனால் மேனகா எதற்கும் பணியவில்லை. ஒப்புக் கொள்ளவே முடியாது என்று மறுத்து விட்டாள். அந்தப் பணம் சாமானியமில்லை என்றும் சம்மதிக்கும்படியும் சுரேஷ் சொன்னான். பலராமனும் வற்புறுத்தினான்.

ஆனால் மேனகா தன் அபிப்பிராயத்தை மாற்றிக் கொள்ளவில்லை. அதே கால்ஷீட்டுகளை சென்னையிலும், அதைச் சுற்றிலும் உள்ள இடங்களில் எடுக்கவிருந்த இன்னொரு சின்ன தயாரிப்பாளருக்குக் கொடுத்துவிட்டாள்.

மேனகா நடிக்கப் போவதில்லை என்று தெரிந்ததும் படத்தயாரிப்பாளர்கள் சிலர் பின் வாங்கிவிட்டார்கள். அதன் விளைவாக அந்த சினிமா நின்று போய்விட்டது. தயாரிப்பாளர் எரிந்து விழுந்தார். ''என்னிடமே அவ இப்படி நடந்துக்கறாளா? நான் யாருன்னு காட்டறேன். பெரிய நடிகைன்னு திமிர் பிடிச்சி அலையிறாள்'' என்று சபதம் செய்தார்.

நிருபர்களைக் கூப்பிட்டார். பெரிய அளவில் பார்ட்டி கொடுத்துவிட்டு, மேனகாவின் நடவடிக்கை சரியாக இல்லை என்றும், திமிராக நடந்து கொண்டதால் தானே அவளை நீக்கிவிட்டுப் புது நடிகையை வைத்துத் தான் படம் தயாரிக்கப்

போவதாகவும் பேட்டி கொடுத்தார். அதனால் எல்லா பத்திரிகைகளிலும் மேனகாவின் நடத்தையைப் பற்றி விதவிதமான செய்திகள் வரத் தொடங்கின. ஆனால் மேனகா அவற்றைப் பொருட்படுத்தவில்லை.

ஹரிகிருஷ்ணாவின் நர்சிங் ஹோமுக்காக இன்ஜினியர் பிளானைத் தயாரித்து அனுப்பியிருந்தார். மேனகா அதை எடுத்துக் கொண்டு அவனிடம் போனாள். ஹரிகிருஷ்ணா வந்திருந்த கடைசி நோயாளியைப் பார்த்து அனுப்பிவிட்டு வந்தான்.

மேனகா அவன் உட்கார்ந்து கொள்ளும் நாற்காலியில் அமர்ந்துகொண்டு பிளானைப் விரித்துக் காட்டினாள். ஹரிகிருஷ்ணா அவளுக்குப் பக்கத்தில் நின்றுகொண்டு அதைப் பார்த்துக் கொண்டிருந்தான். மேனகா அங்கங்கே செய்ய வேண்டிய மாற்றங்களைப் பென்சிலால் குறிப்பிட்டாள். ஹரிகிருஷ்ணா மேனகாவின் புத்திகூர்மையையும், யோசிக்கும் திறமையும் கண்டு வியப்படைந்தான்.

மேனகா பிளானைப் பக்கத்தில் வைத்துவிட்டு, பேக்கைத் திறந்து செக் புத்தகத்தை எடுத்தாள். செக்கில் ஒரு லட்ச ரூபாய்க்கு எழுதி கையெழுத்துப் போட்டுவிட்டு, ஹரிகிருஷ்ணாவிடம் கொடுத்தாள்.

அதைப் பார்த்து அவன் ஆச்சரியத்துடன் ''மேனகா! என்ன இது?'' என்றான்.

''நீங்கள் கட்டப் போற ஆஸ்பத்திரிக்கு இது நன்கொடை இல்லை. என்னைப் போன்ற ஆதரவற்றவர்களுக்கு நீங்கள் செய்யும் உபகாரத்தில் கொஞ்சம் நானும் பங்கெடுத்துக்கறேன். எனக்கு இந்தத் தகுதியிருக்குன்னு நினைக்கிறேன்.''

ஹரிகிருஷ்ணா மேனகாவையே பார்த்துக் கொண்டிருந்தான். அந்தக் கண்கள் தூய்மையாக இருந்தன. அம்முகத்தில் அபூர்வமான பண்பு இருந்தது. அழுத்தமாக வாரி கேசத்தை முடிச்சுப் போட்டுக் கொண்டிருந்தாள். காதுக்கும், கழுத்துக்கும், கைகளிலும் முத்து நகைகள். வெள்ளையில் பச்சை நிறத்தில் கட்டம் போட்ட சில்க் காட்டன் புடவை. அந்தப் புடவையில் மெலிதாக இருக்கும் மேனகா சற்று பூசினாற்போல் கம்பீரமாகவே தென்பட்டாள். அவள் அப்படி உட்கார்ந்திருந்தது ப்ரிஸ்கிருப்ஷன் எழுதித் தரும் டாக்டர் போல் இருந்தது.

''என்ன ஹரி அப்படிப் பார்க்கிறீங்க? எனக்கு ஏதாவது கொம்புகள் முளைச்சிருக்கான்னா?'' முறுவலுடன் அவள் கேட்டாள்.

''ஊஹும். என் கண்களுக்கு நீ ஒரு டாக்டராவே தென்படுகிறாய்.'' மின்னு..''

மேனகாவின் கண்கள் படபடத்தன. ''தாங்க்யூ. இந்த ஜென்மத்தில இதைவிட நல்ல காம்பிளிமெண்ட் இருக்காதுன்னு நினைக்கிறேன்'' என்றாள். அவன் தந்த முயல் பொம்மையையும், அவளையும் மாறி மாறிப் பார்த்தான். ஒரு காலத்தில் ஆதரவின்றி பீஸ்கூடத் தர வழியில்லாமல் இருந்த மேனகா இன்று அவன் நாற்காலியில் உட்கார்ந்துகொண்டு அனாயாசமாக ஒரு லட்சத்திற்கு செக் எழுதிக் கொடுக்கிறாள். இந்த நிமிடம் தன் வாழ்க்கையிலேயே அற்புதமான தருணமாக அவனுக்குத் தோன்றியது.

மேனகா தினமும் ஷூட்டிங் முடிந்ததுமே நேராக ஹரிகிருஷ்ணாவின் க்ளினிக்கிற்கு வந்து விடுவாள். இருவரும் உட்கார்ந்து நர்சிங் ஹோம் பற்றிப் பேசுவார்கள். அதற்கு வேண்டிய ஏற்பாடுகளை எல்லாம் மேனகாவே பார்த்துக்கொண்டாள்.

ஒரு நாள் எளிமையாக மேனகா தானே தேங்காயை உடைத்து நர்சிங் ஹோமுக்கு அடிக்கல் நாட்டு விழாவை நடத்தினாள். அங்கே கேமிராக்கள் இல்லை. எந்த ஒரு பரபரப்பும் இல்லை.

''மின்னு! உனக்கு எப்படி நன்றி சொல்றதுன்னு எனக்குத் தெரியலை. யோசிச்சிப் பார்த்தா, அன்னைக்கு நான் நம் நாட்டை விட்டு அமெரிக்காவுக்குப் போறேன்னு சொன்னது எவ்வளவு முட்டாள்தனம்னு இப்பதான் தோணுது. நீ சரியான சமயத்தில வந்து என்னைக் காப்பாத்திட்டே. நீ தான் உண்மையில் என்னோட உயிர் சிநேகிதி. சிநேகம்னா இதானே மின்னு! வாழ்க்கையில் அடிபட்டு மனுஷன் திக்குத் தெரியாம தவிச்சிக்கிட்டிருக்கும்போது கைகொடுத்து உதவறது. தாங்க்யூ மின்னு... தாங்க்யூ ஸோ மச்!''

மேனகா பதில் பேசவில்லை. கண்ணீரை அடக்கிக் கொள்ள அவளுக்குப் பெரும் முயற்சி தேவைப்பட்டது. வீட்டுக்குத் திரும்பி வந்த பிறகும் ''நீ தான் என்னோட உயிர் சிநேகிதி'' என்று ஹரிகிருஷ்ணா சொன்னது திரும்பத் திரும்பக் காதில் கேட்டுக் கொண்டிருந்தது. மேனகாவுக்குத் திருப்தியாக இருந்தது. சுயநலமில்லாமல் ஒரு நல்ல காரியம் செய்தபோது மனிதனுக்கு ஏற்படும் திருப்தி அது. நாம் செய்யும் காரியம் நல்ல விளைவுகளைத் தந்தால் கிடைக்கும் சந்தோஷம் அது.

மேனகா ஷூட்டிங்கிலிருந்து வருவதற்குத் தாமதம் ஆனால் ஹரிகிருஷ்ணாவுக்குப் போன் செய்து விடுவாள். சிலசமயம் மேனகா போகும்போது நோயாளிகள் எல்லோரும் போய் விட்ட

பிறகும் அவளுக்காகக் காத்திருப்பான் அவன். மேனகாவைப் பார்க்காமல் அவனும் வீட்டிற்குப் போக மாட்டான்.

ரேகா அவனுடன் சுமுகமாக இருப்பதாகவே தோன்றியது. மேனகா ஒரு முறை அவன் வீட்டிற்குப் போனாள். ரேகா தன் கணவனிடம் அன்புடன் இருப்பது போலவே பேசிப் பழகினாள்.

''இந்த நாட்ல இருந்தா என்ன கிடைச்சிடும்? அமெரிக்காவுக்குப் போனா கை நிறைய சம்பாதிக்கலாம். நீங்க அவரை அமெரிக்காவுக்குப் போகச் சொல்லுங்க. உங்கள் பேச்சை அவர் தட்டமாட்டார். சொல்லுங்க'' என்றாள்.

மேனகாவால் பதில் சொல்ல முடியவில்லை. ரேகாவுக்கும், ஹரிகிருஷ்ணாவுக்கும் அடிப்படைக் கருத்துகளில் கொஞ்சம்கூட ஒற்றுமையில்லை என்று புரிந்து கொண்டாள்.

47

மேனகா மகாபலிபுரத்திற்கு ஒருமுறை அவுட்டோர் ஷூட்டிங்கிற்குப் போனாள். இரண்டு நாட்கள் ஷூட்டிங் நடந்தது. மூன்றாவது நாள் ஷூட்டிங்கை முடித்துக் கொண்டு வரும்போது லாரி ஒன்று பிரேக் பெயில் ஆகிவிட்டதால் காரின் மேல் வந்து மோதிவிட்டது. ஆனாலும் டிரைவர் சாமர்த்தியமாக காரைத் திருப்பி விட்டதால் பள்ளத்தில் சரிந்து விட்டது. மேனகாவுக்கும், டைரக்டருக்கும் நன்றாக அடி பட்டுவிட்டது. டிரைவருக்கு கால் பிராக்சர் ஆகிவிட்டது.

மறுநாள் பேப்பரில் இந்தச் செய்தி வந்து விட்டது. இரண்டு நாட்கள் ஷூட்டிங் பாக்கியிருந்தது. மேனகாவுக்கு முகத்திலும், முழங்கையிலும், முழங்காலிலும் அடிபட்டிருந்தது. லேசாக ஜுரம்

வந்துவிட்டது. டாக்டர் பேண்டேஜ் போட்டு விட்டு நன்றாக ஓய்வு எடுத்துக் கொள்ளச் சொன்னார்.

மேனகா மகாபலிபுரத்திலிருந்த ஒரு தனியார் கெஸ்ட் ஹவுசில் தனக்காக ஒதுக்கப்பட்டிருந்த அறையில் ஓய்வாகப் படுத்துக் கொண்டிருந்தாள். அங்கிருந்து ஜன்னல் வழியாகப் பார்த்தால் கடல் தென்பட்டது. மேனகாவைப் பார்க்க விசிட்டர்கள் கூடிவிட்டார்கள். அவர்களையெல்லாம் போலீஸ் வைத்துத் தடுத்துவிட்டு மேனகாவுக்கு ஓய்வு கிடைக்கும்படியாக செய்வதற்குள் நாகலிங்கத்திற்குப் பெரும்பாடாகிவிட்டது.

மதிய நேரம். நாகலிங்கம் கதவைத் தட்டிவிட்டு உள்ளே வந்தான். ''மேடம்! டாக்டர் வந்திருக்கிறார்'' என்றான்.

கட்டில் மீது படுத்திருந்த மேனகா கண்களைத் திறந்து பார்த்தாள். ''எந்த டாக்டர்?'' என்று அவள் கேட்பதற்குள் ஹரிகிருஷ்ணா உள்ளே வந்து விட்டான். அவன் உடைகள் கசங்கியிருந்தன. கிராப் கலைந்திருந்தது. நேராக மேனகாவிடம் வந்தான்.

''மின்னு! எப்படி இருக்கே? நல்லா அடிபட்டுட்டதா?''

எதிர்பாராமல் அவனைப் பார்த்ததில் மேனகா மகிழ்ச்சியுடன எழுந்து உட்கார்ந்து கொண்டாள். ''பரவாயில்லை ஹரி'' என்றாள்.

அவன் மேனகாவின் நெற்றியில் கையை வைத்துப் பார்த்தான். ''ஜுரம் இருக்கு'' என்றான். காயங்களைப் பரிசோதித்துவிட்டு ''காலையில் காபி குடிக்கும்போதுதான் பேப்பரில் இந்தச் செய்தியை நான் பார்த்தேன். என் உயிரே போய்ட்டாற்போல் இருந்தது. ரேகா ஏதோ சொல்லிக்கிட்டிருந்தா. என் காதுல எதுவும் விழவே இல்லை. சட்டென்று கிடைச்ச சட்டையை மாட்டிக்கிட்டு வந்துட்டேன். பஸ்டேண்டுக்கு வந்தப்ப பஸ் போய்ட்டிருந்தது. லாரி ஒண்ணு கிடைச்சது. அதுல ஏறி வந்துட்டேன். ஆக்சிடெண்ட் என்று எழுதியிருந்தார்கள். காயம் சொற்பம் என்றார்கள். ஷூட்டிங் தள்ளிப் போடப்பட்டது என்றும் எழுதியிருந்தார்கள். சொற்ப காயங்கள்னா ஷூட்டிங்கை ஏன் தள்ளிப் போடணும்னு நினைச்சேன்.''

அவன் பரபரப்பைப் பார்க்கும்போது மேனகாவுக்குச் சந்தோஷமாக இருந்தது. ''முதலில் குளியுங்க'' என்றாள் மேனகா.

சிறுமி கலாபோய் ஹரிகிருஷ்ணா குளிப்பதற்கு ஏற்பாடு செய்தாள். நாகலிங்கம் சலவை செய்த வேட்டியைக் கொடுத்தான். மேனகா ஹரிகிருஷ்ணாவின் உடைகளை அர்ஜெண்ட் சலவைக்குத் தரச்சொல்லி உத்தரவிட்டாள். கலா கொண்டு வந்த தேநீரை இருவரும் குடித்தார்கள்.

''உன்னைப் பார்த்த பிறகுதான் மின்னு என்னோட உயிரே திரும்பி வந்தது. மாதவி ஏன் உன்னுடன் வரலை?'' என்று கேட்டான்.

''மாதவியின் நாத்தனாருக்குக் கல்யாணம்'' என்றாள்.

ஹரிகிருஷ்ணா மேனகா சாப்பிடும் மருந்து மாத்திரைகளைப் பார்த்தான். சிலவற்றை மாற்றிக் கொடுத்தான். ''நாளைக்கு ஜுரம் நல்லாக் குறைஞ்சிடும்'' என்றான். அன்று இரவே திரும்பிப் போய் விடுவதாகச் சொன்னான். மறுநாள் ஞாயிற்றுக்கிழமை. க்ளினிக், மற்றும் பேக்டரிக்கு விடுமுறைதான். மேனகா அவனை தங்கிவிடச் சொல்லிக் கேட்டுக் கொண்டாள். அவனால் மறுக்க முடியவில்லை. அடுத்த வாரத்திலிருந்து கொஞ்ச நேரம் கிளினிக்குக்கும் வந்துடுங்க. என்னாட்டம் கேஸ் வந்தா உதவலாம்லே? என்றாள் அவள்.

மதியம் இருவரும் ஒன்றாகச் சாப்பிட்டார்கள். மேனகாவிடம் திரும்பவும் அதே உணர்வு. அவன் முன்னிலையில் அவளுக்குத் தைரியமும், நிம்மதியும் ஏற்படும். வாழ்க்கை பற்றிய எந்த பயமும் இருக்காது. தனக்கு என்னவானாலும் பரவாயில்லை என்று தோன்றும். இந்தத் தெம்பு வங்கியில் பத்து லட்சங்கள் இருந்தாலும் வருவதில்லை. தன் மனதில் என்ன இருக்கிறதென்று மேனகாவுக்குப் புரியவில்லை.

மேனகாவுக்கு இன்னும் ஜுரம் இருந்தது. முகம் சோர்ந்துபோய் வாடியிருந்தது. ஹரிகிருஷ்ணா மேனகாவிடம் தான் அமெரிக்காவில் வேலை பார்த்த அனுபவங்களைச் சொல்லிக் கொண்டிருந்தான். அங்கே பணம் எந்த அளவுக்கு அதிகமாகச் சம்பாதிக்க முடியுமோ, அதேபோல நோயாளிகளால் வரும் தொல்லைகளும் அதிகம்தான். தனக்குத் தெரிந்த டாக்டர் ஒருவர் நோயாளி ஒருத்திக்கு சிகிச்சை செய்தபோது முகத்தில் தழும்பு தெரியும்படி தையல் போட்டுட்டார் என்றும், அதனால் தன்னுடைய அழகு குறைந்துவிட்டதாக அவள் அவர் மீது கேஸ் போட்டு ஜெயித்த விவரத்தையும் சொன்னான்.

அதற்குள் நாகலிங்கம் உள்ளே வந்தான். அவன் கையில் ஒரு டெலிகிராம் இருந்தது. அவன் வாயெல்லாம் பல்லாக இருந்தது. கையில் இருந்த தந்தியைக் காட்டியபடி கங்கிராட்சுலேஷன்ஸ் மேடம்! வெங்கடேஸ்வரா யூனிவர்சிடீ உங்களுக்கு டாக்ரேட் கௌரவப்பட்டம் வழங்கப் போவுதாம். அடுத்த மாசம் ஆறாம் தேதி விழா இருக்குமாம்'' என்றான்.

''உண்மையாகவா?'' மேனகா கட்டிலை விட்டு வியப்புடன் ஒரே பாய்ச்சலில் எழுந்தாள். அவன் கையிலிருந்து டெலிகிராமைப் பிடுங்கிப் பார்த்தாள். ''மைகாட்!'' தாங்க முடியாத மகிழ்ச்சியில் ஒரு சிறுமியைப்போல இரு கைகளையும் கன்னத்தில் அழுத்திக் கொண்டாள்.

"போதும் மின்னு. ப்ளீஸ் உடம்புக்கு ஆகாது. ரொம்ப குதிக்காதே" என்றபடி ஹரிகிருஷ்ணா மேனகாவின் கையிலிருந்த டெலிகிராமை வாங்கிப் பார்த்தான். அவனுக்கும் தாங்க முடியாத சந்தோஷம் ஏற்பட்டது. கையை நீட்டி "கங்கிராட்சுலேஷன்ஸ் மின்னு! நீயும் இப்போ ஒரு டாக்டர். ஹலோ டாக்டர் மேனகா!" என்று சொல்லிக் கொண்டே சட்டென்று மேனகாவை முழங்கால்களைச் சுற்றிக் கைகளைப் போட்டு அலாக்காய் தூக்கியேவிட்டான்.

கலா கைகளைத் தட்டினாள். நாகலிங்கம் கூட கைகளைத் தட்டிச் சிரித்துக் கொண்டிருந்தான். அதற்குள் இந்த விஷயம் தெரிந்து யூனிட் போட்டோகிராபர்கள் கேமிராவை மாட்டிக் கொண்டு ஓடி வந்தார்கள்.

ஹரிகிருஷ்ணா மேனகாவைத் தூக்கிவிட்டான். மேனகா அவன் தோளில் கைகளை ஊன்றிக் கொண்டு சிரித்தபடி அவனைப் பார்த்துக் கொண்டிருந்தாள். கேமிராக்கள் மளமளவென்று மின்னின.

"நோ அவுட் சைடர் ப்ளீஸ்!" நாகலிங்கம் இரண்டு போட்டோகிராபரின் தோளைப் பிடித்து வெளியே இழுத்துக் கொண்டு போய் கதவைச் சாத்திவிட்டான். போன் ஒலித்ததால் கலா அங்கிருந்து போனாள்.

அறையில் மேனகா, ஹரிகிருஷ்ணா இருவர் மட்டுமே இருந்தார்கள்.

"சந்தோஷமா இருக்கா மின்னு?" முகவாயைத் தூக்கிப் பிடித்துக் கொண்டே கேட்டான் ஹரிகிருஷ்ணா.

"ரொம்ப! ரொம்ப இந்த நல்ல செய்தியை உங்களுடன் சேர்ந்து பகிர்ந்து கொண்டது எனக்கு இன்னும் ரொம்ப சந்தோஷமாயிருக்கு." மேனகாவுக்குத் தொண்டையில் ஏதோ அடைப்பதுபோல் இருந்தது.

ஹரிகிருஷ்ணாவுக்கு அப்பொழுதுதான் தான் மேனகாவை அலாக்காய்த் தூக்கியது நினைவுக்கு வந்தது. இருவர் கண்களும் ஒன்றையொன்று சிறைப் பிடித்து விட்டாற்போல் அப்படியே நிலைத்துவிட்டன. மேனகாவின் கைகள் அவன் தோள்களை அழுத்திப் பிடித்துக் கொண்டிருந்தன.

அவன் மெதுவாக, ரொம்பவும் மெதுவாக அவளைக் கீழே இறக்கி விட்டான். மேனகா கட்டிலில் உட்கார்ந்து கொண்டாள். அவன் அப்படியே நின்று கொண்டிருந்தான்.

மேனகாவின் இதயம் விநோதமாகப் படபடத்துக் கொண்டிருந்தது. இங்கே யாருமே இல்லாமல் இருந்தால்! தானும், அவனும் மட்டும் இருந்தால்! மேனகாவுக்கு அவன் கழுத்தைச் சுற்றிலும் கைகளைப் போட்டுக் கொள்ள வேண்டும் போல் இருந்தது. அவன் மார்பில் முகம் புதைத்துக் கொள்ள வேண்டும் போல் இருந்தது. அவன் உடம்பில் இருந்த ஏதோ ஒருவித காந்தசக்தி மேனகாவின் உடலை பலமாக அவன் பக்கம் இழுத்துக் கொண்டுவிட்டிருந்தது.

அதற்குள் நாகலிங்கம் வந்து விட்டான். ''மேடம்! நீங்க நீட்டா டிரெஸ் பண்ணிக்கிறீங்களா? தயாரிப்பாளரும், இயக்குனரும் உங்களுக்கு வாழ்த்துக்களைத் தெரிவிப்பதற்காக வந்திருக்காங்க'' என்றான்.

''கலா! எங்கேடி கலா, இந்தக் கலா எங்கே போனா?...'' பதில் குரல் வந்தது. ''எங்கே போய்ட்டே? என் புடவை, ஜாக்கெட்டெல்லாம் கொண்டு வா'' என்றாள் மேனகா.

ஹரிகிருஷ்ணா அங்கிருந்து போய் விட்டான். தயாரிப்பாளர், இயக்குனர், ஹீரோ மற்றவர்கள் வந்தார்கள். தயாரிப்பாளர் ஒரு பொகேவைக் கொடுத்துவிட்டு ''எங்கள் சினிமா ஷூட்டிங்கில இருக்கும்போது உங்களுக்கு இந்த வெற்றி கிடைச்சது எங்க அதிர்ஷ்டம்மா'' என்றார். ''நாளைக்கே வர்றாப்ல ஒரு முழுப்பக்க விளம்பரம் குடுத்துட்டோம்.''

எல்லோரும் நின்றுகொண்டு வரிசையாக போட்டோ எடுத்துக் கொண்டார்கள். அவர்களுடன் உட்கார்ந்து தேநீர் குடித்துக் கொண்டிருந்தாள் மேனகா. அவர்களுடன் பேசிக் கொண்டிருந்தாலும் அவள் மனம் அங்கே இருக்கவில்லை.

ஜன்னல் வழியாக ஹரிகிருஷ்ணா தென்பட்டான். தொலைவில் புல்தரையைச் சுற்றிலும் போட்டிருந்த இரும்புச் சங்கிலியைப் பிடித்துக் கொண்டு ஏதோ யோசனையில் ஆழ்ந்து போனவனாக அவன் நின்றிருந்தான்.

மேனகாவுக்குத் திரும்பவும் அதே உணர்வு! பின்னாலிருந்து சின்னப் பெண்ணைப் போல் அவனிடம் ஓடிப் போய், அவன் கையைப் பிடித்துக் கொள்ள வேண்டும். அவனுக்கு நெருக்கத்தில் இருக்க வேண்டும்.

48

வெங்கடேஸ்வரா பல்கலைக்கழகத்தார் பலத்த மாணவ மணிகள் ஆரவாரத்திற்கிடையே வழங்கிய டாக்ரேட் கௌரவப் பட்டத்தைப் பெற்றுக் கொண்டபோது மேனகாவின் கண்கள் குளமாகிவிட்டன. சின்ன வயதில் பள்ளிக்கூடத்திற்குப் போக வேண்டும் என்றும், படிக்க வேண்டுமென்று ஆசைப்பட்டும் போக முடியாமல் தான் பட்ட வேதனைகள், தவிப்புகள் நினைவுக்கு வந்தன. கலைச்செல்வி சரஸ்வதி தனக்குக் கொடுத்த அபூர்வமான வரம் இது என்றே நினைத்தாள்.

முன்பு ஒரு தடவை ஹரிகிருஷ்ணா சொன்னது நினைவுக்கு வந்தது. ''மின்னு! ஆதரவு இல்லாத பெண்களின் வாழ்க்கை பரமபத சோபனம் போல. நிறைய பேர் பாம்பின் வாயில் விழுந்து கொண்டிருப்பார்கள். லட்சத்தில் ஒருத்தருக்கு ஏணியில் ஏறும் அதிர்ஷ்டம் கிடைக்கும். உனக்கும் அந்த அதிர்ஷ்டம் துணையிருக்கு. அதை மறுக்க மாட்டேன். ஆனால் அந்த அதிர்ஷ்டத்தைத் தக்க வைத்துக் கொள்வதில் உன் சுய முயற்சி அபாரமாக இருக்கும்மா. அது பெரும்பாலானவர்களுக்குத் தெரியாது.''

வாழ்க்கையைப் பற்றி ஹரிகிருஷ்ணா விளக்கிச் சொல்லும்போது ரொம்பவும் சந்தோஷமாக இருக்கும். தன் மனதை, தவிப்பைப் புரிந்து கொண்டவன் அவன் ஒருத்தன்தான் என்று தோன்றும்.

மேனகா மாலையில் தயாராகிக் கொண்டிருந்தபோது கலா வந்தாள். ''அம்மா! உங்களைப் பார்க்க வரப் போவதாக மாதர் சங்க செகரெட்ரி டைம் கேட்டு போன் செய்தாங்க'' என்றாள்.

''நான் வீட்ல இல்லைன்னு சொல்லிடு.''

''அது இல்லைம்மா....''

''மேற்கொண்டு எதுவும் பேசாதே.'' எரிந்து விழுந்தாள். பிளவர் ஷோ எக்ஸிபிஷன் ஒன்று இருந்தது. அதைத் திறந்து வைப்பதற்காக மேனகா முக்கிய விருந்தினராப் போய்க் கொண்டிருந்தாள்.

வெறுமனே சினிமாக்களில் நடித்துக் கொண்டிருந்தால் மட்டும் போதாது. அவ்வப்பொழுது இது போல் திறப்பு விழாக்களுக்கும், சபைகளுக்கும் போய் வெளியில் உள்ள மக்களுக்கு நடுவில் இருக்குமாறு பார்த்துக்கொள்ள வேண்டும். அவற்றைப் பற்றிய செய்திகள் பத்திரிகைகளில் வர வேண்டும். இதுவும் ஒரு விதமாக விளம்பரம்தானே.

மேனகா தயாராகி மளமளவென்று கீழே இறங்குவதற்காக வாசலைத் தாண்டும்போது படி ஏறி வந்து கொண்டிருந்த பூஷணம் தென்பட்டார். என்றும் இல்லாதவாறு மேனகாவைப் பார்த்து அவர் முறுவலித்தார்.

''எங்கே போகிறாயம்மா?'' என்று கேட்டார்.

மேனகா நின்றுவிட்டாள். உலகத்தின் எட்டாவது அதிசயத்தைப் பார்த்தாற்போல் சிலையாகி விட்டாள் அவள். ''சரி, புறப்பட்டுட்டே இல்லையா. போய்ட்டு சீக்கிரம் வந்துடு'' என்றார் அவர்.

மேனகா காரை நெருங்கினாள். பூஷணம் பெரிதாகக் குரல் கொடுத்துக் கத்தினார். ''டேய் யாரடா அங்கே? அம்மா வர்றபோது கார் கதவைத் திறந்து பிடிச்சிக்கணும்னு கூடத் தெரியாதா?'

தொலைவில் கூர்க்காவுடன் பேசிக் கொண்டிருந்த டிரைவர் ஓட்டமாக ஓடி வந்தான். அதற்குள் பூஷணமே போய்க் கதவைத் திறந்து மேனகாவுக்காகப் பிடித்துக் கொண்டார். டிரைவரைப் பார்த்துக் கோபமாக ''உங்களுக்கெல்லாம் கை நிறைய சம்பளம் கொடுக்கறது எதுக்கு? தீவட்டித் தடியன்களைப் போல நிற்பதற்காகவா? அவளுடைய நல்லதனத்தைப் பார்த்து நீங்கள்லாம் தலைக்கு மேல உட்கார்ந்து ஆடுறீங்க'' என்றார்.

கார் புறப்பட்டது. காரில் போய்க் கொண்டிருந்தபோது இது கனவா அல்லது நினைவா என்று அவளுக்குத் தோன்றியது. அவர் நடந்து கொண்ட விதமும், காட்டிய பரிவும் ..... மேனகாவுக்குத் தலை சுற்றுவது போல் இருந்தது. அவர்தானா இவர்!

சுமார் இரண்டு மணி நேரம் கழித்து மேனகா கலந்துகொண்ட விழா முடிந்து அவர்கள் கொடுத்த தேநீரைக் குடித்துவிட்டு வீட்டிற்கு வந்தாள்.

வீட்டில் தந்தையும், சுரேஷும் உட்கார்ந்து பேசிக் கொண்டிருந் தார்கள். ரஞ்சனியும், மாதவியும் அங்கேதான் இருந்தார்கள்.

குழந்தை பூஷணத்தின் மடியில் உட்கார்ந்து விளையாடிக் கொண்டிருந்தான்.

மேனகா மாடிக்குப் போக முயன்றபோது மாதவி வந்து கூப்பிட்டாள். "அக்கா! இப்படி வாயேன்."

மேனகா நின்றாள். "ஏன்?" என்ன மதூ?

"இப்ப வேற வேலை எதுவும் உனக்கு இல்லியே? உனக்கு எப்பவுமே ஓயாது ஒழியாது. வீட்டில இருக்கற கொஞ்ச நேரமாவது எங்களோட சேர்ந்து இரேன்கா. அப்பா கூப்பிடறார், வா" என்றாள்.

"என்ன விஷயம் சொல்லு."

சுரேஷ் எழுந்து வந்தான். "வந்து இப்படிக் கொஞ்சம் உட்காருங்க. உங்களோட ஒரு முக்கியமான விஷயமாய்ப் பேசணும்" என்றான்.

"என்னது?"

"அட! முதல்ல நீங்க வந்து இப்படி உட்காருங்கன்னா. எங்களை இப்படி வேத்து மனுஷங்களப்போல நினைச்சே பேசறீங்களே? ஏன்?"

மேனகா திரும்பி வந்தாள். அங்கிருந்த சோபாவுக்குப் பக்கத்தில் அமைதியாக நின்றாள். உட்காரவில்லை. பூஷணம் பேரனுக்கு விளையாட்டுக் காட்டிக் கொண்டிருந்தார்.

"சொல்லுங்கள். என்ன விஷயம்?" வேறெங்கோ பார்த்தபடி கேட்டாள்.

சுரேஷ் முதலில் தயங்கினான். பிறகு தைரியமாகச் சொல்லிவிட்டான். "இத பாருங்க. உங்ககிட்ட ஒரு சேதி சொல்லப் போறோம்..."

"என்ன?"

"உங்க அப்பா முனிசிபல் எலெக்ஷன்ல நிற்கப் போறாங்க. நாம் சும்மா பணம் சம்பாதிச்சிட்டா மட்டும் போதுமா? கொஞ்சம் வெளியே அலைஞ்சி திரிஞ்சி பெயரும் புகழும் கிடைக்கும் காரியங்களையும் செய்யணும். அவருக்காக நீங்கள் பிரசாரத்திற்குப் போனீங்கன்னு வையுங்க. வாக்குகள் மழையைப் போல் வந்து விழும். இங்கேருந்து தொடங்கினா மெதுவா அரசியல்ல... பின்னால நீங்களே கூட இறங்கலாம். நமக்குப் பணம் மட்டுமில்லை. அதிகாரமும் இருக்கணும். இதில் நீங்க மறுப்பதற்கு எதுவுமே இல்லைன்னு எனக்குத் தெரியும். உங்களைக் கேட்கவே தேவையில்லன்னு கூடச் சொன்னேன் கேட்கலே. எந்த மகளுக்குத்

தான் தன் அப்பா பெரிய ஆளா வர்றது பிடிக்காது? இருந்தாலும் உங்களிடம் ஒரு வார்த்தை சொல்லணும் இல்லையா?''

மாதவி அருகில் வந்து நின்று சந்தோஷத்துடன் சொன்னாள். ''ஆமாம்கா. அப்பாவை நாம எப்படியாவது ஜெயிக்க வச்சி இந்த நகரத்து மேயராக்கிடணும்கா. மேயரின் மகள்கள் என்று சொன்னா நமக்கெல்லாம் எவ்வளவு மதிப்பு? அந்தத் தந்தையின் மகள்களா இருக்க நமக்கு எவ்வளவு பெருமை?''

மேனகாவுக்குப் புரிந்து விட்டது. தான் கிளம்பும்போது பூஷணம் காட்டிய பரிவுக்கும், அன்புக்கும் பின்னால் இருந்த பெரும் சுயநலம் புரிந்து விட்டது. அவளுக்கு ஆவேசம் பொத்துக் கொண்டு வந்தது. உள்ளங்கைகளை மூடி இறுக்கியபடி நின்றாள்.

''சொல்லுக்கா?''

மேனகா மாதவியை நோக்கித் திரும்பினாள். அந்த முகத்தில் ரோஷம் பளபளத்துக் கொண்டிருந்தது. மூக்குப் புடைத்துச் சிவந்தது. ''மாதவி! முதல்ல இந்த விஷயத்தைச் சொல்லு. யார் தந்தை? யார் மகள்?'' கடுமையாக அவளை உலுக்கி எடுப்பது போல் இப்படிக் கேட்டதும் மாதவியின் முகம் களையிழந்தது.

பூஷணத்தைக் காட்டிவிட்டு ''என்னக்கா இது? அவரு நம்ம அப்பா. நாம அவருடைய மகள்கள்'' என்றாள் தட்டுத்தடுமாறி.

''அவர் எனக்குத் தந்தையில்லை. நானும் அவருக்கு மகள் இல்லை. என் தந்தைன்னு சொல்லிக் கொள்ள ஒண்ணு அவருக்கு மூளையில்லாம போயிருக்கணும். அல்லது பைத்தியம் பிடிச்சிருக்கணும்.''

''மேனகா!'' பூஷணம் எழுந்து நின்று அந்த மாளிகை வராண்டாவே அதிரும்படி கத்தினார்.

அவர் கத்தலுக்கு மேனகா கொஞ்சமும் அசரவில்லை. பயமோ, தயக்கமோ எதுவும் இல்லாமல் நேரிடையாகவே சொன்னாள். ''ஹும்! தந்தையாம் தந்தை! இப்படிப்பட்டவங்களால் தந்தைங்கிற புனிதமான அந்தச் சொல்லுக்கே அவமதிப்பு ஏற்படும். மரியாதை கெட்டுடும்.''

''மேனகா! நான் உன் அப்பா இல்லையா? உங்க அம்மாவைச் சொல்லச் சொல்லு.'' பூஷணம் சிவந்த கண்களுடன் கத்தினார்.

மேனகா தாயை நோக்கித் திரும்பினாள். ரஞ்சனி, பயந்து போய் கலக்கத்துடன் நின்றிருந்தாள்.

''அம்மா சொல்லாமல் என்ன? நிறைய தடவை சொல்லியிருக்காங்க. எங்க அம்மா சொன்ன தந்தை, நான் ஊகித்துக்

கொண்டிருந்த தந்தை நீங்க இல்லவே இல்லை. தந்தையாம். தந்தை! குழந்தைகளைப் பெத்துகிட்டு மாத்திரத்தில் தந்தைன்னு சொல்லிக்கற அதிகாரம் வந்துடாது. கஷ்டமோ நஷ்டமோ அவர்களை வளர்க்கணும்.''

மேனகாவின் கண்களில் நீர் பொங்கி வந்தது. ''சிறகு முளைக்காத அந்தக் குஞ்சுகளை சிறகு முறைக்கிற வரைக்கும் அன்புங்கிற கூட்ல பத்திரமா வச்சி உலகத்தோட பிடியிலேயிருந்து கவனமா காப்பாத்தணும். பணம் இருக்கு இல்லைங்கறது ஒரு பேச்சே இல்லை. அவர்களுக்கு பக்குவமா பாதுகாப்புத் தரணும். அப்படிப் பார்த்துக் கொண்டவன் தான் தந்தை. நீங்க? தந்தைங்கிற சொல்லுக்கே பெரும் வெட்கக்கேடு. உங்களாட்டம் ஒருத்தருக்கு மகளா பிறந்தது என்னோட துரதிர்ஷ்டம்.''

மேனகா சுரேஷை நோக்கித் திரும்பினாள். ''உங்கள் மாமனார் மேயராகணும்னு தவிப்பா இருந்தா நீங்களே ஏதாவது செய்துக்கோங்க. இதில என்னை மட்டும் இழுக்க வேணாம். என்னால் கடுகளவும் உதவி செய்யவே முடியாது.''

இப்படி சொன்னா எப்பிடிக்கா? என்றாள் மாதவி.

இருடி பேசாம... இந்த ஆள்கிட்ட ஒவ்வொரு தடவையும் மாட்டி மொத்துப்பட்டதும் அவமானப்பட்டதும் நான்தானே? உனக்கெப்படி அதோட வலி... காயமெல்லாம் தெரியும்?

மேனகா போகப் போனவள் திரும்பி மேலும் சொன்னாள். ''இத பாருங்க... இன்னமும் ஏமாறுவாங்கன்னு மட்டும் யாரும் நினைக்காதீங்க.. அது மட்டுமே இல்லை. பிரெஸ்காரர்கள் யாராவது வந்து என்னைக் கேட்டால் இவர் எப்படிப்பட்ட சுயநலவாதின்னும், பெத்த மகளை பத்துப்பேருக்கு முன்னால் திருடின்னும், பைத்தியம்னும் எப்படி எல்லாம் அவமானப்படுத்தினார்னு விளக்கமா சொல்லியே தீருவேன். நீங்க யாருமே வந்து என்னைத் தடுத்துட முடியாது.'' மேனகா விருட்டென்று அம்புபோல் மாடிக்குப் போய்விட்டாள்.

எல்லோரும் அப்படியே சிலைபோல் நின்று விட்டார்கள். அந்தச் சிறுவன் கூட மிரட்சியோடு இருந்தான். பூஷணம் ரயில் இன்ஜினைப் போல் புஸ் புஸ் என்று மூச்சு விட்டுக் கொண்டிருந்தார். ''எவ்வளவு திமிர் அவளுக்கு! எவ்வளவு அகம்பாவம் பாரு!'' பற்களை நறநறவென்று கடித்தார்.

சுரேஷின் முகம்கூடக் கோபத்தாலும் அவமானத்தாலும் சிவந்து போய்விட்டது. ''இவங்க அப்படித்தான் மாமா பண்ணுவாங்க. அப்படித்தான் பண்ணுவாங்க. பணம் சம்பாதிக்கிறாங்க இல்லையா? அந்த மயக்கம் இது.''

''அக்காவுக்குப் புத்தி கலங்கிட்டாப்ல இருக்கு. இப்பொழுதெல்லாம் அவள் நடவடிக்கை வரவர வேற மாதிரி இருக்கு'' என்றாள் மாதவி.

''ரஞ்சனி! கேட்டியா உன் பெரிய மகளோட உளறலை?'' என்று பூஷணம் கத்தினார்.

ரஞ்சனி காற்றில் படபடக்கும் துளிர் இலையைப் போல் நடுங்கிப் போயிருந்தாள். ''நான் நல்லதனமாக சொல்றேன். அவ மனதில் ஏதோ பெரிய வருத்தம் இருக்கு. அவளுக்கு சின்ன வயசிலிருந்தே கோபம் அதிகம். எதையும் மனசுல வச்சிக்கமாட்டா. இருப்பதை வெளியில கொட்டிவிடுவா'' என்றாள்.

சுரேஷ் கூட ரஞ்சனி சார்பில் பேசினான். ''அவள் இல்லைன்னா நாம் கையில வளையலை மாட்டிக்கிட்டு சும்மா உட்கார்ந்துடுவோமா? எல்லாமே அவள் இஷ்டம்தானா இங்கே? நம்ம பேச்சை மீறி அவளால வாழ்ந்துட முடியுமா? நீங்க தேர்தல்ல நிற்கத்தான் போறீங்க. ஜெயிக்கவும் போறீங்க. அந்த விஷயத்தை நானும் மாதவியும் பார்த்துக்கறோம்'' என்றான் அவன்.

''தாங்க்யூ. இதோ பாரு. மேனகா என்னை அவமானப்படுத்தி விட்டா. அவள் என்னிடம் மன்னிப்புக் கேட்கும் வரையில இந்த வீட்டுக்குள்ளாற திரும்பவும் நான் காலெடுத்து வைக்க மாட்டேன். நீ தெரிஞ்சிக்க'' என்றார் பூஷணம்.

''அப்படியே ஆகட்டும். நீங்க இந்த வீட்டுக்குத் திரும்பி வரலைன்னா நாங்களும் இந்த வீட்டை விட்டு வெளியே போய்டறோம்'' என்றான் சுரேஷ் எகத்தாளமாக.

49

மேனகாவின் வாழ்க்கையில் திடீரென்று இருள் வந்து சூழ்ந்து கொண்டது. அவள் நடித்த சினிமாக்கள் நான்கு வரிசையாகத் தோல்வி அடைந்தன. முதல்நாள் டிக்கெட் கிடைக்கவில்லை.

இரண்டாவது நாள் தியேட்டரில் அவ்வளவாகக் கூட்டம் இல்லை. சினிமா நன்றாக இல்லை என்ற செய்தி வேண்டாதவர்களின் மூலமாகக் காட்டுத் தீயாகப் பரவிவிட்டது.

மேனகா அந்த சினிமாக்கள் தோல்வி அடைந்ததற்கு வருத்தப்படவில்லை. தான் செய்த தவறுக்குத் தண்டனையை அனுபவித்து விட்டதாக நினைத்தாள். அந்த சினிமாக்களில் கதை நன்றாக இல்லை. இயக்குனர்கள் திறமை இல்லாதவர்கள். தயாரிப்பாளர்களுக்கு மேனகாவின் பெயரைக் கொண்டு பணம் சம்பாதித்து விட வேண்டும் என்ற ஒரே தவிப்புதான் இருந்ததே ஒழிய தொழில்நுட்ப விஷயங்களில் கொஞ்சம்கூட அனுபவம் இல்லை. அந்தப் படங்களில் நடிப்பதற்கு அவள் ஒப்புக் கொண்டிருக்கவே மாட்டாள். ஆனால் இருக்கிற கடன்கள்? மேனகா கூல் டிரிங்க்ஸ் பேக்டரிக்காக வாங்கியிருந்த கடனைக் கட்டுவதற்குப் பணம் தேவையாக இருந்தது. ஏதோ ஒரு படம் என்று ஒப்புக்கொண்டு விட்டாள். அவளுக்கு இப்பொழுதுதான் புரிந்தது, தான் எவ்வளவு பெரிய தவறு செய்து விட்டோம் என்று.

அந்த பேக்டரி மேனகாவின் கழுத்தில் கட்டப்பட்ட பாறாங்கல்லாகிவிட்டது.

மேனகா பலராமனை அழைத்தாள். "மாமா! அந்த பேக்டரியை வித்துடறேன். யாராவது இருந்தா பாரு" என்றாள். பலராமன் இரண்டாவது நாளே ஆளை அழைத்து வந்தான். பேச்சுவார்த்தைகள் நடந்தன. மேனகா விற்றுவிட்டாள். அந்தப் பணம் வங்கியில் வாங்கிய கடனை அடைப்பதற்குச் சரியாகிவிட்டது. கடனைத் தீர்த்துவிட்டு அப்பாடா என்று மூச்சு விட்டுக் கொண்டாள் மேனகா.

பலராமன் அதற்குப் பிறகு அங்கு வருவதை நிறுத்திக் கொண்டு விட்டான். மேனகாவுக்குப் பிற்பாடு தெரிந்தது. பலராமன் தானே மேனேஜிங் பார்ட்னராக இருந்து பணத்தைக் கொண்டு வந்து தந்திருக்கிறான். ஃபேக்டரி பெயரளவுக்குத்தான் அவன் மனைவியின் பெயரில். உண்மையில் வாங்கியது அவனேதான். இந்த விவரம் தெரிந்ததுமே மேனகாவுக்கு அருவருப்பாக இருந்தது. வேண்டியவர்கள் என்று அவள் நம்பினாள். மாமாவே ஏமாற்றி விட்டான். மேனகாவுக்கு விரக்தி ஏற்பட்டது. அந்த ஃபேக்டரியை தொடங்கியதால் அவள் அடைந்த லாபம்தான் என்ன? லட்சக் கணக்கில் ரூபாய் நஷ்டம். அமைதியின்மை. அந்தக் கடனைத் தீர்ப்பதற்காக மோசமான சினிமாக்களை ஒப்புக் கொண்டிருக்கிறாள். போகட்டும், இப்பொழுதாவது துணிந்து அதை விற்றுத் தொலைத்து இந்தச் சுமையை நீக்கிக் கொண்டோமே என்று நிம்மதி அடைந்தாள்.

அன்று மேனகா சாப்பிட்டுக் கொண்டு இருக்கும்போது சுரேஷ் வந்தான். "அண்ணி! ஒரு லட்சம் ரூபாய்க்கு செக் எழுதிக் கொடுங்க" என்றான்.

"ஒரு லட்சமா? எதுக்கு?"

"உங்க அப்பாவோட எலெக்ஷன் ஃபண்டுக்கு நிதி." உங்க அப்பா என்ற வார்த்தையை வேண்டுமென்றே அழுத்தி உச்சரித்தான்.

"என்கிட்ட இல்லை. என்னால் சல்லிகாசு கூடத் தர முடியாது என்று ஏற்கெனவே சொல்லிட்டேன்." வேறுபக்கம் முகத்தைத் திருப்பிக் கொண்டாள்.

"அந்த டாக்டரின் நர்சிங் ஹோமுக்கு மட்டும் லட்சம் ரூபாய் தாரைவார்க்கலாமா. பெயரும் ஊரும் இல்லாத கண்டவங்களுக்கு அவ்வளவு பணத்தைக் கொடுக்கறப்ப பெற்ற தந்தைக்குக் கொஞ்சம் பணம் கொடுக்கக் கூடாதா?"

மேனகா கத்தினாள். "சுரேஷ்! மரியாதையாப் பேசு."

"என்ன மரியாதை வேண்டிக் கிடக்கு? நீங்க எங்களுக்கு மரியாதை கொடுத்தா நாங்களும் உங்களுக்குத் தருவோம். நீங்க அவனுடன் சுத்திகிட்டு பெரிசா மானம் மரியாதையைக் காப்பாத்திக்கிட்டிருக்கீங்க? உங்க நாடகமெல்லாம் யாருக்குத் தெரியாது? தினமும் ராத்திரி பத்து மணி வரைக்கும் நீங்களும், அவனும் சேர்ந்து காரில் ஊர் சுத்துறதில்லையா? அவன் மனைவி லபோ திபோன்னு அடிச்சிகிட்டு அழலையா? அவன் உங்களை ரொம்ப நல்லா வலைல போட்டுக்கிட்டான். எங்களைத் துரத்திவிட்டு இதையெல்லாம் சூறையாடிடலாம்னு சதித் திட்டம் போட்டிருக்கிறான் போல."

தெளிவாக மேனகாவுக்குப் புரிந்து விட்டது. சுரேஷ் சண்டை போட வந்திருக்கிறான். ஹரிகிருஷ்ணாவின் பெயரை வேண்டுமென்றே இழுத்து வம்பில் மாட்டி விடப் பார்க்கிறான். மேனகா வலிய வரவழைத்துக் கொண்ட சாந்தத்துடன் சொன்னாள். "நீங்க ஆயிரம் சொல்லுங்க சுரேஷ் எனக்கொண்ணும் பயமில்லை."

"ஆமாம். வெட்கத்தை விட்டுட்டா எல்லாமே தீர்ந்தது. மரியாதையா செக் எழுதிக் கொடுத்துடுங்க."

"இல்லைன்னா?"

"நடக்கிறதே வேற?"

"என்ன நடக்கும்?"

"அது... அது.. எனக்கே தெரியாது!"

"என்ன நடந்தாலும் சரி...நான் கொடுக்க மாட்டேன். முடியவே முடியாது."

''கொடுக்கப் போறதில்லையா?''

''ஆமாம்.''

''மாதவி! குழந்தையைத் தூக்கிக்கிட்டு வாடி. இந்த வீட்ல நாமும் இருக்கத் தேவையில்லை. உங்க அக்கா வேணும்னே நம்மைத் துரத்துறாங்க. ஆமா நாம் இங்கே இருந்தா பிரச்னை. நாம் போய்ட்டா அந்த டாக்டர் சுதந்திரமாக இந்த வீட்டுக்கே வரலாம் போகலாம்.''

''என்ன ரகளை இது? வேலைக்காரங்க எல்லாம் வேடிக்கைப் பார்க்கிறாங்க. கொஞ்சம் நீங்க அந்தப் பக்கம் போங்க.'' மாதவி சுரேஷைப் பிடித்து உள்ளே தள்ளினாள்.

''உங்க அக்கா செக் தரப் போறாளா இல்லே நம்மை வீட்டை விட்டுப் போகச் சொல்றாளான்னு கேளு. சாயங்காலத்துக்குள்ளே எனக்கு எந்த விஷயமானாலும் தெரிஞ்சாகணும்'' என்று கத்தி விட்டுப் போய் விட்டான் சுரேஷ்.

மாதவி அழுதுகொண்டே சொன்னாள். ''அக்கா! அவருக்கு ரொம்பப் பிடிவாதம் வந்துட்டது. உனக்கு எது அதிகம்? அந்தப் பாழாய்ப் போன ஒரு லட்சமா? இல்லேன்னா என்னைப் போகச் சொல்றியா? இருக்கச் சொல்றியா? நீயே சொல்லுக்கா.''

இருவருக்கும் இடையே சிறிது நேர அமைதி நிலவியது.

மேனகா பதில் பேசவில்லை. மௌனமாகப் போய் செக் புத்தகத்தை எடுத்து வந்து ஒரு லட்சத்திற்கு எழுதிக் கொடுத்தாள். அவளுக்கு நன்றாகத் தெரியும். பணத்தை அவர்களுக்குத் தருவது என்றால் அதைத் தீயிட்டு சாம்பலாக்கி விட்டாற் போல்தான். இந்தப் பணத்தைச் சம்பாதிக்க அவள்தான் எவ்வளவு கஷ்டப்பட்டிருப்பாள்? இவர்கள் உல்லாசமாக செலவழித்துக் கொண்டிருக்கிறார்கள். இப்ப கார்போரேஷன் எலெக்ஷன், நாளைக்கு இன்னும் என்ன என்ன ஆசையெல்லாம் வருமோ?

மேனகாவைத் திடீரென்று தனிமை வந்து சூழ்ந்து கொண்டு விட்டது போலிருந்தது. அவளைப் பற்றி யாருமே யோசித்துப் பார்க்கவில்லை. அவள் எவ்வளவு கஷ்டப்பட்டு அந்தப் பணத்தைச் சம்பாதித்திருப்பாள் என்று புரிந்து கொள்ளவில்லை. இப்பொழுது அவர்களுக்கு அவளிடம் குறை கண்டுபிடிக்க ஒரு சாக்குக் கிடைத்துவிட்டது. நேற்றுவரை பலராமன் மாமாவைத் திட்டிக் கொண்டு இருந்தார்கள். இன்று ஹரிகிருஷ்ணா! இவர்களைத் தவிர வேறு யாருமே அவள் எல்லைக்குள் நுழைந்துவிடக் கூடாது.

ஏதோ போன் வந்தது. மேனகா போய் எடுத்தாள். மறுமுனையில் முன்பின் அறியாத குரல்.

"மேடம்! நீங்களும், உங்க டாக்டர் நண்பரும் சேர்ந்து இருக்கற போட்டோக்கள் என்னிடம் இருக்கு. நீங்கள் ஏதாவது பணம் கொடுத்து செட்டில் செய்யறதா சொன்னா அந்தக் கதை எதுவும் பேப்பரில் வராம பார்த்துக்கறேன்.''

" என்ன சொல்றே நீ?''

''உங்களுக்குத் தெரியாதது என்ன இருக்கு? நல்ல பேரும் புகழும் இருப்பவர் நீங்க. அதனால எனக்கு என்ன ஆகப்போவுது? உங்க காதல் கதையைப் பேப்பரில் போட்டால் பணம் நிறைய கிடைக்கும். அஃப்கோர்ஸ்! எனக்கு அவ்வளவு பேராசை இல்லை. நீங்களா பார்த்து ஏதாவது கொடுத்தா போதும்.''

''ய்யூ ஷட் அப்!'' போனை வைத்துவிட்டாள்.

திரும்பவும் போன் ஒலித்தது. ''அவ்வளவுதானா?'' மறுமுனையில் குரல் கேட்டது.

''அவ்வளவுதான்.'' வைத்துவிட்டாள்.

அடுத்த வாரமே வீண் வதந்திகளை பிரசுரிக்கும் பேப்பர்களில் மேனகா, ஹரிகிருஷ்ணாவின் போட்டோக்கள் வெளிவந்தன. அன்றைக்கு மகாபலிபுரத்தில் மேனகாவுக்கு டாக்டரேட் பட்டம் கொடுக்கப் போவதாக டெலிகிராம் வந்தபோது, ஹரிகிருஷ்ணா உற்சாகத்தோடு அவளைத் தூக்கிக் கொண்டிருந்தபோது எடுத்த போட்டோக்கள் அவை. அதன் கீழே பண்புக் குறைவாகக் கமெண்ட் எழுதியிருந்தார்கள். அந்தக் காலத்தில் சுவர்களில்தான் இப்படியெல்லாம் கண்டபடி கிறுக்குவார்கள். இப்பொழுது பேப்பர்களில் கூட இதுபோல் ஆரம்பித்து விட்டார்களே என்று நினைத்த மேனகா அந்தப் பேப்பரைக் கிழித்து நெருப்புக் குச்சியைப் பற்ற வைத்தாள்.

50

மேனகாவை ஹீரோயினாக எடுத்துக் கொள்வதாகச் சொல்லியிருந்த இரண்டு பிரபலமான கம்பெனிகள் மேனகாவை விட்டுவிட்டுப் புதிதாக முன்னுக்கு வந்து கொண்டிருந்த இன்னொரு நடிகையை புக் செய்து விட்டார்கள். அந்தப் படங்கள் மூலமாக போன பெயரைத் திரும்பவும் பிடித்து விடலாம் என்று எதிர்பார்த்திருந்த மேனகாவுக்கு இது பெரும் ஏமாற்றமாக இருந்தது. கலைஞர்களின் வாழ்க்கையில் இருக்கும் சாபக்கேடு இதுதான் போலும். வாழ்நாளில் உச்சாணிக் கிளையை எட்டுவதையும், அதளபாதாளத்தில் சரிந்துபோய் விழுவதையும் இரண்டையுமே பார்த்து விடுவார்கள்.

மேனகாவின் புத்திசாலித்தனம், முன்ஜாக்கிரதை எல்லாமே எதற்கும் பயன்படாமல் போய்க் கொண்டிருந்தன.

மேனகா தாங்க முடியாத தனிமைக்கு ஆளானாள். பகிர்ந்து கொள்பவர்கள் இல்லாவிட்டால், மலைப்பாம்பாய் மாறி ஆளையே விழுங்கிவிடக் கூடிய பயங்கரமான தனிமை!

மேனகா காரை எடுத்துக் கொண்டு ஹரிகிருஷ்ணாவின் க்ளினிக்கிற்குப் புறப்பட்டாள்.

மாதவிக்கும் சுரேஷுக்கும் ஹரிகிருஷ்ணா பரமவிரோதியாகத் தென்படுகிறான். அவள் என்ன தவறு செய்து விட்டாள்? தன் சொந்தப் பணத்தில் அவனுக்கு ஒரு ரூபாய்கூடக் கொடுக்க வில்லையே? அந்த ஆஸ்பத்திரிக்கு நன்கொடை கொடுத்தாள். அது ஒரு தவறா? அதை ஹரிகிருஷ்ணாவின் சொந்தச் செலவுகளுக்குக் கொடுத்து விட்டாற்போல் வருத்தப்படுகிறார்களே? சுரேஷ் தன் நண்பர்களை அழைத்துக் கொண்டு நன்கொடைக்காக வந்த போதெல்லாம் தான்

தரவில்லையா? தன்னுடைய ஸ்டேட்டஸைக் காட்டிக்கொள்ள வேண்டும் என்று அந்த நிறுவனங்கள் ஊர் பெயர் தெரியாதவையாக இருந்தாலும் பெரும் தொகையாகக் கொடுக்கும்படி செய்தான். பலராமன் மாமா தன்னுடைய பெருமையைக் காட்டிக் கொள்வதற்காக தான் வசிக்கும் தெருவில் கட்டிக் கொண்டிருக்கும் முருகன் கோவிலுக்கு ஐம்பதாயிரம் நன்கொடை வாங்கிச் சென்றான். தான் தன்னுடைய சந்தோஷத்திற்காக ஆஸ்பத்திரிக்குத் தந்ததில் போய்க் குற்றம் கண்டு பிடிக்கிறார்களே?

அவள் பணத்தை அவள் விருப்பம்போல் செலவழித்துக் கொள்ளட்டும் என்று நினைக்க ஏன் இவர்கள் எல்லோரும் மறுக்கிறார்கள்? அவள் செலவழிக்கும் ஒவ்வொரு ரூபாயையும் குறித்து அவர்கள் கண்காணித்துக் கொண்டிருக்கிறார்கள். மாதவிக்கு எவ்வளவு நகைகள் வாங்கிக்கொடுத்தாள்? சுரேஷ் தியேட்டர் கட்டப் போவதாகச் சொன்னபோது எவ்வளவு பணம் கடன் கொடுத்தாள்? அதில் ஒரு ரூபாயையாவது அவள் திருப்பிக் கேட்டாளா? அவர்கள் நம் மனிதர்கள்தானே என்று நினைத்தாள்.

அவர்களுடைய சந்தோஷம்தான் தன்னுடைய சந்தோஷம் என்று நினைத்தாள். இன்றைக்கு அவர்கள் எல்லோரும் ஒன்று சேர்ந்துகொண்டு அவளையே குறை சொல்கிறார்கள். பழுத்த மரத்தில் கல்லடி விழுமென்பது இதுதானோ? மேனகாவுக்கு மாதவியின் மீது ரொம்பவும் கோபம் வந்தது. சுரேஷாவது போகட்டும் வேற்று மனிதன். மாதவிக்கு சின்ன வயதிலிருந்தே அவளைப் பற்றித் தெரியாதா? கணவனிடம் ஒரு வார்த்தை நயமாக எடுத்துச் சொல்லக்கூடாதா? ''அக்கா நமக்காக இவ்வளவு செய்திருக்கிறாளே'' என்று ஒரு வார்த்தை அவனிடம் அவளால் சொல்ல முடியாதா? சொல்ல மாட்டாள். மாதவிக்குக் கூடத் தனக்குச் சேர வேண்டிய பணத்தை யாரோ கொள்ளையடித்துக் கொண்டு போகிறார்கள் என்ற எண்ணம் வந்து விட்டது.

ஹரிகிருஷ்ணாவுக்கு அவள் வேறு என்னதான் செய்திருக்கிறாள்? எப்பொழுதாவது ஹோட்டலுக்குப் போனால் அவளை செலவழிக்க விடமாட்டான். ''மின்னு! வெளி உலகத்திற்கு நீ பணக்காரியா இருக்கலாம். எனக்கு இல்லை. எனக்கு என் சின்ன வயசு தோழி மேனகாதான். நான்தான் உன்னைப் பார்த்துக்கணும்'' என்பான். இது அவளுக்கு ஏதோபோல் இருக்கும்.

இப்படிப் பல யோசனைகளில் ஆழ்ந்து போய் மேனகா காரை ஓட்டிக் கொண்டே ஹரிகிருஷ்ணாவின் க்ளினிக்கைத் தாண்டிப் போய், உடனே தன் தவறைப் புரிந்து கொண்டாள். காரை ரிவர்ஸில் கொண்டு வர வழியில்லை. ரிக்ஷாக்கள் நிறுத்தியிருந்ததால் நகரவும் வழியில்லை.

மேனகா நடந்தே வந்து க்ளினிக்கிற்குள் நுழைந்தாள். அங்கே நோயாளிகள் யாரும் இல்லை. உள்ளே நுழையப் போன மேனகா அப்படியே நின்றுவிட்டாள். உள் அறையிலிருந்து ஹரிகிருஷ்ணாவின் குரல் ஆவேசமாக பலமாகக் கேட்டுக் கொண்டிருந்தது.

''என்னிடம் சல்லிக்காசு இல்லை. இப்பன்னு இல்லை. இனி என் ஜென்மத்தில் உனக்கு ஒரே ஒரு ரூபாய்கூடத் தரமாட்டேன். செலவுக்குன்னு அஞ்சாயிரம் வாங்கி மூணு நாள் கூட ஆகவில்லை. திரும்ப வந்து பணம் கேட்கிறியே இது உனக்கே நல்லாயிருக்கா? என்கிட்ட பணம் இல்லை.''

உள்ளே ரேகாவின் குரல் உச்சஸ்தாயில் கேட்டது. ''பெண்டாட்டி கைச் செலவுக்குப பணம் கேட்டா இல்லைன்னு சொல்ல உங்களுக்கு வெட்கமா இல்லையா?''

''துளியும் இல்லை. போதுமா?''

''ஆமா. எனக்குக் கொடுக்க உங்ககிட்ட பணம் இருக்காது. ஆஸ்பத்திரிக்குத் தாரைவார்க்க மட்டும் ஆயிரக்கணக்கில் இருக்கும். அவ்வளவு பணம் இல்லாதவர் லட்சக்கணக்கில் செலவழிச்சி எப்படி இதைக் கட்னீங்களாம்?''

''கோபத்துல இருக்கே. உனக்குச் சொன்னாலும் புரியாது. பேசாம போய்டு. நோயாளிகள் வருவாங்க. ப்ளீஸ்! ரேகா.''

''வரட்டும். கருணை வள்ளல்னு உங்களுக்குத்தான் பேரு இருக்கே. உங்க குட்டு என்னன்னு அவங்களுக்கும் தெரியட்டுமே. உலகத்தார் கண்ணோட்டத்தில நீங்க வள்ளல்! ஆனா கட்டின மனைவிக்கு எமன்!''

''உன் விருப்பம்போல எதை வேணும்னாலும் சொல்லிக்க. ஆனா போய் விடு.''

''முடியாது. முடியாது.. ஒரு அடி கூட நகர முடியாது. நீங்க பணம் கொடுத்தால்தான் நான் நகருவேன்.''

''என்கிட்ட இல்லைன்னு சொன்னா ஏன் கேட்க மாட்டேங்கிறே?''

''அதைத்தான் நானும் கேட்கிறேன், ஏன் இல்லைன்னு? ராவும் பகலுமாக இந்தக் க்ளினிக்கைக் கட்டிக்கிட்டு அழறீங்களே? சம்பாதிக்கிற பணமெல்லாம் என்னவாகிக்கிட்டிருக்கு?''

''ஆத்துல போட்டுட்டேன். போதுமா?''

''அந்த ஆறு எங்கே இருக்குன்னு எனக்குத் தெரியும். இந்த டிராயர்தானே?'' ரேகா மேஜை டிராயரை இழுக்கும் சத்தம் கேட்டது.

''ரேகா! நீ அந்தப் பணத்தைத் தொட்டா நான் சும்மா இருக்க மாட்டேன். அது என்னோடது இல்ல. ஒருத்தருக்குத் திரும்பத் தரவேண்டிய பணம்'' என்று கத்தினான் ஹரிகிருஷ்ணா.

இருவரும் போராடிக் கொண்டிருக்கும் சத்தம் கேட்டது. ஏதோ ஒரு நாற்காலி கீழே விழுந்தது. அடுத்து ஒரு கிளாஸ் டம்ளர் கீழே விழுந்து உடைவது போலிருந்தது.

''அந்தப் பணத்தை வை அங்கே.''

''முடியவே முடியாது. என் கையை விடுங்க.''

மேனகா திரும்பிப் போய் விடலாமா என்று ஒரு வினாடி நினைத்தாள்.... மனம் தடுமாறினாள். ரேகா ஆவேசத்தில் வாய்க்கு வந்தபடி பொது இடம் என்று கூடப் பார்க்காமல் கத்திக் கொண்டிருந்தாள்.

''உங்களுக்கு வெட்கமா இல்லையா? குழந்தை கொடுக்க முடியாத துப்புக்கெட்ட மனுஷன் நீங்க! அப்படியிருக்கும்போது எனக்குத் தேவைப்படற குறைந்தபட்சப் பணத்தைக் கொடுக்கவும் மூக்கால் அழுவானேன்?''

அடுத்த நிமிடம் இருவரும் அடித்துக் கொண்ட சத்தம் கேட்டது. ஹரிகிருஷ்ணா நடுங்கும் குரலில் மூச்சிரைக்கச் சொன்னான்.

''ஆமாம். உண்மையைச் சொன்னடி நீ. நான் கையாலாகாதவன்தான். பாடுபட்டு சம்பாதிக்கிற பணத்தையெல்லாம் நீ உன் சிநேகிதிகளுடன் சேர்ந்துகிட்டு ரேசுக்கும் நைட் கிளப்... தரங்கெட்ட சினிமான்னும் போயி கரைச்சிக்கிட்டிருக்கும்போது உன்னை அடக்கி வைக்க முடியாமல் பார்த்தும் பார்க்காதது போல இருக்கேன் பாரு நான் கையாலாகாதவன் தான். எங்க அம்மாவை அப்படி நீ துன்பத்துல ஆழ்த்திக் கொன்ற பிறகும் திரும்பவும் உன்னோட சமாதானமாகி சேர்ந்து வாழ்ந்துகிட்டிருக்கேன் பாரு. ஒரு நாள் வீட்டுக்கு வரும்போது உன்னோடு உன் நண்பனே படுக்கையில கிடந்ததைப் பார்த்தும் உன்னை அப்பவே வெட்டிக் கொலை செய்யாம விட்டேன் பாரு நான் உண்மையிலேயே துப்புக் கெட்டவன் கையாலாகாதவன் தான். நீ ஏதாவது கதைகளைச் சொல்லி என்னை நம்ப வெச்சிடுறியே தவிர மாறவே மாட்டேடி. எனக்குத் தெரியும். உன்ன மாத்தணும்னு நான் செய்யும் முயற்சியிலேயே என் வாழ்க்கை முடிஞ்சி போய்டும்.''

ரேகா அழுதுகொண்டே சொன்னாள். ''பெரிசா என்னை சொல்ல வந்து விட்டீங்களோ? நீங்கள் மட்டும் என்ன சத்தியவானா? அந்த நடிகை மேனகாவோட ஊர் சுத்தலே? உங்க ரெண்டு பேரு காதல் கதையும் பேப்பர்லயே வந்துட்டதே?''

''ஷட்டப்! அதற்கும் காரணம் நீதான். வீட்டில் இருந்த போட்டோக்களை எடுத்துகிட்டு போய் பணத்திற்கு ஆசைப்பட்டு அந்த பேப்பர்காரன்கிட்ட கொடுத்தே. இன்னும் எந்த அளவுக்கு வேணும்னாலும் தரக்குறைவா அவன்கிட்ட நடந்திருப்பே. என்னை என்ன வேணும்னாலும் சொல்லிக்க. அந்தப் பெண்ணோட ஜோலிக்கு மட்டும் வராதே. தெய்வம்டி அவ.. அவ பெயரை எடுத்தியோ... உன் அசிங்க வாயால அவளைப்பற்றிப் பேசினாயோ அப்புறம் நான் சும்மா இருக்கமாட்டேன்.'' அவன் குரலில் கோபம் புஸ்ஸென்று சீறிப் படமெடுத்தது.

அடக்கடவுளே என்று தலையிலடித்துக்கொண்டாள் மேனகா.

ரேகா ஏளனமாகப் ''பாவம், எவ்வளவு வருத்தம்? என்ன இருந்தாலும் காதலி இல்லியா? உங்க மூலமா குழந்தை பிறக்க வழியில்லைன்னு தெரிஞ்சிக்கிட்டிருப்பா. எந்த அளவுக்குச் சீரழிஞ்சாலும் வயித்துல சுமை வந்துடாது இல்லையா...''

அவளுடைய அந்தக் கேவல வார்த்தைகள் இன்னும் முடியக் கூட இல்லை. ''ஷட்டப்! யூ டெவில்! கெட் அவுட் பிரம் மை க்ளினிக்! கெட் அவுட் ஃபிரம் மை லைஃப்!'' அந்த அறையே அதிரும் அளவுக்குக் கத்தினான் ஹரிகிருஷ்ணா. அவன் தள்ளிய தள்ளலுக்கு ரேகா வெளியே வந்து விழுந்தாள்.

வெளியே வந்த ரேகா அப்போது தான் படியிறங்கிப் போய்க் கொண்டிருந்த மேனகாவைப் பார்த்தாள். உடனே பொறாமையும், வெறுப்பும் நிரம்பிய பார்வையுடன் ''நீயும் இங்கேதான் இருக்கிறாயா? உனக்கு வெட்கமா இல்லையா? உலகத்தில் வேறு ஆண்களே கிடைக்கலையா? என் புருஷனுக்குப் பின்னாலயே சுத்திக்கிட்டிருக்கியே? உன்னாலதாண்டி என் குடித்தனமே நாசமாயிட்டது. நான் செத்து ஒழிஞ்சி போறேன். அப்புறம் உங்க தொல்லையெல்லாம் எனக்கு இருக்காது. செத்துப் பிசாசாகி உங்க இருவரையும் நான் ஆட்டி வைக்கலைன்னா பாரு'' என்று ஓட்டமாக ஓடி அங்கிருந்த ஆட்டோவில் ஏறிக் கொண்டு போய் விட்டாள்.

போய் விடலாம் என்று இறங்கிய மேனகா அவள் குரல் கேட்டு அப்படியே நின்று விட்டாள். ஒரு வினாடி தடுமாறினாள். திரும்பவும் தைரியத்தை வரவழைத்துக் கொண்டாள். கிளினிக்கினுள்ளே வந்தாள். திரைச் சீலையை விலக்கி உள்ளே காலடி எடுத்து வைத்தாள். உள்ளே அறை முழுவதும் சாமான்கள் சிதறிக் கிடந்தன. ஹரிகிருஷ்ணா இரு கையாலும் தன் தலையைத் தாங்கி தலைமுடியை பிய்த்துக் கொண்டு நாற்காலியில் பேண்ட் ஷர்ட்டெல்லாம் கசங்கி அழுக்கேறி வியர்த்துப்போய் உட்கார்ந் திருந்தான்.

''கிருஷ்ணா!'' மெல்லிய குரலில் கூப்பிட்டாள் மேனகா.

அவன் திடுக்கிட்டுப்போய் நிமிர்ந்து பார்த்தான். அவன் முகத்தில் நகத்தால் பிராண்டியது போல் ரத்தக் கோடுகள் இருந்தன. கண்களில் வேதனை நிரம்பியிருந்தது. புயல் காற்றால் அலைக்கழிக்கப்பட்டு முறிந்து விழுந்த மரம் போல் அவன் காட்சியளித்தான்.

மேனகாவின் உயிர் துடிதுடித்தது. ஒரே பாய்ச்சலாக ஓடிப்போய் அவனை இழுத்து அணைத்துக் கொண்டு தைரியம் சொல்ல வேண்டும் போல் இருந்தது. ஆனால் வலுக்கட்டாயமாகத் தன்னைக் கட்டுப்படுத்திக் கொண்டாள்.

''மின்னு! நீ... நீ இங்கே வந்து எவ்வளவு நேரமாவுது?'' பயந்தபடி மிரட்சியோடு கேட்டான் ஹரி.

''ரொம்ப நேரமாச்சு.''

''நீ... நீ அவ்வளவையும் கேட்டுட்டியா?''

''ஆம்'' என்பதுபோல் தலையசைத்தபடி அவள் சொன்னாள்.

அவன் கண்களில் வேதனையும், இயலாமையும் படபடத்தன. ''கடவுளே! சாரி மின்னு! ஐ யாம் வெரி சாரி. இதுக்கு மேலயும் உன்னோட நண்பன்னு சொல்லிக்க ஒரு தகுதியுமில்லை எனக்கு. நீ எனக்கு மனசார ஆதரவு கொடுத்தே. நானோ எல்லோரும் உன்னைப் பழிக்கும்படியா செய்துட்டேனே. நான் உள்ளபடியே... எவ்வளவு கையாலாகாதவன் பாரு.'' அவன் இரு கைகளிலும் தன் ஈர முகத்தை மூடிக் கொண்டான்.

மேனகா மேஜைக்கு அருகில் வந்து அவனுக்கு எதிரே நின்றாள். நட்பான குரலில் மெதுவாகச் சொன்னாள். ''கிருஷ்ணா! எதற்காக இப்ப வருத்தப்படறீங்க? ரேகா பேசிய பேச்சில் ஒண்ணு கூட உண்மை இல்லைன்னு நம்ம இருவருக்குமே தெரியும். அவ நம்மைத் தவறாப் புரிஞ்சிகிட்டிருக்கா! சனியன் போகட்டும். என்றாவது ஒரு நாள் அவளே அவசரப்பட்டுட்டோம்கிறதையும் நம்ம ரெண்டு பேரையும் அநியாயமா பழிச்சிட்டோம்கிறதையும் நிச்சயமா தெரிஞ்சிக்குவா. ஏன் இவ்வளவு ஆவேசப்படறீங்க நீங்க?''

அவன் நிமிர்ந்தான். ''ரேகா நம்மைப் புரிஞ்சிக்குவாளா? மின்னு! இந்த ஏழெட்டு வருஷங்களா அப்படித்தான் நான் ஒரு பிரமையில ஆழ்ந்திருந்தேன். எதையுமே புரிஞ்சிக்கணும்னா... ஒருத்தர்கிட்ட யோசிக்கிற நல்ல சக்தி இருக்கணும். ரேகாவிடம் அது இல்லியே... தன்னோட சுகம் தன்னோட சந்தோஷம் தவிர அவளுக்கு வேற எதுவுமே தெரியாது. இதெல்லாம் அப்பா வளர்ப்பால மட்டும் வந்த கோளாறு. அதிகமா செல்லம் கொடுத்து வளர்த்திட்டதோட மற்றவங்களை விட நாமதான் உயர்வுங்கிற அகம்பாவத்தையும் ஊட்டிட்டார். யார் எப்படிப்பட்டவங்கன்னு தெரிஞ்சிக்கிற

சாமர்த்தியம் கொஞ்சம் கூட இந்த ஜடத்துக்கு இல்லை. இனிக்க இனிக்கப் பேசுபவர்களையெல்லாம் நண்பர்கள்னு கொண்டாடுவா.

நீ என்னதான் சொல்லேன் மின்னு... ரேகாவால எப்படியும் என்னைப் புரிஞ்சிக்க முடியாது. நாமாவது அவளைப் புரிஞ்சிக்கலாம், அன்பால அவளை மாத்திடலாம்னு நினைச்சேன். எனக்குக் குடும்பப் பெண்கள் லிப்ஸ்டிக் போடறது பிடிக்காது. ஆனா ரேகாவுக்கு ரொம்பப் பிடிக்கும்னு வாங்கிக் கொடுத்தேன். ஹைஹ ஹீல்ஸ் ஷூவெல்லாம் அப்படித்தான்! சாப்பாடு விஷயத்தில் கூட ரேகா என் விருப்பு வெறுப்புகளைக் கண்டுக்கிறதில்லை. அவளுக்கு விருப்பம் இல்லாத பொருள் எல்லாம் வீட்டுக்குள் வரக்கூடாதும்பா.

மனைவியாம் மனைவி! ஒரு நாள் கூட அவ என் பக்கத்தில் உட்கார்ந்து பரிமாறியதில்லை. சாப்பிட்டதில்லை. இரவு நேரத்தில் க்ளினிக்கிலிருந்து நான் வீட்டுக்குப் போனா போறது கூடத் தெரியாம நிம்மதியாத் தூங்கிக் கொண்டிருப்பா. ஆறிப் போன சாப்பாட்டை நானே போட்டுக்கிட்டு சாப்பிடணும். இல்லையா பட்டினியாப் படுத்துக்கணும். என் விருப்பம் என்ன, என் சந்தோஷம் என்னங்கிறதெல்லாம் அவளுக்குத் தேவையில்லை. அவளுக்காகவே நான் உழைச்சிக் கொண்டிருக்கணும். குழந்தைகள் இல்லைனு குறை சொல்றாளே. நாங்கள் ரெண்டுபேரும் அன்னியோன்யமா குடித்தனம் செய்தது எண்ணி நான்கு நாட்கள் கூட இருக்காது மின்னு.

கல்யாணமானது முதலாவே சண்டைதான். அம்மா என்னோட இருக்கறது அவளுக்குப் பிடிக்கலை. அதிலிருந்துதான் சண்டையே தொடர்ந்தாப்ல ஆரம்பமாயிடுச்சி. அம்மாவை விடமாட்டேன்னு சொன்னதால அப்பா பொண்ணு ரெண்டு பேருக்குமே கோபம். கிழவி.. கிழவின்னு அம்மாவைக் கொல்றதை என்னால தாங்க முடியலை. வெளிநாட்டுக்கு வந்தப்பவும் அதே கோபம்தான் சண்டைதான். அம்மா என்னோட வந்துட்டதற்காக.

ரேகாவுக்கு எப்படிப் பழக்கமாச்சுன்னே தெரியாது.. அப்பப்ப ப்ளூபிலிம் பார்க்க ஆரம்பிச்சிட்டா... ச்சே. அது மட்டுமா. இங்கே அதைப் பார்க்கிறதோட மட்டுமில்லை. விருப்பம் போல சுத்துவா. நான் வெளிநாட்டில் இருந்தது ரொம்ப அவளுக்கு வசதியாயிட்டது. நான் திரும்ப வந்தது அவங்களுக்கு இடைஞ்சலாகிட்டது. இங்கே வந்த பிறகு தான் இதெல்லாம் எனக்குத் தெரிய வந்தது. நான் புதைகுழியில சிக்கிக் கொண்டுட்டேன் மின்னு... ரேகாவை என் வாழ்க்கையிலிருந்து நீக்கவும் முடியலை. வச்சிகிட்டு சகிச்சிக்கவும் முடியலை.

நானே கடைசியா ஒரு முடிவுக்கு வந்தேன். ரேகாவோட என் கல்யாணம் நடந்தது எந்த ஜென்மத்திலேயோ நான் செஞ்ச பாவம். அதன் பலனை அனுபவிச்சிதான் ஆகணும்னு முடிவு செஞ்சிட்டேன். என் லட்சியம் ஏழை எளியவர்களுக்குச் சேவை செய்யறது. அந்தப் பணியில நான் மன இளைப்பாற நினைச்சேன். ஆனா இதைக்கூட அவ செய்ய விட மாட்டேங்கிறா.

சம்பாதிக்கும் பணத்தையெல்லாம் தன்னிடமே தரச் சொல்றா. நான் புதுசா நர்சிங் ஹோம் கட்றதே அவளுக்குப் பிடிக்கலை. எப்போதும் சண்டைதான். நான் அவளைத் துன்புறுத்துறதா பறைசாற்றி எல்லோரையும் அவ மேல பரிதாபப்பட வச்சிடுவா. அவள் என்னை எந்த அளவுக்கு நரகத்தில் தள்றான்னு நான் யாரிடமும் சொன்னதில்லை. அதனாலயே இவ அசிங்கப் படுத்தறதெல்லாம் யாருக்கும் தெரியாது. குழந்தை இல்லைன்னு குத்திக்காட்டுவா. ஆனால் இருந்தா அவங்களை எப்படி வளர்ப்பாளோங்ற பயம் வந்துட்டது எனக்கு. இவள் ஒருத்தியோட அவஸ்தைப்படறது போறாதா? ஒவ்வொரு சமயம் அவள் சொல்லும் வார்த்தைகளைக் கேட்கும்போது எனக்குப் பைத்தியம் பிடித்துவிடும் போலிருக்கும்.

மின்னு! கல்யாணம்ங்கிறது பெரிய சூதாட்டம். அதுல ஜெயிக்கறதும் தோக்கறதும் அவங்க புத்திசாலித்தனத்தையோ கெட்டிக்காரத்தனத்தையோ மட்டும் பொறுத்தது இல்லை, அதிர்ஷ்டத்தின் மீதுதான் இருக்கிறது. இந்த விஷயத்தில் நான் முற்றிலும் தோற்றுவிட்டேன். இனி என்னோட தலையெழுத்து இவ்வளவுதான்மா. இனி என் வாழ்நாள் முழுவதுமே ரணகளம்தான். ஆனால் இதோடு போராடுவதற்கு எனக்குத்தான் சக்தி இல்லை.''

மடைதிறந்த வெள்ளமாக அவன் வாயிலிருந்து வந்த வார்த்தைகளை மேனகா அமைதியாகக் கேட்டுக் கொண்டிருந்தாள். அவன் பத்து வயது கூடிவிட்டாற் போல் மிகவும் சோர்ந்து போயிருந்தான். அவன் கண்களில் அநியாயமாக அடிபட்ட சின்ன நாய்க்குட்டி வாலைச் சுருட்டிக் கொண்டு நடுக்கத்தோடிருக்கும் அவலம் தென்பட்டது.

மேனகாவுக்குத் திடீரென்று மின்னலாய் வாழ்க்கை ஏன் இப்படி அப்பாவிகளை, நல்லவர்களை அநியாயமாகத் தண்டிக்கிறது என்ற யோசனை தோன்றியது. கீழே கிடந்த ஸ்டெதஸ்கோப்பை எடுத்து மேஜைமீது வைத்தாள்.

''கிருஷ்ணா! உங்க தைரியம் என்னவாகிவிட்டது? நம்மை உலகம் என்ன சொல்கிறது என்பதை அல்ல நாம் பார்க்க

வேண்டியது. நாம வாழ்க்கையில சரியான பாதையில போய்க்கிட்டிருக்கிறோமா இல்லையான்னுதான் பார்க்கணும். எனக்கு மட்டும் நானும், நீங்களும் சரியான வழியில்தான் போய்க்கிட்டிருக்கிறோம்னுதான் தோணுது. லட்சியத்தைக் குறிக்கோளா வைத்துக் கொண்டிருக்கும் எந்த மனிதனுமே வழியில இருக்கிற மேடு பள்ளங்களைப் பொருட்படுத்த மாட்டான். நீங்க ரேகாவின் வார்த்தைகளைப் பொருட்படுத்தாதீங்க.''

ஹரிகிருஷ்ணாவுக்கு மேனகாவின் வார்த்தைகளைக் கேட்பதற்குக் கொஞ்சம் இதமாக இருந்தது. ''மின்னு! நான் எவ்வளவு அதிர்ஷ்டசாலி! உன்னைப் போன்ற ஒரு சிநேகிதியோட துணை எனக்குக் கிடைச்சிருக்கே இதே பெரிய பாக்கியம்'' என்றான்.

''நானும் அப்படியேதான் நினைச்சிட்டிருக்கேன்.'' உள்ளூர நினைத்துக் கொண்டாள் மேனகா.

''மேலே போய் முகத்தை நல்லா கழுவிட்டு... டிரஸ் மாத்திட்டு வாங்க... ஊம்!''.

51

மேனகா அவுட்டோர் ஷூட்டிங்கிற்காகப் பெங்களூருக்குப் போயிருந்தாள். சுற்றுப் பக்கத்து இடங்களில் ஷூட்டிங்கை முடித்துக் கொண்டு திரும்பி வந்தபோது இன்ஜினியர் போன் செய்தார்.

''ரேகா முந்தா நாள் காலையில் கிரோசின் ஊற்றிப் பற்ற வைத்துக் கொண்டு இறந்து போய்ட்டாள். அது தற்கொலை இல்லைன்னும், கொலைன்னும், ஹரிகிருஷ்ணாதான் கிரோசின் ஊற்றி அவளுக்குத் தீப்பற்ற வைத்திருக்கான்னும் ரேகாவோட அப்பாவே புகார் கொடுத்திருக்கிறார்.

போலீசார் ஹரிகிருஷ்ணாவை அரெஸ்ட் செய்திருக்காங்க.''

அதைக் கேட்டதும் மேனகாவுக்கு உயிரே போய் விட்டாற்போல் இருந்தது. உடனடியாக பயணமாகிப் புறப்பட்டு வந்து விட்டாள்.

அதற்குள் நாளேடுகளில் மேனகா, ஹரிகிருஷ்ணாவின் போட்டோக்கள் விதவிதமான செய்திகளுடன் வந்து விட்டன. மேனகாவுடன் உறவு வைத்திருக்கும் ஹரிகிருஷ்ணா மனைவியைக் கொலை செய்துவிட்டு, சாமர்த்தியமாக அதைத் தற்கொலையாக மாற்றிவிட்டதாக எழுதியிருந்தார்கள். மேனகா, ஹரிகிருஷ்ணா பற்றிப் பலவிதமான புகார்கள் பரவின.

ஹரிகிருஷ்ணா ஜெயிலில் இருந்தான். தனக்கு வக்கீல் தேவை இல்லை என்றும், நீதிபதி என்ன தீர்ப்புச் சொன்னாலும் அதற்குத் தான் கட்டுப்பட்டு இருக்கப் போவதாகவும் சொல்லிவிட்டான். மேனகா வக்கீல்களைக் கலந்தாலோசித்தாள், நகரத்திலேயே பிரபலமான வக்கீலை ஹரிகிருஷ்ணாவின் சார்பில் வாதாடுவதற்கு நியமித்தாள்.

வீட்டில் எல்லோருமே அதை எதிர்த்தார்கள். சுரேஷ் எரிந்து விழுந்தான். மேனகா ஜெயிலில் இருந்த ஹரிகிருஷ்ணாவைப் பார்ப்பதற்காகப் புறப்பட்டுக் கொண்டு இருந்தபோது சுரேஷ் வந்தான்.

''எங்கே போறீங்க?'' தெரிந்திருந்தும் கேட்டான்.

''ஹரிகிருஷ்ணாவைப் பார்க்கப் பேறேன்.'' பயமில்லாமல் சொன்னாள் அவள்.

''உலகம் என்ன நினைச்சிக்கிட்டு இருக்குன்னு உங்களுக்குத் தெரியுமா?'' அவன் மிகவும் கடுமையாகக் கேட்டான்.

''உலகமா?...'' மேனகா அலட்சியமாகச் சிரித்தாள். ' உலகம் என்னை எத்தனையோ தடவை என்னவெல்லாமோ சொல்லியிருக்கு. நான் ஒரு நாளும் அவற்றையெல்லாம் பொருட்படுத்திய தில்லை.''

''இப்போ உங்கள் நிலைமை வேற. உங்கள் வாழ்க்கை உங்களுடையது மட்டுமே இல்லை. எங்க எல்லோருக்கும் சம்பந்தப்பட்டது. நீங்க ஹரிகிருஷ்ணாவைப் பார்க்கப் போகக் கூடாது. அப்படிப் போனா பத்திரிகைகள் எழுதிய கதைகள் எல்லாம் உண்மைன்னு உறுதிப்படுத்துறது போலாயிடும்.''

''பத்திரிகைகளில் வரும் படங்கள் கிசுகிசுகளுக்கெல்லாம் பயப்படுகிறவள் இல்லை நான்.''

''உங்க கௌரவத்தைப் பத்தி யோசியுங்க.''

''எனக்காக உயிர் கொடுக்கிற ஹரிகிருஷ்ணாவை விட எனக்கு வேற எந்தக் கௌரவமும் பெரிசில்லை.''

''நாங்களும் கூடவா? சொல்லுங்கள், எங்க எல்லோரையும் விட அவன்தான் உங்களுக்கு முக்கியமா?''

''நீங்கள் எப்படி நினைச்சிக்கிட்டாலும் எனக்கு ஆட்சேபணை இல்லை.'' மேனகா போகப் போனாள்.

''நீங்க போகக் கூடாது. நான் சொல்றேன். மரியாதையா வீட்டுக்குள்ளே போங்க.'' அதிகாரமாக இருந்தது அந்தக் குரல். மேனகா விறைப்பானாள். அவனை நோக்கித் திரும்பினாள். ''என்னது நான் சொல்கிறேனா?''

''கொழுப்பு ஏறி நீங்க குடும்ப மானத்தைக் காத்துல பறக்க விட்டா, உறவுக்காரனாக உங்களைத் தடுக்கும் அதிகாரம் எனக்கு இருக்கு.''

மேனகாவின் முகம் சிவந்து விட்டது. ''குடும்ப மானமா? யாருடைய குடும்ப மானம்? இந்த வீடு என்னுடையது. நீங்கள் என் வீட்டில் வந்து இருக்கீங்களே தவிர உங்க வீட்ல நான் இல்லை. என் நடத்தை உங்களுக்கு அவ்வளவு அவமதிப்பா இருந்தால் நீங்கள்லாம் இந்த வீட்டிலிருந்து வெளியேறி தாராளமாக உங்கள் மானத்தைக் காப்பாற்றிக் கொள்ளலாம். எந்த ஆட்சேபணையும் எனக்கு இல்லை. சுரேஷ் உனக்கு வேற எதுனா வேலையிருந்தா நீ அதைப் போய்ப் பாரு... போ அந்தப் பக்கம்...'' மேனகா விடு விடென்று வெளியே போய் விட்டாள்.

சுரேஷின் கண்கள் நெருப்புத் துண்டுகளாய்த் தகித்தன. ''விவகாரம் ரொம்ப தூரம் வளர்ந்துட்டது. அவன் மனைவியும் செத்துட்டாள் இல்லையா? இனி இவங்க இரண்டு பேரையும் யாராலும் பிடிச்சி வைக்க முடியாது.'' பற்களை நறநறத்துக் கொண்டே சொன்னான்.

''ச்சே... அக்கா ஏன் இவ்வளவு வெட்கங்கெட்டுப் போய்ட்டா?'' என்றாள் மாதவி.

மேனகா வேகம் புரிந்ததுபோல் அந்த பென்ஸ் கார் குபீரென்று புறப்பட்டது.

மேனகா ஜெயிலில் இருந்த ஹரிகிருஷ்ணாவைப் பார்ப்பதற்காகப் போனாள். அவன் முதலில் யாரையுமே பார்க்க முடியாது என்று

மறுத்துவிட்டான். ஆனால் விடாப்பிடியாக மேனகா திரும்பவும் சொல்லியனுப்பியதால் தட்ட முடியாமல் ஒப்புக் கொண்டான்.

மேனகா போனாள். அவன் மேனகாவைப் பார்க்கவில்லை. எங்கோ பார்த்தபடி பெருமூச்சு விட்டான். ''கிருஷ்ணா!'' மேனகாவின் மனதில் இருந்த வேதனை, வருத்தம் எல்லாம் ஒன்றாகக் குழைத்துக் கொண்டு வெளிவந்தாற்போல் இருந்தது அந்த அழைப்பு. அவன் தரையை நோக்கிப் பார்த்தவாறே மிகவும் தாழ்ந்த குரலில் சொன்னான்.

''மின்னு! ஏற்கெனவே உன்னை உங்க வீட்டாரும், என் வீட்டாரும் பல விதமாப் பேசுறாங்க. இன்னும் நீ இப்படி நடந்துகிட்டா கழுகாட்டமா கொத்திப் பிடுங்கிடுவாங்க. தயவு செய்து என்ன மறந்துடு. எனக்காக எதுவும் நீ செய்ய வேண்டாம். என்னை இனி அந்தக் கடவுளால் கூடக் காப்பாற்ற முடியாது. டாக்டராக நான் இறந்து விட்ட பிறகு, நோயாளிகளுக்குச் சேவை செய்யாமல் என்னால் உயிருடன் இருக்க முடியும் என்று நினைக்கிறாயா? வேண்டாம் மின்னு! வேண்டவே வேண்டாம். என்னால் அந்த நரகத்தைத் தாங்கிக் கொள்ள முடியாது. எனக்குத் தூக்குத்தண்டனை கிடைத்தால் நிம்மதி. அது எவ்வளவு சீக்கிரம் வருமோ அவ்வளவு நல்லது.'' அவன் குரலில் விரக்தி வெளிப்பட்டது.

''கிருஷ்ணா! உன் தைரியம் எல்லாம் என்னவாயிற்று?''

''தைரியமா? முதுகெலும்பு கை காலு எல்லாம் முறிக்கப்பட்ட மனுஷன் வேற எந்த சக்தியால நிற்க முடியும் சொல்லு? ரேகா உயிருடன் இருக்கும்போது மட்டுமே இல்லை. இறந்து போயும் கூட என்னைத் துன்புறுத்தறா. அவளுக்கு வேண்டியது தாராளமா கிடைச்சிட்டது. உலகத்தாரிடமிருந்து வேண்டிய இரக்கம் அவளுக்குக் கிடைச்சிடுச்சி. நீ போயிடு மின்னு! தயவுசெஞ்சி போயிடு. என்னைப் பத்தி மறந்துடு. என் ஜோலிக்கே வராதே. இந்த உலகம் தெரிஞ்சே நம்ம ரெண்டு பேரையும் இன்னும் இழிவுபடுத்துற சூழ்நிலையை நீயே உருவாக்கிக்காதே.'' அவன் கைகளைக் குவித்துக் குலுங்கி குலுங்கி அழுதான்.

மேனகாவின் உதட்டில் குறுநகை படர்ந்தது. ''உலகமா? என்ன நீங்களும் அதைப் பத்தியே பேசறீங்க? ஹரி.. உங்களுக்கு அதைப்பத்தி என்ன தெரியும்? எனக்கு அதைப்பத்தி ரொம்ப நல்லாவே தெரியும். அது அப்பாவிகளை எந்த அளவுக்கு ஹிம்சிக்கும்னு என்னைக் காட்டிலும் வேற யாருக்குமே தெரிஞ்சிருக்காது'' என்றாள்.

''நேரமாகிட்டது.'' ஜெயில் சூப்ரிண்டெண்ட் எச்சரித்ததால் மேனகா அவரைத் திரும்பிப் பார்த்தவள் போய்விட்டாள்.

வீட்டுக்கு வந்தாள் அவள். எல்லோரும் பாராமுகமாக இருந்தார்கள். சிறுவன் பாபு வந்து மேனகாவின் கால்களைக் கட்டிக் கொண்டபோது மாதவி வந்து முதுகில் ஒன்று பளீரென்று கொடுத்து அவனை அப்பால் இழுத்துச் சென்றாள். மேனகா உணவு மேஜை முன்னால் வந்து உட்கார்ந்திருந்தபோது யாருமே அவளோடு சாப்பிட வரவில்லை.

''அவங்க யாருக்குமே பசி இல்லையாம்மா'' என்றாள் சமையல்காரி கோமதி.

மேனகாவும் வந்து தனது அறையில் உட்கார்ந்து கொண்டாள். ஹரிகிருஷ்ணாவைக் காப்பாற்ற வேண்டும், தன் வாழ்க்கையைப் பணயம் வைத்தாவது சரி. அவள் காதலித்தவன் அவன் என்பது மட்டுமே அதற்குக் காரணம் இல்லை. மனித நேயம் மிகுந்த டாக்டர் அவன். நோயால் பீடிக்கப்பட்டவர்களுக்கு இலவச சேவை செய்பவன். ஏழை எளிய மக்களுக்காகவே வாழ்க்கையை அர்ப்பணித்துக் கொண்ட குணவான். அவன் காப்பாற்றப்பட்டால் நம்மைப்போன்ற போன்ற ஆதரவில்லாத எத்தனையோ பேருக்கு உதவியாக இருக்கும்.

வீட்டில் இருந்தவர்கள் எதிர்ப்புத் தெரிவிக்கிறார்கள். ஆனால் மேனகா அதற்குக் கொஞ்சம் கூடப் பயப்படவில்லை. ஏன் என்றால் அவளுக்கு, தான் இப்பொழுது போய்க் கொண்டிருப்பது கானல் நீரை நோக்கி இல்லை என்றும், குளிர்ந்த நிழலை நோக்கித்தான் பயணம் போகிறோம் என்பதும் மிக நன்றாகவே தெரியும்.

மேனகா அன்று இரவு முழுவதும் உறங்கவில்லை. மறுநாள் இளைஞர்கள் சங்கம் ஒன்றும், மாதர் சங்கம் ஒன்றும் இணைந்து மேனகாவுக்கு விழா நடத்தப் போகிறார்கள். கலைச்செல்வி என்ற விருதை அவளுக்கு வழங்குவதாக இருக்கிறார்கள்.

மேனகா அந்த விழாவுக்கு வரமாட்டேன் என்று முதலில் மறுத்தாள். அவர்களுடைய செகரெட்ரியே வந்து கெஞ்சினான். ''மேடம்! இரண்டு மாதங்களுக்கு முன்பே இந்த விழாவுக்கான டிக்கெட்டுகளை வித்துட்டோம். முதலமைச்சர் நிவாரண நிதிக்கு உங்க கையால நன்கொடையாகக் கொடுக்கிறதா இருக்கோம். யாரோ ஏதோ எழுதினா நீங்க ஏன் பயப்படணும். சூரியனைப் பார்த்துத்தான் நாய் குரைக்கும். ஓடறவனைக் கண்டா நாய்க்கு இளக்காரமாயிடும்? நீங்க வரலைன்னா ஜனங்க வேற எங்களைத்தான்மா உதைப்பாங்க'' என்றான்.

இவ்வளவுக்குப் பிறகே மேனகா விழாவுக்குப் போனாள். அவளுடன் நாகலிங்கத்தைத் தவிர யாருமே வரவில்லை. மாதவி தலைவலி என்று வரவில்லை. மங்களம் பலராமனின் வீட்டுக்குப் போயிருந்தாள். விழா ரொம்ப நன்றாக நடந்தது. சந்தோஷமாகத் திரும்பி வீட்டுக்கு வந்தாள். அவள் வந்தபோது வீட்டில் யாருமே இல்லை. பறவைகள் கலைந்து போன வெறும் கூடாக இருந்தது வீடு.

மேஜைமீது மாதவி எழுதிய கடிதம் இருந்தது. அதைப் படித்த போது வாழ்க்கையில் என்றுமே, யார் மீதும் ஏற்பட்டிராத கோபம்தான் அவள் மீது வந்தது அவளுக்கு. கூடப்பிறந்தவள் என்ற வார்த்தையைப் பழிப்பதுபோல் அல்லவா மாதவி செய்து விட்டாள்.

ஹால் கடிகாரம் மூன்று முறை மணியடித்தது. மேனகா திடுக்கிட்டாற்போல் நிமிர்ந்து பார்த்தாள். ரொம்ப நேரமாக அப்படியே உட்கார்ந்திருந்திருக்கிறாள். அறையில் விடியற்காலையின் குளிர்ச்சி பரவிக் கொண்டிருந்தது.

மேனகாவுக்கு அந்த வீட்டில் தான் மட்டும் தனியாக இருக்கிறோம் என்று அப்போது தான் நினைவுக்கு வந்தது. அம்மா, மாதவி, சுரேஷ் எல்லோரும் தன்னை விட்டுவிட்டுப் போய் விட்டார்கள். இவ்வளவு நாளாக அவள் அவர்களுக்காகச் செய்த ஒரு நல்ல காரியம் கூட அவர்களுக்கு நினைவிலில்லை. அவள் காட்டிய அன்பால் அவர்களைத் தடுத்து நிறுத்திவிட முடியவில்லை.

மேனகாவுக்குத் திடீரென்று சுயநினைவு வந்தாற்போல் இருந்தது. இத்தனை நாளும் தான்தான் வலியோடு அவர்களைப் பிடித்துக் கொண்டு தாங்கிக்கொண்டிருந்திருக்கிறாள். அவர்களுக்கெல்லாம் துன்பம் ஏற்பட்டு விடப் போகிறதே என்று யோசித்திருக்கிறாள். நாம் இனித் தனியாள் என்றும், அவர்கள் நிழலில்தான் தான் இனி வாழ வேண்டியிருக்குமோ என்றும் தவித்தாள். கடைசியில் அவர்கள் அவளைத் தனியாக விட்டுவிட்டார்கள். எது நடக்கக்கூடாது என்று அவள் பயந்து கொண்டிருந்தாளோ, அது நடந்தே விட்டது.

மேனகாவுக்குத் திடீரென்று அழுகை பொங்கிக் கொண்டு வந்தது. அவ்வளவு பெரிய ஹாலில் சோபாவில் உட்கார்ந்தபடி மேனகா சிறு பெண்ணைப் போல் அழுது கொண்டிருக்கையில், விடியற்காலை வேளையில் வந்து வீசிய இளம் குளிர் காற்று அவளிடம் இரக்கம் காட்டுவதுபோல் இருந்தது. எங்கேயோ தொலைவில் ஒலித்த

கூவல்கள், இந்த உலகமே இப்படித்தான் என்று எச்சரிப்பது போல் இருந்தது. மேனகா கொஞ்ச நேரத்தில் தேறிக் கொண்டாள். ''நான் ஏன் இவ்வளவு கோழையாக யோசிக்கிறேன்? இதுவரையில் உலகம்தான் தன்னை எதிர்த்து நின்றது. இப்பொழுது வீட்டாரும் அதனுடன் சேர்ந்துகொண்டு விட்டார்கள். நாம் இனி இவர்களுக்கு மட்டும் ஏன் பயப்பட வேண்டும்? நல்ல வேளை, இப்பொழுதாவது இவர்களின் உண்மை சொரூபத்தைத் தெரிந்து கொண்டு விட்டேனே. இதுவும் நல்லதற்குத்தான்'' என்று நினைத்தாள் அவள். ஆனாலும் கூட அவளால் தன்னுள்ளே கொந்தளித்துக் கொண்டிருந்த துக்கத்தைக் கட்டுப்படுத்திக்கொள்ள முடியவில்லை.

அதற்குள் போன் மணியடித்தது. திடுக்கிட்ட மேனகா கண்களைத் துடைத்துக் கொண்டே எழுந்து போய் அதை எடுத்தாள். ''ஹலோ! நான் மேனகா பேசறேன் '' என்றாள்.

''ஹலோ மின்னு! நான்தான்மா பலராமன் மாமா பேசறேன். பாட்டியை ஆஸ்பத்திரியில் சேர்த்திருக்கிறோம். ஹார்ட் அட்டாக்! பிழைக்க மாட்டாள் என்கிறார் டாக்டர். உன்னைப் பார்க்கணும்னு அவ புலம்புறா. வர்றியா?'' என்றார்.

''இப்பவே வர்றேன் மாமா'' என்றாள்.

பலராமன் ஆஸ்பத்திரியின் பெயரைச் சொன்னான். மேனகா அரைமணி நேரத்தில் அந்த ஆஸ்பத்திரிக்குப் போய்ச் சேர்ந்தாள்.

இரண்டு முறை ''பாட்டி.. பாட்டி'' என்று மேனகா கூப்பிட்ட பிறகு மங்களம் சிரமப்பட்டுக் கண்களைத் திறந்து பார்த்தாள்.

''பாட்டி! நான்தான் மின்னு.''

''மின்னு!'' கையால் அவள் தலை, முகம் என்று பரவலாகத் தடவினாள்.

''நான்தான் பாட்டி.'' கையைப் பிடித்துக் கொண்டாள்.

''மின்னு!'' மங்களம் எதற்காகவோ தடவினாள்.

''என்ன பாட்டி? என்ன வேணும் சொல்லுங்க?''

''என் லேஸ் பை எங்கேம்மா?'' அது எப்போதும் மங்களம் இடுப்பிலேயே இருக்கும்.

''இதோ இதோயிருக்கு பாட்டி!'' பக்கத்திலேயே இருந்த பையை எடுத்துக் கொடுத்தாள். மங்களம் பலவீனமாக இருந்த கைகளால் அதைத் திறந்து ஒரு சின்ன துணி முடிச்சை எடுத்து மேனகாவிடம் கொடுத்தாள்.

''என்ன பாட்டி இது?''

''உன் கல்யாணத்திற்காகக் கட்டிய முடிப்பு. எப்பவாவது உனக்குக் கல்யாணம் ஆனா திருப்பதிக்குப் போய் ஏழுமலையானுக்கு இதைச் செலுத்திடு.''

''பாட்டீ!'' மேனகா ஓவென்று கதறியேவிட்டாள்.

''பைத்தியம்! எதற்காக நீ அழறே? நீ எப்போதுமே சினிமாவுல நடிச்சிட்டிருக்க முடியாது. சம்பாதிச்ச பணமெல்லாம் போதும்டி. நல்ல பையனாப் பார்த்து மனம் போலக் கல்யாணம் செய்துக்க?'' மங்களம் நடுக்கத்தோடு தெளிவற்ற குரலில் சொல்லி முடித்தாள். மேனகா அழுதேவிட்டாள்.

பொல பொலவென்று விடிந்து கொண்டிருந்த போதே மங்களம் உலகைவிட்டே போய்ச் சேர்ந்துவிட்டாள்.

மேனகா மேலும் தனிமையாக உணர்ந்தாள்.

52

ஒரு வாரத்திற்குப் பிறகு ஒரு நாள் மேனகா வக்கீல் வீட்டிலிருந்து திரும்பி வந்துகொண்டிருந்தாள். அவள் காரில் ஏறப் போன பொழுது ஸ்கூட்டரில் வந்து நின்ற யாரோ ஒருத்தன் ''மேடம்! ஆட்டோகிராப் ப்ளீஸ்!'' என்று ஒரு சிறிய நோட்டை நீட்டினான். மேனகா அதை வாங்கிக் கையெழுத்துப் போட்டுக் கொண்டு இருந்தபோது அவன் சட்டென்று ஜேபியிலிருந்து ஒரு பாட்டிலை எடுத்து மேனகாவின் முகத்தில் வீசப் போனான். மேனகா சரேலென்று முகத்தைத் திருப்பிக் கொண்டு விட்டாள். ஆனால் கன்னத்திலும், கழுத்திலும், கூந்தலிலும் பட்டுவிட்டது அதிலிருந்த திரவம். மறுநிமிடம் அது பட்ட இடமெல்லாம் தக தகவென்று எரியத் தொடங்கியது. புடவையும் சேலையும் கொஞ்சம் கருகிவிட்டன. டிரைவர்

அப்போதுதான் நடந்ததைப் புரிந்து கொண்டு ஓடி வருவதற்குள் அவன் ஸ்கூட்டரில் பறந்து விட்டான். வக்கீல் உள்ளிருந்து அலறல் சத்தம் கேட்டு ஓட்டமாக ஓடி வந்தார்.

மேனகாவை ஆஸ்பத்திரியில் உடனே கொண்டு போய்ச் சேர்த்தார்கள். ஆசிட் பட்ட இடங்களில் எல்லாம் அவள் சருமம் வெந்து போய் விட்டது. அந்தக் காயங்கள் ஆறுவதற்கு நீண்ட நாட்கள் ஆயிற்று. பணமும், புகழும் வழங்கிய பெரும் சுகங்களில் இதுவும் ஒன்று என்று அவளுக்குத் தோன்றியது.

மேனகா மிகுந்த சோர்வுடன் கண்களைத் திறந்து பார்த்தபோது எதிரே அவள் தாய் ரஞ்சனி நின்றிருந்தாள். ''மின்னு!'' பதற்றத்துடன் அழைத்தாள்.

மேனகாவால் தன் கண்களையே தன்னால் நம்ப முடியவில்லை. ''அம்மீ!'' சின்னக் குழந்தை தாயைப் பார்த்ததும் அழைப்பதுபோல் அழைத்தாள் அவள்.

ரஞ்சனி அந்தக் கட்டில் விளிம்பில் உடம்பு சிலிர்க்க உட்கார்ந்து கொண்டு அழத்தொடங்கினாள்.

''அம்மி! அழறியா? ஏன்?''

ரஞ்சனி அழுதுகொண்டே சொன்னாள். ''மின்னு! நான் எவ்வளவு பெரிய பாவி தெரியுமா? அவங்களோட சேர்ந்துகொண்டு உன்னை ரொம்பக் கஷ்டப்படுத்திட்டேன். அவங்கல்லாம் என்கிட்ட பசப்பு வார்த்தைகளைச் சொன்னாங்க. நானும் கூட வந்துட்டா நீ மனம் மாறிடுவேன்னு சொன்னாங்க. எப்படியும் நீ திரும்பி வந்துடுவேங்கிற எதிர்பார்ப்புலதான்மா அவர்களுடன் நானும் போனேன். நான் தப்பு பண்ணிட்டேன். அப்படிப் போயிருக்கக்கூடாதுன்னு இப்பதான் புரியுது. எனக்கு மகன் இல்லாத குறையை நீதான்மா தீர்த்து வைச்சே. நானும் ஒரு மனுஷியா இந்த உலகத்திற்கு முன்னால மானத்தோடும் மரியாதையோடும் தலை நிமிர்ந்து நிற்கிற அதிர்ஷ்டத்தைக் கொடுத்தே. உனக்குத் துன்பம் வந்தபோது நான் கண்கள் இருந்தும் குருடியா... நன்றிகெட்டுப்போய் அவங்க பேச்சையே கேட்டேன். ஆனா உன்னோட இந்தக் கொடுமையான வேதனையை என்னால சகிச்சிக்க முடியலை. உன்மேல ஆசிட் தாக்குதல் நடந்தது பேப்பர் மூலமா தெரிஞ்சதும் என்னமா துடிச்சிப் போய்ட்டேன் தெரியுமா? எனக்கு இருப்பு கொள்ளலை. இந்தக் கொடூரமான காரியத்தைச் செய்ய வச்சது யார் தெரியுமா? அந்த பாழாப்போன கிராதகன்தான்மா. நீ பிறப்பதற்குக் காரணமா

இருந்த அந்தப் பாவி மனுஷன்தான். நம் பணத்தைப் பார்த்துட்டு நம்மகிட்ட வந்து சேர்ந்தாரு. தேர்தலுக்காகன்னு கேட்டப்ப என்னோட நகைகளை என் பேருல இருந்த பணத்தையெல்லாம் கொடுத்துட்டேன். அவருக்கு என்கிட்டேயிருந்த பணத்தின் மேலதான் அக்கறையே தவிர என் மீது அது துளியும் இல்லைன்னு ரொம்பத் தெளிவா இப்பதான்மா புரிஞ்சது. உன்னைப் பார்ப்பதற்காக நான் வந்துகிட்டிருந்தப்பப் போகக்கூடாதுன்னும் போனா திரும்பி வந்து தன் வாசலை மிதிக்கக்கூடாதுன்னும் சொன்னான் அந்தக் குட்டிச்சாத்தான் சுரேஷ். நான்.... நான் எல்லாவற்றையும் மீறி வந்துட்டேன். மின்னு! என்மேல உனக்குக் கோபம் இல்லையே?'' என்றாள் கண்ணீருடன்.

''அம்மி! நீ வந்துட்டே. எனக்கு..... எனக்கு நீ இருக்கே. இனிமே எனக்கு எந்த ஒரு பயமும் இல்லை'' என்றாள் மேனகா கண்களை மூடித் திறந்து கொண்டே. அவளுக்கு அப்போது ரொம்பவும் நிம்மதியாக இருந்தது.

53

சுமார் ஆறு மாதங்கள் ஓடி விட்டன. ஹரிகிருஷ்ணா இன்னும் ஜெயிலில்தான் இருந்தான். கேஸ் அனுமான் வாலாக நீண்டுகொண்டிருந்தது. இந்த ஆறு மாதங்களில் மேனகாவின் வாழ்க்கையில் நிறையவே மாறுதல்கள் வந்து விட்டன. சினிமா வாழ்க்கையிலிருந்து முற்றிலுமாக அவள் தானே விலகிக் கொண்டு விட்டாள்.

தான் இருந்த பெரிய வீட்டை ஒரு நல்ல விலைக்கு விற்று விட்டாள். இருந்த கொஞ்ச நஞ்சம் கடன்களையும் தீர்த்துவிட்டாள். தாயுடன் ஒரு சாதாரண அபார்ட்மெண்டுக்குக் குடி போனாள். டிரைவரும், கலாவையும் தவிர மற்ற வேலைக்காரர்கள் யாரும் அங்கு இல்லை.

பாக்யா
இலவச மருத்துவமனை

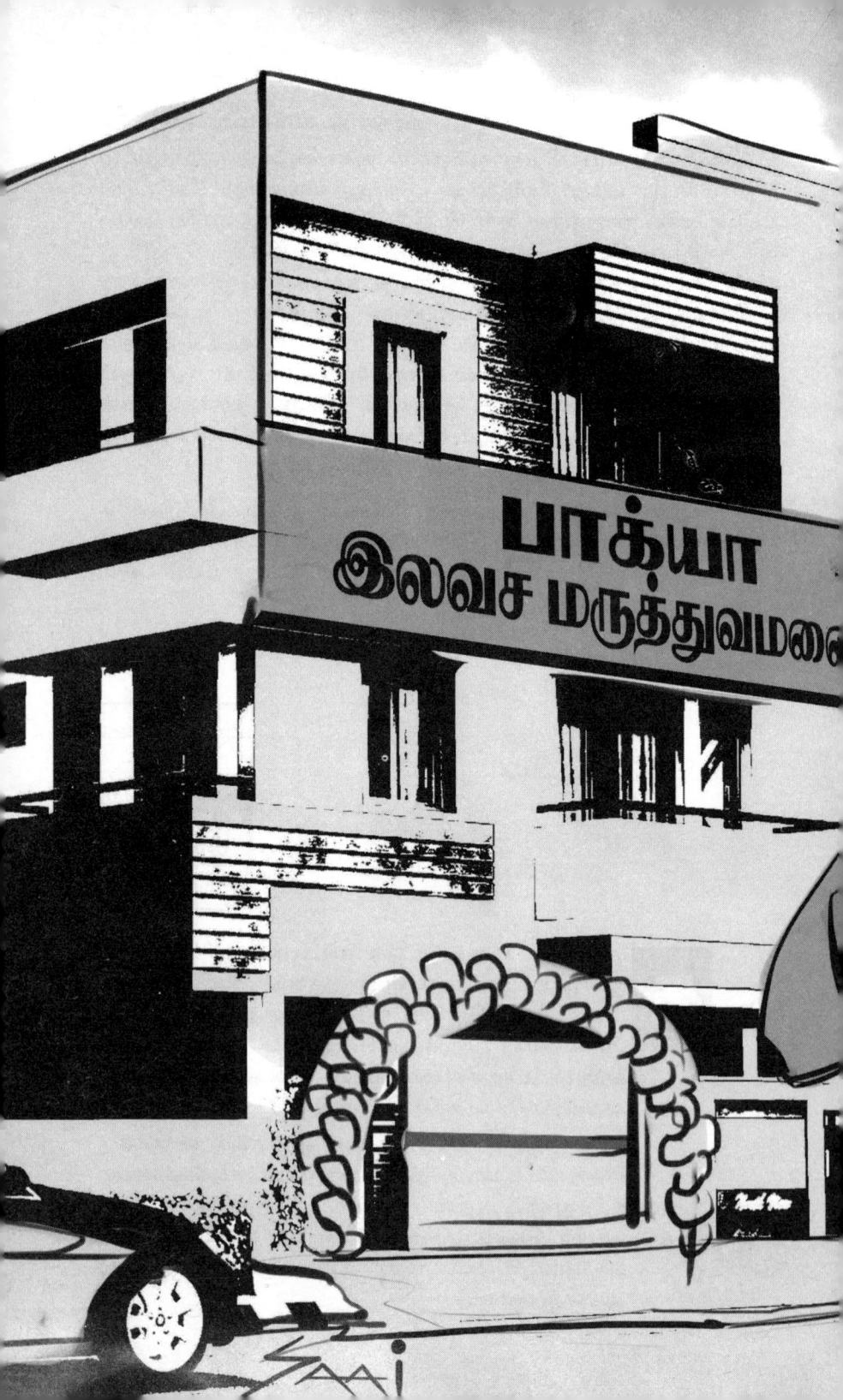

அவள் வாழ்க்கை இப்போது மிகவும் நிம்மதியானதாக, எளிமையானதாக இருந்தது. ஓட்டம் ஓட்டமாக ஓடிக் கொண்டே யிருந்த வாழ்க்கையின் வேகம் குறைந்து ஸ்திரமான திடமான நடையாக அது மாறியது. மேனகா பொழுதைப் போக்க ஏதாவது புத்தகங்களைப் படிக்கத் தொடங்கினாள். சிலசமயம் ரேடியோவில் பாட்டு கேட்பாள். தாய்க்குச் சமையலில் உதவி செய்தாள். அவள் வாழ்க்கை நிச்சிந்தையாகக் கழிந்து கொண்டி ருந்தது.

சுரேஷ் ஏதோ வியாபாரத்தில் நன்றாகச் சம்பாதித்துக் கொண்டிருந்தான். மாதவி அங்கு வருவதே இல்லை. மேனகாவுக்குப் பொழுது போகவில்லை என்ற கவலையே இல்லை. கொடுத்துத் தீர்த்த கடன் போக பாக்கியிருந்த பணத்தில் ஹரிகிருஷ்ணா தொடங்கி அஸ்திவாரம் வரையில் எழும்பி ஒரு பேஷன்ட்டோடு அப்படியே நின்று விட்ட ஆஸ்பத்திரியை திரும்பவும் கட்டத் தொடங்கினாள். முடிவடைந்து கொண்டிருந்த ஆஸ்பத்திரியைப் பார்க்கும்போதெல்லாம் மேனகாவுக்குச் மிகவும் சந்தோஷமாக இருக்கும்.

இறுதியில் ஹரிகிருஷ்ணாவின் மீது இருந்த கேஸைத் தள்ளுபடி செய்துவிட்டார்கள். ரேகாவின் மரணம் தற்கொலைதான் என்றும், கொலை இல்லை என்றும் உறுதியாகிவிட்டது. மேனகாவின் தவம் பலித்துவிட்டாற்போல் ஆயிற்று. ஹரிகிருஷ்ணா விடுதலையாகிவிட்டான்.

அவனைச் சிறை வாசலிலிருந்து அழைத்துப் போவதற்காக மேனகா வந்திருந்தாள். ஆடம்பரமில்லாத ஒரு எளிமையான உடையலங்காரத்துடன் எதிர்ப்பட்ட மேனகாவைப் பார்த்து அவன் துக்கம் தாளாமல் அலறியே விட்டான். கண்கள் பெருக்கெடுக்க ''மின்னு! எனக்குப் புனர்ஜென்மம் வழங்கிட்டே. இந்த உன்னோட நன்றிக்கடனை எப்படிம்மா தீர்க்கப்போறேன்?'' என்று கதறினான்.

''விடுங்க ஹரி... என்னாட்டம் ஏழைகளுக்குச் சேவை செய்து தீர்க்கலாமே'' என்றாள் மேனகா கண்கலங்க.

''நீ... நீ ஏழையா?''

''ஆமாம். ஏழ்மைன்னா நிறையப் பேர் அதைப் பணம் சம்பந்தப்பட்டதாவே நினைக்கறாங்க. அந்த ஏழ்மையைத் தாங்கிக் கொள்ளலாம். ஆனா இன்னொரு ஏழ்மை இருக்கு. அது மனித மனங்களின் அன்பு சம்பந்தப்பட்டது. நிலையானது! எந்த மனிதனுக்குமே தனக்கு நெருக்கமானவங்ககிட்ட பெறுகிற

அன்பானது மிகவும் மதிப்பு வாய்ந்தது ஹரி. இந்த உலகத்தில் அதை எந்தச் செல்வத்தாலும் வாங்கவும் முடியாது. மதிப்பிடவும் முடியாது. வெல்லவும் முடியாது ஹரி...!''

''மின்னு! ஆமா உன் கன்னத்துல இருக்கிற அந்தத் தழும்பு என்ன?'' திடீரென்று யோசனையுடன் அவன் கேட்டான். மேனகா சுருக்கமாக நடந்ததைச் சொன்னாள். அவன் சிலையாகிவிட்டான். கொஞ்ச நாளாவே மேனகா தன்னைச் சந்திக்க நேரில் வராமல் கடிதங்கள் மூலமாகவே தொடர்பு கொண்டு வந்ததற்குக் காரணம் என்னவென்று இப்போது அவனுக்குப் புரிந்துவிட்டது.

''மின்னு! என்னால உனக்கு எவ்வளவு கஷ்டம்.. இல்லியா?'' நா வறண்டு கம்மிவிட்ட குரலில் சொன்னான் அவன்.

''இருவருக்கும் எத்தனைதான் கஷ்டங்கள் வந்தாலும், அந்தக் கஷ்டங்களுக்கு நடுவுல நம்மை ஒருவருக்கு ஒருவரை துணையாகக் கொடுத்திருக்கிறார் அந்தக் கடவுள். அது நம்மோட அதிர்ஷ்டம் இல்லையா?'' என்றாள் மேனகா. அவள் கண்களில் நீர் சுழன்றது.

''ஆமாம் நிச்சயமா!'' என்றான் அவன்.

''சரி வாங்க.'' காரின் கதவைத் திறந்து பிடித்துக் கொண்டாள். ஹரிகிருஷ்ணா வந்து ஏறிக் கொண்டான். மேனகாவே டிரைவ் செய்தாள். அவளால் சமீப காலத்தில் மாற்றப்பட்ட ஐ 20 சிறிய புதிய கார் இது!

''என்னை எங்கே அழைச்சிட்டுப்போறே மேனகா?'' மெல்லிய குரலில் அவன் கேட்டான்.

''முதல்ல கோவிலுக்கு.''

அவன் பதில் பேசவில்லை. அவன் கடவுள் நம்பிக்கை உள்ளவனே தவிர, கொவிலுக்கெல்லாம் போக மாட்டான். மனித சேவையை விட வேறு சிறந்த கடவுள் வழிபாடு இல்லை என்பான்.

கார் ஒரு பெரிய கட்டிடத்திற்கு முன்னால் வந்து நின்றது. மேனகா காரிலிருந்து இறங்கினாள். ஹரிகிருஷ்ணா வியப்புடன் சுற்றும் முற்றும் பார்த்துக்கொண்டே இறங்கினான். எதிரே அவன் கண் முன்னால் ஒரு இரண்டடுக்கு மாடிக் கட்டிடம் இருந்தது. அவன் ஆரம்பித்திருந்த கட்டிடம் முடிவடைந்துவிட்டிருந்தது. இன்னும் அதற்கு டிஸ்டம்பர் அடிக்கவில்லை. அங்கங்கே இன்னும் முடிக்க வேண்டிய வேலைகள் சில பாக்கியிருந்தன. வண்ணத் தோரணங்கள்

கட்டப்பட்டிருந்தன. கேட்டிற்குக் குறுக்கே சிவப்பு ரிப்பன் கட்டியிருந்தது.

ஹரிகிருஷ்ணா வியப்புடன் பார்த்தான். கட்டிடத்தின்மீது ''பாக்கியம் இலவச மருத்துவமனை'' என்று போர்டு கட்டப்பட்டிருந்தது. அதன் கீழே டாக்டர் ஹரிகிருஷ்ணா எம்.டி. என்ற பெயர்ப் பலகை இருந்தது.

''மை காட்!'' என்றான் வியப்புடன் தெளிவற்ற குரலில். அவன் ஜெயிலுக்குப் போகும்போது அஸ்திவாரத்துடன் நின்றிருந்த நர்சிங் ஹோம் இப்பொழுது முக்கால்வாசிக்கு மேல் வேலை முடிவடைந்து அவனுக்காகக் காத்திருப்பதுபோல் காட்சியளித்தது.

அவன் வியப்போடு திரும்பி மேனகாவைப் பார்த்தான். மேனகா காரிலிருந்து வெள்ளிக் கத்திரிக்கோலை எடுத்து வந்து அவனிடம் கொடுத்தாள். முகம் மலர அவன் ரிப்பனைக் கத்தரித்தான். இருவரும் உள்ளே வந்தார்கள்.

உள்ளே அடியெடுத்து வைத்ததும் முன் வளாகத்தில் வரிசையுற அடர்த்தியாக வளர்ந்திருந்த நைட்க்வீன் செடிகள் இரண்டு மூன்று தென்பட்டன.

ஆஸ்பத்திரிக்குள் நுழைந்ததுமே ஹரிகிருஷ்ணா திக்பிரமை அடைந்தவனாய் அப்படியே நின்றுவிட்டான். அவன் க்ளினிக்கில் இருந்த சாமான்கள் எல்லாம் இங்கே கொண்டு வரப்பட்டிருந்தன. அவன் மேனகா இருப்பதையே மறந்து விட்டவன் போல் நர்சிங் ஹோமைப் பரபரப்புடன் அங்குமிங்கும் ஓடிச் சுற்றிப் பார்த்தான். எல்லாம் தயார் நிலையில் இருந்தன. வர்ணங்கள்தான் பூச வேண்டும். ஓ இதுதான் மேனகா சொன்ன கோவிலா!

கடைசியாகத் தன்னுடைய பெயர்ப் பலகை இருந்த அறைக்குள் வந்தான். அங்கே மேனகா கை கட்டிக்கொண்டு புன்னகை மிளிர நின்றிருந்தாள். அவனைப் பார்த்ததும் பணிவோடு வரவேற்கும் தோரணையில் எஸ் டாக்டர் வெல்கம் வெல்கம் என்று இனிய குரலோடு கை நீட்டி அவளை வரவேற்றாள்.

கண்ணிமைக்காமல் அவன் ஒரு வினாடி மேனகாவையே உலக அதிசயம்போல் பார்த்துக் கொண்டிருந்தான். அவனுக்கு அவள் ஒரு தெய்வச் சிலையாகவே தெரிந்தாள்! அவன் விழிகளின் மலர்ச்சி அவள் இதயத்தைக் குளிர்வித்தது. நடைபழகும் சிறு குழந்தைபோல் அவனை நெருங்கி வந்தாள் மேனகா. அவள் இதயத்தில் இதுவரை இல்லாத ஒரு புத்துணர்ச்சி பிரவகித்தது. ஸ்லோ மோஷனில் திரைப்படங்களில் வருவது போல அப்படியே அவன் மார்பில்

போய் சாய்ந்தாள். அவளை மலர் மாலையாக அள்ளித் தழுவினான் ஹரிகிருஷ்ணா.

"மின்னு... மின்னு! இந்தக் கோயில்ல குடிகொண்டிருக்கும் தெய்வமே நீதான் மின்னு! ஏழை எளியவங்களுக்கு நான் இதய சுத்தியோட செய்ற சிகிச்சைதான் என்னோட கற்பூர ஆரத்தி!" என்றான் நா தழுதழுக்க.

உணர்ச்சிவசப்பட்ட அவள், நீர்க்கோல விழிகளோடு அவனை அண்ணாந்து பார்த்தாள். "ஹரி... நான் கூட இதுவரை காசேதான் கடவுள்னு கண்மூடித்தனமா எனக்குள்ள இந்த உலகத்தைப் பத்தி வெச்சிருந்த நினைப்பை... உள்ளத்துலேர்ந்து துடைச்சிட்டு... அன்பே கடவுள்ங்கிறதை அழுத்தமாவே... நல்லா புரிஞ்சிகிட்டேன் ஹரி!..."

அவனுடைய - அல்லது அவளுடைய கரங்கள் கொஞ்சம் கொஞ்சமாக அன்பால் இறுகின.

இருவரின் கவலைகளும் கண்ணீரில் கரைந்தன. ●

பிற நாவல்கள்

இதய வாசல்

சீதா(வின்)பதி

புஷ்பாஞ்சலி